वेदनेचे वेद झ...

'.... हे आपले आत्मकथन केवळ अप्रतिम! .... त्यात जीवनाची बांधिलकी आहे, एक समाधिस्थ तटस्थताही आहे. तो केवळ अनाथांचा आवाज नाही; जगण्याशी संघर्ष व संवाद करणाऱ्या समस्तांचा तो आतला आवाज आहे.'

– सदा डुंबरे, संपादक, साप्ताहिक सकाळ, पुणे.

'आत्मकथा लिहिताना तुमची भूमिका आपले आयुष्य Encash करण्याची नाही, तर स्वत:ला व वाचकांनाही Enrich करण्याची अशी विधायक आहे.'

– डॉ. द. दि. पुंडे

'हे वाचताना अश्रू थांबवू शकले नाही. पुस्तक मिटून मौन पत्करले. यावर अन्य काही प्रतिक्रिया अशक्य होती.'

– आसावरी काकडे, कवयित्री.

'आयुष्यभर उपेक्षा, हेटाळणी यांना सतत सामोरे जाऊनही तुमच्या कथनात कटुतेचा अभाव आहे आणि चिरंतन आशेचा प्रभावही!'

– डॉ. श्रीकांत पूर्णपात्रे, सामाजिक कार्यकर्ते

'आपल्या सर्व लेखनातून मानवतावादाची जी संजीवनी पाझरत आहे आणि स्वाभिमान व आत्मप्रत्ययाचा जो साद मिळत आहे, तो मनावर अमीट छाप पाडीत राहतो.'

– भाई वैद्य, विचारवंत

'या ऊर्जेचे कौतुक वाटतेय आणि आपण तर त्यांच्या पासंगालाही उभे राहवे या लायकीचे नाही याची खंत. ती खंत हीच या वाचनाने माझे जग बदलले याची खूण आहे.'

– सतीश काळसेकर, कवी, समीक्षक व संपादक

'असं पुस्तक लिहिणं अजिबात सोपं नाही. ...लहानपणापासूनचा जाणिवेचा प्रवास समवेगानं मांडत जाणं अवघड असतं. डॉ. लवटे स्वत: भाषेचे अभ्यासक असल्यानं असेल, त्यांना हे सहज म्हणावं इतकं छान जमलंय.'

– डॉ. संजीवनी कुलकर्णी, संपादक, पालकनीती, पुणे

My Today and each of my yesterdays,
my rise and falls,
are so diverse
that I sometimes feel as if
I lived not one,
but several existences,
each one different from the other.

– **Stefan Zweig**
'The World of Yesterday'

खाली जमीन वर आकाश

डॉ. सुनीलकुमार लवटे

मेहता पब्लिशिंग हाऊस

Please contact us at **Mehta Publishing House Pvt. Ltd.,** Pune 411030.
✆ +91 020-24476924 / 24460313 / Mob. No. 9545000513
Email : production@mehtapublishinghouse.com
Website : www.mehtapublishinghouse.com

KHALI JAMIN VAR AAKASH by SUNILKUMAR LAVATE

खाली जमीन वर आकाश : डॉ. सुनीलकुमार लवटे / आत्मकथन

Email : author@mehtapublishinghouse.com

संस्थापक : सुनील अनिल मेहता

प्रकाशक : मेहता पब्लिशिंग हाऊस प्रा. लि.,
१९४१, सदाशिव पेठ, माडीवाले कॉलनी, पुणे – ४११०३०.

मुद्रक : ट्रिनिटी ॲकॅडमी फॉर कॉर्पोरेट ट्रेनिंग लिमिटेड

मुखपृष्ठ : चंद्रमोहन कुलकर्णी

प्रकाशनकाल : फेब्रुवारी, २००६ / जानेवारी, २००७ / मार्च, २००८ /
फेब्रुवारी, २०१० / सप्टेंबर, २०१२ / मे, २०१५ /
ऑक्टोबर, २०१९ / पुनर्मुद्रण : सप्टेंबर, २०२३

किंमत : ₹ ३२०

P Book ISBN 9788177666588
E Book ISBN 9788184987522
E Books available on : amazonkindle Apple Books Google Play Books

---

वंचितांचं विश्व
निकोप करू पाहणाऱ्या
सर्वांना
समर्पित!

अभिप्राय

माणूसपणाचा आत्मशोध

साप्ताहिक सकाळ : दि. ६ मे २००६

कुणीच नसलेल्यांची कहाणी

दैनिक सकाळ, पुणे, २-४-२००६

अनाथालयातील यातनांचा प्रातिनिधिक हुंकार

प्रबोधन प्रकाशन ज्योती : एप्रिल २००६

आकाशाला गवसणी घालणारे आत्मकथन

दैनिक लोकसत्ता, २७-८-२००६

वंचितांचे विश्व उलगडून दाखविणारे आत्मचरित्र

दैनिक लोकमत, कोल्हापूर, २३-४-२००६

काहीच न करणाऱ्यांसाठी प्रेरणा देणारी कहाणी

दैनिक प्रभात, ३०-४-२००६

संयत आणि प्रांजळ आत्मकथन

दैनिक पुढारी, कोल्हापूर, २-७-२००६

शर्थीच्या प्रयत्नांची कर्म कहाणी

दैनिक तरुण भारत, २३-४-२००६

हे आत्मकथन इंग्लिश भाषेत भाषांतरीत झाले आहे.

तुमची जमीन, माझं आकाश...

प्रत्येक माणूस जन्मतो एक जमीन घेऊन. ती जमीन असते त्याच्या जीवनाचा आधार. माणसाला ही आधारभूमी समाज देतो. केवळ जमिनीचाच आधार घेऊन जन्मलेल्या माझ्यासारख्या अनाथास वरचं मोकळं आकाश सतत खुणावत असतं. कारण या जगात, जीवनात जोडण्यासारखं आकाशाशिवाय त्याच्याजवळ दुसरं असतंच काय? ते मोकळं, नितळ आकाशच असतं त्याचं स्वप्न आणि सत्य! नाव, गाव, आई, वडील, नातेवाईक, जात, धर्म, कुल, गोत्र अशा अस्तित्वाच्या, परिचयाच्या कोणत्याच पारंपरिक खुणा नसलेला मी... तुम्ही दिलेल्या जमिनीवर माझं आकाश आकारत वयाची पंचावन्न वर्षं कधी, कशी उलटून गेली, कळलंसुद्धा नाही.

'खाली जमीन, वर आकाश' आहे माझी जीवनकहाणी. आठवणींच्या कोंदणात साचून राहिलेली ही स्मृतिचित्रं आज इतक्या वर्षांनी उलगडून दाखवताना पुन्हा फाटतात... दुखावतात... जीर्ण दस्तांप्रमाणे. अडगळीत इतस्तत: विखुरलेल्या आठवणी मी आज मोठ्या हिमतीने गोळा करतो. तेव्हा हाती येतं बालपण. मोठं विलक्षण होतं ते. माझं लहानपण 'मुंगी साखरेचा रवा' नव्हतं. 'अहा ते सुंदर दिन हरपले' अशी हुरहुर लावणारंही ते खचितच नव्हतं. उलटपक्षी 'बीत गई सो बात गई' असा 'सुटकेचा नि:श्वास होतं ते! माझं बालपण छोट्या प्रश्नांचं मोठं काहूर होतं. कधीकाळी तुम्हाला मधाळ वाटणाऱ्या प्रश्नांनी मात्र माझ्या मनात जीवनमोहळ उठवलं होतं. माझं बालपण प्रश्नग्रस्त होतं. लहानपणी मला प्रश्नांची विलक्षण ॲलर्जी होती. छोटे प्रश्न मोठा थरकाप उडवायचे. तसे ते प्रश्न काही यक्षप्रश्न नव्हते. साधे, सोपे, सहज प्रश्न...

तुझं नाव काय?
तुझे आई-वडील?
गाव कुठलं?
तू कुणापैकी?
तुझ्या ओळखीचं कोणी आहे का?

तुम्ही विश्वास ठेवा अथवा ठेवू नका, पण या प्रश्नांची उत्तरं माझ्याकडे त्यावेळी नसायची. प्रश्नकर्ते मला निरुत्तर पाहून अचंबित व्हायचे. मी मात्र गोंधळलेला, गांगरलेला असायचो. हे प्रश्न तुमच्या जमिनीतले होते. मला तुम्ही निश्प्रश्न जमीन आणि निरभ्र आकाश दिलं होतं. कुमारीमातेच्या पोटी जन्मलेल्या मला या प्रश्नांची

उत्तरं उगवण्यासाठीची जमीन तुम्ही मला कुठं दिली होती?

माझी जमीन प्रश्नांनीच भरलेली असायची. जन्मदाते वडील माझ्या जन्मापूर्वीच विश्वामित्र झाले म्हणून जन्मदातीनं मला जन्म देऊन सदैव कुंती होणं पसंत केलं. त्यामुळे मला अनाथाश्रमात वाढावं लागलं. अनाथाश्रमात वाढलेला मी... माझ्या फायलीत माणूसपणाचा मागमूसही नव्हता. मी होतो मात्र पुरुषजातीचा एक क्षुल्लक जीव... म्हणून माझं नावही नव्हतं. होता कोर्टाचा वॉरंट नंबर... मी फायलीनुसार एक 'Name Not Known' (NNK) होतो. माझं माणूसपण मुळातच नाकारणाऱ्या या समाजानं माझं वयही एक्स-रे मशिनने निश्चित केलं होतं.

कधी काळी असा जन्मलेला मी... अनाथाश्रम, रिमांड होममध्ये वाढलो, शिकलो, सवरलो नि सावरलोही! मी वयात आलो तसे माझे प्रश्नही वयात आले. त्या प्रश्नांनी मला प्रौढ केलं नि समजदारही! प्रश्नांनीच माझं पालकत्व पेललं. आज असं लक्षात येतं की माणूस सुजाण झाला की जमीन मागे पडते नि आकाश वर-वर सरकत राहतं. आकाशात चंद्र, तारे असतात म्हणे. कळत्या, उमलत्या वयात मी फक्त तळपणारा सूर्यच अनुभवला. कडाडणाऱ्या विजाच रात्री माझ्या सोबतीला असायच्या. तो तुमचा 'शुक्रतारा... मंद वारा' मला कधी भावला, लाभला नाही. ध्रुवपण नाही कधी आवडला. हा, उल्का, धूमकेतू का कुणास ठाऊक मला आपले वाटत आलेत, का ते नाही सांगता येणार.

उच्चभ्रूपणाचे गोडवे गाणाऱ्या या समाजानेच कधी काळी माझे पंख, पाय छाटले होते. गेल्या पंचावन्न वर्षांच्या जिंदगीत या समाजाचे 'मातीचे पाय' मी पाहिले, अनुभवले आहेत. खरं सांगायचं तर त्याचे खायचे नि दाखवायचे दात सुद्धा पाहिलेत. म्हणून मी राष्ट्रीय मानवी हक्क आयोगाचा जिल्हा प्रतिनिधी झाल्यावर तुरुंगात मला भेटलेले गँगस्टर, शूटर्स अधिक डिसिप्लिन्ड नि डिसेंट वाटतात. माझ्या जीवनप्रवासात मी अनेक मंत्री, सचिव, जिल्हाधिकारी, पोलीस अधीक्षक जवळून पाहिलेत... वर्षानुवर्ष पाहिलेत. तुमची सविनय क्षमा मागून मी सांगू इच्छितो की, समाजानं नाकारलेल्या अनाथाश्रम, रिमांडहोम, तुरुंगातच मला अधिक सभ्य माणसं भेटली.

'खाली जमीन, वर आकाश' आहे माझी कर्मकहाणी. कुणी नसलेल्याचं जग निर्माण करण्याच्या शर्थीच्या प्रयत्नांची ही कथा स्नेह नि सहयोगातून उभारलेल्या एका नव्या जगात तुम्हाला ती घेऊन जाईल. हे नवं जग माणुसकीच्या गहिवराचं खरं पण तुमच्या रोजच्या जिंदगीला छेद देणारं आहे. तुमच्या जमिनीवरचं माझं आकाश तुम्हास इथं दिसेल. इथं उल्कापात नाही, कडाडणारी वीज नाही, असेल तर नवनिर्मितीची धडपड नि ध्यास. त्यातील ठेचांचा विखारही यात आहे. जीवनकहाणीत नुसता पाऊस कसा असणार? उन्हाचे चटके, नियतीचे फटके तुम्ही मला कमी का

दिलेत? मग एखादा चिमटा सहन करण्याची सोशिकता, संयम तुम्ही नको का दाखवायला? समाजमान्य सभ्यतेच्या रीतिरिवाजांचे पालन करण्याचा यथाशक्य प्रयत्न मी या आत्मकथेत केलाय. चुकलं-माकलं तर तुमच्या इतके क्षमाशील कोण? तुम्ही मला तळपणारा सूर्य दिला होता. मी मात्र तुमच्यासाठी पूर्ण चंद्र घेऊन आलोय खरा.

माझ्या जीवनात आक्रोश, आक्रस्ताळेपणा, आरोप यांना बगल देत नेहमीच मी रचनात्मक मार्ग धरत आलोय. आरक्षणाच्या कुबड्या मी कधी अपेक्षिल्या नाहीत. माझं जग सवर्ण-अवर्णतेच्या पलीकडचं असल्यानं जे जगलं, भोगलं ते लिहिलं. हे आत्मकथन रक्तसंबंध, जातपंचायत, धर्मसभा, संस्कारादि पारंपरिकतेस भेदून घेतलेला माझ्या माणूसपणाचा एक आत्मशोध होय.

हा शोध तुमच्यापर्यंत पोहचवायचे मेहता पब्लिशिंग हाऊस, पुणेचे अनिलभाई व सुनील मेहता यांनी मनावर घेतले. दैनिक 'सकाळ', पुणेचे संपादक अनंत दीक्षित यांच्या सांगण्यावरूनच मी हे आत्मकथन लिहिले. सन २००२ साली त्यांनी 'सप्तरंग' मध्ये 'सकाळ'च्या सर्व आवृत्त्यांत ते प्रकाशित केल्याने 'खाली जमीन वर आकाश' ला मोठा वाचकवर्ग लाभला. तीन वर्षं उलटली तरी आज वाचक भेटला की भारावून बोलत राहतो. याचं सर्व श्रेय 'सकाळ'ला. श्री. अनंत दीक्षितांनी या आत्मकथेस प्रस्तावना लिहावी असे मनस्वी वाटूनही घडले नाही. परत केव्हा तरी घडेल अशी आशा आहे. या आत्मकथेच्या शीर्षकाचं श्रेय मराठीतील प्रख्यात नाट्य दिग्दर्शक, अभिनेते विनय आपटे यांना द्यायला हवं. सन १९८२-८३ च्या दरम्यान ते मुंबई दूरदर्शनमध्ये असताना त्यांनी 'युवदर्शन' मध्ये माझी मुलाखत घेतली होती. तिचं हेच नाव होतं. 'खाली जमीन, वर आकाश'. ती गाजली. पुनर्भेटमध्ये त्या वर्षातील श्रेष्ठ कार्यक्रम म्हणून श्रीमती सुहासिनी मुळगावकरांनी ती दाखवली होती. ती नाटककार विजय तेंडुलकरांना विलक्षण भावली होती. सांगली आकाशवाणीवरून त्यांनी या मुलाखतीची केलेली भलावण माझा अविस्मरणीय ठेवा होय. या सर्वांचे मन:पूर्वक आभार.

१५ डिसेंबर, २००५ — **डॉ. सुनीलकुमार लवटे**

हे पुस्तक वाचकांना काही देतं म्हणून...

सन २०१०मध्ये 'खाली जमीन, वर आकाश' या माझ्या आत्मकथेच्या प्रस्तावनेत मी बरीच मनोरथं रचली होती. गेल्या दोन वर्षांत माझ्या मानसिकतेत आणि साहित्य व जीवनविषयक दृष्टिकोनात भरपूर बदल झालेत. ही आवृत्ती सचित्र करायचा मनोदय मी चित्रकार स्नेही चंद्रमोहन कुलकर्णी यांच्यामुळे सोडला. त्यांनी मला साहित्यकृती चित्रात नसते, शब्दांत असते हे शिकवलं. मी या आवृत्तीबरोबर आत्मकथेचा दुसरा भाग द्यायचं योजलं होतं. या क्षणी ते लिहू नये असं वाटतं. म्हणून नाही लिहिलं. सध्या मनात अनेक अस्वस्थ कुजबुजींचा पिंगा (खरं तर धिंगाणा!) सुरू आहे. शिवाय पत्करलेली मरणं भोगत असताना लिहिणं म्हणजे आपलं नसलेल्या जगात फुकाचा हस्तक्षेप वाटतोय खरा.

गेल्या पाच वर्षांत 'खाली जमीन, वर आकाश'ला अनुवाद, पुरस्कार, रेडिओवरील अभिवाचन, अभ्यासक्रमात या कृतीचा समावेश, यावरील प्रकाशित समीक्षा ग्रंथ, यावर झालेलं संशोधन यांपेक्षा मला मिळालेले वाचक ही माझी मोठी मिळकत आहे. ही आत्मकथा अनेकांना प्रेरक वाटली. एवढं सोसून यात कटुता कशी नाही याचं बऱ्याच जणांना आश्चर्य वाटलं. त्यापेक्षा अधिकांना आपल्या दुःखाचं थिटेपण या पुस्तकानी जाणवून दिलं. आत्मकथा रडगाण्यापेक्षा प्रेरणागीतं असतील तर ती माणसास जगण्याची उमेद देतात. 'खाली जमीन, वर आकाश'ची पाचवी आवृत्ती प्रकाशित करण्याचं आता माझ्या लेखी एकच कारण उरलं आहे. ते म्हणजे हे पुस्तक वाचकांना काही देतं.

सुनील मेहतांचे हे पुस्तक सर्वदूर पोहोचल्याबद्दल आभार.

१५ ऑगस्ट, २०१२ — **डॉ. सुनीलकुमार लवटे**
स्वातंत्र्य दिन

१

मला असं सांगितलं गेलंय.....

सन १९४९ सरत आलं होतं. सायंकाळी चारचा सुमार होता. पंढरपूरच्या वा. बा. नवरंगे बालकाश्रमापुढे एक टांगा थांबला. टांग्यातून एक गृहस्थ पोट आलेल्या आपल्या कुमारी मुलीस आश्रमात दाखल करायला घेऊन आले होते. त्या गृहस्थांच्या हातात ट्रंक होती. मुलीच्या काखोटीला वळकटी होती. आश्रमात असं टांग्यानं व्हिजीटरांचं येणं काही नवं नव्हतं. किंबहुना ते नित्याचं होतं. गोरख शिपायानं त्यांना न विचारताच आश्रमाच्या ऑफिसकडे नेलं.

ऑफिसमध्ये सुपरिटेंडेंट बाबासाहेब जव्हेरी व मेट्रन सिस्टर राव होत्या. चौकशीत त्यांना कळलं की शंकरराव पुण्याचे. घरची गरिबी. पदरात दोन मुली. सुनंदा व सुमन ही त्यांची नावे. पैकी सुनंदा मोठी. उजवली गेल्यानं सासरी असायची. वयात आलेल्या पण अद्यापि उजवल्या न गेलेल्या सुमनचं बहीण सुनंदाच्या सासरी जाणं-येणं होतं. एकदा सुनंदाच्या बाळंतपणाच्या निमित्तानं सुमन बरेच दिवस तिकडं बहिणीच्या सासरी राहिली. इकडे घरी परतल्यावर काही दिवसांनी सुमनच्या आईच्या लक्षात आलं की गडबड झालीय. सुमनला दिवस गेलेत. आई-वडील दोघं हादरून गेले. काय करावं ते सुचेना. पहिल्यांदा सुमन काहीच सांगायला तयार नव्हती. खोदून-खोदून विचारल्यावर तिनं सुनंदाच्या नवऱ्यापासून दिवस गेल्याचं सांगितलं. सुनंदाला कळलं तशी तीही हबकून गेली. ऐकलेल्यावर तिचा विश्वासच बसेना. पहिल्यांदा सुनंदाच्या नवऱ्यानं विश्वामित्री पवित्रा घेतला. नवरा-बायकोत एकमेकांत आणाभाका होऊ लागल्या..... नंतर निर्वाणीची भाषा सुरू झाली ....तसं बळेनंच त्यानं पाप कबूल केलं....घरची आब्रू चव्हाट्यावर नको म्हणून सुनंदानीच मग नवऱ्यापुढे समजुतीचा प्रस्ताव मांडला.... तुम्ही सुमनला पदरात घ्या.... माझी तयारी आहे. नवरा आढेवेढे घेत शेवटी कसाबसा तयार झाला. पण वडील शंकररावांना हे मान्य नव्हतं. दिवसामागून दिवस जात होते तशी शंकररावांची काळजी वाढत होती. प्राण कंठाला आलेले. तेवढ्यात कुणाकडून तरी पंढरपूरच्या आश्रमाबद्दल कळलं....

शंकरराव सुमनला आश्रमात दाखल करून निघून गेले. सुमनला नादार कुमारीमाता म्हणून दाखल करण्यात आलं होतं. पंढरपूरच्या आश्रमात दाखल होणाऱ्या कुमारीमाता, परित्यक्ता, विवाहोत्तर बाह्यसंबंधाने गरोदर राहिलेल्या अशा कितीतरी स्त्रिया दाखल होत राहायच्या. आर्थिक स्थितीप्रमाणे त्यांची वर्गवारी असायची.... दरबारी म्हणजे मागेल तेवढे पैसे आश्रमास देणाऱ्या. त्यांची मोठी बडदास्त असायची. राहायला स्वतंत्र खोली. कामाला हाताखाली बाई. मागेल ते जेवण.... फळं.... असा थाट असायचा. सर्वांत मोठी सोय असायची ती सुरक्षा नि गोपनीयतेची. त्यांचा कुणाशी संपर्क नसायचा.... त्यांच्याबद्दल कुणास काही माहिती नसायची.... गोषात असल्यासारखी सारी स्थिती! मग अन्य काही साठवाल्या, सत्तरवाल्या बायकाही असायच्या. त्यांच्या घरून आश्रमाला दरमहा ६०-७० रुपये येत राहायचे. राहणं, जेवणं कॉमनरूममध्ये असायचं. काम काही करायला लागायचं नाही. याही तशा आरामात राहायच्या.

पलीकडच्या हॉलमध्ये कामवाल्या, नादार बायका राहायच्या. त्यांचं राहणं, जेवणं फुकट असायचं. बदल्यात त्यांनी पडेल ते काम करायचं. मुलांचं शी-शू, झाडू-बोळा, केर-वारा, धुणी-भांडी, स्वयंपाक, सांगेल ते नि पडेल तसलं काम करायचं. हे सारं आपलं पुढं आलेलं पोट सांभाळत करायचं. नववा महिना भरला की मग या रौरवातून सुटका व्हायची. ती ही दोन महिन्यांसाठीच. बाळंतपणानंतर घराकडून कोणी न्यायला आलं तर या बाया पोटचा गोळा आश्रमाच्या स्वाधीन करायच्या नि मोठ्या जड अंत:करणानं मागं बघत-बघत आश्रम सोडायच्या.... डोळे डबडबलेले असायचे.... पाय निघता निघायचा नाही.... न्यायला आलेले पालक बळेनेच ओढून न्यायचे, ते कायमचे.

सुमनला दाखल केलं तेव्हा सप्टेंबर-ऑक्टोबर होता. चौथा महिना लागलेला. ती गरिबीमुळे कामवाली म्हणून दाखल झाली होती. नादार सुमन पडेल ते काम करायची. ११ एप्रिल, १९५०ला तिनं मला जन्म दिला. मी दोन महिन्यांचा झालो असेन.... आईचे वडील तिला घरी घेऊन जायला आले. आई मला आश्रमात सोडायला तयार नव्हती. 'जो कोणी मुलास पदरात घेईल त्याच्याशी मी लग्न करणार' म्हणून हटून बसली होती म्हणे. तिच्या वडिलांना काही हे मान्य नव्हतं. शेवटी सिस्टर रावांनी तिला समजावलं. तशी ती एका अटीवर मुलाला सोडायला तयार झाली.... 'मुलाला कुणाला तरी सांभाळायला द्या'.... आश्रमात बरीच मुलं असायची. सर्वांचं संगोपन घराप्रमाणे होणं अशक्य होतं.... आश्रमात काही परित्यक्ता असायच्या. त्यांना घर, समाज, नातेवाईक सारे पारखे झालेले असायचे. उद्ध्वस्त जीवनात आश्रमच त्यांचं जग होऊन जायचं. मग आयुष्याची सारी पोकळी त्या मुलं सांभाळत भरून काढायच्या. एखाद्या मुला-मुलीस लळा लावायच्या.

त्याचं हवं, नको ते पाहायच्या. आश्रमातलं काम करत त्या मुला-मुलींना सांभाळायच्या.

अशांपैकी एक होत्या उमाबाई कस्तुरे. त्यांच्या पदरात अशा परित्यक्त उद्ध्वस्तपणातही दुभंगलेपण पदरी पडलं होतं. पोटी आलेल्या पोलिओग्रस्त मतिमंद ज्योत्स्नास सांभाळत त्या दिवस कंठत होत्या. सुमनबरोबरच त्यांनी ज्योत्स्नास जन्म दिलेला. अंगावर दूध भरपूर असायचं. मुलगी दूध घेण्याच्या स्थितीत नसल्यानं तिला वरचं दूध सुरू केलेलं. उमाबाईंच्या अंगावरचं दूध रिचवायचा प्रश्न सिस्टरांपुढे होता. त्यांनी सुमनच्या देखतच मला उमाबाईंच्या मांडीवर ठेवलं.... समजावलं.... नि मगच सुमनंनी वडिलांबरोबर आश्रमाचा नि माझा निरोप घेतला. खरं तर हे सारं सुमनच्या समजुतीसाठी केलेलं नाटक होतं. पण नाटक अंगाशी आलं. उमाबाईंना माझा लळा केव्हा लागला ते समजलंच नाही.

तिकडे सुमनच्या लग्नाच्या धडपडीस वडिलांना यश आलं. तोपर्यंत तिची सिस्टरांना माझी चौकशी करणारी पत्रं येत राहायची. लग्नानंतरही ती चोरून पत्र पाठवत होती. शेवटचं पत्र आलं तेव्हा तिनं आपल्याला मुलगी झाल्याचं कळवलं होतं. ते तिचं शेवटचं पत्र होतं. मग तिनं भूमिगत होणंच पसंत केलं.

२

पोटची पोर पोलिओग्रस्त, मतिमंद निपजल्याचं शल्य उमाबाईंच्या मनात घर करून होतं. समजूत म्हणून सिस्टरांनी मला त्यांना सांभाळायला दिलं तरी लळा लागायचं कारण मनाचं रितंपण होतं. या रितेपणाची रामकहाणी ही दाईच जेव्हा माझी आई म्हणून माझ्या घरी आली, तेव्हा उमगली. ती मोठी विलक्षण होती. आज-ही ती आठवली की अंगावर काटा उभा राहतो.

तसं आश्रमात त्या उमाबाई कस्तुरे होत्या. आश्रमातील सर्व त्यांना 'उमा' म्हणत. कळेपर्यंत मी पण उमाच म्हणायचो. पुढे तीच माझी खरी आई झाली. तिच्या आईचं नाव मनकर्णिका. माझ्या त्या मानलेल्या आजीचं हे नाव मी आईच्या तोंडून पहिल्यांदा ऐकलं, तेव्हा मोहरून गेलो होतो. आईच्या वडिलांचं नाव होतं सदाशिव शास्त्री. आईची आई होती छिंदवाड्याची. पहाड्यांची कन्या. तिला पाटणसोंगीला दिलं होतं. उमाचा जन्म केव्हा झाला माहीत नाही. तिला फक्त एवढंच आठवत होतं की ती जेव्हा अकरा महिन्यांची होती तेव्हा तिच्या आईनं या जगाचा निरोप घेतला होता. हेही वडिलांनी कळतेपणी अनेकदा सांगितलं म्हणून तिला आठवत राहायचं. उमा सात वर्षांची असेल-वडिलांनी दुसरं लग्न केलं. सावत्रआईचं नाव होतं सरस्वती. ती चिंचोलीची राहणारी होती. असं सांगितलं

जायचं की तिला मुलं व्हायची पण लगेचच मरायची. पहिली झालेली दोन मुलं निवर्तली. तिसऱ्यांदा ती गरोदर राहिल्यावर वडील उमाला सावत्रआईसह घेऊन नागपूरला आले. तिचं सिझरिन झालं. मुलगा झाला. जयगणेश त्याचं नाव. घरी त्याला सर्व 'बाबा' म्हणायचे. उमाला बाबा या सावत्र भावाशिवाय लीलाधर नावाचा चुलतभाऊ होता. या माझ्या दोन्ही मामांनी उमाआईला शेवटपर्यंत भावाचं प्रेम, आधार दिला. अगदी अलीकडेपर्यंत मामांचं नि आमचं जाणं-येणं घडत राहिलं. आईच्या जगण्यातील हा एक मानसिक आधार होता.

उमाआई अकरा वर्षाची असताना वडिलांनी तिचा बालविवाह केला. महादेव कस्तुरे यांना तिला देण्यात आलं. म्हणून ती उमाबाई कस्तुरे झाली होती. तिच्या सासऱ्यांचं नाव रामचंद्र आणेजी कस्तुरे. ते जैतपूरचे राहणारे होते. उमाआईची एक नणंद होती. बनातखेडच्या गोविंदराव भुसाऱ्यांना दिलेली. तिचे यजमान गोविंदराव भुसाऱ्यांचं बनातखेडहून जैतपूरला वारंवार येणं घडायचं. उमाआई त्यांच्यापासून फसवली गेली होती. त्यामुळे तिला पंढरपूरला आणून काही दिवसांसाठी म्हणून सोडण्यात आलं खरं पण परत न्यायला मात्र कधीच कोणी आलं नाही. पंढरपूरच्या आषाढी-कार्तिकी वारीच्या निमित्ताने येणारे काही नातेवाईक नाही म्हणायला भेटून जायचे. अगदी अलीकडे तिचा एक पुतण्या भेटायला म्हणून आलेला. आर.पी. कस्तुरे त्यांचं नाव. भाटपाऱ्याच्या म्युनिसिपल कौन्सिलचे ते मुख्याधिकारी होते. आपण आपल्या काकूला माणुसकी म्हणून भेटलं पाहिजे म्हणून आलेले .... पण त्यांची भेट काही होऊ शकली नाही. म्हणून त्यांनी पत्रंही लिहिलं होतं. मी उत्तर लिहिलं पण त्यांच्याकडून परत काही पत्र आलं नाही.

मग आश्रमच तिचं जग झालं. पोटच्या ज्योत्स्नाबरोबर तिनं माझा सांभाळ केला. ती आश्रमात आली तेव्हा निरक्षर होती. मला नि ज्योत्स्नाला दोन मांड्यांवर घेऊन भाकरीची पाळी करायची. आश्रम हे चांगलं तीनशे माणसांचं कुटुंब होतं. या साऱ्यांच्या भाकऱ्या-पोळ्या करायला अवघ्या चार-पाच बायका असायच्या. माझी आई त्यांपैकी एक होती. अवघ्या दोन रुपड्यांवर तिला शंभरभर भाकऱ्या बडवायला लागायच्या. पाय घसरल्याचं प्रायश्चित्त म्हणून मिळालेली अघोषित शिक्षा तिच्या लेखी जन्मठेपच होती म्हणायची. ती मोठी कामसू नि प्रामाणिक होती. प्रेमळही मोठी! साऱ्या आश्रमाला तिचा लळा असायचा. आश्रमातल्या किती तरी आया-बायकांचे पैसे आईच्या ट्रंकेत असायचे. ती हिशोबाला पक्की होती. किती तरी मुली-बायका मन मोकळं करायला म्हणून आईकडे यायच्या. त्यांचं सारं 'रिझर्वपण' इथं रिकामं व्हायचं. आईच्या मना-कानात सर्वांसाठी वाट असायची. ती मनकर्णिकेची कन्या शोभायची. तिचं सारं आयुष्य एक मोठं 'रिझरवॉयर' होतं. साऱ्या आटणाऱ्या नद्यांना संजीवन देणारी ती राजापूरची गुप्तगंगा सरस्वती होती. अडाणी होती पण

जिभेवर म्हणी, उखाणे, रुखवतं, अख्यायिका अशा नाचायच्या की मला लिहून ठेवायचा मोह व्हायचा!

तिच्या प्रेमळ स्वभावामुळे तिची बदली पुढे स्वयंपाकगृहातून मुलांच्या वॉर्डात झाली, तसं आश्रमातील मुलांचं अनाथपण संपलं. सिस्टर रावांनी तिला दाई म्हणून घेतलं ते तिच्यामागे असणारी मुलांची रुंजी पाहून. ज्याला कोणी घ्यायचं नाही त्याला आई घ्यायची. मग सिस्टरांनी तिला साक्षर केलं. इतर दायांबरोबर ती हळूहळू ताप घेऊ लागली, औषध पाजू लागली, फिडिंग करू लागली, बाळंतपणात तिचा हात मायाळू होता म्हणे. एनिमा, ड्रेसिंग करत ती नर्स केव्हा झाली, तिचं तिलाच कळलं नाही. ओव्हर देणं, घेणं, केसपेपर लिहिणं या सर्वांत तिच्यातील उपजत शहाणपण कामी आलं.

आता आश्रमाने तिला राहण्यासाठी स्वतंत्र खोली दिली. सोबत तिच्यासारख्याच नर्स झालेल्या रमाबाई काटदरे होत्या. रमा-उमाची ही खोली आता 'कस्तुऱ्याचा आश्रम' म्हणून ओळखली जाऊ लागली. आमच्या खोलीत न येणारा आळशी. रमा-उमा शिवाय आमच्या खोलीत मी, माझी पांगळी बहीण ज्योत्स्ना (ताई), रमाबाईंची स्नेहा (आक्का), विकास (दादा), याशिवाय अभय, रतन, अशोक, लहानू, शुभांगी, शालिनी, शकू, कुसुम, बेबी अशा कित्येकांना या कस्तुऱ्याच्या आश्रमात केवळ आसराच मिळाला नाही तर ही सारी मुलं-मुली आपापल्यापरीनं स्वावलंबी, शिक्षित नि सुखी झाली. नवरंगे बालकाश्रमातील आम्ही सर्व तसे कुणाचे कुणीच नव्हतो-ना रक्ताने, ना नात्याने! पण आम्ही मानलेले असलो तरी एकमेकांचे सर्वकाही झालो होतो. उमा माझी आई, रमा मावशी, स्नेहा आक्का, ज्योत्स्ना ताई, विकास दादा, अभय व रतन मावसभाऊ केव्हा कसे झाले, कळलेच नाही. आज आमची सर्वांची संपन्न घरं आश्रमाच्या त्या स्नेह, संस्कारांचंच फलित म्हणायचं. कस्तुरे आश्रम माणुसकीच्या कस्तुरी गंधानी केव्हा मोहरून गेला, ते आमचं आम्हालाच समजलं नाही.

३

देवकीनं टाकलेला कान्हा यशोधरेनं सांभाळावा तसा उमाईनं मला सांभाळलं. बारा तासांची नर्सची ड्यूटी करत ती मला सांभाळायची आणि ड्यूटीपण करत राहायची. मुलांना दूध पाजताना मला चोरून सायीची वाटी द्यायचं पाप करण्यामागे ज्योत्स्नाच्या रूपाने झालेल्या मातृहरणाच्या भरपाईचा भाव तिच्या मनी असावा. आई नऊवारी नेसायची. फुगेऱ्या हाताचा ब्लाऊज तिला इतर नर्सपेक्षा वेगळा

करायचा. अंबाडा घालायची ती. तिनं फुलं माळल्याचं मला कधी आठवत नाही. समाजानं तिला परित्यक्ता ठरवलं होतं. तिनं ते निमूटपणे स्वीकारलं आणि आजन्म पाळलं! नवरा निवर्तल्याचं वर्तमान कळाल्यावर कुंकू लावायचं सोडायचा रिवाज तिला मान्य नव्हता. म्हणून कदाचित नवऱ्यानं सोडल्याक्षणापासूनच तिनं कुंकू लावणं सोडलं होतं. अडाणी असली तरी तिला चांगली समज होती. माझ्या हाती मेणकापडाचं टोक सोपवून ती ड्यूटी करत राहायची. आज रस्त्याच्या कडेला एखादं मजुरी करणाऱ्या आईचं बाळ मी बघितलं, की त्याच्यात मला माझं ते उपेक्षित बालपण दिसतं!

पुढे मी बालमंदिरात जाऊ लागलो. आश्रमातलं बालमंदिर आमचं नंदनवन होतं. आमच्या बाई ननीताई माझ्या शेजारच्या खोलीतच राहायच्या. प्रेमळ होत्या. गायच्या, नाचायच्या, खूप-खूप लळा लावायच्या. आमचं बालमंदिर दिवसभर असायचं. दुपारी चक्क झोपायचा तासही असायचा. आमच्या बाई निवडणं, पाखडणं, चिरणं सारं काही शिकवायच्या. त्यांनी 'माकड आणि टोपीवाला' कथेची आमच्याकडून करून घेतलेली नाटुकली, त्यांनी बाज्याच्या पेटीवर वाजवत, गात सांगितलेली 'तुला कुणी सांगितलं ऽऽ, राजाला गाढवाचे दोन कान' सारखी संगीतगोष्ट अजून स्मरणात आहे. सर्कशीला आमची गेलेली सहल, हे सारं आठवलं की आजही मी गतगौरवाच्या धुंदीत गुंग होऊन जातो.

आश्रमात सुंदर बाग होती. झोपाळे, घसरगुंडी होती. आश्रमातील बागेत पडणारा शेवग्याच्या नि गगनजाईच्या पांढऱ्या फुलांचा हिरवळीवरील पडलेला तो रूपेरी सडा आठवला की मन आजही मोहरतं! आश्रमाची उंच भिंत नेहमी बोगनवेलीच्या पांढऱ्या नि गुलाबी फुलांनी डवरलेली असायची. याच बागेत बालपणी मैत्रिणींसाठी गगनजाईचे विणलेले गजरेही आज चांगले आठवतात. मला तर माझी पहिली मैत्रीण चक्क बालमंदिरातच भेटल्याचं आठवतं! त्याचं असं झालं, आमची सहल बुरुडाच्या बागेत गेली होती. आम्ही सर्व ओळीत शिरा खात बसलो होतो. शेजारीच शीला, शोभना, सुधा, उषा, विठ्ठल, बिपीन, मूर्ती होते. शीलाचा शिरा कुत्र्यानी पळवला. रडणाऱ्या शीलाला शिरा देऊन गप्प बसवण्यातील बाललीला आजही आठवते. मैत्रिणीतली ती माझी पहिली भावनिक गुंतवणूक होती.

आईनं मला सांभाळायला घेतलं तरी सांभाळलेल्या माझ्यासह इतर मुला-मुलींची ऊठ-बस आश्रमातल्या मुलांबरोबरच असायची. सांभाळायला नसलेली मुलं-मुली वॉर्डात असायची. वॉर्डात चांगले पाच-पन्नास पाळणे होते, ओळीने लावलेले. मध्ये लोखंडी पाईपचा प्रशस्त चौक होता-मुलांना चालतं करणारा. हा वॉर्ड संस्थेच्या दर्शनी व्हरांड्यास लागूनच होता. संस्था पाहायला येणारे 'बघे' तान्ही

बाळं पाहून कळवळत असत. काही बसायला लागलेली मुलं-पाळण्यात बसून झोका घेत, ती काहीबाही बडबडत असायची. संस्थेतल्या मोठ्या मुली-बाया पाळण्याला झोका देऊन हात झटकून रिकाम्या होत. मुलं पाळण्याच्या झोक्याच्या तालावर 'आई बाबा या ऽ या' असा शिकवलेला ताल धरत. अनाथ मुलं आपल्या न येणाऱ्या आई -बाबांना बोलावताहेत, त्यांची आठवण काढताहेत असं वाटून वारकऱ्यांना, बघ्यांना गलबलून यायचं. ते मुलांना खाऊ, पैसे, चिरिमिरी द्यायचे.

बघे दोन प्रकारचे असायचे. एक यात्रेकरू नि दुसरे पर्यटक. यात्रेकरू गरीब असायचे. त्यांना संस्था पाच पैशात केवळ बाहेरच्या व्हरांड्यातून पाहायला मिळायची. पर्यटक गुजराती, मारवाडी असायचे. ते टांगा, मोटारीतून यायचे. व्हरांड्यात गोरख, ज्योती, लाडी असे संस्थासेवक उभे असायचे. ते बघ्यांना पाहून ठरवायचे की त्यांना संस्था आतून दाखवायची की बाहेरून. आतून जर दाखवायची असेल तर ते त्यांना ऑफिसमध्ये घेऊन जायचे. सिस्टर, साहेब त्यांना संस्था फिरून दाखवायचे. सिस्टर या कलेत पारंगत होत्या. त्या गुजराती, मारवाडी लोकांकडून संस्था दाखवून मोठ्या देणग्या मिळवायच्या. आम्ही त्यांच्या मागे-मागे फिरत असायचो.

आश्रमाचा खर्च मोठा होता. त्या मानानं अनुदान अल्प होतं. संस्था चालवण्याचा एक 'मेकॅनिझम' आश्रमानं निश्चित केला होता. संस्थेच्या कार्याचं 'मार्केटिंग' व्यवस्थापनानं द्रष्टेपणानं विकसित केलं होतं. मुलांचं खुलं प्रदर्शन, मुलींचा शिवण वर्ग, ग्रंथालय-वाचनालय, बालमंदिर असं सारं संस्थालाभार्थी 'एक्सपोज' होतील अशा पद्धतीनं उपक्रमांची रचना करण्यात आली होती. काही उपक्रम अत्यावश्यक म्हणून गुप्त होते. या रचनेतून आश्रम चालायचा. अधिकांश कर्मचारी गरजू (खरं तर अडले, नाडलेले!) लाभार्थीच असायचे. त्यांना अन्न, वस्त्र, निवारा मोफत होता. मोबदल्यात त्यांनी बारा तास काम करायचं. त्यांचं मन, शरीर विद्ध असायचं.... शिवाय पोटचा गोळा पदरी असायचाच.... त्याला सावरत-आवरत नोकरी (खरं तर वेठबिगारी!) करायची.... या सर्वांत या कुमारीमाता, परित्यक्ता, फसलेल्या भगिनींशी कुणाचा संवाद नसल्यासारखीच स्थिती असायची. समुपदेशन (Counselling) नावाचा भागच नव्हता. परिणामी त्या दाया, बाया आपला सारा राग मुलांवर काढायच्या. हाताला धरून फरफटायच्या. दोष त्या स्त्रियांचा नव्हता. समाज व्यवस्थेतून उभं राहिलेलं ते अरिष्ट होतं! त्यात लाभार्थीकेंद्रित कल्याणाची भावना नसायची. अशा विषमरचनेत आश्रमातली आम्ही मुलं श्वासागणिक वाढत होतो. आमच्या जगण्या-वाढण्यात आमचंच योगदान मोठं होतं म्हणायचं. सांभाळणाऱ्या बाया 'पोराची दोरी बळकट' म्हणायच्या.

४

पूर्वी माणूस पंढरपूरला गेला की दोन ठिकाणी आपलं डोकं टेकवायचा. एक पांडुरंगापुढे नि दुसरं वा.बा. नवरंगे बालकाश्रमात. विठ्ठल मंदिरात त्याला दगडातला देव भेटायचा. नवरंगे बालकाश्रमात त्याला माणसातले दगड दिसायचे.... हो.... माणसातले दगड! छातीवर दगड ठेवून जे कुणी आपली मुलं आश्रमाच्या दारात सोडत, ते दगड नव्हे तर काय होते?

सन १८७५चा एक दिवस. पंढरपूरला लालशंकर उमियाशंकर त्रिवेदी नावचे एक मुन्सिफ (न्यायाधीश) होते. ते एकदा नेहमीप्रमाणे चंद्रभागेच्या काठी सकाळी फिरायला गेले असताना त्यांना कुणीतरी वाळवंटात टाकलेलं नवजात अर्भक आढळलं. त्यांनी त्या मुलाला उचललं नि घरी आणलं .... त्या बाळाचं काय करायचं, या चिंतेतून नवरंगे बालकाश्रमाचा जन्म झाला. अनेक अनाथाश्रम असेच जन्मले असावेत. अनाथाश्रमाची ही कल्पना मुंबई प्रार्थना समाजाच्या समाजहितैषी मंडळींनी उचलून धरली. वासुदेव बाबाजी नवरंगे, काशिबाई नवरंगे प्रभृतींनी मोठं अर्थसहाय्य केलं नि आश्रम उभारला. या साऱ्या मागे तत्कालीन संयुक्त प्रांतात चालणाऱ्या मिशनऱ्यांच्या समाजकार्याची प्रेरणा होती. त्या पाठी सन १८६३ला पुण्यात महात्मा फुले यांनी सुरू केलेलं बालहत्या प्रतिबंधक गृहाचं कार्य होतं. आश्रम जसा सुरू झाला तसा अख्ख्या संयुक्त प्रांतातून कुमारीमाता, परित्यक्ता, विधवा साऱ्यांचा ओघ सुरू झाला. टाकून, सोडून दिलेली मुलं येऊ लागली.

त्याकाळी तर आश्रमापुढे चक्क एक पाळणाच होता म्हणे .... अज्ञात माणसं अनौरस, नको असलेली अर्भकं कोणी पाहत नाही असं बघून (बहुधा रात्री!) पाळण्यात टाकत .... तिथं एक घंटा बांधलेली असे.... ती वाजवत आणि निघून जात .... 'जगी ज्यास कोणी नाही, त्यास देव आहे' असा सारा मामला होता. मग घंटा ऐकून आश्रमातली कोणीतरी दाई-माई यायची नि बाळाला आपलंसं करायची .... सव्वाशे वर्षं उलटून गेली तरी सुधारवादी, पुरोगामी महाराष्ट्रात कुमारीमाता होणं .... अनौरस मुलं निपजणं, मुलं अनाथ करणं अव्याहत सुरू आहे .... माणसातही दगड असतात. माणसाचं काळीज दगड होऊ शकतं ते इथं आल्यावर उमजतं.... माणसं मंदिरात डोकं ठेवतात तेव्हा त्यांना पापक्षालनाचं समाधान लाभतं .... इथं त्यांना सामाजिक पापाची भयावहता लक्षात येते. अनाथांच्या कल्याणकारी कार्याला पुरोगामी महाराष्ट्रात दीडशे वर्षं होत आली तरी ही 'कोवळी पानगळ' लक्षातच आली नाही. मेळघाटच्या कुपोषणापेक्षा समाजाचं हे दूषण कमी का भयावह आहे? अन् तेही शेकडो वर्ष चालत आलेलं!

अशा संस्थांत कुमारीमातांना अभय दिलं जातं. त्यांनी जन्म दिलेल्या अर्भकाचा सांभाळ संस्था करते. जन्मदाते वडील विश्वामित्र झालेले असतात, तर माता कुंती, मेनका झालेल्या! शकुंतला, कर्ण मात्र संस्थेत वाढत राहतात. समाजात नैतिकता, प्रतिष्ठा, जात, धर्म, परंपरांचा टेंभा मिरवणारी तथाकथित उच्चभ्रू मंडळी अश्राप मुला-मुलींना त्यांचा काही अपराध नसताना त्यांच्यावर अनाथपणाचं उद्ध्वस्त जीवन लादून नामानिराळी होतात. खोट्या प्रतिष्ठेच्या कल्पनेपोटी जन्माला आलेल्या या संस्था समाजाचं पावित्र्य राखतात की समाजाच्या पापावर पांघरूण घालतात, हा चर्चेचा विषय होऊ शकतो. पण समाजभयापोटी कुमारीमातांची मुलं आजन्म असामाजिक विजनवास भोगत राहतात, मानव अधिकारांचं अपहृत जीवन जगणं त्यांना भाग पडतं. बालपण हरवलेली, भावविश्व दुभंगलेली ही मुलं अकारण उपेक्षित, वंचित जिणं जगतात, हे मात्र एक निर्विवाद सामाजिक सत्य आहे, ते कोण नाकारेल?

पंढरपूरच्या वा.बा. नवरंगे बालकाश्रमाची रचना व कार्यपध्दती मोठी विलक्षण होती. एक दिवसाच्या अनाथ अर्भकापासून ते शंभर वर्षांपर्यंतच्या वृध्देपर्यंत समाजानी हरतऱ्हेनं नाकारलेल्या सुमारे ३०० मुलं, मुली नि महिलांचं हे कुटुंब, घर होतं. अनाथ, निराधार, बालगुन्हेगार, मतिमंद, अपंग, मूक, बधीर, कुमारीमाता, बलात्कारित भगिनी, परित्यक्ता, विधवा, वृद्धा, हुंडाबळी, बालविवाहिता, कोण नव्हतं या संस्थेत? हे वंचित, उपेक्षितांचं कायमपणे भरलेलं घर होतं. मोठा पसारा होता तो. व्यवस्था होती पण व्यक्तिगत लक्ष अशक्य होऊन गेलेलं होतं. सांभाळात पंक्तीप्रपंच होता. काही मुलं व्यक्तिगत सांभाळली जायची तर काहीचा सांभाळ सामुहिक व्हायचा. पुरुष कर्मचाऱ्यांचा सन्माननीय अपवाद वगळता दाईपासून मेट्रनपर्यंतचे सर्व अधिकारी, कर्मचारी संस्थेचे लाभार्थीच होते. इथं प्रत्येकाच्या वकुबाबरहुकूम श्रम व जबाबदारीचं द्रष्टं कार्यविभाजन होतं. समाजशल्य, व्यथा, वेदनांमुळे परस्परांबद्दल आश्रमीयां स्नेहभाव होता. सारी नाती मानलेली पण अतूट अशी होती. घरची नाती लादलेली असतात. इथं सारं लाभतं. शिवाय नात्याच्या निवडीचं, स्वीकार-अस्वीकाराचं पूर्ण स्वातंत्र्य. 'मान न मान मैं तेरा मेहमान' अशी जबरी आगळीक इथं नसायची.

आश्रमात दत्तकीकरण, बाळंतपण, बारसं, डोहाळं, लग्न ओटी भरणं, हळदी-कुंकू, माहेरपण, वाढदिवस, सणवार, व्रत उपवास सारं होत राहायचं. पण या साऱ्याला आश्रमाच्या उंच भिंतीचा वेढा नि तिढाही असायचा. जीवनाला जेरबंदीचं सावट असायचं. पंढरपुरात आलेला वारकरी पांडुरंगानंतर अनाथ मुलांच्यातील देवपणाचं 'माणूस -दर्शन' घ्यायला न चुकता येत राहायचा. चक्क पैसे देऊन तो आश्रमाला भेट द्यायचा. त्यांच्या लेखी हा आश्रम 'सामाजिक अजायबघर' होतं.

माणसं यायची.... चुकचुकायची.... आणि निघून जायची. आज माझ्या लक्षात येतं की तेव्हा काय नि आत्ता काय, अनाथाश्रम, रिमांड होमसारख्या संस्था समाजाच्या लेखी प्रासंगिक दया व्यक्त करायची करुणालयंच असतात.

अशी संस्था समाजापासून तुटलेलं बेट असतं. हा अनाथाश्रम पंढरपूरकरांच्या तोंडी 'आर्पणी' असायचा. आर्फनेजचं ते अपभ्रंश रूप (खरं तर ते भयंकर असं भ्रष्ट रूपच होतं!). त्यातून तिरस्कार, अस्पृश्यता झरत असायची. टांगेवाले संस्थेस 'पोर हाऊस' म्हणायचे. 'पुअर हाऊस' (Poor House) हे ब्रिटिशांनी ठेवलेलं नाव. संस्थेतली मुलं -मुली प्रसंगानं इकडं -तिकडं भटकताना, जाता-येताना दिसली की तथाकथित सामाजिक मंडळी 'ही बिन आई -बाची पोरं' म्हणून बिनदिक्कत अंगुली-निर्देश करायची.

आमचा आश्रम बहुधा पंढरपुरातील प्रेक्षणीय स्थळ होता. वारकरी जसे हटकून यायचे तसे व्ही.आय.पी.पण! राष्ट्रपती, पंतप्रधान, मुख्यमंत्री यायचे असले की आश्रम फिनेलच्या वासानी नटायचा. नवे कपडे, नव्या मच्छरदाण्या, सडा, रांगोळ्या घातल्या जायच्या. अन्य वेळी एक प्रकारचा संस्थादर्प (Institutional Smell) दरवळत राहायचा. आश्रमाचे प्रमुख बाबासाहेब जव्हेरी सर्वांचे 'बाबा' होते. आश्रमात तात्या, माई, मावशी सर्व होते. संस्था या पुकारणीनं 'घर' झाली होती. अशा संस्थेत वाढलेल्या प्रत्येकाची रामकहाणी माझ्यासारखीच विलक्षण होती हे आज मागं वळून पाहताना लक्षात येतं.

५

बालमंदिरची दोन वर्षं संपली नि मी पहिलीत गेलो. आश्रमाच्या शेजारीच तेली मठात नगरपालिकेची चार नंबर शाळा होती. माझं नाव तिथं घातलं गेलं. मी, विठ्ठल, बिपीन, मूर्ती, अभय, भाऊ, चंदू, सुनीत कितीतरी मुलं बरोबर असायची. आमच्या वारगीच्या मुली पाच नंबर शाळेत गेल्या. काही मुलं झेंडुबाच्या शाळेत गेली.

शाळेच्या निमित्ताने असला तरी आश्रमाच्या उंच भिंती ओलांडून बाहेरच्या जगात जायचा माझा पहिलाच प्रसंग होता तो! भिंतीपलीकडचं गाव नवं होतं. शाळेत इतर बाहेरची मुलं आम्हास 'आर्पणीची पोरं' म्हणायची. शाळेत, वर्गात आम्ही सर्व एकत्र बसायचो. पण तसा आमचा सवता-सुभाच असायचा. आम्हाला मागं नि बाजूला बसवलं जायचं. बाहेरची नारायण, श्रीकांत, संभाजीसारखी अपवादात्मक मुलंच आम्हाला जवळ करायची. छोट्या-छोट्या गोष्टींतून आपण शाळेतल्या इतर मुलांपेक्षा वेगळे आहोत, हे मला जाणवत गेलं. शाळेत जाता-येता गल्लीतली मुलं

चिडवत, टोचत राहायची. आम्ही संख्येने अधिक असूनही का कुणास ठाऊक पण दुबळे, दबेलच होतो. माझ्यात तर लहानपणापासून भित्रं रक्तच वाहत आलंय. आश्रमातली जीवनपध्दती, तिथला परिपाठ, सारं ओळीत करणं-जेवणं, झोप, प्रार्थना, शी -सूला जाणं वर्गात, वॉर्डात, हॉलमध्ये जाईल तिथं 'हाताची घडी, तोंडावर बोट'. दुपारी जेवण झालं की झोपणं सक्तीचं असायचं. झोपणंही मोठं विचित्र होतं. सारी मुलं एकाबाजूलाच तोंड करून झोपायची, एकमेकांस चिकटून. कोणीतरी ताई मॉनिटर असायची. तिच्या हाती छडी ठरलेली. 'एक, दोन, साडे ऽ माडे ऽऽ तीन' म्हटलं की डोळे मिटायचे. हालचाल, बोलणं एकदम बंद. झोप नाही लागली, डोळे किलकिले केले की छडी बसलीच समजायची. आजही मला पडल्या-पडल्या झोप येते त्याचं रहस्य या अंगवळणात आढळतं. संस्थेत एक प्रकारचं सैनिकीकरण (Regimentation) असतं. सारा परिपाठ म्हणजे 'शिवाजी म्हणतो ....' चा खेळ असायचा. आम्ही सारे कठपुतली होतो. आश्रमातलं आमचं बालपण आठवलं की मला चार्ली चॅप्लिनचा 'मॉडर्न टाईम' चित्रपट आठवतो. त्यात परिपाठ, गती माणसास यंत्र कसे बनवते, हे सुंदरपणे चित्रित केलंय. आम्ही त्यापूर्वीच मॉडर्न टाईममधील 'यंत्रमाणूस' झालो होतो. बहुधा चार्ली चॅप्लिननी आम्हाला पाहूनच तो चित्रपट काढला असावा! 'बाळपणीचा काळ सुखाचा' सारखी गाणी रेडिओवर लागली की मला आजही फार वेदना होतात. 'कशी होती रे माझी आई!' या गाण्यावर तर पूर्वी मला बंदी आणावी असं वाटत राहायचं. 'मऊ जशी ती साय दुधाची, आई होती का तशी मायेची!' पृच्छा करणाऱ्या या गाण्यातील 'कशी होती रे माझी आई' हा प्रश्न नेहमी सतावत राहायचा. तशीच ती 'माया' नि 'साय' पण! दुधावरची साय कामकरी बायका, नर्सेसच खायच्या. मायेचा पाझर बारा तासांची पाळी करणाऱ्या दाईला फुटला तरच आश्चर्य ना? ज्या काळात आम्हाला आईची ऊब हवी होती, त्या काळात समाजाने आमच्या लेखी दाईची डूब दिली होती.

आम्हाला पहिलीला घडशी गुरुजी होते. बालमंदिरच्या बाई ननीताईचा ते पूर्ण 'व्यत्यास' होते, हे पहिल्या सलामीतच ते माझ्या लक्षात आलं. छडीशिवाय मी त्यांना कधी पाहिल्याचं आठवत नाही. शिकवायचे चांगले पण होते मोठे कठोर नि कर्मठ! आर्पणीची पोर ना तुम्ही? मागं बसा, असा त्यांनी सवयीने सोडलेला हुकूम अजून माझ्या कानी घुमतो आहे. दुसरीला ढवळे गुरुजी होते. ते मोठे प्रेमळ, साधे होते. मोठं झाल्यावरही आम्ही त्यांना शोधून काढून भेटायचो. ते घरी शेळ्या पाळायचे. साध्या घरात राहायचे. सारं साधं पण सांधणारं होतं त्यांचं! तिसरीला गोडसे गुरुजी होते. घोंगडे गल्लीत राहायचे. विजार, सदरा, टोपी असा पोषाख असायचा. तरतरीत नाक, उंच, शिडशिडीत, चेहरा लाल असायचा त्यांचा. 'थुई

थुई नाच माझ्या अंगणात मोरा', 'चिऊताई चिऊताई, का ग तुझे डोळे ओले?' सारखी त्यांनी स्वत: नाचत, आम्हास बरोबर नाचायला लावून शिकवलेली गीते-ती आज ऐकली तरी माझा हात आपोआप कमरेवर जातो, पाय डोलायला लागतात, मन परत तेली मठात रुंजी घालू लागतं!

चार नंबरची ही शाळा, तिचा गल्लीभरचा नि आसपासचा सारा परिसर आम्हा आश्रमबंधूंचं नंदनवन झालं होतं! तेलाचे घाणे बघत फिरायचो. डोळे बंद करून बैल तेलघाणीभोवती फिरायचे. मोठं आश्चर्य वाटायचं? प्रत्येक घरासमोर शेणसडा, रांगोळी, बहुतेक सर्व सकाळी शुचिर्भूत होऊन कपाळावर आडवी तीन बोटे गंध/भस्म ओढणारे लिंगायत, स्वामी. रोज टाळ वाजवत येणारा वासुदेव. त्याची गाणी ऐकत आमची प्रभातफेरी दूरवर जात राहायची. कधी-कधी शाळेची प्रार्थना पण चुकायची. रोजच्या प्रार्थनेपेक्षा वासुदेवाची कहाणी, गाणी कानाला गोड वाटायची. तेल घाणीतली शेंगपेंड हा आमचा मधल्या सुट्टीतला त्यावेळचा ठरलेला फराळ असायचा. हा फराळ आवडायचा. नंतर कळलं की पेंड जनावरांसाठी असते. आमच्या आवडीचं रहस्य नंतर उलगडलं. आत्मभान आलं तेव्हा.

आम्ही शाळेत गेलेल्या वर्षीच पंढरपूरला महापूर आला होता (१९५६). शाळेस बरेच दिवस सुट्टी होती. वाईट वाटायचं. शाळा म्हणजे आश्रमातून सुटका असायची. आनंद वाटायचा. आश्रमातलं बंधन इथं नसायचं. गाई, म्हशी, घोडे, कोंबड्या, कुत्री, डुकरं (यांचीच संख्या अधिक असायची!), सारं पाहणं मोठं मोहक, मनोरंजक वाटायचं. शिवाय छोटी -छोटी घरं, कुटुंब, माणसांचे वेगवेगळे पोषाख (आमचे साऱ्यांचे कपडे एकाच ताग्यातले असायचे!) ते सारं डोळे भरून पाहावंसं वाटत राहायचं. आश्रमीय रुटीनच्या पलीकडच्या या विश्वानी मला नव्या नि वेगळ्या जगाचा पहिला चेहरा दाखवला होता.

या काळातच मला मी आश्रमीय, अनाथ, निराधार असल्याची पहिली जाणीव अजाणतेपणी होत गेली होती. आपण इतरांसारखेच, मग आपणाला का हेटाळतात, फटकारतात, असं राहून राहून वाटायचं. आक्काला, करुणाला मी विचारायचो! मुलं का चिडवतात मला? त्या सांगायच्या, आपण मोठ्या आश्रमात राहतो ना, म्हणून! मग लक्षात आलं, ज्याला आपण 'घर' समजायचो तो 'आश्रम' होता. आपलं जगणं, आपलं जीवन जगापेक्षा न्यारं आहे हे आपसुक समजत, उमजत गेलं.

६

मी पंढरपूरच्या ज्या वा. बा. नवरंगे बालकाश्रमात वाढत होतो, त्या आश्रमातील आम्हा सगळ्यांचं जीवन, जगणं नि जग वेगळं होतं. राहता आश्रम प्रचंड मोठा होता. आजही तो तसाच उभा आहे .... माझ्यासारख्या शेकडो मुलामुलींची जन्मभूमी, आधारवड असलेला तो आश्रम! भूमिगत झालेल्या माझ्या आई-वडिलांसारख्या शेकडो आई-वडिलांचा गतइतिहास मनी, उरी साठवत उभा असलेला. स्थितप्रज्ञ, योग्याप्रमाणे तटस्थ! आता तर प्रत्येक भेटीत तो मला पूर्ण अबोल, मौन झाल्याचा जाणवतो. या आश्रमाची वास्तू मात्र देखणी आहे खरी. विश्वविख्यात वास्तुशिल्पी ज.ग. बोधेंची ही निर्मिती. काही वर्षांपूर्वी ज.ग. बोधे मंत्रालयातील एका बैठकीत मला भेटले .... ही इमारत व्हावी, अशी व्हावी म्हणून त्यांनी, प्रार्थना समाजाच्या त्यावेळच्या कार्यकर्त्यांनी केलेलं जीवाचं रान कधी तरी शब्दबद्ध व्हायला हवं होतं .... आता सारं इतिहासाला गंगार्पण झालंय.

आश्रमातलं रेस्क्यू होम म्हणजे परित्यक्तांसाठी अभेद्य चक्रव्यूह असायचा. ते असायचं एक दुष्टचक्र (vicious circle) कायमचं गर्तेत ढकलणारं, गर्त्या स्त्रियांपासून कायमचं दूर करणारं! रेस्क्यू विभागात सर्वत्र स्त्रियांच स्त्रिया भरलेल्या असायच्या. सांभाळलेल्या आईचा कामानिमित्त इथं वावर अधिक असायचा-नर्स म्हणून, केअर टेकर म्हणून. माझी लहानपणी आईमागं इथं नेहमी लुडबुड असायची. आसपासचं सारं वातावरण कायमच प्रसूतिगृहाचंच होतं. सर्वत्र पोट वाढलेल्या स्त्रिया असायच्या. बाहेरच्या अन् आश्रमातल्या स्त्रियांतील फरक लगेच डोळ्यांत भरायचा. रात्री बाळंतवेदनांचा टाहो नित्याचा असायचा .... मुलांचं 'ट्याहा ऽ ट्याहा ऽऽ' रडणं रोजचं होतं. हॉस्पिटलला लागूनच मुलांचा एक प्रचंड वॉर्ड होता. इथं नवजात, रांगणारी, चालू लागणारी शंभरभर मुलं असायची. त्यांचा सांभाळ रेस्क्यू विभागातल्या नादार माता करायच्या. जेवण चांगलं असायचं. काहींना होतं वेगळं, चिंच, गूळ, तूप, चटणी, लोणचं असलेलं. याला आम्ही 'लहान जेवण' म्हणायचो. दुसरं 'मोठं जेवण' असायचं. चांगलं दोनशे लोकांचं. ते साधं असायचं. भाजी, भाकरी, भात, आमटी इतकंच. आश्रमात रोज सकाळ, संध्याकाळ लग्नातील पंक्तीप्रमाणे पहिली पंगत, दुसरी पंगत, अशा कितीतरी पंगती उठायच्या. रोज सकाळ, संध्याकाळ सर्वत्र लगीन-घाई असायची. सकाळच्या अंघोळीपासून ते रात्री झोपेपर्यंत सर्वत्र गलका-गोंधळ असायचा.

वयाप्रमाणे मुलं, मुली स्वतंत्र ठेवली जात. वॉर्डातून मोठी झालेली-शाळेत जाऊ लागलेली मुलं 'ओसरीवरची' म्हणून ओळखली जायची. यांचं सगळं जिणं,

जगणं सामुहिक असायचं. प्रातर्विधी, मुखमार्जन, अंघोळ, चहा, भोजन, झोपणं, उठणं, फिरणं, प्रार्थना सर्व ओळीत, नियमानं, वेळेवर -घंटेच्या तालावर सारं सुरू असायचं. आज लक्षात येतं की आश्रमाच्या रोजच्या या परिपाठानं आम्हा मुलांना सर्कशीतले प्राणी-पक्षी करून सोडलं होतं. एकाच ताग्यातले कपडे, एकच केशरचना, बटणं, नाड्या नसलेले कपडे आम्हास निराधार ठरवण्यास पुरेसे होते.

आश्रमातील सर्व निवासी कर्मचारी आश्रमातील काही मुलांचा त्यांना लळा लागल्याने सांभाळायचे. या मुला-मुलींचं जिणं-जगणं इतर मुलांपेक्षा-वॉर्डा-ओसरीवरच्या मुलांपेक्षा भौतिक संपन्न, थोडं सुसह्य असायचं. आश्रमात अशी पन्नास एक मुलं बाबा, ओबा, आक्कापासून ते रमाबाई, उमाबाई, कुमुदबाई, गुलाबबाई, लक्ष्मीबाई, सरस्वती साऱ्यांनी सांभाळली होती. ही सारी मंडळी (बाबांचा अपवाद वगळता) अपघातानं, पाय घसरून संस्थेत आलेली होती. थोडी सावरलेली, सरावलेली होती ती. कुणाचे पोटचे गोळे असायचे, कुणाचे नसायचे. काही आपल्या पोटच्या गोळ्याबरोबर लळा लागलेला पोर, पोरगी सांभाळायचे. या स्त्रियांना त्या नोकरी करत असल्याने आश्रमातर्फे छोट्या-छोट्या खोल्या देण्यात आल्या होत्या. त्यांचं राहणं स्वतंत्र असलं तरी त्यांनाही आश्रमाचे सर्व नियम पाळावे लागत. विचारल्याशिवाय बाहेर जाण्यावर बंदी असायची. एकटीनं कधी बाहेर जायचं नाही असा प्रघात होता. पत्रव्यवहार तपासून दिला-पाठवला जायचा. नातेवाईकांचं भेटणं अपवाद असायचं. 'तो' कपिलाषष्टीचा योग आला तरी जेलसारखं देखरेखीखाली भेटणं-बोलणं बंधनकारक होतं. या तुरुंगसदृश अमानवी जगण्याची सर्वांनाच सवय होऊन गेलेली होती. मागचे दोर एकदा कापले गेले, नाईलाज झाला की माणूस पदरात पडलेल्या जिण्यातच आनंद शोधू लागतो मग. या स्त्रिया मुलं सांभाळून आपलं परित्यक्तपण भविष्य-सुखाच्या आशेवर विसरायच्या. कुणाच्या पदरी समाधान यायचं तर कुणाच्या गोवऱ्या आश्रमच रचायचा.

सांभाळलेली मुलं असो की वॉर्डमधली वा ओसरीवरची, ती आश्रमाचीच असायची. मुलं दहा वर्षांची झाली-तिसरी पास झाली की 'कमिटेड' किंवा 'सर्टिफाईड' करून जांभूळ, वाई, मुंबई, कोल्हापूरच्या संस्थांत बदलीवर पाठवली जायची. मग त्यांच्या पुढील संगोपन, शिक्षणाची मदार ती मोठी होईपर्यंत त्या बदललेल्या संस्थेवर सोपवली जायची. त्यांचं विधिवत वॉरंट निघायचं. एस्कॉर्ट असायचे. (कैद्यांना असतात तसे!) मुली लग्नापर्यंत एका संस्थेतच शिकायच्या-मोठ्या व्हायच्या. वॉर्ड, ओसरीवरची मुलं दुसऱ्या संस्थेत गेली की त्यांचा नि आश्रमाचा संबंध तुटायचा, तो कायमचा. पुढं त्या मुलांचं जे व्हायचं ते त्या संस्थेच्या स्वरूप, वकूब, व्यवस्थेवर अवलंबून असायचं. सांभाळलेल्या मुलांना आईकडे सुट्टीवर, रजेवर यायची सोय असायची, त्यामुळे संस्थेतल्या काही मुलांना मानलेलं घर,

पालक मिळायचे. खरं तर अशी व्यवस्था सर्व मुलांना मिळती तर मुलांचं भविष्य वेगळं होतं. मुली-महिलांच्या संस्थेत मोठी झालेली मुलं ठेवणं धोक्याचं, म्हणून त्यांची बदली मुलांच्या बालकाश्रम, रिमांड होममध्ये केली जायची.

मी तिसरी पास झालो. दहा वर्षांचा असेन, माझी बदली कोल्हापूरच्या रिमांड होमला करण्यात आली. या बदलीची पण मोठी गंमतच झाली होती. एस.टी.चं. पार्सल कधी-कधी चुकीच्या गावी जातं ना .... तसं माझंही झालं होतं. माझ्या वर्गात माझ्याशिवाय बिपीन, विठ्ठल, मूर्ती, अभय, रंगनाथ, चंदू, भाऊ, संजय, सुनीत अशी कितीतरी मुलं होती. आमच्या खोलीतील विकास (माझा दादा) मोठा असल्यानं माझ्या पूर्वी मुंबईला गेलेला होता. एका खोलीतील मुले शक्यतो एकाच संस्थेत बदलली जायची. मलाही मुंबईला द.ना. सिरुर बालकाश्रम, विलेपार्ले इथं पाठवायचं ठरलं होतं. बदलीचे कागदपत्र, वॉरंट तयार करण्यास दर्शनेकाकांना (क्लार्क) सांगण्यात आलं होतं. माझ्या बॅचमध्ये मी (सुनील) व दुसरा सुनीत- दोघे एकसारख्या नावाचे होतो. दर्शनेकाकांनी माझी समजून सुनीतची फाईल तयार केली. तो कमिटेड झाला. त्याच्या बदलीचं वॉरंट तयार झालं. अगदी मुंबईस जायच्या तयारीत असताना लक्षात आलं की माझी ऑर्डर कोल्हापूरसाठी तयार झालीय. आश्रमाच्या नित्याच्या बदली व्यवहारात मुलांपेक्षा डोकीच मोजली जायची. माझं पार्सल मुंबईच्या गाडी-ऐवजी कोल्हापूरच्या गाडीत टाकण्यात आलं. माझ्या घडण्यात दर्शनेकाकांनी केलेली नजरचूक मात्र वरदान ठरली असं आज वाटतं. मुंबईत गेलेली फार कमी मुलं हाती लागली. नाव सांगता येईल, नाव काढलेली, पुढं आलेली मुलं अपवादच होती.

माझ्याबरोबर नवीन, अमर, सुकुमार, बिपीन, विठ्ठल, कृष्णमूर्ती, अभय असं आमचं अष्टप्रधान मंडळ कोल्हापूरला प्रस्थान करतं झालं. त्या सर्वांनी पुढं मात्र नाव काढलं, मिळवलं. आम्हाला त्यावेळी बदलीचा मोठा आनंद होता.... मी पहिल्यांदा आश्रम सोडून परगावी जाणार होतो .... पहिल्यांदा टांग्यात बसायला मिळणार होतं.... रोज आश्रमाच्या गच्चीवरून दिसणाऱ्या कुऽऽ गाडीत बसायचं स्वप्नं आज साकार होणार होतं .... एकीकडे मुशाफिरीचा आनंद होता .... आपण आईला पारखे होणार याचं दु:ख माझ्या गावी, मनी नव्हतं .... आश्रम सोडताना आई, रमा, आक्का, करुणा अन् खरं तर साऱ्या आश्रमाचं निरोपाचं रडणं मला रडवून गेलं. कोल्हापूरपर्यंतच्या प्रवासात काही वाटलं नाही. पण ६ जून, १९५९ ची ती काळवंडलेली संध्याकाळ आजही माझ्या डोळ्यांसमोर जिवंत आहे. कोल्हापूर रिमांडहोमचं ते पहिलं दर्शन अजून जसंच्या तसं डोळ्यांपुढे आहे. थोराड मुलं .... खाकी पोषाखातले हवालदार .... सारी मुलं म्हणजे कमांडो वाटावी .... पोलीस भरती केल्यावर चकोट करतात तशी. पांढरे मांजरपाट बनियन व खाकी खादीची

पँट .... इथं आल्यावर लक्षात आलं की इथं आसपासही पंढरपूरच्या आश्रमासारख्या मातृत्वाच्या खुणा-सावल्या नाहीत. माता-मुलीत वाढलेला मी-मातृसत्ताक आश्रमातून एकदम पितृसत्ताक रिमांड होममध्ये फेकला गेलो होतो ....

रिमांड होममध्ये पाय टाकला तेव्हा अंधारून आलेलं. सर्व मुलं व्हरांड्यात जेवायला बसलेली. आम्ही येणार म्हणून ताटं वाढून ठेवलेली. पहिल्यांदा ते माश्यांनी घोंघावणारं, गार असं जेवण पुढं होतं .... हात उचलत नव्हता, घास गिळता गिळेना .... सक्तीनं खावं लागलं होतं. जेवण झालं नि ओळीनं स्वत: ताट धुणं, लघवीला जाणं, ओळीनं परत येणं, बसणं, हजेरी .... साऱ्यांतून आश्रमातलं प्रेम हिरावून, हरवून गेल्याचं लक्षात आलं.

हजेरीनंतर सुनील लवटे पाच नंबरमध्ये. बाकी सर्व तीन नंबरमध्ये ....असा हवालदाराचा झालेला हुकूम .... काही कळेना .... पाच नंबरमध्ये सर्व रिमांडवर असलेली थोराड मुलं होती.... चोऱ्या-माऱ्यातील. नंतर लक्षात आलं की त्या पार्सलच्या घोटाळ्यात मला कमिटेड ऑर्डर मिळाली नव्हती .... कोर्टापुढं उभं राहायचं होतं.

माझं सारं बालपण त्या रात्री कुस्करलं गेलं होतं असं आज लक्षात येतं. नंतर हळू-हळू कळलं की रिमांड होममधलं हे रॅगिंग होतं .... त्यातून कुणाचीच सुटका नसायची. मी जन्मत: शिकार होतोच पण असं कायमचं लुटणं जाणं शिसारी आणणारं होतं खरं!

७

माझी बदली पंढरपूरच्या वा.बा. नवरंगे बालकाश्रमातून कोल्हापूरच्या डॉ. सर्वपल्ली राधाकृष्णन् चिल्ड्रन्स होम या रिमांड होममध्ये झाली होती. मुलाची जेव्हा एका संस्थेतून दुसऱ्या संस्थेत बदली होते, तेव्हा त्यांची फाईलही त्याच्याबरोबर पाठवली जाते. मोठेपणी ही फाईल माझ्या हाती लागली तेव्हा माझ्या लक्षात आलं की ही संस्था-फाईल असते संस्थेतील मुला-मुलीची जीवनकुंडली. संस्थेत दाखल झाल्यापासूनचा इतिहास, विकासाची नोंद यात अपेक्षित असते....

पंढरपूरचा बालकाश्रम हा मुळात बालहत्या प्रतिबंधक गृह होता. तिथे मुलांपेक्षा कुमारीमातांचीच अधिक काळजी घेतली जायची. कुमारीमातेची व बाळाची स्वतंत्र फाईल ठेवली जायची. माझ्या आईची फाईल गोपनीय असून मी मोठेपणी आश्रमात वाचली होती. त्यात तिचा सारा खरा इतिहास होता. माझ्या फाईलीत मात्र प्रारंभिक सारं काल्पनिक होतं ....

माझ्या फायलीमध्ये केसशीट होती .... त्यात माझी जन्मतारीख जन्मदाखल्यापेक्षा

वेगळी नोंदलेली होती. हा आश्रम व कुमारीमाता, तिचे पालक यांच्यातील अलिखित कराराचा भाग होता. कुमारीमाता नि तिचं बाळ यांची सुसंगती लागू नये म्हणून फाईलमधील प्रत्येक नोंदी मुद्दाम विसंगत, काल्पनिक लिहिलेल्या असायच्या. या फाईलमध्ये वॉरंट होतं. त्यात मी संस्थेत मुंबई मुलांच्या कायद्यान्वये दाखल झाल्याची नोंद होती. जन्मदाखला होता. त्यातील 'बापाचे नाव' या रकान्यात 'आर्फनेज' लिहिलं होतं. ऑर्फनेजनं मला कसा जन्म दिला, हे आजअखेर न सुटलेलं एक कोडं होय! माझी बदली जेव्हा झाली, तेव्हा मी 'रिमांड' वर होतो. याचा अर्थ मी संस्थेकडे तात्पुरता सांभाळासाठी दिला गेला होतो (कुमारी मातेकडून!). संस्थेस माझी भूमिगत झालेली आई परत येणार नाही हे माहीत असल्याने आता कायमच्या सांभाळाची कायदेशीर व्यवस्था करणं संस्थेस आवश्यक होतं. त्यासाठी मला 'कमीट' करणं गरजेचं होतं. कमीट करणं म्हणजे मला रीतसर बालन्यायालयापुढे नेऊन हा मुलगा अनाथ असून तो सज्ञान होईपर्यंत त्यांचा सांभाळ संस्थेनं करणं गरजेचं असल्याचं सांगण्याचा तो सोपस्कार होता. त्यासाठी गृहचौकशी अहवाल आवश्यक असतो. शासकीय परिवीक्षा अधिकारी (बालकल्याण अधिकारी) तो तयार करतात. बहुधा तो काल्पनिकच असतो. माझ्या गृहचौकशी अहवालात लिहिलं होतं-

"The boy has left at the doors of the Orphanage, about 9 to 10 years ago, when the child was hardly a month's old. Since no one came forward to claim the child, he was housed and educated in the orphanage, Pandharpur."

माझ्या फाईलचा क्रमांक ४४/NNK/१९५९ असा होता. मी नवव्या वर्षी सन १९५९ ला पंढरपूरहून कोल्हापुरी आलो होतो. कोल्हापूर रिमांड होमला सन १९५९ ला दाखल होणारा चव्वेचाळिसावा मुलगा होतो. म्हणून माझा रजिस्टर क्रमांक ४४ होता. सर्व दफ्तरी, व्यवहारात हा नंबर हीच माझी खरी ओळख होती. म्हणून माझ्या गृहचौकशी अहवालात (Home Inquairy Report) मध्ये बालकल्याण अधिकाऱ्यांनी वेगळ्या शाईनी न विसरता P.S. (Post Script) म्हणून लिहिलं होतं -

"In fact the entire name of the boy is coined by the suprintendent of the orphanage."

संस्थेच्या दफ्तरी मी NNK म्हणजे 'Name Not Known' होतो. मी कोल्हापूर रिमांड होममध्ये दाखल झाल्यावर कमीट करण्यासाठी माझं वय निश्चित होणं गरजेचं होतं. माझ्या फाईलमध्ये सुनीतचा जन्मदाखला होता. म्हणून मला सरकारी दवाखान्यात पाठवण्यात आलं. तिथं एक्स-रे मशिननी माझं वय निश्चित

करण्यात आलं. त्यात ते १०/११ वर्षे असल्याचं अंदाजित करण्यात आलं. त्या आधारे मला १८ वर्षे होईपर्यंत (३-७-१९६७)कमीट करण्यात आलं. आता संस्था माझा सांभाळ मी सज्ञान होईपर्यंत करणार होती.

मी कमीट झाल्यामुळे रिमांडवरील मुलांतून माझी सुटका करण्यात आली. आता मला पाच नंबर बरॅकमधून तीन नंबर बरॅकमध्ये बदलण्यात आलं. इथं मला परत माझे पंढरपूरचे बांधव भेटले. इथं मोकळीक होती. पाच नंबरच्या कैदेतून, रॅगिंगमधून सुटका झाल्याचा आनंद पुनर्जन्मापेक्षा कमी खचितच नव्हता. जुलै महिन्याच्या मुसळधार नि गारठवणाऱ्या पावसातही मी सुटकेचा उबारा अनुभवला होता.

मी आता शाळेला जाणार म्हणून न्हाव्याला बोलावण्यात आलं होतं. त्यानं माझं चक्क मुंडन केलं होतं. आयुष्यात पहिल्यांदा मी माझा असा कुरूप अवतार पाहिला. हे कमी होतं म्हणून की काय म्हणून आश्रमातून घालून आलेले माझे रंगीत कपडे काढून घेण्यात आले. मला वाढत्या अंगाचे ढगळे कपडे (गणवेश) देण्यात आले. मी बुजगावण्यासारखा दिसत होतो. आता मी रिमांड होममधील इतर मुलांसारखा झालो. पंढरपूरच्या आश्रमातला 'सुनील' आता इथं '४४' झाला होता. कपडे, बिछाने, हजेरी सर्वत्र हा नंबर नोंदलेला असायचा. तो माझा सतत पिच्छा पुरवायचा.

रिमांड होममधली आम्ही मुलं शेजारच्या शाहू दयानंद मोफत विद्यालयात शिकायला जात असू. रेसकोर्सच्या राऊंडवरून आमची पाच-पन्नास मुलांची पलटण जायची. पुढे मॉनिटर, मागे हवालदार असा सरंजाम असायचा. आमची पलटण ओळीत जायची नि यायची. आम्ही निघालो की आजुबाजूची मुलं 'इराऽम ढोऽऽम कानात गोऽऽ म' (रिमांड होमचं ते अपभ्रंश की विद्रूप रूप!) म्हणून तालासुरात ओरडत, चिडवत असायची. पंढरपूरला पण 'आर्पणी' म्हणून चिडवायची. तोही तसाच प्रकार असायचा. यातून आपण समाजातल्या इतर मुलांपेक्षा वेगळे आहोत हे प्रकर्षानं जाणवून वाईट वाटायचं. रिमांड होममधील आम्ही सर्व मुलं एकसारखे कपडे, एकसारखे केस यांमुळे बिनचेहऱ्याचे दिसत असू. सर्व सारखे वाटायचे. एकमेकांना संस्थेत आडनावाने बोलवण्याचा प्रघात असायचा. ते बोलवणे पण एकेरीवर येऊन अधिक विकृत, ओंगळ होऊन जायचे. बऱ्याचदा सारं नंबरावरच चालायचं.

आमच्या कोल्हापूरच्या रिमांड होममध्ये नुकतेच सर्टिफाईड स्कूल सुरू झाले होते. पंढरपूर, सोलापूर, सातारा, नाशिक , मुंबई अनेक संस्थांतील अनाथ, निराधार मुलं इथं बदलीहून आली होती. वेगवेगळ्या, भाषा, हेल, सवयी साऱ्यांची इथं खिचडी होऊन गेली होती. ऊन, पाऊस, थंडी काही असो, सकाळी ५.०० वाजता

घंटा झाली की उठावंच लागायचं. प्रातर्विधी, मुखमार्जनानंतर सार्वजनिक अंघोळ असायची. हौदासमोर दहा-बारा नागडी मुलं कुडकुडत उभा राहिलेली असायची. अंघोळ घालायची पाळी असलेला मुलगा गळक्या बादलीतून गार पाण्याचा एक सार्वजनिक फटकारा मारायचा. अंग भिजलं की साबण लावणाऱ्या मुलापुढं जायचं. त्याच्या हाती लाईफबॉय साबणाची अर्धीच वडी असायची. ती सर्वांना पुरवायची जबाबदारी त्याच्यावर असायची. लग्नाच्या पंगतीत वरणभातावर तूप फिरवतात तसा तो साबण फिरवायचा. आम्ही अंग चोळल्यासारखं करायचो. परत गळक्या बादलीचा आणखी एक सार्वजनिक फटकारा व्हायचा. झाली आंघोळ! एव्हाना आम्ही गारठलेलो असायचो. तो फटकारा चर्रऽऽ करायचा. कुबट वासाचा टॉवेल, तो ही दोघा-तिघांत एक दिलेला असायचा. अंडरपँट, बनियन दोन-तीन दिवस तर कधी आठवडाभर तेच घालायचो. सर्वांना खरुज ठरलेली असायची. त्यावरचे उपचारही अमानुष असायचे. काथ्याने अंग घासायचे. मग रक्तबंबाळ अंगावर, पांढरं एक्सेबियाल औषध लावून उन्हात तासन् तास नागडं उभं केलं जायचं. आठवड्यातून एकदा कपड्यांची भट्टी असायची. ती बडवण्याच्या पाळ्या असायच्या. कामाच्या पाळ्यांच्या दुष्टचक्रात मुलं पिळून जायची. साफ-सफाई, स्वयंपाक, ताटवाट्या धुणं, बिछाने लावणं, साबण-तेल लावणं, कपडे धुणं, संडास धुणं, फरशी पुसणं, बागकाम, सगळ्यांच्या पाळ्या असायच्या. वय-वकूब न बघता या पाळ्या घातल्या जायच्या. भरले -तुंबलेले संडास नाक दाबून उपसावे लागायचे. काथ्यानी संडास घासताना राम आठवायचा. आम्ही ज्या बरॅक, डॉर्मेटरीत राहत होतो, तिथं कोपऱ्यात एक फरशी जिरवलेली मुतारी असायची. दिवस-रात्र आम्ही सर्व मुलं बहुधा कोंडलेलो असायचो. मागील खिडकीतून बाहेर चुळकांडी मारण्याशिवाय पर्याय असायचा नाही. लघवी-संडासला ठरल्यावेळीच बाहेर काढायचे. मुक्त असलो तरी वेळा पाळणं बंधनकारक असायचं. वरच्या मजल्यावर संडास, मुतारी होती, पण ती वापरण्यास मज्जाव होता. व्हिजिटर्स, साहेबांसाठी ती राखून ठेवलेली व्यवस्था होती. रात्री लघवीसाठी मोठ्या बादल्या ठेवलेल्या असायच्या. वरच्या मजल्यांवर राहणाऱ्यांसाठी. त्या खाली आणून ओतायची पण पाळी असायची. ओतताना वा नेताना मूत सांडला की मार मिळायचा. आज हे सारं आठवलं तरी अंगावर काटा उभारतो.

जेवण सारं अमेरिकन असायचं. अमेरिकेच्या पीएल ४८० योजनेतून भारतास सहाय्य म्हणून आलेलं! गव्हाची पोळी, गव्हाचा भात, चीज, कॉडलिव्हर ऑईल, बटर ऑईल-सारं अमेरिकेतून मोफत येणारं असायचं. ते संपलं की राशनवरचं धान्य आणलं जायचं. संस्थेत धान्य निवडण्याचा प्रघात नव्हता. ते फक्त पाखडून दळलं जायचं. आठवड्यातून एकदा मांसाहार असायचा. मी

शाकाहारी होतो. पण ताटं धुवायच्या पाळीत मांसाहारी ताटं धुणं बंधनकारक होतं. ओकारी, शिसारी यायची. चौथीत असताना रोज सकाळ, संध्याकाळ चांगल्या शंभर ताट -वाट्या धुवायला लागायच्या. जेवण करायला-वाढायला आचारी असायचा. तो फक्त फोडणी द्यायचं काम करायचा. बाकी सारं काम मुलंच करायची. एक वेळ उसळ, एक वेळ भाजी असा दंडक होता. त्याच त्या भाज्या, उसळीनं तोंडचं पाणी पळायचं. पण इलाज नसायचा. अधिकारी, कर्मचारी, आचारी साऱ्या स्तरांवर अन्न, धान्य, कपडालत्ता, बिछाने, औषधांची पळवापळवी राजरोस करत राहायचे. 'आंधळं दळतं, कुत्रं पीठ खातं' असा सारा मामला होता. सकाळपासून रात्रीपर्यंत परिपाठ ठरलेला असायचा. उठणं, मुखमार्जन, प्रातर्विधी, अंघोळ, कवायत, प्रार्थना झाली की गव्हाची कांजी असायची. त्या काळात गहू हेच माणसाचं एकमेव खाद्य आहे असा समज होण्यासारखीच सारी स्थिती होती. नंतर अभ्यास, भोजन, शाळा, परत आल्यानंतर हजेरी, प्रार्थना, भोजन, अभ्यास व झोप असा दिनक्रम ठरलेला. यामुळे आम्ही सर्व 'पॅवलॉव्हची कुत्री' झालो नसतो तरच नवल! शरीरशास्त्रज्ञ पॅवलॉव्हचं कुत्रं केवळ घंटेचं अभ्यस्त होतं. आमचं घंटेशी अभिसंधान (Conditioning) तर हरएक गोष्टीशी झालेलं! आम्ही मुलं नव्हतो, होतो केवळ घड्याळाचे काटे!

खेळायला साधनं फारशी नसायची. लपंडाव, पाणी घालणे, आट्यापाट्या, काचा -कवड्या, चिंचुके, फळीच्या बॅटा, कापडी बॉल, फुटक्या डब्यांचे तबले हीच आमची त्यावेळची वेळ घालवायची साधनं होती. दिवाळी, उन्हाळी सुट्टीत गुरुदयाळ उबेरॉय हे खेळव्यापारी आठवणीने आमच्यासाठी सापशिडी, कॅरम, रिंगा इत्यादी खेळ घेऊन यायचे. शंभरावरची वानर सेना एका सुट्टीतच या साऱ्या खेळांचा निकाल लावायची. सुट्टी सुरू झाली की आम्ही त्यांची वाट पाहत असायचो. त्यांच्याबद्दल का·कुणास ठाऊक आम्हाला फार वाटायचं. आम्हाला त्यांनी ओळखलं होतं. ते दयाळू वाटायचे अन् आमचे हवालदार वैरी.

असंच शां. कृ. पंत वालावलकरांचं! दर २६ जानेवारीला त्यांचं जिलेबीचं जेवण ठरलेलं. त्यामुळे आमच्या सर्व मुलांच्या मनात वालावलकर व जिलेबीचं अद्वैत कायमपणे कोरलेलं असायचं. ते सर्व मुलांशी प्रेमानी बोलायचे. मायेनं पाठीवरून हात फिरवायचे. आम्ही सर्व त्यांना 'बापू' म्हणायचो. म. गांधींना देश बापू का म्हणतो ते यांच्यावरून पुढे समजलं.

रविवारी नीतिपाठ, श्लोक शिकवायला सर्वोदयी कार्यकर्ते बाबा रेडीकर यायचे. ते आम्हाला खूप हसवायचे. छान-छान गोष्टी सांगायचे. त्यांनी शिकवलेली 'एकादशव्रते' आजही मला भरपूर शिकवत राहतात. त्यांनी सांगितलेली मंबाजीची गोष्ट कोण विसरेल? भजनं, श्लोक शिकवण्यात त्यांचा हातखंडा होता. ते आले

की तेवढी आमची हाताची घडी सुटायची. इतर वेळी तोंडावर बोट, 'आळी मिळी गुप चिळी' ठरलेली. एम.एल.जी. गर्ल्स स्कूलच्या मुख्याध्यापिका गंगुबाई कोकीळ पण कथा सांगायला यायच्या. आमते गुरुजी स्काऊट शिकवायचे. चाटी मास्तर विणकाम शिकवायचे, तर समगे सर शिवणकाम. 'एक धागा सुखाचा' गाणं ऐकत मनी असलेले दुःखाचे धागे विणत आम्ही दिवस कंठायचो पण कंठणं कठीण जायचं.

नाही म्हणायला संस्थेत रोटरी, लायन्स क्लबच्या 'वार्षिक भगिनी' 'नेमेचि येतो पावसाळा' प्रमाणे रक्षाबंधनाला यायच्या. खाऊ, कॅमेरा, बॅनर घेऊन येणाऱ्या त्या भगिनींचं आमच्यापेक्षा कॅमेरामनकडे अधिक लक्ष असायचं! पण त्यामुळे वर्षातून एकदा तरी संस्थेत मातृत्वाची झुळूक अनुभवायला मिळायची. त्या आवर्जून भाषणं का करायच्या, ते अजून मला कळालेलं नाही. दुसऱ्या दिवशी वर्तमानपत्रात आमचे दीनवाणे फोटो छापलेले असायचे. 'रिमांड होमच्या मुलांना बहिणीचं प्रेम मिळालं' .... 'सारं रिमांड होम सद्‌गदित झालं होतं' ....असं काही-बाही छापून यायचं. त्यानिमित्ताने तरी आमचे फोटो पेपरात यायचे. बरं वाटायचं. ही कात्रणं आम्ही चोरून कापून वहीत चिकटवून ठेवायचो. आपला फोटो छापून आला याचा आनंद आगळा असायचा.

केंद्र सरकारच्या व महाराष्ट्र सरकारच्या प्रसिद्धी खात्याचे सिनेमा, इंडियन न्यूज संस्थेत दाखवले जायचे. त्याची फिल्म सारखी तुटायची पण तरी मोठं आकर्षण असायचं त्या डॉक्युमेंटरीजचं! नाही म्हणायला 'मुगले आझम' उमा चित्रमंदिरात, सरस्वतीला 'स्कूल मास्टर' चित्रपट आठ दहा वर्षांत केव्हा तरी अपवाद म्हणून पाहिलेले आठवतात.

सहली असायच्या, त्याही चालतच आणि जवळच्याच ठिकाणी. कणेरी मठ, कात्यायनी, न्यू पॅलेस, रंकाळा, इथंच. त्या वर्षानुवर्षे तिथंच जायच्या. सहल म्हणजे ओळीत तिथपर्यंत जायचं, जेवायचं, नि परत ओळीनं यायचं! आम्ही प्रयागला जायचो, तिथंही असंच. जत्रेत, दुकानात सोडलं जायचं नाही. बुढ्ढी के बाल, गारे-गार, झोपाळे सारं हवं-हवंसं वाटायचं. पण काहीएक मिळायचं नाही. पाहूनच आम्ही समाधान मानायचो. उंच भिंतीपलीकडचं ते मोकळं जग, प्रकाश, हवा मिळणं पण किती आनंददायी असतं हे अनुभवायचं असेल तर प्रत्येकानं एकदा तरी रिमांड होममध्ये राहायलाच हवं. 'जावे त्याच्या वंशा तेव्हा कळे' हेच खरं!

८

मी ज्या कोल्हापूरच्या रिमांड होममध्ये होतो, ते रिमांड होम संस्थानिक काळात 'पद्माळा रेसकोर्स' नावाने परिचित असलेल्या परिसरात होते. जुन्या रेसकोर्सच्या घोड्यांच्या पागेतच ते सुरू झाले होते. शेजारी असणाऱ्या रेसकोर्सचे तिकीट घर, बँड स्टँड, रॉयल गॅलरी, एक्कावन ठाणी, साठमारी, हुजुरपागा अशा इतिहासाच्या खुणा मिरवणाऱ्या जुन्या-पुराण्या वास्तूंनी हा परिसर रोमांचित होता. पैकी एका घोड्यांच्या पागेत व माहुतादी मंडळींच्या निवासात रिमांड होम सुरू झालेलं. शेजारच्या तिकीट घराजवळच्या रॉयल स्टँड, बँड स्टँड परिसरात आता जनावरांचा दवाखाना सुरू झाला आहे. राधाकृष्ण मंदिराची पागा अनाथाश्रमाला देण्यात आलेली होती. हुजुरपागेत मुली-महिला राहायच्या. ब्रिटीश रेसिडेंटचानिवास असलेला शिलेदार वाडाही (आनंदीबाई वाडा) आश्रमास मिळालेला. तिकडं एक्कावन ठाणा परिसरात प्रिंस शिवाजी बोर्डिंग सुरू झालं. आर्य समाजाला थट्टी म्हणून ओळखली जाणारी वास्तू व परिसर देण्यात आला होता. शेजारी चित्रतपस्वी भालजी पेंढारकरांचा जयप्रभा स्टुडिओ मराठी चित्रपटाचा साक्षीदार म्हणून सतत गजबजलेला व प्रकाशमान असायचा. थोडं पुढं गेलं की साठमारी होती. आता या साऱ्या वास्तूत वंचित-उपेक्षितांचे संगोपन, शिक्षण करणाऱ्या संस्था कार्यरत होत्या. ही राजर्षी छत्रपती शाहू महाराजांच्या दूरदृष्टीनी साकारलेली नवी समाजसृष्टी होती.

जून १९५९ च्या सुमारास आर्य समाजाने थट्टीत चालवलेल्या शाहू दयानंद मोफत मराठी शाळेत रिमांड होमच्या इतर मुलांबरोबर मी जाऊ लागलो. या शाळेत शेजारच्या मंडलिक वसाहत, जवाहरनगर, सुभाषनगर वस्तीतील प्रामुख्याने ढोर, चांभार वर्गातील मुले येत. आर्य समाजाचं एक वसतिगृह शाळेच्या परिसरात होतं. इथंही प्रामुख्याने हरिजन व मराठा समाजातील अत्यंत गरीब विद्यार्थी राहत. पोती, घोंगडीवर झोपणारी ही मुलं आम्हाला अकारण जवळची वाटायची. शाळेच्या परिसरात एक डेरेदार बकुळीचं झाड होतं. त्या झाडात मातृत्व भरलेलं सतत मला जाणवायचं. बालपणाच्या त्या एकलकोंड्या काळात .... या बकुळीच्या भोवती पडलेली फुले वेचत-हुंगत चार वर्ष कशी गेली ते समजलं सुद्धा नाही. शाळेच्या मागील बाजूस त्यावेळी ऊस, शेंगांची शेती होती. घरातून येणारी शाळेतील मुले मधल्या सुट्टीत जेवणाचा डबा आणायची. बरीचशी मुले घरीच जेवायला जात असत. रिमांड होम एक वेळची सकाळची गव्हाची कांजी (पेज) व दोन वेळचं जेवण एवढ्यावरच आमची गुजराण करायचा. मधल्या सुट्टीत ऊस, गूळ, शेंगेचा

फराळ ठरलेला. नाही म्हणायला कधी तरी अरुण कसबेकर, अनिल घाटगे, शंकर वाडकर, शिवाजी पाटीलसारखी सहृदय मित्रमंडळी घासातला घास द्यायची. खिशातून आमच्यासाठी घरातून चोरून भाकरी आणणारे हे मित्र आज भेटले की पूर्वस्मृतींनी गलबलायला होतं. बाकी विद्यार्थी-शिक्षकांनी घेरलेल्या या आर्यांच्या शाळेत आम्ही रिमांड होमची मुलं अनार्य होतो, अस्पृश्य होतो!

वर्गात साधी खोडरबरची चोरी झाली तरी आमची झडती प्रथम घेतली जायची. आम्ही रिमांड होमची मुलं म्हणजे चोर अशी ठाम समजूत शिक्षकांसह साऱ्या विद्यार्थ्यांची असायची. शाळेत येणारी अधिकांश रिमांड होमची मुलं अनाथ, निराधार, दारिद्र्याने पिचल्यानेच आलेली असायची. बऱ्याचदा नंतर बाहेरच्या मुलांतच चोर (छुपा रुस्तम!) निघायचा. पण प्रथम आरोपपत्र (एफ.आय.आर.) मात्र आमच्यावरच दाखल व्हायचं! हा सारा व्यवहार रिमांड होमबद्दल समाजमनात असलेल्या प्रतिमेचा अभिन्न भाग होता.

पंढपूरच्या शाळेप्रमाणे इथं पण रिमांड होमच्या मुलांना स्वतंत्र नसलं तरी एकाबाजूला बसवलं जायचं. आमच्या मुलांत दंगा करणारी, अभ्यास न करणारी, तास चुकवणारी मुलं नव्हती असे नाही, पण ती अपवाद असायची. शाळेत परीक्षेबरोबर खेळात रिमांड होमचीच मुले आघाडीवर असायची.

खेळावरून आठवलं, मी सहावीत असताना शालेय शहर क्रीडा स्पर्धेत माझा गोळाफेकमध्ये चक्क पहिला नंबर आला होता. मैदानावर माईकवरून 'बारा वर्षांखालील गोळाफेक -प्रथम क्रमांक .... सुनील श्रीपाद लवटे-शाहू दयानंद मोफत मराठी शाळा' अशी अनाऊंसमेंट ऐकून माझ्या आश्चर्यास पारावार राहिला नव्हता. नंतर कळालं की गुरुजींनी माझ्या नावावर गोरख गडाख या आमच्या वर्गातील थोराड मुलाला खेळवलं होतं. बक्षीस समारंभानंतर गुरुजींनी बक्षिसाचा पेला गडाखला व प्रशस्तीपत्र मला देऊन 'तेरी भी चुप .... मेरी भी' केली होती. माझ्या आजवरच्या आयुष्यातील क्रीडांगणावरील हा माझा पहिला व शेवटचा पराक्रम होता! याचे सारे श्रेय त्या द्रष्ट्या गुरुजींनाच द्यावे लागेल ना? मला द्रोणाचार्य समजले ते या क्षणीच.

इथं मी चौथीत दाखल झालो. गुजर गुरुजी आमचे वर्गशिक्षक होते. आमच्या छोट्या बोळीवजा वर्गात चांगली पन्नासभर मुलं कोंबलेली असायची. रिमांड होमचे म्हणून आम्ही शेवटच्या ओळीत बसायचो. शेवटची ओळ आमचं 'अढळपद' होतं खरं! इथेच गुळवणी गुरुजी आम्हाला चित्रकला शिकवायला भेटले. मारकुटे होते ते. रिमांड होममधून कधी-कधी ड्रॉइंगचे ताव मिळत नसत. त्यांना दया-माया नव्हती. उभी पट्टी मारायचा त्यांचा स्वत:चा असा शिरस्ता होता. त्याच्या लेखी सब घोडे बाराटक्के होते.

पाचवीत मात्र आम्हास श्याम सौंदलगे नावाचे एक कनवाळू शिक्षक भेटले. एकच वर्ष ते शाळेत होते. मी आज हिंदीचा प्राध्यापक, लेखक, समीक्षक, अनुवादक, म्हणून मिरवतो खरा. पण हिंदीतील पहिलं 'मैं -हूँ, हम हैं' शिकवलं ते सौंदलगे सरांनी. अत्यंत हळू आवाजात, प्रेमाने, मन:पूर्वक शिकवणाऱ्या या सरांच्या वर्गात नेहमी शांतता असायची. मला शिकायची पहिली गोडी सौंदलगे सरांमुळे लागली. परवा हे लक्षात ठेवून मी तब्बल चाळीस वर्षांनी सौंदलगे सरांना शोधून भेटलो तेव्हा ते भरून पावले व मी कृतज्ञ! कृतकृत्य!!

सहावीत जाधव सर शिकवायचे. इंग्रजी शिकवण्यात त्यांचा हातखंडा होता. आम्हाला गणिताची गोडी त्यांनीच लावली. सातवीत वर्गशिक्षक असणारे ग.चि. सांगावकर 'गुरुजी' पठडीतील शिक्षक! देव माणूस!! मुलं त्यांना ऐकायची नाहीत पण खरं शिकवणं त्यांचंच होतं. मराठी व्याकरण त्यांच्या घरी पाणी भरायचं! साधे व्ह.फा. (व्हर्नाक्युलर फायनल) झालेले. मोठे होईपर्यंत ही 'व्ह.फा.' ची वर्गातील त्यांच्या नावाखालची डिग्री मला बेचैन करीत होती. ती डिग्री मला त्यावेळी आजच्या पीएच्.डी. सारखी वाटायची, ती त्यांच्या शिकवण्याच्या तळमळीमुळे.

मुतगी सर आमचे मुख्याध्यापक होते. लहानपणी आम्ही त्यांना घाबरायचो. मोठेपणीच्या त्यांच्या संपर्कात मला त्यांच्यातील कुशल प्रशासकाच्या कितीतरी पाऊलखुणा आढळल्या. करजगार बाईंनी आम्हास कधी शिकवलं नाही. पण जाता येता त्यांचं 'शोनू' म्हणून गालगुच्चा घेणं मला वाळवंटातील हिरवळीप्रमाणे सुखद वाटायचं!

दत्ता भोसले, भानुदास जोशी, बाबरे, अवघडे, देवकाते, मुलाणी, धायजी, अभय अशी संस्थेतील मुले माझ्या वर्गात होती. चौथीपासून अकरावीपर्यंतच्या प्रवासात या सवंगड्यांनी मला मैत्रीचं अभय कवच दिलं. त्या अभेद्य कवचात मी माझं अशक्तपण नेहमी सुरक्षित अनुभवलं! रिमांड होमच्या मुलांत एकी असायची. कुणाच्या केसाला धक्का लावायचं धाडस बाहेरची मुलं करत नसत. तसा प्रयत्न कुणी केला तर त्याचं खरं नसायचं.

शाळेतल्या रिकाम्या वेळात जयप्रभा स्टुडिओची शूटिंग्ज पाहणं आम्हा सर्वांचा आवडता छंद होऊन बसलेला होता. सिनेमा पाहायला मिळणं हा कपिलाषष्ठीचा योग असल्यानं वारंवार होणारी शूटिंग्ज आम्हाला पर्वणी वाटायची. 'सलामी', 'वरदक्षिणा', 'तांबडी माती', सारख्या चित्रपटांची शूटिंग्ज त्याकाळात आम्ही पाहिली होती. चंद्रकांत, सूर्यकांत, उषा किरण, रमेश देव, जयश्री गडकर, राजा परांजपे, धुमाळ, शरद तळवलकर प्रभृती कलाकारांना तर आम्ही नित्य पाहत असू. काही चित्रपटांच्या गर्दीच्या दृष्यात आमच्यावर फिरवलेला कॅमेरा सुखद शिडकावा करायचा. या काळात तुटलेली फिल्म रिळे साठवायचा मला छंद होता. वर्गाच्या मागे कितीतरी फिल्मचे तुकडे पडलेले असायचे. ते तुकडे गुंडाळत, न्याहाळत मी

माझं आयुष्य धुंडाळत होतो.

याच काळात शंकर अण्णा भालकर नावाच्या व्यवसायाने परीट असलेल्या एका मातृहृदयी माणसाशी आमची गाठ पडली, नि आयुष्याचं अनाथपण धुऊन गेलं. आम्ही त्यांना 'शंकरदादा' म्हणत असू. शंकरदादा आमच्या पंढरपूरच्या आश्रमातील वामनराव व लीलाबाई घोडके या धोबी दांपत्याचे नातेवाईक. पंढरपूरच्या आश्रमातली मुलं कोल्हापूरला आल्याचं त्यांना प्रसंगाने कळाले नि ते भेटायला आले. आजही त्यांचं भेटणं अखंड सुरू आहे. रिमांड होममध्ये मंगळवार हा पालक भेटीचा दिवस असायचा. ज्या मुलांचे पालक असत, ती मुले डोळ्यांत जीव ओतून मंगळवारची वाट पाहत असायची. आमच्यासारख्या पालक नसलेल्या अनाथ, मुलांना मंगळवार 'अमंगळ' होता. अशा दिवसात शंकरदादा पंढरपूरहून आलेल्या आम्हा आठ जणांचे पालक म्हणून न चुकता येत. येताना न विसरता खाऊ आणत. आम्ही लहान होतो. आमचे आठवडाभराचे कपडे घेऊन जायचे आणि पुढच्या मंगळवारी भट्टी, इस्त्री करून आणायचे. दादांनी दहा वर्षे या क्रमात कधी खंड पडू दिला नाही. सणवार असेल तर मटण, पुरणाचं जेवण घेऊन शाळेत मधल्या सुट्टीत यायचे. यल्लमाच्या ओढ्यावर नेऊन ते चोरून आम्हास खायला घालत. त्यावेळी पालकांना शाळेत परस्पर भेटण्यास रिमांड होमची परवानगी नसायची. दिवाळी-मे महिन्याच्या सुट्टीत पंढरपूरला जाता-येता दादांच्या घरी आमचा मुक्काम ठरलेला असायचा. त्या काळात आम्ही साऱ्या परीट गल्लीचे पाहुणे असायचो. आबा, काकू, रतनताई, एकनाथदादा, नामदेव, वहिनी सर्वांनी लावलेला जीव-केवळ त्यावरच रिमांड होमचं ते तुरुंगी आयुष्य तरून गेलं .... अन्यथा मीपण एक पाकीटमार, चप्पलचोर म्हणून 'Wanted' झालो असतो ...आमच्याबरोबरची दसऱ्या, हरण्या, लाल्यासारखी मुलं आठवतात.... मग दादांच्या आधाराचा 'वड' किती पक्का, मजबूत होता हे लक्षात येतं....

दादा आमची हरएक मदत करायचे. त्यावेळी पंढरपूरला असणाऱ्या सांभाळलेल्या आईस पत्र लिहावंसं वाटायचं. संस्थेत पत्रं लिहायला मज्जाव होता. दादा चोरून कार्ड आणून द्यायचे. लिहून त्यांच्याकडे दिले की ते पोष्टात टाकत. आता आमचा पत्ता C/o श्री.शंकर भालकर, १८२५, परीट गल्ली, शनिवार पेठ, कोल्हापूर असाच होऊन गेला होता. घरच्या पत्त्यावर आलेली पत्रं ही दादा गुपचुप आणून देत.

रिमांड होममध्ये आजारी पडलं की पंचौषधी ठरलेली.आयोडीन, खोकल्याचं लाल औषध, ए.पी.सी.च्या गोळ्या, सोडामिंट, नि ॲस्टोकॅल्शियम. डॉक्टर शिंदे आमचे सर्व आजार या पंचौषधीत जेरबंद करीत. मी त्यांना मदत करत असायचो. कंपौंडर म्हणून. मला पुढे-पुढे आपण डॉक्टर असल्यासारखं वाटू लागलं. डॉक्टर व्हावं असं वाटायचं. पण त्यावेळी रिमांड होमची मुलं कॉलेजला पाठवायचा रिवाज

नव्हता. अन्यथा झालोही असतो .... मी 'Doctor of Bottles' नाही झालो तरी पुढे 'Doctor of Books' झालो खरा! त्यांची प्राथमिक बीजं आज मला या उमेदवारीत आढळतात.... दादा त्या काळात औषधंही आणून देत. त्यावेळी वारंवार माझ्या छातीत दुखायचं.... पण कधी X-Ray नं तपासणी झाली नाही. पुढं मी क्षयग्रस्त झालो.... सहा महिने मला पडून राहावं लागलं.... रिमांड होमच्या काळात लक्ष गेलं असतं तर.... पण तिथं त्यावेळी 'घर की मुर्गी दाल बराबर' असाच सारा मामला होता.

शाहू दयानंद मोफत मराठी शाळेतच मी पहिली स्काऊटची शपथ (दीक्षा) घेतली. सामुदायिक जीवनाचे प्राथमिक धडे या शाळेनेच मला शिकवले. येथील डी.टी. मालक साहेब यांच्यामुळे सफाई, शिस्त, नीटनेटकेपणा माझ्या अंगी बाणला. ते येता जाता रस्त्यावरील पडलेले दगड वेचत. लहानपणी मला ते वेडे वाटत. आता लक्षात येतं.... आम्ही सर्व मुलं अनवाणी होतो.... त्यांच्या प्रत्येक दगड वेचण्यात आमची काळजीच वेचली जायची. त्यांनी शिकवलेल्या आर्य समाज मंत्राने मला 'शांति-संस्कार' दिला. शाळेत आम्ही रोज प्रार्थनेपूर्वी 'ॐ शांति, श्यामा शांति दे' श्लोक म्हणत असू. अत्यंत घाईत म्हटला जाणारा तो श्लोक.... त्या स्वरांची आवर्तनं आजही माझ्या कानात घुमत असल्याचा भास होतो. आर्य समाजाच्या मंत्रोच्चाराने भारलेल्या या भूमीत आमचं अनार्यपण, अनाथपण अलगपणे अलगद पोसलं गेलं.... अगदी अजाणतेपणी.... त्या दिवसांच्या अनेक जखमा आजही घर करून आहेत.... जेवणाच्या अनेक सुट्ट्या हौदाचं पाणी पिऊन काढल्याचं चांगलं लक्षात आहे .... विस्तीर्ण मैदानाच्या काठी असलेल्या विशाल विहिरीच्या काठावर मी कितीतरी दिवस एकटा बसून माझ्या भविष्यलक्ष्यी स्वप्नांची प्रतिबिंबं न्याहाळत घालवले होते.... त्या विहिरीवर वेळोवेळी रडत एकांतात काढलेल्या त्या सुट्ट्या.... त्यावेळी विहीर आपल्याच अश्रूनं भरल्याचा मला भास व्हायचा .... त्यातूनच कधीकाळी काही बनण्याचा ध्यास अंकुरला असावा असं आज मागं वळून पाहताना ध्यानी येतं.

९

आम्ही कोल्हापूरच्या रिमांड होममध्ये बदलीवर आलो होतो खरे, पण सुट्टीत पंढरपूरला जायची आम्हाला मुभा होती. पंढरपूरला मुंबईच्या विलेपार्ले येथील द.ना. सिरुर बालकाश्रमात बदलीवर गेलेली मुले पण सुट्टीवर यायची. अर्थात ही व्यवस्था सांभाळलेल्या मुलांपुरतीच मर्यादित होती. न सांभाळलेल्या मुलांना आपली ही

मातृसंस्था कायमचीच पारखी व्हायची. सुट्टीत पंढरपूरला येणे आम्हाला एखाद्या उत्सवासारखं असायचं. पंढरपूर आमचं माहेर होतं तर कोल्हापूर सासर! पंढरपूरला कधी एकदा जाईन असं व्हायचं, ते रिमांड होमच्या बंदिस्तपणामुळे. पंढरपूरच्या आश्रमात परिपाठ असला तरी पुरेशी मोकळीक होती. सर्वांत महत्त्वाचं म्हणजे आपलं कोणी तरी आहे ही जाणीव देणारं वातावरण होतं. आम्ही त्याचेच आसुसलेले असायचो.

आमचा टांगा रात्री, अपरात्री, दिवसा, संध्याकाळी केव्हाही येवो-आगमनाची वार्ता कळताच सारा आश्रम जागा व्हायचा, 'ईऽ कोल्हापूरची मुलं ऽ आ ऽऽ ली' करत मुली-मुलं, आया, बाया एकच गलका करायच्या. त्या गदारोळात आपलेपणाचा गुंजारव घोंघावत असायचा. त्यात मुंबईच्या मुलांची भर पडली की उत्साहाला आणखीनच उधाण यायचं.

मग खोलीत रोज नवा बेत सुरू व्हायचा. रमा मावशी चूल सांभाळायची. उमाईकडे बाजारहाट असायचा. माझं नि रमा मावशीचं सूत जमायचं. लहानपणी मला स्वयंपाकाचा नाद होता म्हणे. खोलीतील सर्व मला 'बायल्या' म्हणून चिडवायचे. शेजारच्या गुलाबबाई, माझा दादा (विकास) मला 'लग्नात याला चूलच भेट द्यायची' म्हणून नेहमी घोकत असायचे. एव्हाना आईचा पगार ३५ रुपये झाला होता. त्या छोट्याशा खोलीत रमा, उमा, स्नेहा, ज्योत्स्ना, विकास, अभय, रतन, अशोक, शुभांगी, लहानू, लीला, शालिनी, रुक्मिणी, कुसुम, करुणा असा चांगला पंधरा जणांचा संसार चालायचा. ही सारी मंडळी कोण पोटची , कोण सांभाळलेली. पण तिथं आप-परचा भेद नसायचा. आश्रमातलं 'मोठं' जेवण इथं चिंच, गुळाच्या फोडणीनं 'लहान' व्हायचं. सकाळी शिळ्या भाताचा फोडणीचा गरम भात ताजा व्हायचा. कधी शिळ्या उरलेल्या भाकरीचा नुसतं तेल, तिखट कालवून काला केला जायचा. या साऱ्या पक्वान्नांना आत्मीयतेने अमृताची चव यायची. बऱ्याचदा आई-मावशीला रिकामं पातेलं उरायचं.

सुट्टीत अमर, सुकुमार, नवीन, कृष्णमूर्ती, विठ्ठल, बिपीन, अभय, रतन, अमेय, कधी सुमंत, सुरेश जांभुळहून-आम्ही सारे एकत्र यायचो. आश्रमातील आमच्या वारगीच्या, मोठ्या-लहान मुली-आम्ही सर्व वेगवेगळे खेळ खेळत राहायचो. कॅरमचा गेम रंगायचा. पत्त्यांचा झब्बू जेवणाची वेळ झाली तरी संपायचा नाही. मुला-मुलींचा खोखो, हुतुतू, लपंडाव फेर धरायचा. बरोबरीच्या दिव्यप्रभा, उषा, सुशीला, राणी, माधुरी, शोभना, इंदिरा, शीला, प्रतिभा, सुधा, कुसुम, मीरा, अलका, रेखा अशा कितीतरी आश्रमभगिनी आता मैत्रिणी झालेल्या. लहानपणीची भातुकली मनोमनी आठवायची खरी पण आता तिला कौमार्याची झालर आलेली. एकमेकाला नावावरून चिडवणं सुरू झालेलं. एखाद्या मैत्रिणीविषयी सुप्त ओढ

दिवसेन्‌दिवस वाढत जायची. वसंतापूर्वीची ही शारदीय शीतलता मोठी सुखद असायची! एका विशिष्ट मैत्रिणीच्या सहवास, संपर्काला मीही आसुसलो असायचो. कधी बोरं आणून दे, तर कधी रिबन असं सहज घडायचं. चोरून आणून दिलेला दुधी हलवा-त्यावेळी त्याची चव काही औरच असायची!

आश्रमात मुला-मुलींचा विभाग बनुताई सुळे पाहायच्या. आम्ही त्यांना आक्का म्हणायचो. सुट्टीत येणाऱ्या आम्हा मुलांची त्या विशेष काळजी घ्यायच्या. व्यापार, सापशिडी, बुद्धिबळासारखे खेळ त्या पुरवायच्या. आश्रमात एक ग्रंथालय होतं. ते सुविख्यात बालसाहित्यकार सुधाकर प्रभूंनी साकारलं होतं. ते आमच्या लहानपणी संस्थेत नोकरीस होते. मोठे प्रेमळ होते ते. या काळात मी 'यती की पती', 'तीन शिलेदार', 'जागते देव', सारखी पुस्तकं वाचली. पुढे 'गोट्या', 'हिमगौरी', 'चतुर बिरबल' ही. सुधाकर प्रभू-त्यांना आम्ही काका म्हणायचो, ते आमच्यासाठी 'चांदोबा', 'कुमार', 'गोकुळ', 'अमृत' अशी मासिकं आणायचे. कधी ते गोष्टीही सांगायचे. पुढे आमची एक क्रिकेट टीमच तयार झाली होती. पंढरपूरच्या रिमांड होममधील मुलांशी आमचे सामने व्हायचे. 'जिंकलं ऽऽ जिंकलं ऽऽ' म्हणून सारा आश्रम दणाणून जायचा. आमच्यासाठी आक्कानी फिल्म प्रोजेक्टर आणलेला होता. आम्ही 'फिल्म शो' करायचो. सारा आश्रम आमचा तुटका सिनेमा मन लावून पाहायचा. या कोडकौतुकामुळे सुट्टीत पंढरपुरी आलो की पाय निघायचा नाही. सुट्टीत छोट्या-मोठ्या सहली निघायच्या. एकदा असेच आम्हाला माळशिरसच्या शेती सर्टिफाइडला नेण्यात आलं होतं. तिथली मुलं पण एका सुट्टीत आश्रमात आली होती. जांभुळला आमच्या जुन्या मुलांचे साहेब ए. पी. जोशींच्या प्रेमामुळे हे सारं घडायचं. त्यांच्या सुहासशी त्यावेळी आमचा विशेष स्नेह जडला होता.

मी सातवीपर्यंत रडत-खडत पास व्हायचो. कधी-मधी इतिहास, भूगोल, नागरिकशास्त्रासारख्या विषयात त्रिफळा उडायचा. शाहू दयानंद शाळेत कधी कुणी आस्थेनं बोलायचं, विचारायचं नाही. हा फरक आठवीला आंतरभारती विद्यालयात गेल्यावर प्रकर्षानं लक्षात आला.

१०

सन १९६३ चा जून महिना असेल. मेची सुट्टी संपवून आम्ही कोल्हापूरला आलो. शाहू दयानंद हायस्कूलला जायचं अशी मनाची तयारी झालेली. कारण तिथंच सारी रिमांड होमची मुलं हायस्कूलला शिकायची. तशी हायस्कूलला जाणारी मुलं अपवाद असायची. गळती मोठी होती. त्यावेळी ए.एन. वाळवेकर हे नुकतेच

सुपरिंटेंडेंट म्हणून रिमांड होमला बदलून आलेले होते. रिमांड होमचे सेक्रेटरी प्रा. डी. एम. तथा दादासाहेब चव्हाण होते. त्यांना आम्ही 'दादा' म्हणत असू. दादांनी आठवी-नववीला गेलेल्या आम्हा मुलांना साहेबांच्या ऑफिसात बोलावून आंतरभारती विद्यालय या नवीन शाळेत जाण्याबद्दल समजावलं. पहिल्या दिवशी ते आम्हाला स्वत:च्या मोटारीतून शाळेत घेऊन गेले होते. हा माझा पहिला मोटर प्रवास असल्यानं चांगला लक्षात राहिला आहे. लहानपणी चार नंबर शाळेत असताना तेली गल्लीत नगराध्यक्ष भिंगेंच्या घरी हंदुरवर (हँडल) चालणारी मोटर होती. ते कोणाला हात लावू द्यायचे नाहीत. त्याची मोटर कधी हंदुरनी सुरू नाही झाली की आम्ही ढकलायला मदत करीत असू. त्या निमित्तानं मोटारीला हात लावायची अपूर्ण इच्छा पूर्ण व्हायची. मोटारीतून साधी एक चक्करपण त्यांनी कधी आमची काढली नाही. त्यांचा मुलगा आमच्या वर्गात होता. तो फारसा जवळ नाही यायचा. त्यांचा दबदबा होता, गल्लीत पण नि गावातही!

कोल्हापूर नि परिसरातील राष्ट्र सेवा दल, आंतरभारती, सानेगुरुजी, समाजवादी विचारसरणीच्या काही ध्येयवादी शिक्षणप्रेमी मंडळींनी संस्कारक्षम, आदर्श शिक्षण देण्याच्या इराद्यानं आंतरभारती विद्यालय ही शाळा सुरू केली होती. शाळा इतर शाळांच्यापेक्षा उशिरा सुरू झाल्यानं मुलं मिळणं अवघड होऊन गेलेलं होतं. आम्ही आठवी, नववीची मिळून रिमांड होममध्ये सोळा मुलं होतो. आम्हा संस्थापक सोळा मुलांवर शाळा सुरू झाली. इतरही दोन-एक मुलं मिळालेली. माझा रजिस्टर नंबर अठरा होता. पाठक सर आमचे वर्गशिक्षक होते, असं अजूनही जपून ठेवलेल्या प्रगतीपुस्तकावरून स्पष्ट होतं. तिथं पालक रकान्यात सुपरिंटेंडेट, रिमांड होम, व्यवसाय-सरकारी नोकरी लिहिलेलं वाचताना आज मोठी गंमत वाटते.

आंतरभारती विद्यालय हे कोल्हापूरच्या शाहूपुरीतील व्यापार पेठेमधल्या एका गुळाच्या गोडाऊनमध्ये सुरू झालं होतं. शहा नावाच्या एका कुटुंबानी आपल्या घरातील दोन हॉलचे निम्मे दोन भाग व पडवीतील एक खोली शाळेस देऊ केली होती. तट्ट्याचं पार्टिशन घालून वर्ग सुरू झाले होते. श्रीमती स्नेहलता रायबागकर या मुख्याध्यापिका होत्या. इतर दोन-तीन निवृत्त शिक्षक होते. जी.एस्. गोंधळी, कळेकर, एस.ई. कुलकर्णी इ. सर्व शिक्षक मोठे प्रेमळ होते. आम्हा रिमांड होमच्या मुलांबद्दल सर्व शिक्षकांत मोठी आपुलकीची भावना असायची. इथं पहिल्यांदा आम्हाला 'माणूस' म्हणून वागवलं गेल्याचं चांगलं आठवतं. पाठक सर तरुण होते. वाटेत दिसले की सायकलवरून उतरून आमच्याबरोबर खांद्यावर हात ठेवून, गप्पा गोष्टी करत चालत यायचे. एस. ई. सरांच्या हाती छत्री असायची. पाच एक मैलाची रोजची पायपीट त्यांच्या छत्रीनं ऊन-पावसात सुसह्य व्हायची. श्रावणी सोमवारी रायबागकर बाई आम्ही उपाशी शाळेत येतो, चारपर्यंत राहतो-कधी-मधी

शिकवताना भुकेनं पेंगायचो हे लक्षात घेऊन आठवणीनं गूळ -शेंगा आणायच्या. पाहता-पाहता या शाळेशी आमची नाळ जुळून गेली.

त्यावेळचं आमचं आंतरभारती विद्यालय म्हणजे कोल्हापूरचं सांस्कृतिक व संस्कारतीर्थ होऊन गेलं होतं. आठवड्यातून एखादा तरी पाहुणा शाळेत यायचाच यायचा. सर्व जयंत्या, पुण्यतिथ्या साजऱ्या व्हायच्या. वक्तृत्व, रांगोळी, हस्ताक्षर स्पर्धा, मैदानी खेळ, विज्ञान प्रदर्शन, तक्ते करणे, शाळा सारवणे, वर्ग सजावट, रंगकाम, प्रभात फेऱ्या, शेजारच्या गुजराथी हायस्कूलसह अनेक सांस्कृतिक कार्यक्रम करून आंतरभारतीनं आपलं नाव सार्थ केलं होतं. शाळेचं राजारामपुरीच्या अकराव्या गल्लीत एक छोटंसं वसतिगृह होतं. तिथली मुलं बहुधा दलित नि गरीब असत. त्यांच्या आमच्यात बंधुत्व होतं. कारण त्यांचा सांभाळही आमचे दादाच करीत असत. या काळात एस. एम. जोशी, ना. ग. गोरे, यदुनाथ थत्ते, नाना डेंगळे, श्याम पटवर्धन, मधुकरराव चौधरी, वि. स. खांडेकर, अनंत कणेकर, ग. दि. माडगुळकर, कुसुमाग्रज, प्रा. नरहर कुरुंदकर, सर्वोदयी नेते मुंदडा प्रभृती अनेक मान्यवरांना आम्ही पाहिलं, ऐकलं होतं. शाळेत रोज नव्या माणसांचा राबता असायचा. आमच्या नेहमीच्या शिक्षकांशिवाय विठ्ठल बन्ने, सुधाकर पोतदार, शशिकांत महाडेश्वर, शशिकांत फडतरे अशी अनेक मंडळी मधून-मधून शिकवत. पुढे त्यातील काही शिक्षक म्हणून रुजूपण झाले. आंतरभारती सानेगुरुजींच्या धडपडणाऱ्या मुलांची धडपड होती.

या शाळेमुळे व तेथील शिक्षकांच्या प्रोत्साहनामुळे मला पहिल्यांदा कळलं की मला चांगलं भाषण करता येतं. मला नाचता येतं, गाता येतं .... वक्तृत्व स्पर्धेत माझा नंबर ठरलेला असायचा. आता मी समूहगीत स्पर्धेत गाऊ लागलो होतो. स्नेहसंमेलनात भरत लाटकर सरांनी कोळी नृत्य बसवलं होतं. स्टेजवर सुटलेली लुंगी अजून माझ्या लक्षात आहे.... पाठक सर 'धडपड' नावाचे भित्तिपत्रक चालवायचे. त्यात माझी पहिली कविता 'अरविंद बालक मंदिर' प्रकाशित झाली होती. मला लिहिता येतं याचा साक्षात्कार याच शाळेनं मला दिला. सर्वांत महत्वाचे म्हणजे याच शाळेनं आम्हास सन्मानपूर्वक 'पहिल्या पंगतीचा मान' दिला. खेळ, गाणी, भाषण, बँड, लेझीम सर्वांत आम्ही रिमांड होमची मुलं आघाडीवर असू. सातवीपर्यंत रडत-खडत पास होणारा मी .... आठवीच्या सहामाही परीक्षेत चक्क सहाव्या क्रमांकाने उत्तीर्ण झालो होतो, असं 'ते' जपलेलं प्रगतीपुस्तक सांगतं .... वर्गात आता आमची जागा पहिल्या ओळीत होती .... सवता सुभा इथं नसायचा .... शिवाय रिमांड होमची मुलं म्हणून दुजाभाव जसा नसायचा तशी अकारण दयाही नसायची .... पहिल्यांदा मी माणूसपणाचा श्वास घेतला तो आंतरभारतीत .... शाळेचं ब्रीदच होतं-'एक हृदय हो भारत जननी'. आम्ही प्रथमच असं समाजाचं

हृदय झालो होतो.

आंतरभारती विद्यालयात गेल्यावर आम्हास माणूसपणाची वागणूक मिळत होती खरी पण रिमांड होममधील वातावरणात मात्र बदलाच्या कोणत्याच पाऊलखुणा उठायच्या नाहीत. या काळात श्री.अ.ना. वाळवेकर नावाचे मोठे कठोर नि शिस्तीचे अधिकारी बदलून आले होते. सूट, बूट, टाय, हॅट असा त्यांचा थाट होता. सारी संस्था त्यांना घाबरायची. मोठे रागीट अधिकारी होते ते. त्यांच्यापुढे जायला कोणी धजावायचं नाही. आम्ही आंतरभारतीत जाऊ लागलो तशी आम्हाला बऱ्यापैकी मोकळीक मिळू लागली. रिमांड होम मंगळवार पेठेत तर आंतरभारती विद्यालय शाहूपुरीत. त्यावेळच्या गावाची ही दोन विरुध्द टोकं. ऊन, पाऊस, वारा, थंडी साऱ्यात पाच मैलाची अनवाणी पायपीट करावी लागायची. उन्हाळ्यात पायाला चटके बसायचे. अगदी जवळच्या रस्त्यानी जायचं म्हटलं तरी मोठ्ठा पल्ला असायचा. पावसाळ्यात छत्री, रेनकोट नसायचे. अमेरिकेतून येणाऱ्या दुधाच्या पावडरीच्या प्लॅस्टिक/पॉलिथिनच्या चोरून ठेवलेल्या पिशव्या अशावेळी उपयोगी यायच्या. संस्थेत यांचाही हिशोब द्यायला लागायचा. एका बॅगेत दफ्तर तर दुसरी बॅग डोक्यावर असे कितीतरी पावसाळे आम्ही काढले. जायला यायला आम्ही टंगळ-मंगळ करायचो. रिमांड होमच्या बाहेर जितका वेळ जाईल तितका बरा वाटायचा. पुढे वाळवेकर साहेबांच्या ही गोष्ट लक्षात आली. त्यांनी चक्क 'वेळ वही' ठेवली. निघताना ड्यूटीवरील हवालदार निघण्याची वेळ नोंद करून सही करायचे. शाळेत पोहोचलो की शिक्षकांकडून वेळ नोंद करून त्यांची सही घ्यायची. शाळेतून निघताना हाच शिरस्ता. मंगळवार पेठ ते शाहूपुरी अंतर ३० ते ३५ मिनिटांत कापायचा दंडक होता. उशीर झाल्यास खुलासा, शिक्षा ठरलेली. या वाळवेकरीय प्रमाणवेळेने आम्हास जेलचे कैदी करून टाकलं होतं.

नाही म्हणायला रिमांड होममध्ये श्री. बाबूराव समगे व श्री. के. आर. म्हेतर हे दोन शिक्षक चांगले होते. त्यांना मुला-मुलातील फरकाची जाणीव होती. समगे सर चांगलं मार्गदर्शन करायचे. एकदा त्यांनी विचारलं होतं की संस्थेचं जेवण कसं असतं? मी 'चांगलं असतं' असं म्हणालो (ते असतं की नाही हे तेही जाणून होते!). ऐकून ते म्हणाले, 'अशी समाधानी वृत्ती ठेवशील तर तू कधी दुःखी राहणार नाहीस'. त्यांचं ते साधं सांगणं आजही माझ्या सुखाचं रहस्य बनून आहे. म्हेतर मास्तर विणकाम शिकवायचे. घरून येताना पंढरपूरहून आईकडून आणलेले रुपये -दोन रुपये मी त्यांच्याकडे ठेवायचो. ते लागतील तसे त्यातील चार-दोन आणे द्यायचे. त्यातून मग गिन्नी छाप दंतमंजन, निळ, साबण आणायचो. त्यांचा मोठा आधार असायचा. पैसे संपले तरी देत ते राहायचे.

आंतरभारतीत आमच्या वर्गात कुरुलकर नावाची मोठी मुलगी होती. मोठी

प्रेमळ, हुशार, शिकण्याची जिद्द असलेली . आम्ही सर्व तिला ताई म्हणायचो. ती वर्गातील आम्हा सर्व रिमांड होमच्या मुलांना मोठा आधार द्यायची. प्रेमानं राख्या बांधायची. सणावाराला गोडधोड खाऊ घालायची. कधी भुकेले वाटलो तर मधल्या सुट्टीत स्वत: बरोबर घरी जेवणास न्यायची. तिच्या घरी लुसी, मोत्या ही कुत्रीपण आमची होऊन गेली होती. त्या दिवसातील हा आधार मोठा धीर देणारा ठरायचा.

शाळेत श्री.तातोबा चव्हाण म्हणून शिपाई होते. शाळेत कामचुकार, पण स्वभावाने मोठे प्रेमळ. मंगळवार पेठेतच राहायचे. जाता -येता कधी तरी त्यांची सोबत असायची. चव्हाण मामांच्या घरी आमचं जाणं येणं व्हायचं. ते पण सणावारी मोठं अतिथ्य करायचे. गौरीची त्यांच्या घरची भाजी भाकरीही मिष्टान्नाइतकीच लज्जतदार असायची. माझ्या आयुष्यातले हे दिवस माणुसपणाच्या भुकेचे होते. साधा चहा देऊन सन्मानित करणारा मनुष्यपण संत वाटायचा.

रिमांड होमच्या रूक्ष पार्श्वभूमीवर आंतरभारतीचं वातावरण आपुलकीनं भरलेलं नि भारलेलं असायचं. आमच्या साध्या-साध्या गोष्टीकडे येथील शिक्षक विशेषत्वाने पाहायचे. सन १९६५ च्या दरम्यान मी इ. ९ वीत होतो. आठवीत नंबर आल्याने व अनेकानेक स्पर्धांतील प्रावीण्यामुळे, प्रोत्साहनामुळे अभ्यासाकडे लक्ष देण्याची जाणीव निर्माण झाली होती. स्पर्धा असायची. नववीच्या आठमाही परीक्षेचा रिझल्ट हाती पडला. मी वर्गात गुणांनी चौथ्या क्रमांकाने उत्तीर्ण झालो. पण चित्रकलेत नापास झालो होतो. पूर्वी सहावीत नापास झाल्याचं आठवतं. पण त्यावेळी काही विशेष वाटलं नाही. आज मात्र रडं आवरेना. चव्हाण मामा आमच्या हेडमास्तरांकडे गेले. श्री. जी.एस. गोंधळी आमचे हेडमास्तर होते. ते अत्यंत प्रेमळ शिक्षक होते. त्यांनी माझी विचारपूस केली. मी सांगितलं की 'चौथ्या नंबरनी पास होऊनही पाठक सरांनी मला चित्रकलेत नापास केलं.' हेडमास्तरांनी पाठक सरांना बोलावलं. म्हणाले 'अहो, नंबरात पास झालेल्या मुलाला नापास कसं केलं?' सर म्हणाले, 'नापास केलं नाही, तो झालाय!' हेडमास्तरांनी चिकाटी सोडली नाही. माझं रडणं सुरूच होतं. त्यांनी माझा पेपर काढायला लावला. परीक्षेत कुलपाचं चित्रं काढायचं होतं. मी कुलूप काढलं होतं पण कोयंडा तेवढा काढायला विसरलो होतो. पाठक सरांनी त्या प्रश्नाला शून्य गुण दिले होते. गोंधळी सर म्हणाले, 'अहो कुलूप काढूनही तुम्ही शून्य गुण कसे दिले? हवे तर कोयंड्याचे मार्क कमी करा'. पाठक सरांना ते पटलं नव्हतं. त्यांनी बरीच हुज्जत घातली हेडमास्तरांशी. पण मग त्यांनी वरिष्ठांची आज्ञा प्रमाण म्हणून मला नाईलाजाने २० गुण दिले नि मी पास झालो, तेही नंबराने. आज मला पटतं की पाठक सरांचंच बरोबर होतं. पण गोंधळी सरांना माझं भावविश्व जपायचं होतं. त्या प्रसंगानं मात्र मी ठरवलं. मागून काही मिळवायचं नाही. आजवर मी जे मिळवत आलो, त्यात या घटनेचा वाटा मोठा असल्याचं

सतत जाणवतं.

आंतरभारतीतील सारे शिक्षक एक से बढकर एक होते. अनेक निवृत्त व कसबी शिक्षक होते. उत्कृष्ट शिकवायचे. कळेकर सर, कुलकर्णी सर, घोटणे सर, देशपांडे बाई प्रत्येकाचा आपल्या विषयात हातखंडा होता. भालकर सर, ऐनापुरे सर, कासार सर, हेर्लेकर सर, बन्ने सर, बागी सर प्रत्येकांचं स्वत:चं असं वैशिष्ट्य होतं. त्यावेळची आंतरभारती म्हणजे उत्साहाचं थुई थुई नाचणारं चैतन्यदायी कारंजं होतं. माझं सारं जीवन, व्यक्तिमत्त्व, शाळा नि शिक्षकांच्या उपक्रमशीलतेमुळे अष्टदिशांनी फुललं. मी अष्टपैलू झालो तो या शाळेमुळेच!

वि. स. खांडेकर आमच्या शाळेचे संस्थापक अध्यक्ष होते. क्वचित प्रसंगी ते शाळेत येत. नववी-दहावीत असताना मी शाळेचा वादविवाद मंत्री होतो. कोणत्या तरी एका कार्यक्रमास ते पाहुणे म्हणून येणार होते. मी व गोंधळी सर त्यांना राजारामपुरीतील घरी आणण्यास गेलो होतो. त्यावेळी कोल्हापुरात नुकत्याच रिक्षा सुरू झालेल्या. आम्ही रिक्षा घेऊन गेलो होतो. रिक्षा खर्चिक म्हणून त्यांनी नाराजी व्यक्त केली होती. आम्हाला त्यांचा धडा होता. 'एक लाखाचे बक्षीस' नावाचा. त्या लेखकाशेजारी आपणास बसायला मिळालं म्हणून मी मोठा हरकून गेलो होतो. ते सरांशी बोलत होते. सगळं काही लक्षात नाही पण 'गती नि धोके' असं त्यांच्या बोलण्याचं सूत्र होतं. भाषणातही ते असेच काही बोलले होते. त्याचं भाषण आम्हाला आवडायचं. त्यात साद असायची. 'हे मी तुम्हाला सांगतो' .... म्हणत ते मोठ्या मृदुतेने आपले विचार दृढतेने मांडत. आंतरभारती सुरू झाली तेव्हा आठवी व नववी दोन वर्ग एकदम सुरू झाले होते. आम्ही दहावी पास झालो नि अकरावीत आलो. त्यावेळी अकरावीसच शालान्त परीक्षा असायची. शाळेच्या पहिल्या एस्.एस्.सी बॅचचा निकाल ७४% टक्के लागला होता. त्या निमित्त शाळेनं एक पत्रकार परिषद घेतली होती. 'केसरी'त ती छापून आली होती. भाऊ म्हणाले होते, 'मी शाळेचा निकाल किती टक्के लागला याला फारसं महत्त्व देत नाही. निकाल जितका टक्के कमी लागला तितके टक्के संस्कार शाळेने, शिक्षकांनी दिले का ते पाहिलं पाहिजे'. अशा आशयाचे त्यांचे मत मला त्यावेळी वेगळे वाटले तरी आज त्यातील दूरदर्शिता पाहून अचंबा वाटतो.

आमच्या एस.एस.सी.च्या निरोप समारंभास भाऊसाहेब खांडेकरच प्रमुख पाहुणे होते. ते चांगलं लक्षात राहायची दोन कारणे आहेत. त्यावर्षी भाऊंनी आमचे अनेक धडे व कविता त्या त्या लेखक-कवींकडून आम्हाला शिकवले होते. या उपक्रमात गदिमा, कुसुमाग्रज, अनंत कणेकर अशा कितीतरी साहित्यिकांनी आम्हांस शिकवलं होतं. निरोप समारंभात भाऊंनी 'भुंगा' नावाचा एक निबंध शिकवला होता. त्या दिवशी त्यांनी आम्हास आईस्क्रिम खिलवलं होतं. त्या निरोप समारंभाचा माझ्या

संग्रहातील दुर्मिळ फोटो म्हणजे माझ्या जीवनातील अमूल्य ठेवाच.

एस.एस.सी. परीक्षेस माझा नि अभयचा नंबर प्रायव्हेट हायस्कूलमध्ये पडला होता. त्यावेळी पण पालक आपल्या पाल्यास शुभेच्छा देण्यास, केंद्रावर पोहोचवण्यास गर्दी करायचे. ए.बी. देशपांडे सर सपरिवार आम्हास शुभेच्छा देण्यास आले होते. आमचे खरे पालक रिमांड होमचे सुपरिंटेडेंट, प्रोबेशन ऑफिसर. पण त्यांच्या हे गावीही नव्हतं. त्या छोट्या उपस्थितीने आम्हांस मोठं बळ दिलं होतं. सर्वांत कडी म्हणजे परीक्षेच्या सर्व दिवशी मधल्या सुट्टीत देशपांडे वहिनी-आम्ही त्यांना 'बाई' म्हणायचो, शिवाय त्यांची अविनाश व रोहिणी ही मुलं जेवणाचा डबा घेऊन यायची. या साऱ्या माणुसकीच्या झऱ्यांनी आमचं कौमार्य करुणेच्या पलीकडे जाऊन या धीरामुळे अधिक सहज, समृद्ध झालं. आपण अन्य मुलांप्रमाणेच आहोत, आपणासही आपुलकीचे पालक आहेत हे यातून मिळालेलं सांत्वन माझ्या आयुष्याची, जगण्याची श्रद्धा वाढवणारं होतं, नवी उमेद देणारं होतं.

मी एस.एस.सी. परीक्षा दिली नि हुरहूर वाढत गेली. संस्थेतील माझी मुदत एकच वर्ष राहिलेली. त्यावेळी ज्या मुलांचे पालक असत, ते सुटून घरी जात. कोणी कॉलेजलाही जायचे. पण हे अपवादानं घडायचं. रिमांड होममधून पास झालेली व मुदत असलेली मुले बहुधा आय.टी.आय.ला जात. कॉलेज हा पर्याय रिमांड होमनी निवडल्याचा इतिहास नव्हता. मी काही मोठ्या टक्केवारीचा विद्यार्थी नव्हतो. आजवर मी कधी ५०% ची सीमारेषा ओलांडली नव्हती तरी कॉलेजला जावं असं वाटायचं. माझ्या आधीच्या बॅचचे पंढरपूरचे अमर, नवीन अहमदनगरला कॉलेज करत होते. माझ्या बरोबर शिकणारा अभय ब्रह्मे हुशार होता. त्याचे आई-वडीलही होते. त्याचे कॉलेजला जायचे ठरल्यात जमा होते. मेच्या सुट्टीवर पंढरपूरला जातानाच साहेबांनी पुढचा विचार करून येण्याबद्दल सुनावलं होतं. आईच्या चाळीस रुपये पगारात कॉलेज शिकणं अशक्य होतं. संस्थेची मुदत मुळातच एकदा नजरचुकीची दुरुस्ती म्हणून एक वर्षासाठी वाढवून मिळाली होती. पुढे तीन वर्ष शिकायचं तर अन्य पर्याय शोधणे आवश्यक होते. अशा साऱ्या गुंत्यात मी पंढरपूर गाठले खरे, पण त्या सुट्टीत कधी नव्हतो इतका बेचैन होतो. या बेचैनीचं आणखी एक कारण होतं. याच काळात संस्थेतील एका मुलीविषयी माझ्या मनात असाधारण ओढ निर्माण झालेली .... तिचं गंभीर होणं .... दूर दूर राहणं .... हुरहूर वाढवणारं होतं.

११

सन १९६७ ची मे महिन्याची सुट्टी वादळी ठरली. काय करू नि काय नको, असं होऊन गेलेलं होतं. एस्.एस्.सी.ची परीक्षा आटोपून सुट्टीसाठी पंढरपूरला निघताना साहेबांनी माझी मुदत ३ जुलैला संपणार असल्याची जाणीव करून दिली होती. माझ्याबरोबरच्या इतर मुलांची मुदत आणखी एक वर्ष होती. मग माझीच कशी कमी, असा शोध घेताना लक्षात आलं की दर्शनेकाकांच्या 'त्या' पार्सल चुकीमुळे माझं वय अंदाजित करून एक्स-रे मशिननी निश्चित करण्यात आल्यानं हा सर्व घोटाळा झालेला....

तुरुंग आणि रिमांड होममध्ये एक मूलभूत फरक असतो. तुरुंगातील कैदी आपली मुदत, शिक्षा कमी कशी होईल याचा आटोकाट प्रयत्न करत असतात. याउलट रिमांड होममधील मुलं-विशेषत: अनाथ, निराधार मुलं-मुली संस्थेतील मुदत वाढेल कशी याचा आटापिटा करत असतात.... संस्थेचं सुरक्षित कवचच त्यांचं जीवन असतं. संस्था हीच त्यांची जमीन असते नि आकाशही.... बाहेरचं सारं जग अनोळखी, आधारहीन असतं....

मी आश्रमाच्या मदतीनं पंढरपूर नगरपालिकेतून जन्मदाखला मिळवला. त्या दाखल्यावर माझं नाव केवळ 'सुनील' असं नोंदलेलं होतं .... दाखला सादर केल्यावर तो माझाच कशावरून, असं शिक्षण व समाजकल्याण खात्यानं विचारल्यावरून आश्रमाचं एक स्पष्टीकरण पत्र मिळवलं.... मुदत वाढवणं बाल न्यायालयाच्या अखत्यारीतील गोष्ट होती. पण त्यास समाजकल्याण संचालक व निरीक्षक प्रमाणित शाळा यांची अनुमती आवश्यक होती. सुट्टीतील प्रत्येक दिवस काळरात्र वाटायचा. पंढरपूरच्या आश्रमाचे श्री. बाबासाहेब जव्हेरी व नूतन अधीक्षक श्री. रमाकांत तांबोळी यांनी खटपट केली. त्यावेळी आमच्या खोलीतील आक्का संस्थेत नोकरी करू लागलेली होती. तिचं पुण्याला येणं-जाणं होतं. तिच्या पुढाकारानं आम्ही एस.व्ही. जोशीराव व ए.पी. जोशी यांची भेट घेतली. अनुमती मिळाली पण मे मध्ये ज्युव्हेनाईल कोर्ट बंद होते. सुट्टी होती. कोर्टाशिवाय मुदत वाढणं कठीण....

एव्हाना माझा एस.एस.सी.चा रिझल्ट लागलेला होता. मी ७०० पैकी ३३४ गुण मिळवून सुमारे ४८% गुणांनी उत्तीर्ण झालो होतो.... मुदत वाढून मिळाली तरी एकच वर्ष मिळणार असल्याने व गुण कमी पडल्याने कॉलेजचा बेत रद्द करावा लागला.... पुण्याहून तसं आमच्या साहेबांना कळवण्यात आलं होतं.... श्री. वाळवेकर साहेबांची इच्छा असूनही काही करता येईना.... एस.व्ही. जोशीरावांनी

मला आय.टी. आय.ला पाठवायला सांगितलं.... अर्ज भरला .... मुलाखत झाली .... वजन, छाती नाही भरली .... भरणार तरी कशी? अमेरिकन गव्हाचीच तब्बेत ती .... नाही म्हणायला उंचीत पास होतो. प्रात्यक्षिकात मला ऐरणीवर मारायचा लोहार कामाचा मोठा हातोडा उचलायला लावलेला. परीक्षक हुषार होते .... माझी काडीपैलवान तब्येत बघूनच त्यांनी हे शिवधनुष्य उचलायला लावलेलं होतं.... झालं .... स्वारी सपशेल नापास .... परत तीच हुरहूर .... तोच कल्लोळ .... इकडे आड, तिकडे विहीर अशी स्थिती झालेली .... मुदत ११ एप्रिल, १९६८ पर्यंत वाढवून मिळून उपयोग नव्हता....

या काळात संस्थेत माझ्यावर एक काम सोपवण्यात आलेलं होतं .... त्यावेळी संस्थेस 'पुढारी', 'सत्यवादी' दैनिके मोफत भेट म्हणून दिली जायची. मात्र ती प्रेसमधून घेऊन जायची अट होती. एका मुलाची ती आणण्याची पाळी असायची. मी रिकामा म्हणून मला ही पाळी आली होती .... एव्हाना रिकामपणात पेपर वाचायची सवय झालेली .... एक दिवस पेपर आणताना मौनी विद्यापीठ, गारगोटीच्या 'कर्मवीर हिरे ग्रामभारती'च्या डिप्लोमा इन रुरल सर्व्हिसेस' ची जाहिरात माझ्या वाचनात आली. मी समगे सरांना ती दाखवली. कोर्स चार वर्षांचा नि मुदत तर एक वर्षाची .... काय करायचं? नाही म्हणायला स्टायपेंडची सोय होती .... त्यांनी आपल्या नावाने माझ्यासाठी माहितीपत्रक स्वत:च्या घरच्या पत्त्यावर मागवलं .... पुढच्या आठवड्यात ते लगेच आलंही .... त्यांनी श्री. वाळवेकर साहेबांना समजावून सांगितलं .... त्यांनी मनावर घेतलं .... राजा उदार झाला .... काटेरी फणसातील मृदु, मधुर, मधाळ गराची ती अनुठी प्रचीती .... 'खुल जा सिम सिम' चा चमत्कार झाल्याचा अचंबा मी अनुभवला. श्री. वाळवेकर साहेबांनी मान्यता दिली. प्रवेश अर्ज भरून पाठवला. एव्हाना जुलै उलटलेला. ऑगस्टमध्ये त्यांचे प्रवेशाचे पत्र आले. वाळवेकरसाहेब मला घेऊन गारगोटीस गेले. सोबत प्राचार्य सी.रा. तावडे (बाबा) यांनी पत्र दिलं होतं. ते रिमांड होमचे उपाध्यक्ष व मौनी विद्यापीठाचे कुलपती होते. त्यांचे पत्र म्हणजे सरळ प्रवेश परवानाच होता. पण आर्थिक अडचण मोठी होती. रिमांड होम महिन्याला २५ रुपयेच देऊ शकणार होते. तेही एकच वर्ष. तेव्हा प्राचार्य अमरसिंह राणे ग्रामभारतीचे प्रमुख होते. त्यांनी सर्व समजून घेऊन मी मेस मॅनेजर म्हणून काम करावं म्हणजे जेवण मोफत मिळेल व संस्था खर्चात फी भागेल असा हिशोब सुचवला नि माझा प्रवेश निश्चित झाला. आम्ही प्रवेशाला म्हणून गेलेलो पण अद्याप इतर प्रवेश होणे बाकी होते. एक महिन्यानी कॉलेज सुरू होईल असं सांगण्यात आलं .... लक्षात आलं की इतर कॉलेजचे प्रवेश बंद झाले की इथं प्रवेश सुरू होतात.... आपण आलेलं ठिकाण आडवळणाचं, अडल्या नारायणाचं असलं तरी होतं सुरक्षित. माझ्यासारख्याला नाही तरी कोण होतं

शिकवणारं? स्वीकारणारं?

हो नाही करता ऑक्टोबर, १९६७च्या मध्यास मी मौनी विद्यापीठात दाखल झालो. प्रिपरेटरी वर्गात. वर्कशॉप हॉस्टेलवर प्राचार्य राणे सरांनी आपल्या बेळगावच्या परिचित असलेल्या दोन चांगल्या मुलांच्या खोलीत माझी राहण्याची व्यवस्था केली. पैकी एक होता अनंत देसाई. बेळगावचे सुविख्यात पत्रकार, संपादक, समाजसेवक श्यामराव देसाईंचा तो मुलगा. दुसरा त्याचाच शेजारी होता विनोद आजरेकर. इथंही माझ्या अनाथपणानं, रिमांड होमनं पिच्छा पुरवलाच. मी हाफ पँटस् घालून आलेलो. पांढरा शर्ट, खाकी हाफ पँट. इतर मुलं विजार, फुलपँटस्, रंगीत कपडे ल्यालेली. प्रत्येकाबरोबर पालक पोहोचवण्यास आलेले. मी एकटा आलेलो. प्रत्येकाबरोबर खाऊच्या पिशव्या. माझ्याबरोबर कपडे व बिछान्याची बॅग .... किती गोष्टी सांगाव्यात ....अनंत नि विनोदनी मात्र मला ते कधी जाणवू दिलं नाही .... त्यांनी केलेला माझा सहज स्वीकार.... विशेषत: सारी परिस्थिती कळूनही केलेला स्वीकार .... मला सुखावून गेला. इकडं रिमांड होमच्या अल्लाउद्दीनच्या गुहेतून सुटल्याचा आनंद काही औरच होता....

जेमतेम महिनाभरही कॉलेज चाललं नाही नि दिवाळीची सुट्टी लागली. कॉलेजची तयारी, सामानाची जुळवाजुळव, कपडे, वह्या-पुस्तके आणण्यासाठी म्हणून मी साहेबांच्या परवानगीनं पंढरपूर गाठलं .... आता मी कॉलेजकुमार झालो होतो .... पंढरपूरला जाण्याची ओढ असण्याचं कारण मे मध्ये घोंघावलेलं धोक्याच्या वयाचं काहूरही होतं.... आत 'ते' थोडं स्वास्थ्य आलेलं.... इतर मुलांप्रमाणे मीही आता प्रतिष्ठित झालेलो .... त्याचा परिणाम झालेला .... त्या अनामिकेच्या गांभीर्याची जागा एव्हाना स्मितहास्यानं घेतलेली .... या पलीकडची लक्ष्मणरेषा मला नाही आठवत! तो भास होता की वास्तव हे सारं गुलदस्त्यात राहावं अशीच सारी स्थिती .... असा दुरावा.... यातून माझ्या एक-एक कविता झरत-पाझरत राहिल्या. कवितेची वही आकारू लागली.

मी काहीशा निराशेनेच गारगोटी गाठली....आता मात्र माझ्यापुढं अस्तित्वाचाच प्रश्न होता.... स्टायपेंड मिळवायचा तर प्रथम श्रेणी मिळवायलाच हवी याची प्रकर्षाने जाणीव झाली. मी झपाटून अभ्यासाला लागलो. एन्.सी.सी., वादविवाद, समाजसेवा शिबिरे-साऱ्या उपक्रमांत मी सहभागी होऊ लागलो. कोशाचं फुलपाखरू झाल्याचा अनुभव यावा असं चैतन्य परिस्थितीच्या जाणिवेतून माझ्यात आलं. मी पुस्तकी किडा झालो. कॉलेज, लायब्ररी व हॉस्टेल अशा त्रिस्थळीत मी स्वत:ला गुंतवून घेतलं. कधी कुठला तास चुकवला नाही. प्रिपरेटरीला सतरा विषय होते. मराठी, हिंदी, इंग्रजी, समाजशास्त्र, मानसशास्त्र, अर्थशास्त्र, कम्युनिटी डेव्हलपमेंट असे कितीतरी नवे विषय. पुस्तकं इंग्रजीत तर उत्तरं मात्र मराठीत लिहिण्याची अजब

कसरत करावी लागायची. माझ्या इंग्रजीनं कधीही ३६ ची लक्ष्मणरेषा न ओलांडल्याने इंग्रजीशी तसा माझा ३६ चाच आकडा होता.

मनात सतत पुढील तीन वर्षांची काळजी घर करून राहिलेली असायची. मुदत संपणार असल्याच्या टांगत्या तलवारीनं मला बेचैन केलेलं होतं. रिमांड होम व कॉलेजच्या मदतीनं तीन वर्षांची मुदतवाढ मिळावी म्हणून मी प्रयत्न सुरू केले होते. गेल्या वर्षाचा मुदतवाढीचा अनुभव लक्षात घेता चांगले मार्कस् मिळवायच्या काळजीनं झोप उडालेली होती. पैशाच्या अडचणीनं साध्या-साध्या गोष्टीसाठी घोडं अडायचं. नाही म्हणायला आई पंधरा -वीस रुपये पाठवायची. त्यात महिना-दोन महिने काढावे लागायचे. तेल, साबण, चहा, स्टेशनरी इ. खर्च कितीही काटकसर केली तरी आवरायचा नाही. प्रत्येक वेळी मन मारावं लागायचं .... बरोबरची मुलं हॉटेलात ताव मारायची .... मला चहाचा कपही महाग वाटायचा. बऱ्याचदा मेसच्या नुसत्या दोन वेळच्या जेवणावर दिवस काढायचो.

आमच्या हॉस्टेलचे रेक्टर प्रा. व्ही.के. कुलकर्णी होते. ते आम्हास मानसशास्त्र शिकवत. हॉस्टेलवर स्वत: ते येऊन कागद उचलू लागायचे. मग मुलं सफाई करायची. त्यांच्या या शिरस्त्याची कल्पना आल्यावर मात्र मुलं शिस्तीनं वागू लागली. ते विचारांनी आक्रमक होते. त्यांना गैर काही खपायचे नाही. नेहमी गोळी घालायची भाषा ते करायचे. त्यांच्या वागण्या-बोलण्यात देशाभिमान, देशप्रेम, देशसुधारणा ठासून भरलेली असायची. राष्ट्रसेवादलाच्या त्यांच्या विचारांनी त्यांचं नि माझं 'आंतरभारती' नातं निर्माण झालं होतं .... या काळात डिसेंबर, १९६७ ला कोयनेच्या परिसरात भूकंप होऊन मोठी जीवित व वित्तहानी झाली होती. सर अस्वस्थ होते .... त्यांनी पुनर्वसन शिबिराची कल्पना काढली. आंतरभारती, राष्ट्र सेवादल, सर्वोदय सर्वांच्या मदतीनं त्यांनी वार्षिक परीक्षेनंतर एक महिन्याचं श्रम संस्कार शिबिर पाटण तालुक्यातील गुणवंतगडाच्या पायथ्याशी असलेल्या मोरगिरी गावी योजलं होतं. आम्ही कॉलेजची पन्नास एक मुलं उत्स्फूर्तपणे त्यात सामील झालो. सर अपंग होते पण त्यांचा उत्साह आम्हा तरुण विद्यार्थ्यांना लाजवणारा होता. सेवादलाचे जोशी-पति-पत्नी या शिबिरात होते. आदर्श संयोजकाचे ते चांगले उदाहरण. प्रा. राम बापट, सर्वोदयी कार्यकर्ते गोविंदराव देशपांडे प्रभृती मान्यवर आमच्याबरोबर काही काळ होते. त्यांचा सहवास, भाषणे, संस्कार नि सरांच्या धडपडीनं माझ्यातली विधायकता पोसली गेली. 'कऱ्हेचं पाणी' प्यायचा योग या शिबिरामुळे आला. परिसरातील रामदास स्वामीचं एक प्रेक्षणीय म्हणण्यापेक्षा ऐतिहासिक महत्त्वाचं ठिकाण या काळात आम्ही पाहिलं होतं.

आम्ही शिबिरातून परतलो नि प्रिपरेटरीचा (पहिल्या वर्षाचा) निकाल माझ्या हाती आला. मला प्रथम वर्ग मिळाला होता. आता स्टायपेंड मिळण्याचा मार्ग

मोकळा झाल्याने गड जिंकल्याचा आनंद झाला होता. आईचे डोळे भरून आले होते. ती देवभक्त होती. तिनं देवास दिवा लावून आपली कृतज्ञता व्यक्त केली. मे महिन्याच्या सुट्टीत येताना रिमांड होममध्ये गेलो होतो. मी कॉलेजला गेलो तरी सुट्टीत जाता-येता रिमांड होममध्ये जाणं अनिवार्य होतं. त्या शिवाय पंढरपूर नि गारगोटीचा व्हिसा मिळणं शक्य नसायचं. मी आता विजार, फुलपँट घालू लागलेलो होतो. पण रिमांड होममध्ये आल्यावर तेथील गणवेश पांढरा शर्ट, खाकी हाफपँट घालावीच लागायची .... फार वाईट वाटायचं त्याचं .... केसही कमी करणे भाग असायचे .... मी कॉलेजातला आता एक हुषार, हरहुन्नरी विद्यार्थी म्हणून सर्वपरिचित झालेलो .... पण रिमांड होमच्या लेखी मात्र मी इतर १०० मुलांपैकी एक इतकंच माझं अस्तित्व होतं. रिमांड होमछाप होऊन कॉलेजला जाणं जीवावर यायचं.

एक मात्र खरं की आश्रम असू द्या की रिमांड होम, या दोन मातृसंस्थांनीच माझ्या पायांना बळ दिलं नि माझ्या महत्त्वाकांक्षेस पंख फुटले तेही या संस्थांमुळेच. लहानपणी या संस्था मला नकोशा वाटायच्या .... संस्था नियमांच्या काचात बंदिस्त असतात. तिथं मोकळे वारे खेळायचे तर तशी दृष्टी असलेली अधिकारी, कार्यकर्ती मंडळी असावी लागतात. त्यावेळच्या मर्यादित जागृती व साधनांनिशी चालणाऱ्या या संस्थांनीच मला उद्याची उज्ज्वल पहाट दाखवली हे नाकारून कसं चालेल? माझ्या जीवनास खरी उभारी, भरारी लाभली ती याच काळात.

प्रिपरेटरी वर्गात प्रथम श्रेणीत द्वितीय क्रमांकाने उत्तीर्ण झाल्याने मी गारगोटीला जायच्या इराद्याने कोल्हापूर रिमांड होममध्ये पंढरपूरहून मे महिन्याची सुट्टी संपवून जूनमध्ये परत आलो. दरम्यान श्री. वाळवेकर साहेबांची बदली होऊन श्री. व्ही.आर. देसाई नावाचे नवे शासकीय परिवीक्षा अधिकारी अधीक्षक म्हणून रिमांड होममध्ये रुजू झालेले होते. १९६७-६८ वर्षासाठी माझी वाढलेली मुदत ११ एप्रिल, १९६८लाच संपली असली तरी परीक्षेपर्यंत संस्थेत ठेवण्याची अनुमती शासनाने खास बाब म्हणून दिलेली. अशा स्थितीत मुदत नसल्याने कोणत्या आधारावर संस्थेने मला पुढे शिकण्यास गारगोटीस पाठवावे, असा देसाई साहेबांनी केलेला मूलभूत प्रश्न माझ्यासाठी तरी यक्षप्रश्नच होऊन बसला होता. संस्थेतील माझ्यासारख्या निराधार मुलास मुदत संपल्याची तारीख फाशीच्या तारखेसारखी जीवघेणी असते खरी! काय करावे सुचत नव्हते. मी रिमांड होममधून भिंतीवरून उडी टाकून चोरून आंतरभारतीच्या देशपांडे सरांना त्यांच्या घरी जाऊन ही गोष्ट सांगितली. मला असं समगे सरांकडून कळलं होतं की रिमांड होमचे सेक्रेटरी प्रा. डी.एम. चव्हाण तथा दादा देसाई साहेबांना सांगू शकतात. देशपांडे सर नि दादांचे आंतरभारतीमुळे संबंध होते हे मी जाणून होतो. देशपांडे सरांनी ही गोष्ट दादांना समजाविली. दुसरे दिवशी

दादा व देशपांडे सर संस्थेत आले. मला बोलावून घेतलं. संस्थेच्या जबाबदारीवर मला पुढील शिक्षणासाठी पाठवायचं ठरलं. दरम्यान मुदतवाढीच्या सुरू असलेल्या प्रयत्नांचा पाठपुरावा करायचं ठरलं त्याप्रमाणे मी गारगोटीस रुजू झालो, पण रोज नव्या अडचणी आऽऽ वासून उभ्या राहायच्या. साधी २० रुपये परीक्षा फी भरायला किती वेळा लिहायला लागायचं, त्यालाही अंत नव्हता. प्रश्न अधिकाऱ्यांच्या संवेदनशीलतेचा, जाणिवेचा नसायचा. शासकीय अधिकारी नियमात जखडलेला असतो. खरं तर अशा संस्थेत तो अनाथ मुलांचा पालक असतो. त्यास विवेकशील निर्णय घेण्याचा अधिकार यंत्रणेने द्यायला हवा. मात्र हे सहसा घडत नाही.

प्रिपरेटरी परीक्षेनंतर आमच्या डिप्लोमा इन रुरल सर्व्हिसेस कोर्समध्ये तीन फॅकल्टीपैंकी एक निवडायची असते. मला सहकार, समाजकार्य नि शिक्षण- पैकी एक शाखा निवडायची होती. त्यावेळी करिअर करणारी मुलं सहकार निवडत. त्यांना बँक अधिकारी, बँक निरीक्षकासारख्या नोकऱ्या मिळायच्या. समाजकार्य शाखा घेतली तर रिमांड होममध्ये अधिकारी होता यायचं. रिमांड होम व तेथील अधिकाऱ्यांचे अनुभव पाहता, शिवाय परत आयुष्यभर रिमांड होममध्ये नको म्हणून तो 'चॉईस' मला कधीच आकर्षू शकला नाही. मौनी विद्यापीठात प्रवेश घेताना वर्षापूर्वी प्राचार्य सी.रा. तावडे तथा बाबांनी मला शिक्षणशाखा निवडायचा सल्ला दिला होता. डी. आर. एस. (एज्यु) डबल बेनिफिटेड कोर्स होता. तीन वर्षांत बी.ए., बी.एड. समकक्षता मिळायची. एक वर्ष वाचायचं. हिंदी विषय घेतला तर विशेष शिष्यवृत्ती मिळायची. रिमांड होमचा निर्वाह भत्ता, कोर्सचा स्टायपेंड किंवा हिंदी शिष्यवृत्ती यात कोर्सचं अर्थकारण निभावणार होतं. विद्यार्थ्यांचा तिसरा 'चॉईस' एज्युकेशन असायचा. मी प्रथम श्रेणीत द्वितीय क्रमांकाने उत्तीर्ण होऊनही पहिला चॉईस एज्युकेशनला दिल्याने त्यावेळी मला सर्व मित्रांनी खुळ्यात काढलं होतं, पण माझीच निवड शहाणपणाची होती असं आज लक्षात येतं, त्यांच्या नि माझ्याही!

या कोर्ससाठी आम्हाला नॅशनल कौन्सिल फॉर रुरल हायर एज्युकेशन, नवी दिल्ली या भारत सरकारच्या संस्थेकडे नोंद करावी लागायची. त्यासाठी मायग्रेशन फॉर्म भरणं आवश्यक होतं. मला त्या संस्थेनं नोंदवून घ्यायचं नाकारलं. कारण माझा 'वडील' रकाना निरंक (ब्लँक) होता म्हणून. वडील नसलेला मी त्या रकान्यात काय लिहू शकणार होतो? दाखल्यावर आधारित 'श्रीपाद लवटे' या उपचार पूर्ततेपलीकडे मी काहीही लिहू शकत नव्हतो. त्यावेळी मौनी विद्यापीठात तोरस्कर नावाचे एक हेडक्लार्क होते. मोठे हुषार नि व्यवहारी. त्यांना फी सवलत, मुदतवाढ, सवलत इ. मुळे वर्षभरात माझी जन्मकुंडली तशी पुरेशी लक्षात आलेली होती. त्यांनी तो रकाना आईच्या वडिलांचे नाव घालून पूर्ण केला. पत्ता C/o, रिमांड

होम, कोल्हापूर लिहिला, नि माझं निभावलं.

कॉलेजला जॉईन होईपर्यंत परीक्षा फॉर्म भरणंही आवश्यक होतं. मुदतवाढ नाही, स्टायपेंड मंजुरी नाही, मेस बिलं तटलेली. अशात काय करावे कळेना. आंतरभारतीचे श्री. शेखर कासार सर यांनी मला एका भेटीत काही अडचण असल्यास कळव, सांगत जा, असा दिलेला धीर मला आठवला. २२ रुपयेच हवे होते. मी त्यांना कार्ड टाकलं. त्यांनी माझ्या वडणगेकर नावाच्या एका जुन्या वर्गमित्राबरोबर पन्नास रुपये पाठवले. त्यावेळचा तो आधार मला पुनर्जन्मासारखा भासला होता.

सन १९६८ चा 'शिक्षक दिन' माझ्या आयुष्यातला सुवर्ण दिनच होता. त्या दिवशी माझ्या हाती तीन वर्षांच्या मुदतवाढीची तार अचानक आली नि मी तरून गेलो. आनंदाने तरंगायला मिळालेला तो माझ्या आयुष्यातला पहिला दिवस. 'आनंदाचे डोही, आनंद तरंग' 'आनंदी आनंद गडे, इकडे तिकडे चोहीकडे' अशी अनेक 'आनंद गाणी' माझ्या मनी, कानी आपसूक घुमू लागली होती. या कामी देसाई साहेब, दादासाहेब चव्हाण, देशपांडे सर, प्राचार्य बी.एम. चांडके, श्री. एस.व्ही. जोशीराव, मान. व्ही. टी. पाटील प्रभृती अनेकांनी केलेले सहकार्य आजही कृतज्ञतापूर्वक स्मरणात आहे.

याच दिवसात मी डी. आर. एस. (एज्यु) शाखेच्या प्रथम वर्षात प्रवेश घेतल्याने मला प्राथमिक, माध्यमिक शाळेत सराव पाठ घेण्यासाठी जावे लागायचे. मी वर्गातील मुलांची विजार, पँट उसनी घेऊन पाठ घ्यायला जायचो. कारण तेव्हा माझं सारं शिक्षण रिमांड होमच्या पांढरा शर्ट, खाकी हाफ पँट वर चालू होतं. हे माझ्या वर्गातील एका धनिष्ठ, श्रीमंत मित्रानं हेरलेलं. प्रकाश बामणे त्याचं नाव. रत्नागिरीचा होता तो. त्याचं त्यावेळी स्वत:चं कापड दुकान होतं. गणपतीच्या सुट्टीहून तो सप्टेंबर, ६८ च्या अखेरीस आला तो पँट पिस घेऊनच. शिलाई पण त्यानंच दिली. माझी ती पहिली फुल पँट. मी आता खरा कॉलेजकुमार झालो. आता तो मला 'लवटेकुमार' म्हणायला लागला. मी 'सुनीलकुमार' झालो त्या बारशाची बीजं मला प्रकाशच्या या प्रेमळ पुकारणीत आढळतात. प्रकाश नि माझ्यात सख्य जमून यायचं एक छोटंसं कारण होतं. आम्हा दोघांच्या प्रेयसींची नावं योगायोगाने एकच होती. तारुण्यात मैत्री जुळून यायला काही कारण लागत नाही हेच खरं!

मी प्रथम वर्षात शिकत असतानाच आश्रमातील माझ्या खोलीतील मानलेला भाऊ विकास-त्याला मी दादा म्हणायचो, सी.पी. एड. होऊन शिक्षक झाला होता. त्यानं आपल्या तुटपुंज्या पगारातून, आपल्या दैनंदिन खर्चात काटकसर करून मला दहा रुपये पाठवायला सुरुवात केली. त्याची येणारी दहा रुपयांची मनीऑर्डर मला मोठा आधार देऊन गेली. रोजचा चहा, तेल, साबण, स्टेशनरी, इस्त्री असा

किरकोळ खर्च त्यातून भागायचा. दादाचे येणारे दहा रुपये मला काहिलीएवढे मोठे वाटायचे. मी पुरवून पुरवून खर्च करायचो. त्यातूनही एखादा रुपया आकस्मिक खर्चासाठी शिल्लक ठेवायचो.

पुरवून खर्च करण्यावरून लक्षात आलं. त्यावेळी हॉस्टेलची आम्ही सर्व मुलं 'मामा टी स्टॉल' मध्ये चहाला जात असू. स्टॉलचे मालक मामा घाटगे पूर्वी आमची मेस चालवायचे. त्यांच्याशी स्नेह जुळून आलेला होता. त्यांच्या हॉटेलातील रेडिओ हा आम्हा सर्व मुलांचं गारगोटीच्या अंदमानातील एकमेव मनोरंजनाचं साधन असायचं. विविध भारती, बिनाका गीतमाला, क्रिकेट कॉमेंट्री, निवडणूक निकाल, युद्ध, भूकंप साऱ्या प्रसंगी मामा आमचे आधारवड होते. बहुतेक साऱ्या मुलांची तिथं उधार खाती होती. पैसे येईल तसे अथवा स्टायपेंड झाला की मग बिल भागविण्याचा प्रघात होता. इतर मुलं भरपूर उधारी करायची. मी रोज एक चहा पलीकडे कधी काही घेतल्याचं गावी नाही. मुल सर्रास 'गोतिचा' घ्यायची. गोड, तिखट नि चहा असा तो फराळ करायची. माझ्या मासिक उधारीची बेरीज मामा न मोजता कॅलेंडरचा शेवटचा दिवस पाहून (२८,३०,३१) २ रु. ८०पै, ३ रु., ३रु. १० पैसे करत. त्यावेळी चहा फक्त १० पैसे होता. मी मामांना बेरीज करायचा आग्रह करायचो. म्हणायचे, 'कमी भरेल पण जास्त कधीच होणार नाही.' मामांचा माझ्यावर मोठा विश्वास होता. हॉटेलचा गल्ला माझ्यावर सोडून निश्चिंत जात असत. सणावारी किंवा माहीला (गावजत्रेला) मामांचं आमंत्रण नाही असं कधी गारगोटीच्या चार वर्षांत घडलं नाही. मला मामा नव्हते. मिळाले ते कायमचेच. काही दिवसांपूर्वीच ते वारले. मृत्यूपूर्वी त्यांचं मला बोलावणं पाठवून भेटणं-या नात्याची तुलना Blood is thicker than water च्या पलीकडचीच म्हणावी लागेल.

याच काळात पंढरपूरच्या नवरंगे बालकाश्रमातील शैला व मंगल या बापटभगिनी आश्रमातून सुटून गारगोटीस आईकडे राहायला आल्या होत्या. त्यांच्या आई श्रीमती शांताबाई बापट या गारगोटीस घरोघरी जाऊन बाळंतपणादी उपचार करायच्या. गारगोटीच्या वास्तव्यकाळात या बाईंनी माझ्या शरीराची नाडी सदासर्वकाळ सांभाळली. मी सतत तणावात असायचो. स्टायपेंड टिकवायचं प्रेशर असायचं. मी जाग्रणाच्या गोळ्या घेऊन रात्री अभ्यास करत राहायचो. चहा नि गोळ्यांनी प्रकृती सतत ढासळायची. त्यावेळी मी बी.सी. बोर्डिंगमध्ये जेवण घ्यायचो. मोठी भाताची मूद नि वाटीभर वरण असं मोजकं जेवण मासिक पस्तीस रुपयांत मिळायचं. ते घेण्याशिवाय माझ्याकडे पर्याय नव्हता. एक तर ते वर्षभराच्या उधारीनं मिळायचं. इतर मेस ५० रु, ६० रु. मासिक होत्या. अशा स्थितीत बापटबाई मोफत उपचार करायच्या. आलं गेलं की आतिथ्य करायच्या. ते माझं गारगोटीतील हक्काचं माहेरघर झालं

होतं. त्या काळातील या आपुलकीच्या आधाराला माझ्याकडे शब्द नाहीत.

मी डी. आर. एस. (एज्युकेशन) कोर्सला प्रवेश घेतला नि माझी एका महामानवाशी गाठ पडली. डॉ. डी.व्ही. चिक्करमने त्यांचं नाव. समर्पित व तळमळीचा शिक्षक कसा असावा, याचे ते मूर्तिमंत उदाहरण होते. सर आम्हाला पडेल ते विषय शिकवायचे. संख्याशास्त्र, भूगोल, इंग्रजी, मानसशास्त्र, दृक्‌श्राव्य शिक्षण, असे सर्व विषय सरांनी आम्हास शिकवले. शिकवताना एक विलक्षण भाबडेपणा त्यांच्यात दिसून यायचा. त्यांच्या शिकवण्याला घंटेचं, वेळापत्रकाचं बंधन नसायचं. त्यांच्या कॅलेंडरच्या लेखी सुट्टी नसायची. रविवारी जादा तास नाही असं घडायचं नाही. सुट्टी मागितली की चिडायचे. म्हणायचे 'Yours is the University of Holidays' सुट्टी न घेणारा सर्ववेळ शिक्षक म्हणून आम्हा सर्व विद्यार्थ्यांचे ते आराध्यदैवत होते. नोटीस लिहिणं, टाइप करणं, नोटस् सायक्लोस्टाईल करणं, फिल्मस्, स्लाईडस् दाखवणं सगळं ते एकहाती करायचे. शिपाई न लागणारा प्राचार्य म्हणून त्यांचं आम्हाला मोठं अप्रूप वाटायचं. हुषार इतके की स्टॅटिस्टिकला गणित लिहिलं की अगोदर उत्तर लिहायचे नि मग गणित सोडवायचे. फळा ओल्या फडक्यानंच पुसायचा त्यांचा शिरस्ता असायचा. माझ्यासारख्या क्षयग्रस्त विद्यार्थ्याची ते अशी काळजी घ्यायचे. ते लौकिक जगात नसायचेच. कपडे खादीचेच घालायचे. बटणं लावायला ते विसरले तरी त्याकडे कुणाचं कधी लक्ष जायचं नाही. त्यांच्या त्या भाबडेपणात सारं माफ असायचं. मुलींनी शिकावं म्हणून धडपड असायची त्यांची. त्या काळात त्यांच्या विभागात शिक्षिका घेणं, तेही आपले विद्यार्थी असलेल्या घेणं, त्यांना उमेद देऊन उभं करणं, त्यांच्या ऋषितुल्य व्यक्तिमत्त्वास शोभून दिसायचं. त्यावेळी ते युनेस्कोचे शिक्षण सल्लागार होते. पण किती साधे! एकदा बँकॉकहून परत येताना त्यांनी कॉलेजसाठी ओव्हरहेड प्रोजेक्टर आणला होता. पावसाळ्याचे दिवस होते. वेदगंगा नदीचं पाणी पुलावर आल्यानं वाहतूक बंद होती. सरांनी प्रोजेक्टर स्वतःच्या डोक्यावर घेऊन नदी पार केली. कुणाला हात लावू दिला नाही. उपकरण ते जीवाच्या आकांतानी जपायचे. 'Don't touch' हे त्यांचं परवलीचं वाक्य असायचं. या नि अशा त्यांच्या किती आठवणी सांगू? त्यांचे माझ्यातल्या शिक्षकात निर्माण झालेले ते प्रेरणास्थान-अढळपद अद्याप कोणीच हिरावून घेऊ शकलेलं नाही!

मौनी विद्यापीठात आम्हास शिकवायला एकापेक्षा एक सरस शिक्षक होते. 'अवंतिका' फेम प्रा. स्नेहलता दसनूरकर आम्हाला हिंदी शिकवायच्या. मराठीतील या ख्यातनाम कथाकार हिंदी शिकवतात याचं आम्हाला मोठं आश्चर्य वाटायचं. खिडकीतून बाहेर दूरवर पसरलेल्या हिरव्यागार गवतानी झाकलेल्या डोंगरराजींकडे पाहत शिकवण्याची त्यांची शैली विलक्षण होती. शिकवायला येताना हटकून

पांढरी साडी नेसायचा त्यांचा रिवाज खानदानी होता. दिवाळी अंकाची सुगी सुरू झाली की त्या लेखनात मग्न असायच्या. मग कधी तरी वर्गातही त्यांची तंद्री लागायची. तशा त्या शिष्ट वाटायच्या पण नव्हत्या. माझी दूरदर्शनवरील मुलाखत पाहून पत्ता शोधून मला त्यांनी लिहिलेलं पत्र त्यांच्या उदारमनाचा सज्जड पुरावाच होता. मी त्यांच्या कथा, कादंबऱ्या हटकून वाचायचो. त्या तारुण्यसुलभ मनाला भावणाऱ्या असल्या तरी भिडणाऱ्या नव्हत्या. पण एक लेखिका आपणास शिकवते याचं वलय मोठं होतं.

असेच होते प्रा. श्री. अ. दाभोळकर 'विपुलाच सृष्टी' 'आपला हाथ जगन्नाथ' चे लेखक. 'प्रयोग परिवार' चे जनक. आम्हास ते विज्ञान शिकवायचे. त्यांचं शिकवणं परीक्षाकेंद्री नसायचं. ते म्हणायचे, 'मी तुम्हास विद्यार्थ्यांना कसं शिकवायचं ते शिकवत राहणार. शिकायचं काम तुमचं तुम्ही करायचं'. त्यावेळी ते कठीण वाटायचं. आज लक्षात येतं की खरं अध्यापन त्यांचंच होतं. पांढरा शर्ट नि विजार हा त्यांचा ठरलेला पोषाख होता. केस कधीच विंचरलेले नसायचे. वर्गात आले तरी त्यांचं अंघोळीचं डोक्यावरचं पाणी झरत राहायचं. त्यांनीच आपली ओळख एकदा 'मॅड दाभोळकर' म्हणून करून दिली होती. त्यांचं खरं नाव मुकुंद अच्युत दाभोळकर म्हणून ते 'मॅड'(M.A.D.), पुढे ते श्रीपाद अच्युत दाभोळकर झाल्यावर 'सॅड' (S.A.D.) झाले. ते आम्हास खगोलशास्त्र शिकवायचे. त्यांचं वेळापत्रक चंद्राच्या कलेप्रमाणे चालायचं. अमावस्या टॉपिक ते अमावस्येलाच शिकवायचे. शुक्र शिकवायला त्यांनी एकदा चक्क पहाटे चारला बोलावलं होतं. आम्हाला शिकवणं हा त्यांच्या प्रयोगाचाच एक भाग असावा. मी वादविवाद मंत्री असताना त्यांचं 'मी व माझे बेबंद प्रयोग' विषयावर व्याख्यान ठेवलं होतं. ते ऐकून त्यांच्या कलंदर, अवलिया व्यक्तिमत्त्वाची ओळख झाली होती. परवा ते निवर्तल्यावर त्यांच्यावर मी श्रद्धांजलीपर लेख लिहिला, तेव्हा त्यांचं सारं साहचर्य उचंबळून आलं होतं.

याच दिवसांत माझं लेखन प्रा. व्ही.के. कुलकर्णी, प्रा. श्रीकांत जोशी यांनी 'प्राजक्त', 'कर्मवीर' सारख्या नियतकालिकांत प्रकाशित केलं होतं. माझी पहिली प्रेमकविता, प्रेमकथा, कृतज्ञता लेख प्रकाशित झाला तो या साऱ्यांच्या प्रोत्साहनामुळे. यांनीच मला लौकिक अर्थानी लेखक केलं. 'छापून आलेली प्रत्येक कविता, कथा, लेख मी स्वत:च कितीतरी वेळा डोळे भिरभिरून, मन भरभरून वारंवार वाचत राहायचो. पहिल्या सृजनाचा ऋतुबहार होता तो .... न जमलेल्या प्रेमाची, पुढं घडून आलेल्या विरहाची, मग प्रेमभंगाची अशी किती तरी गाऱ्हाणी मी याच काळात शब्दबद्ध केली. माझ्या मनातल्या 'त्या' नायिकेने या काळात नुसता उच्छाद मांडला होता.... पंढरपूर, सोलापूरच्या मी केलेल्या वाऱ्या .... त्यातून माझं भरकटलेलं

वारू कधीच सावरलं नाही हे मात्र खरं!

प्रेम, प्रणय अशा प्रकारचं लेखन असायचं कारणही तसंच होतं. मी ऐन विशीत आलो होतो. वारंवार स्वप्नात नि प्रत्यक्षातही बेचैन करणाऱ्या त्या अनामिक नायिकेनं माझं जिणं हराम केलेलं. ती खासगीत एकांतात वेगळी असायची. तिची पत्रे, व्यक्तिगत संवाद खरे की माझ्या माघारी तिचं बोलणं, वागणं खरं, कळायचं नाही. आता लक्षात येतं की प्रेम, प्रणय कळण्याचं प्रौढत्व तिच्यात नसावं .... मग कळू लागलं की तिचा 'चॉईस' डॉक्टर, इंजिनिअर आहे. एका मेलनर्सशी तिचं संधान असल्याचंही कानावर यायचं .... मी होणार होतो साधा शिक्षक .... शिवाय तिला नात्यागोतावळ्याचा वर हवा होता. हे तिच्या मेट्रननी तिच्या कानात भरवलेलं .... तिला सनाथ, समाजातला (आश्रमाबाहेरचा) वर हवा होता म्हणे .... पण हे सारं खोटं होतं .... सभ्यतेच्या बुरख्याखाली केलेला बनाव होता तो! तुमचं प्रेम खरं असेल तर त्याचा केव्हा ना केव्हा विजय होतोच होतो, यावर माझी श्रध्दा होती. अन् झालंही तसं! आयुष्याच्या एका वळणावर तिनं दिलेली 'ती' अबोल कबुली हा माझ्या निखळ प्रेमाचा विजय नि तिच्या बनावाचा 'तो' पाडाव होता. आज मागं वळून पाहत असताना लक्षात येतं की प्रेम म्हणजे नुसतं शरीर नसतं. शरीराला साधन बनणारं प्रेम असते फक्त एक वासना! मन:पूर्वक प्रेम एखाद्या कटाक्षातूनही सर्वस्व घेऊन ओघळतं. अश्रूचा एक थेंब, पाणावलेले डबडब डोळे, ती कातर अबोल समाधी, रुसव्याचा तो जीवघेणा आजीवन सकारात्मक प्रतिसाद सारं तुम्हाला न देताही भरपूर, भरभरून देऊन जात असतो.

मी त्या काळातच ठरवून टाकलं होतं की लग्न करायचे तर अनाथ मुलीशीच. कितीतरी अनाथ मुला-मुलींनी बाहेरच्या सनाथांशी केलेले अयशस्वी विवाह मी पाहिले होते. त्यांची धुसफूस, बेबनाव मी अनुभवला होता. अनाथाने अनाथाशी केलेल्या विवाहात एक प्रकारची सहिष्णूता असते. अनेक अनामिकांचे भोग मी ऐकलेत .... माझ्या असं लक्षात येतं की स्वयंवरासारखं सुख नाही. भिडेपोटी केलेले विवाह असते एक तडजोड. त्यात समर्पण नसतं. असतं फक्त उत्सर्जन! अंतर्मनातील द्वंद ज्यांनी अव्हेरलं, त्यांची फसगतच झाली. पश्चात्तापापोटी आयुष्याच्या एखाद्या वळणावर तुम्हाला खरा कबुलीजबाब (Confession) दिल्याशिवाय ना सुखाची झोप घेता येते ना समर्पणाचा चरमोत्कर्ष आनंद (Orgasm) उपभोगता येतो.

मौनी विद्यापीठातील माझं चार वर्षांचं वास्तव्य .... या दिवसांनीच माझ्यातला शिक्षक, मनुष्य घडवला. या काळात मला सावरणारे, समजून घेणारे प्राचार्य बी.एम. चांडके लाभले नसते तर माझं शिकणं, सवरणं नि सावरणं केवळ अशक्य होतं! गारगोटीचे दिवस रोज मला उपकृत करत राहिले. त्या दिवसांच्या उपकारांनी,

त्यांच्या ओझ्यांनी आजही मी वाकलेलाच आहे. कुणा-कुणाचे काय काय उपकार सांगावे, असं होऊन जातं! ते दिवस आठवले की जुन्या स्मृतींना महापूर येऊन जातो.

मौनी विद्यापीठातील दिवसांनी माझं चित्र, चरित्र नि चारित्र्य घडविलं. पण याचा पाया मात्र आंतरभारती विद्यालयात घातला गेला होता. कोल्हापूरच्या आंतरभारती विद्यालयातील सन १९६३ ते १९६७चा काळ माझ्या आयुष्यातील संस्कारशील पेरणीचा होता. या काळात मी अनेक वक्ते, साहित्यकार ऐकले. पुस्तकं वाचली. शाळेत 'साधना', 'माणूस', 'बहुश्रुतमाला', 'कुमार', 'गोकुळ','अमृत', 'विज्ञानयुग', 'स्त्री', 'किर्लोस्कर', 'सर्वोदय', अशी अनेक नियतकालिकं येत. 'पुढारी', 'सत्यवादी', 'इंद्रधनुष्य', 'नवसंदेश' इ. वृत्तपत्रेही यायची. 'साप्ताहिक स्वराज्य' असायचा. तो कधी चाळायचो, कधी वाचायचो. गारगोटीच्या मौनी विद्यापीठात प्रवेश घेतला तेव्हा तिथलं रा. वि. परुळेकर ग्रंथालय मोठं समृद्ध असल्याचं जाणवलं. सन १९६९-७०ला मी एस.वाय.डी.आर.एस. (एज्यु.) वर्गात शिकत असताना तर माझं वास्तव्य या ग्रंथालयासमोरील वसतिगृहातच होतं. ते 'लायब्ररी हॉस्टेल' म्हणूनच ओळखलं जायचं. श्री. आर.जी. साळवी म्हणून एक शिस्तीचे ग्रंथपाल तिथं होते. त्या काळात ग्रंथालयात वेळ घालवणं माझा छंदच होऊन गेलेला होता. साळवी सर माझं वाचन, अभ्यासाचं वेड पाहून भरपूर सवलती देत होते. हवं ते पुस्तक आणून देत. दुसरा स्टाफ, लिपिक यशवंतराव अलूरकर, जोशी, कुंभार, शिपाई विठोबा, पाटील, कृष्णा सारे पुस्तकं देण्यात तत्पर होते. खांडेकर, फडके, प्रेमचंद, जैनेंद्र, एच. जी. वेल्स, शॉ, टॉलस्टॉय, सारे मी याच काळात वाचले. माझ्या विशिष्ट जीवनामुळे शिवाजी सावंतांच्या 'मृत्युंजय'नं तर या काळात मला भंडावून सोडलं होतं. 'स्पॅन', 'लाईफ' 'अमेरिकन वार्ताहर', 'सोविएत देश', 'नॅशनल जिऑग्राफी' सारखी नियतकालिकं चाळण्याचा, तासन् तास सुंदर रंगीत चित्रं पाहण्याचा नाद मला याच काळात लागला होता. संदर्भशोध मी इथंच शिकलो. इंग्रजीचं भय सतत वाचनानी कमी झालं ते याच काळात.

याच काळात मी आमच्या कॉलेजचा वादविवाद मंत्री म्हणून बिनविरोध निवडून आलो होतो. चुरशीच्या निवडणुकीत प्रकाश बामणे जी.एस.झाला होता. माझ्यासाठी रंगराव देसाई नावाच्या वरच्या वर्गातील मित्रानी माघार घेतली होती. त्याची माझी मैत्री पन्हाळ्याच्या एन.सी.सी. कँपमध्ये दुधाच्या साईच्या आमच्या बहाण्यातून झाली होती. या काळात इरावती कर्वे, प्रा. श्री. अ. दाभोळकर यांची व्याख्याने, फिल्म सोसायटीचा आमचा प्रयोग गाजला होता. कॉलेजच्या प्रत्येक कार्यक्रमात प्रास्ताविक, परिचय किंवा आभार अशा काही ना काही जबाबदारी माझ्यावर असायचीच असायची.

मी यापूर्वी राष्ट्र सेवा दलाची शिबिरे, सन १९६७ची पहिली सोमनाथची श्रमछावणी, कोयना भूकंप सहाय्य शिबिरासारख्या उपक्रमात सक्रिय भाग घेतलेला होता. त्यामुळे कॉलेजच्या प्रत्येक श्रमदान, प्रबोधन कार्यात मी हिरिरीने भाग घ्यायचो. या काळात मीही वारंवार अंतर्मुख होऊन लिहायचो. ते केव्हा प्रसिध्दीस पाठवलं नाही, पण आता कधी तरी त्यातील एखादं जुनं चिटोरं हाती येतं .... वाचतो तेव्हा लक्षात येतं की मी त्या काळात फार हळवा होतो.... बरंचसं लेखन अंतर्मनाला साद घालणारं होतं.... तो एक प्रकारचा विवाद, स्वयंवाद, संवादच असायचा .... 'खुद लिखे खुदा पढ़े' असंच सारं लेखन असायचं ते.

नंतर उलटे पडलेले फासे सावरत मी अभ्यासाकडे अधिक लक्ष केंद्रित करत गेलो. आता सतत माझाच पहिला नंबर असायचा. शेवटच्या वर्षी डिस्टिंक्शन मिळवायचं ठरवून अभ्यास करत राहिलो. मुलं नाटक, सिनेमा, तमाशाला जायची. मी मात्र कधी त्यांच्याबरोबर गेलो नाही. अख्खं हॉस्टेल रिकामं असायचं, पण मी चिकाटी नाही सोडली. शेवटच्या वर्षा-दोनवर्षात तर सलग सुट्ट्यांत, गणपतीच्या आठ-दिवसांच्या स्वयंघोषित सलग सुट्ट्यांत सर्व मुलं आपापल्या गावी जायची. हॉस्टेलमध्ये मी एकटाच राहायचो. रिमांड होममध्ये कोंडलं जाण्यापेक्षा इथला मोकळा श्वास अडचणी असूनही सुखकर वाटायचा. मेस बंद. हॉस्टेलचं पाणी, लाइट बंद. तशातही एकटा राहायचो. नाही म्हणायला हॉस्टेलची राणी कुत्री सोबतीला असायची. एका सुट्टीत तर तिच्या नवजात पिल्लांनी कुईकुई करत भलतंच बेजार केलं होतं. माझ्या काटकसरी जेवणामुळे राणी रिकामी भांडी चाटूनच समाधान मानत राहायची. तिची भुकेली पण निष्ठावान सोबत माणूसपणाची शेखी जिरवणारी असायची.

या काळात मी दिवसाची रात्र केली होती. परीक्षेत अन्य मुलं मोठ्या प्रमाणात कॉपी करायची. मी माझा विवेक ढळू दिला नाही. शेवटच्या वर्षीची परीक्षा मला चांगली आठवते. आम्ही त्यावेळी डॉ. पंजाबराव देशमुख हॉस्टेलवर राहायचो. माझ्या वर्गमित्रांनी परीक्षेचा चांगलाच धसका घेतलेला होता. शंभर मार्कांचं इंग्रजी ग्रामर नि काम्पोझिशननी तर त्या सर्वांचं काम्पोझिशन पुरतं बिघडवून टाकलं होतं. काही मुलांनी यंकनमर्डीला जाऊन हरिकाका गोसावी नावाच्या कुणा महाराजांकडून परीक्षेला कुठल्या वारी कितीला निघायचं याची चक्क मुहूर्तसूचीच आणलेली. शुचिर्भूत होऊन पूजा करून ठरलेल्या वेळेत मुलं मूकपणे परीक्षा हॉलमध्ये जात. कधी-कधी ती बरीच आधी जायची. यात अधिकांश सामील असायचे. मला कधी या मार्गाची भुरळ पडली नाही. माझा भरवसा माझ्या मेहनतीवर होता. 'आपला हात जगन्नाथ' यावर माझा पुरेपूर विश्वास होता.

१९७०-७१ हे गारगोटीतील मौनी विद्यापीठातील माझं शेवटचं वर्ष होतं. ते

माझ्या गेल्या चार वर्षांच्या तपश्चर्येचं, कष्टांचं चीज करणारं वर्ष ठरलं. त्या वर्षीचा बेस्ट 'सोशल वर्कर' म्हणून देण्यात येणारा 'रोल ऑफ ऑनर' ऐन परीक्षेच्या काळातच दिल्लीहून मला जाहीर झाल्यानं माझा आनंद गगनात मावेना. यामुळे माझं बळ वाढलं. अगदी शेवटच्या पेपरपर्यंत मी चिकाटी सोडली नाही. परीक्षेत मी ६५% गुण मिळवून आमच्या कोर्समध्ये भारतात पहिला आलो. या वर्षीच्या 'सर्टिफिकेट ऑफ मेरीट' चा मी मानकरी ठरलो. अनाथाश्रम, रिमांड होमच्या इतिहासात असं यश संपादन करणारा मी प्रथम विद्यार्थी. कॉलेजमध्ये 'डिग्री', 'मेरीट सर्टिफिकेट' व 'रोल ऑफ ऑनर' मिळवून 'हायट्रीक' साधणाराही मी पहिलाच असावा. हे ऐकून माझ्या त्या सांभाळलेल्या आईला पांग फेडल्याचा आनंद झाला. आश्रमानं माझा जंगी सत्कार केला. रिमांडहोमनी पण कौतुक केलं. आंतरभारती विद्यालयानं तर 'Appointed, Start Immediately' तार पाठवून मला आकाश ठेंगणं करून टाकलं. इतरही अनेक नियुक्तीची पत्रं हाती असताना मी आपल्याला घडवणाऱ्या शाळेत शिकवायला मिळणार म्हणून आंतरभारतीतच नोकरी करायची ठरवली. आपल्या जमिनीवर आपलं आकाश निर्मिण्याच्या ऊर्मीचे ते दिवस होते!

कोल्हापूरला नोकरी मिळाली यापेक्षा मला आनंद होता तो कोल्हापूरला राहून एम्.ए.करता येणार याचा. माझ्या बरोबरच्या अनेक मुलांनी एम.ए. ला प्रवेश घेतल्याचं कळालं होतं. कोल्हापूरला आलो तर मला आंतरभारती, उत्तूरच्या भुदरगड तालुक्यातील पिंपळगाव हायस्कूल, पिंपळगाव इथं मला शिक्षक म्हणून नियुक्त केल्याचं कळलं नि माझ्या साऱ्या उत्साहावर पाणी पडलं.

१२

एव्हाना जूनचा मध्य उजाडलेला. तेव्हा नोकरीचे इतर सर्व दरवाजे बंद झालेले होते. मग शब्द दिल्याप्रमाणे तो पाळायचा ठरवून मी उत्तूरमार्गे पिंपळगावला कूच करायचे ठरवले. त्याप्रमाणे एके दिवशी संध्याकाळी उत्तूर (आजरा) गाठले.

श्री. अनंतराव आजगावकर यांनी त्या रात्री शाळेची सारी स्थिती मला समजावून सांगितली. ते म्हणाले, "ती शाळा आम्ही नुकतीच घेतली आहे. मुलं गोळा करण्यापासून सुरुवात करायची आहे. तुमची राहायची व्यवस्था शाळेच्या दोन वर्गांमधील पडवीत केली आहे. शाळेत लाईट नाही. येथून कंदील घेऊन चला. गावं छोटं आहे. तिथं काही मिळणं कठीण आणि हो, पाऊस सुरू झाल्यानं बसेस बंद झाल्या आहेत. आमचे येथील बबन ठाकूर क्लार्क तुमच्याबरोबर येतील.

सकाळी लवकर निघा. बॅग, बादली, बिछाना, कंदील सारं घेऊन निघा. ठाकूर एखाददिवस राहून तुमची सर्व व्यवस्था करून देतील. तिथं पुजारी म्हणून एक शिक्षक नेमलेत. ते, तुम्ही नि ठाकूर दोन दिवसांत पिंपळगाव, पांगिरे, बेलेवाडी, दिंडेवाडी, बेगवडे, बारवे ही गावं, वाड्या, वस्ती फिरून घरोघरी सातवी, आठवी पास विद्यार्थी शोधा. शक्य तो शाळा आठवड्यात सुरू होईल असे पाहा''. हे सारं ऐकून नि मुक्काम पोस्ट पिंपळगाव पाहून लक्षात आलं की शाळा होती म्हणजे हाती होता एक परवान्याचा कागद. शेंडीपासून बुडक्यापर्यंत सारी तयारी करायचं आव्हान होतं. भारतात प्रथम आलेला मी. मला गांधींच्या स्वप्नातील भारत इतक्या लवकर आंतरभारती दाखवेल असं कधीच वाटलं नव्हतं!

आठवड्यातून एकदा बाजार, पाणी ओसरेल तेव्हा पोस्ट, पावसाळा सरेल तेव्हा एस्.टी. अशा पिंपळगावात पहिली रात्र काढताना मला सावरकरांचे अंदमान, टिळकांचे मंडाले आठवले नाही तरच आश्चर्य! शाळा सुरू होऊन काही दिवस उलटले नि एक दिवस बातमी येऊन थडकली की सर्वोदयी कार्यकर्ते दिवाकर हरिदास शाळेचे मुख्याध्यापक म्हणून रुजू हाणार आहेत. त्यांना घेऊन जाण्यासाठी म्हणून उत्तूरहून पाचारण आलं. पाच-सहा मैलांची पायपीट आता नित्याची होऊन गेलेली. नदी ओलांडताना लालबहाद्दूर शास्त्रींची बहादुरी याद यायची. इतक्या अल्पकाळात जीवनांचे असे अष्टपैलू अनुभव एकामागून एक मिळून मी बघता-बघता 'फुल ट्रेंड' होईल असं वाटलं नव्हतं. उत्तूर गाठलं तेव्हा हवेच्या गारठ्यापेक्षा पंधरा दिवसांच्या विविध अनुभवांनी आपण अधिक गोठलो असल्याचं लक्षात आलं. शेवटच्या मुक्कामी बसने हरिदास सर उत्तूरला आले. भोजनोत्तर रात्री आजगावकर सरांसह आमची नियोजनाची बैठक झाली. आमची ती बैठक भारताच्या नियोजन मंडळाच्या बैठकीसारखी गंभीर वातावरणात रात्र उलटली तरी चालू होती. लक्ष्य निश्चित करण्यात आलं की प्रत्येक वर्गात (दोनच वर्गाची शाळा होती ती!) आठवी, नववीत किमान चाळीस विद्यार्थी भरले तर सरासरी ३५ राहिलं, तरच पुढील वर्षी शाळा तग धरू शकेल. भारताप्रमाणे आमची संस्था साधनांच्या तणावात साधना करत होती. मान्य पगार ४८०रु. असला तरी आम्हाला ऐंशी रुपये देणेच शाळेला परवडणार हे स्पष्ट करण्यात आलं. तो पगारही उत्तूरचं अनुदान, निधी यांच्या उपलब्धतेवर अवलंबून राहील हे स्पष्ट करण्यात आलं. सर्वांत महत्त्वाचे म्हणजे हे सारं सत्य, वास्तव असलं तरी आदर्शात आणि कार्यात कुठं कमी पडता कामा नये अशी अपेक्षा व्यक्त करण्यात आली. (खरं सांगायचं तर तसं बजावण्यात आलं!) हरिदास सरांनी मात्र पगार दरमहा मिळावा अशी अपेक्षा व्यक्त केली.... थोडे ते आग्रहीही राहिले .... चर्चेची शक्ती आता कुणातच राहिली नव्हती. मी व पुजारी सर श्रवणभक्तीने पुरे गारद झालो होतो.... भारतात

पहिला आलेल्या माझ्यातील शिक्षकापुढे विपन्न भारत संपन्न करण्याचं आव्हान ठेवण्यात आल्याच्या जबाबदारीच्या जाणिवेत जांभया देत केव्हा झोप लागली ते समजलंच नाही.

ते १९७१-७२चे शैक्षणिक वर्ष होते. मी, बबन ठाकूर, पुजारी सरांनी मिळून बेलेवाडी, दिंडेवाडी, बारवे, पांगिरे, मुरुकटे, नागनवाडी अशा भुदरगडाच्या (जि. कोल्हापूर) कुशीत वसलेल्या वाड्या-वस्त्या पायी तुडवून मुले गोळा केली. हाती बहुधा मुलंच लागली. प्रयत्न करूनही अपवाद वगळता मुलींना शाळेत पाठवण्यास पालक तयार नसत. गावाच्या पायथ्याला हमरस्त्यालगत असलेल्या ढोकरेंच्या घरात आम्ही पिंपळगाव हायस्कूल थाटले होते. दोन्ही बाजूंना पडव्या, मध्ये एक छोटीशी खोली. घरमालकाच्या घरी एक म्हातारी आजी, तिच्या दोन नाती, दोन म्हशी. मध्ये तट्ट्याचा आडोसा, म्हशीच्या हंबरण्याबरोबर ढोकऱ्यांच्या म्हातारीच्या शिव्याही अधेमधे ऐकू यायच्या. हा कार्यक्रम सुरू झाला की आमच्या शिकवण्यात 'कमर्शियल' नसला तरी 'कॅज्युअल ब्रेक' घेणं अपरिहार्य व्हायचं. शाळेला शिपाई नव्हता. दोन वर्ग व तीन शिक्षक असे गणित असल्याने ज्याला ऑफ तास असेल त्याने बेल द्यायची असे ठरलेले. मुख्याध्यापकही क्षणासाठी शिपाई व्हायचे. दोन पडव्यांच्यामध्ये असलेल्या खोलीत मी व हरिदास सर राहत असू. ते बुधवार ते शनिवार येत. ते बुधवारी घरून जेवण, दूध, ताक घेऊन येत. बुधवार वाढदिवसासारखा वाटायचा. इतर वेळी सकाळ, संध्याकाळ जेवण करणे कंटाळा आणणारे होते. केसरकरांचा म्हातारा (तिथे म्हातारा, म्हातारी हे शब्द आजोबा, आजीला पर्यायी शब्द होते.) दोन घागरी पाणी व दोन भाकऱ्या सकाळ, संध्याकाळ आणायचा. त्याची मुलगी भांडी घासून जायची. ऑफ तासाला स्वयंपाक, भोजन असा कार्यक्रम चालायचा. मी हिंदी, जीवशास्त्र, भौतिकशास्त्र, नागरिकशास्त्र अशी अनेक शास्त्रे अशास्त्रीय पध्दतीने शिकवायचो. कोनाड्यातील एका ट्रेत असणाऱ्या शास्त्रीय उपकरणांद्वारे मी सारे प्रयोग करण्याची जादू करून दाखवायचो. जादूगार रघुवीरच्या प्रयोगांचा मला झालेला हा फायदा! त्याचा लाभ मुलांना मिळत राहायचा. मुलेही माझी ही अद्‌भुत कसरत आऽ वासून पाहत राहायची. नवशिक्षकांच्या ओसंडत्या उत्साहात मी स्वत:ला हरवून शिकवत राहायचो. पहिल्या आठवड्यातच भारतात प्रथम आल्याची माझी नशा मुलांच्या अनेक शैक्षणिक, सामाजिक, आर्थिक प्रश्नांचे भान येऊन पुरती उतरली होती. श्री. अनंतराव आजगावकरांसारखी ध्येयवेडी मंडळी अशा आडगावी पाय रोवून का उभी आहेत, हे लक्षात येऊन मी भारावून गेलो होतो.

श्री. दिवाकर हरिदास मुख्याध्यापक म्हणून रुजू झाले नि शाळेत एकच चैतन्य येऊन गेले. चार दिवसांत ते आठवड्याच्या कामाचा सारा उरक करायचे. शाळेभोवती आम्ही श्रमदानातून बाग केली. मुले लघुशंकेस इकडे-तिकडे जायची. म्हणून

आडोशाला तट्ट्याचे, गवताचे स्वच्छतागृह बांधले. पाट काढून ते सांडपाणी परसबागेत सोडले. परसबागेत भाजी लावली. ती आम्ही विकत घेत असू. हरिदास सर सर्वोदयी कार्यकर्ते होते. मोठे संवेदनशील गृहस्थ. तिकडे बांगला देशात मुक्तिसेनेने चार सैनिक गारद केलेले असायचे. इकडे हरिदास सर भुदरगडच्या कुशीत मुसमुसत ढाका, चितगावची चिंता करत राहायचे. शाळेची आर्थिक अडचण असायची. उत्तूरला संस्थेकडून पैसे मागणे नामुष्कीचे वाटायचे. एक तर तिथेही पैसे नसायचे. मागून लाजवल्यासारखे करण्यापेक्षा आपणच स्वावलंबी व्हावे, असा विचार करून आम्ही सरांच्या पुढाकाराने वीस गुंठे शेती कसायला घेतली. ग्रामदानातील पुरुळेकरांची शेती पडूनच होती. आम्ही श्रमदान करून ती कसली. ती कसत असताना मात्र माझे शहरीपण पूर्ण कसाला लागले होते. आम्ही कोबी लावला होता. जानेवारीत लावलेला कोबी मुलांनी, शिक्षकांनी, पालकांनी नेऊनही उरला; तेव्हा चक्क शाळेचे दोन तास बंद करून आठवडा बाजारात आम्ही शिक्षक विकायला उभे राहिलो. तेव्हा अख्खा गाव माझ्याकडे नि हरिदास सरांकडे आश्चर्याने पाहत जायचा. खर्च वजा जाता खच्चून आलेल्या ७५ रुपयांच्या कमाईत आमची शाळा सहा महिने चालली. खऱ्या कमाईचे स्काऊटमध्ये घेतलेले धडे इथे गिरवत असताना मला जीवनाचा, जीवन-शिक्षणाचा खरा अर्थ उमगला. मी पुढे ध्येयवादी, आदर्शवादी शिक्षक म्हणून टिकून राहिलो; त्याचा पाया पिंपळगावच्या या विविध प्रयोगांतून रचला गेला.

डिसेंबर सरला की पिंपळगावला पाण्याचे दुर्भिक्ष सुरू व्हायचे. परसबागेत आम्ही पपई, निलगिरी अशी झाडे लावली होती. हरिदास सर इस्राईलचे शेतीप्रयोग पाहून आलेले. मला ते 'सुनीलभाऊ' म्हणायचे. म्हणायचे, 'सुनीलभाऊ, आपण निसर्गाला ओरबाडतो. जपून नाही वापरत. ही चैन परवडणारी नाही.'

तेव्हा पर्यावरण हा शब्दही मी ऐकला नव्हता. त्या काळातले हरिदास सरांचे पर्यावरण संरक्षणविषयक भान मी आज आठवतो, तेव्हा त्यांचे द्रष्टेपण दृष्ट लागण्यासारखे होते हे लक्षात आल्यावाचून राहत नाही.

आम्ही परिसरातील साऱ्याच विकासाचे केंद्र म्हणून शाळेकडे पाहत होतो. हायस्कूलचा सवतासुभा सोडून आम्ही जिल्हा परिषदेची प्राथमिक शाळा, प्राथमिक आरोग्य केंद्र, जिल्हा बँक शाखा, जनावरांचा दवाखाना, ग्रामपंचायत, पोस्ट, हिवताप निर्मूलन कार्यालय, डॉक्टर, सर्वांना घेऊन संयुक्त कार्यक्रमांनी सारा गाव एक केला. पुढे परिसरातील सर्व शाळांची गटसंमेलने सुरू केली. गांधी जयंतीचे औचित्य साधून ग्रामसफाई योजली. गटारे तयार केल्यापासून प्रथमच ती उपसण्याचे ऐतिहासिक कार्य केल्याचे आयाबाया बोलत होत्या.

पुढे दिंडेवाडीला समाजसेवा शिबिर केले. गावाने 'पाळक' पाळून (एक दिवस

घरा-शेतीची कामे थांबवून) श्रमदानातून चांभाराच्या माळावरील उकिरडा हटवून क्रीडांगण केले. श्रमदानाबरोबरच आम्ही व्याख्यान, सर्वेक्षण अशी कामेही केली. यातून मला संगठनाचे प्राथमिक शिक्षण मिळाले.

फेब्रुवारी-मार्चमध्ये आम्ही शाळेत रात्रीची अभ्यासिका सुरू केली. सर्व मुले शाळेत मुक्कामाला यायची. त्यांची डोंगरदऱ्या ओलांडून होणारी रोजची पायपीट पाहून माझ्या शहरी मनाला वेदना व्हायच्या. त्या मुलांच्या शिक्षणाच्या तळमळीकडे पाहून मी जीव ओतून शिकवत राहायचो. शाळेत वीज नव्हती. कंदील, चिमणीच्या साथीतील मुलांची डोळेफोड पाहून जीव तगमगायचा. पुढे वीज घेण्याचे प्रयत्न झाले; पण यश आले नाही. वायरिंगवरच समाधान मानावे लागले होते.

पिंपळगाव पाच ते सात हजार वस्तीचे आडगाव होतं. उत्तूर पोस्टातून रनर रोज संध्याकाळी टपाल घेऊन यायचा. गावात आम्ही शिक्षकच काय ते सुशिक्षित. गावचे टपाल वाचून दाखविण्याची अलिखित जबाबदारी आमचीच होती. बहुतेकांची कर्ती मुले मुंबईत होती. गाव मुंबईच्या मनीऑर्डवर चालायचे. गावच्या माहीस (जत्रेस)सारी मुंबई लोटायची. मार्च -एप्रिल महिन्यात गावोगावची माही खात (जत्रेचे जेवण करत) पुरुषा-पाव्हण्यांचे तांडे खांद्यावरचा टॉवेल व डोक्यावरची टोपी सावरत पंचक्रोशी पालथी घालायचे.

पिंपळगावला पावसाळा वगळता मुक्कामाची बस यायची. आमच्या हायस्कूलजवळ एका शाहिराचे हॉटेल होते. तिथे ती बस थांबायची. चालक, वाहकाचे जेवण झाले की मग शाहिराचे हॉटेल बंद व्हायचे. तोवर तिथे येणाऱ्या -जाणाऱ्यांची वर्दळ असायची. शाहिराचे हॉटेल म्हणजे पंचक्रोशीचे जंक्शन होते. निरोप देणे, घेणे, सामान ठेवणे, पोचवणे ही सर्व कामे तिथे चालत. गावची धुणी इथे येणारे-जाणारे मोठ्या रसिकतेने बिनसाबणाने धूत. मी-मी म्हणविणाऱ्यांची बिनपाण्याची चंपी इथेच व्हायची. गावचे आमदार असोत की कम्युनिस्ट पुढारी, त्यांचा ठिय्या याच जंक्शनमध्ये असायचा. शाहीर 'भेदीक' छान म्हणायचा. शाहिराच्या भेदिकात काढलेल्या त्या एकांत रात्री आज आठवल्या की आपण त्या ठेव्यास मुकल्याचे शल्य डसत राहते. सणाची पुरणपोळी शाहिरांनी कधी चुकवून खाल्ली, असे वर्षात कधी घडले नाही.

याच दिवसांत बांगला देशाचे युध्द सुरू होते. दिवाळीच्या सुट्टीनंतर मी आणलेल्या ट्रान्झिस्टरने पिंपळगावाचे एकलकोंडे जीवन सुसह्य केले होते. शनिवार-रविवार हरिदास सर नि पुजारी सर गावी जात. एकट्याला शाळा खायला उठायची. या काळात मी एम.ए. चा अभ्यास सुरू केला होता. कोल्हापूर, गारगोटीहून मागवलेल्या पुस्तकांवर अभ्यास सुरू होता. नियमित एम.ए. करण्याची इच्छा व पात्रता असून परिस्थितीमुळे शक्य नव्हते. एक्सटर्नल करायला एक वर्ष गॅप घेणे

गरजेचे होते. पण वाचन सुरू केले होते. हे वर्ष मी वाचनवर्ष म्हणून साजरे केले. मराठी, हिंदी, इंग्रजीची 'क्लासिक्स' या काळात छंद म्हणून वाचून काढली. वाचन, लेखन, विचार इतकेच जीवन होऊन बसलेल्या मुक्काम पोस्ट पिंपळगावात मी स्वत:ला घडवत राहिलो.

माझे शरीर नि मन इथल्या वातावरणात काही केल्या रमेना. एक तर मला एम.ए. करायचे होते. एकटेपणाचे जिणे आता असह्य होऊन गेले होते. अनामिकेच्या 'त्या' अव्हेराने पिंपळगावचा एकांत खायला उठायचा. शनिवार, रविवार रडून - मुसमुसून काढायचो. पावसाळ्यात तर पळून जावेसे वाटत होते. एप्रिलमध्ये मात्र मी पिंपळगाव सोडण्याचा निर्णय घेऊन टाकला. कोल्हापूरला जायचे ठरवून नोकरीचे प्रयत्न केले. आंतरभारतीने कोल्हापूरला घ्यायचे मान्य केले, तेव्हा कुठे माझा जीव भांड्यात पडला. परीक्षा, निकाल संपवून मी १ मे, १९७२ ला पिंपळगाव सोडले. त्या दिवशी गावचे झेंडावंदन माझ्या हस्ते झाले होते. शाळेतल्या मुलांनी मला एक वही व पेन भेट दिले. त्या भेटीत किती प्रेम होते म्हणून सांगू! मुलांनी दहा-दहा पैसे वर्गणी काढून दिलेली ती भेट मी कितीतरी वर्षे ठेवणीतल्या शालूसारखी जपली होती. मी जाहीर निरोप घेतल्याचे आजगावकर सरांना आवडले नव्हते. शाळेवर होणाऱ्या परिणामांमुळे त्यांचे चिंतित होणे मी समजू शकत होतो. पण प्रतारणा करून राहणे मला केवळ अशक्य होते.

मुक्काम पोस्ट पिंपळगावच्या त्या दिवसांनी मला माणूस, शिक्षक म्हणून सामुदायिक जीवन, सहकार, संगठन शिकविले. गांधीजींनी 'खेड्याकडे चला'चा दिलेला संदेश या दिवसांतच मला खऱ्या अर्थाने उमगला. पिंपळगावाने मला शिक्षणामागच्या तपश्चर्या नि तळमळीचे भान दिले. मी पुढे कोल्हापूरसारख्या महानगरात गेलो, रमलो, रुळलो पण पिंपळगावाने दिलेले जीवनभान अजून माझ्या मनी-मानसी कायम आहे. या खेड्याने मला मातीची शपथ घातली होती. आकाशात विहरणाऱ्या माझ्यातील शिक्षकाला जमिनीची सततची जाण दिली ती मुक्काम पोस्ट पिंपळगावनेच. माझा जमिनीवरचा हा मुक्काम सतत वास्तवाशी नाते जोडत राहतो, तो पिंपळगावमुळेच.

१३

पिंपळगावचा निरोप घेण्यापूर्वी मी कोल्हापूरच्या आंतरभारती विद्यालयाशी संपर्क साधला होता. पिंपळगावसारख्या आडगावी राहून एम.ए. करणं अशक्य होतं. एम.ए. करण्यासाठी म्हणून मला कोल्हापूरला नोकरी देण्याचं आश्वासन

मिळालं नि मी निश्चिंत झालो. मे च्या सुट्टीसाठी म्हणून पंढरपूरला गेलो. सुट्टीत मध्येच निरोप आल्यावरून कोल्हापूरला परतलो. आंतरभारतीनं नोकरीच्या मुलाखतीसाठी म्हणून पाचारण केलं होतं. ए. बी. देशपांडे मुख्याध्यापक व सचिव म्हणून धुरा सांभाळत. प्राचार्य अ. के. भागवत स्कूल कमिटीचे चेअरमन होते. मी आंतरभारतीत शिकत असताना ते (प्राचार्य भागवत) आम्हास चार्ल्स डिकन्सची 'टेल ऑफ टू सिटीज्' ही कादंबरी शिकवायचे. ती कादंबरी रॅपिड रिडर म्हणून पाठ्यक्रमात लावण्यात आली होती. त्यांचं शिकवणं त्यांच्या व्यक्तिमत्त्वाप्रमाणे रुबाबदार होतं. ते पावसाळ्यात मिलिटरी रेनकोट घालून रॅली सायकलीवरून येत, तेव्हा ते 'टेल ऑफ टू सिटीज' मधील मिस्टर लॉरीसारखे भासत. आम्ही विद्यार्थी आपसात सरांना 'मि. लॉरी' म्हणत असू. या संबंधामुळे सर मला ओळखत होते. मुलाखत अशी झाली नाहीच. पण बोलवून फक्त इतकंच सांगण्यात आलं की इथं सोय झाली नाही तर इचलकरंजीस जावं लागेल. पिंपळगावपेक्षा इचलकरंजी बरी, म्हणून मी लगेच होकार दिला. नोकरी पक्की झाल्याच्या आनंदात खोली, मेस इ. ची व्यवस्था आजमावून मी पंढरपूर गाठलं.

तिथं गेलो तर पानात वेगळंच वाढून ठेवलं होतं. आईनी सून आणायचा घाट घातलेला. त्याचं असं झालं.... आमच्या आश्रमाच्या मेट्रन सिस्टर पी. राव यांनी (त्यांना आम्ही ओबा म्हणत असू) सांभाळलेल्या दोन मुलींपैकी छोटी रेखा हिला डोळ्याच्या एका मोठ्या व्याधीतून वाचवलं होतं. त्यांना निवृत्तीचे वेध लागले होते. मोठी मुलगी वनमालाचे लग्न ठरून मोडल्याने त्यांची चिंता बळावणे स्वाभाविक होते. त्यावेळी आमच्या आश्रमाचे अधीक्षक रमाकांत तांबोळी होते. त्यांनी पुढाकार घेऊन वनमालाच्या माध्यमातून आमच्या खोलीतील कुसुमताईच्या मार्फत माझ्यापुढे रेखाच्या लग्नाचा प्रस्ताव ठेवला.... तुझं प्रेमप्रकरण आम्हास माहीत आहे .... ते जमत नाही .... तिला विचारून घेतलंय .... तिनं स्पष्ट नकार दिलाय .... तिचं अन्य कुणाशीतरी आहे .... आणि बरंच काही. आयुष्यात निकराचे प्रसंग येतात तेव्हा द्रष्टेपणाने निर्णय घ्यायचा असतो. भावनेपेक्षा व्यवहार पाहणं शहाणपणाचं! शिवाय मृगजळामागं आकांतानं धावण्यात दमछाक तर होतेच पण जीवघेणी तगमगही! ती केव्हातरी थांबायलाच हवी, असा विचार करून मी रेखाच्या लग्न प्रस्तावास होकार दिला. तांबोळीदादा, ओबा (सिस्टर राव), वनुताई, विकासदादा, आई, कुसुमताई, आक्का साऱ्यांना आनंद झाला. प्राथमिक बोलणी झाली. मी एम. ए. करणार आहे .... वर्ष-सहा महिने तर बिऱ्हाड करता येणार नाही याची कल्पना देऊन मी कोल्हापूरला आलो. इचलकरंजीस जावे लागले तर जायची मानसिक तयारी केलेलीच होती. पण मनोमन कोल्हापूर मिळावं अशी इच्छा होती. तीव्र इच्छाच फलद्रुप होतात म्हणे अन् झालेही तसेच. अपेक्षेप्रमाणे मला कोल्हापूर

मिळाले. आपण ज्या शाळेत शिकलो, तिथंच शिक्षक होणार या कल्पनेनं मी आनंदून कोल्हापुरी आलो. शाळेजवळच असलेल्या आर. बी. पाटील बिल्डिंगमधील प्रभाकर लॉजमध्ये चाळीस रुपये मासिक भाड्याची कॉट बेसीसवरील सिंगल रूम घेतली. त्यावेळी ती एक मोठी चैन वाटली होती. शेजारीच असलेल्या शहाण्यांच्या गोविंदाप्पा खाणावळीत जेवणासाठी नाव घातलं. लगतच असलेल्या बी.टी. कॉलेजमधील ग्रंथपाल मधुकर गोळवलकरांनी हिंदी एम.ए.ची पुस्तकं दिली. मी मोठ्या उमेदीनं शाळेचा नि एम.ए. चा अभ्यास सुरू केला. अस्तित्व टिकवण्याची ती धडपड होती.

जूनमध्ये शाळा सुरू झाली. मला कार्यभार सांगण्यात आला. कासार सर ज्या वर्गास हिंदी शिकवत, त्यांच्या बरोबर मलाही शिकवावं लागणार होतं. आपणास न पेलणारं शिवधनुष्य आंतरभारतीनं उचलायला लावलं होतं, याची जाणीव झाली. जबाबदारीच्या गुदमरीनं मी पुरता गारद झालो होतो. सरांचा लौकिक प्रख्यात हिंदी शिक्षक म्हणून मी अनुभवलेला होता. तिकडं ऐनापुरे सरांबरोबर इतिहास - नागरिकशास्त्रही शिकवण्याची कसरत मला करावी लागणार होती. आपण हे सारं 'आ बैल मुझे मार' करून घेतल्याचं एव्हाना लक्षात आलं होतं. मी दिवसरात्र एक करून अभ्यास केला. शिकवत असताना हरघडी अज्ञानाची खोल जाणीव होत गेली. मी ते सतत जिज्ञासापूर्तीनं दूर करत राहिलो. मला दहावीचं वर्गशिक्षकपदही देण्यात आलं. आधीच ओझ्यानं दबलेल्या गाढवाच्या पाठीवर आणखी एक ओझं लादण्यात आलं होतं. नाही म्हणायची सोय नव्हती. सोबतचे सारे सहकारी माझे पूर्वाश्रमीचे शिक्षक होते. 'इकडे आड, तिकडे विहीर' अशी स्थिती होती. मी हे आव्हान घडणीची संधी म्हणून स्वीकारत गेलो. आंतरभारतीतील प्रारंभीच्या दोन-तीन वर्षांनी मला खूप शिकवलं. तो काळ माझ्यातील अंकुरलेल्या ध्येयवादी शिक्षकाच्या घडणीचा जसा होता, तसा तो माझ्या ध्येयधुंद धडपडीचाही!

छोटी गोष्टही गांभीर्यानं घ्यायची सवय मला या काळात होऊन गेली होती. नववी दहावीच्या गृहपाठांच्या वह्या तपासायला आल्या. पहिली वही तपासली. वहीतलं विद्यार्थ्याचं अक्षर म्हणजे एक कुत्र्याचा पाय, एक मांजराचा. गृहपाठाखाली मला 'अक्षर सुवाच्य हवे' असा शेरा द्यायचा होता. माझं अक्षर त्या विद्यार्थ्याशी स्पर्धा करणारंच होतं. आम्हा दोघांत स्पर्धा होती तर त्यात विद्यार्थ्यांच्याच सरशीची शक्यता अधिक. मी त्या वहीवर तो शेरा लिहिला नाही. एक मात्र केलं. त्या दिवशी एक सुलेखन वही (कित्ता) घेतली नि पाचवीच्या मुलाप्रमाणे वर्षभर कित्ते गिरवले. वर्गात फलक लेखनावर कटाक्ष ठेवला. ते अधिक सुलेख होईल असे पाहत गेलो. सहा महिन्यांनी दुसऱ्या सत्रात मी 'लेखन सुवाच्य असावे' असा शेरा सुबक अक्षरात एका वहीवर नोंदवला. त्या दिवशी जग जिंकल्याचा आनंद झाला होता.

प्रारंभीच्या दिवसात एक उपक्रमशील शिक्षक म्हणून माझी कोण धडपड असायची. मी वर्गशिक्षक म्हणून विद्यार्थ्यांच्या घरी जाऊन, संपर्क साधून, चर्चा करून प्रगतापुस्तके घरी नेऊन देत होतो. त्यामुळे मुलांचे, त्यांच्या घरचे प्रश्न समजण्यास मोठी मदत झाली होती. मुलांचे वर्तन सुधारले तसा त्यांचा अभ्यासही. शिक्षक म्हणून मला सतत चांगले विद्यार्थी भेटत गेले. काही विद्यार्थी तर माझे गुरूच निघाले. दत्ताचे चोवीस गुरू होते म्हणे. मला असंख्य विद्यार्थी गुरू लाभले. त्यांनी माझ्यातला शिक्षक आकारला.

मी दहावीचा वर्गशिक्षक होतो. सगळ्या क्षेत्रात आपल्या वर्गाचा नंबर यावा असं वाटायचं. वर्ग सजावटीची स्पर्धा होती. तेव्हा शाळा सारवणे, रंगवणे, तक्त्यांनी, पताकांनी वर्ग सुशोभित करणे, खेळांच्या स्पर्धा, विज्ञान प्रदर्शन, समूहगीत स्पर्धा, सहली सर्वांत मुलांनी भाग घ्यावा, नंबर मिळवावा म्हणून मी प्रोत्साहन, मार्गदर्शन, अर्थसहाय्य (पदरमोड) सर्व करायचो. त्या वर्षीच्या हस्तलिखिताच्या प्रकाशन धडपडीनं आकाशात उडणाऱ्या, भरारी मारणाऱ्या माझ्यातील शिक्षकास जमिनीवर घट्ट पाय रोवायला शिकवलं. त्याचं असं झालं .... आमच्या वर्गात शशिकांत भाट नावाचा एक मुलगा होता. पोलिस लाईनीतून येणारा हा मुलगा, शांत, सुस्वभावी होता. तो सुंदर कविता करायचा. त्यानं एक कविता हस्तलिखितासाठी दिली होती. हस्तलिखितासाठी आलेले लेख दुरुस्त्या, शुद्ध करून त्यांचं पुनर्लेखन सुवाच्य अक्षर असलेल्या मुलांकडून करून घेऊन चित्रं, शीर्षकं, जिलेटीन कागदांनी ते सुशोभित करण्याचा आटोकाट प्रयत्न असायचा माझा. प्रत्येक काम दर्जेदार, नेटकं व्हावं अशी धडपड असायची. मुलांना जवळ बोलवून, समजावून सांगून दुरुस्तीकरण्यावर माझा कटाक्ष असायचा. शशिकांतला मी बोलवून घेऊन त्याची कविता शब्द-शब्द वाचून (खरं तर बदलून!) दुरुस्त करून दिली. तो माझा बाप निघाला. आत्तापर्यंत आपली कविता- दुरुस्ती अबोल न्याहाळत मान डोलवणाऱ्या शशीनं शेवटी एकच वाक्य उच्चारलं, 'सर, खाली कवी म्हणून माझ्या जागी तुमचंच नाव लिहा. कारण या कवितेत माझ्यापेक्षा तुमचेच शब्द अधिक आहेत'. मी सर्दच नाही झालो तर सुन्नही! कोरा कागद घेऊन त्याची कविता केवळ शुद्धीकरणाचे संस्कार करून पुन्हा लिहून काढली नि 'शाब्बास' म्हणून त्याच्या हाती दिली खरी, पण मी आतून धडधडून गेलो होतो. त्यानंतर आज अखेरगेली तीस- पस्तीस वर्षे मी मुलांचं लेखन संस्कारित करतो तेव्हा लेखनातील मुलांच्या गाभ्यास, भावास, आत्म्यास धक्का न लावण्याचं व्रत निग्रहाने पाळतो. शशी पोलीस झाला त्या दिवशी मला फार वाईट वाटलं होतं. त्यावेळी त्याची परिस्थिती चांगली असती तर तो एक आदर्श शिक्षक, लेखक खचितच झाला असता.

असंच सुनील धोपेश्वरकरचं. त्याला मी पाचवीपासून पाहत, शिकवत आलेलो,

दहावीत तो आला तर मोठा प्रगल्भ झालेला होता. निबंध स्पर्धेतील त्याचा निबंध वाचून मला आपल्या सुमार प्रतिभेचं आत्मभान आल्याचं आठवतं. त्याच्या घरचे प्रश्न नसते तर तोही नक्कीच प्रतिभावान लेखक झाला असता. कधी मधी त्याचं ललितलेखन नियतकालिकात प्रकाशित होतं.... ते वाचताना मला आपल्या सामान्य वकुबाची नव्याने प्रचीती येत राहते.

मंगाजी हराळेत तर मी माझं प्रतिबिंबच न्याहाळलं, गोंजारलं होतं. वर्गात शिकवल्यावर रोज स्वाध्याय देण्याबाबत मी दक्ष असायचो. दुसऱ्या दिवशी शिकवण्यापूर्वी प्रथम प्रत्येक विद्यार्थ्याजवळ जाऊन तो त्यांनी लिहिल्याची खात्री करून घ्यायचो. एखाद्यानी स्वाध्याय लिहिला नसला की कधी रागवायचो, कधी खोटा-खोटा रट्टाही पाठीत द्यायचो. मंगाजीनं असाच एक दिवस स्वाध्याय लिहिला नव्हता म्हणून रट्टा घातला, तर चप्प असा आवाज आला. मी चपापलो. मागं पाहिलं तर पाठीवरच्या शर्टाचा चप्पाभर भाग उघडा-फाटलेला (खरं तर नसलेला!) होता. मला केलेल्या अपराधाची एकदम शरम वाटली. 'मधल्या सुट्टीत मला भेट' म्हणून त्याला सांगून मी शिकवू लागलो, पण आज सूर काही लागत नसल्याचं जाणवलं. मधल्या सुट्टीत मंगाजीची विचारपूस केली. त्याची रामकहाणी ऐकून मी नि:शब्द झालो. त्यावेळी मला दीड-दोनशेच पगार हाती यायचा. संध्याकाळी मी त्याला सायकलीवरून डबल शिट शिवाजी पुतळ्याला नेलं. गणवेश घेऊन दिला. दुसऱ्या दिवशी पाठक सरांना हे समजल्यावर त्यांनी त्याला वह्या दिल्या. पुढे मग बागकाम करणाऱ्या आपल्या मजूर भावाबरोबर प्रिन्स शिवाजी गार्डनमधील कोपऱ्यातल्या पाल्याच्या झोपडीत राहणाऱ्या मंगाजीची सोय आम्ही विनयकुमार छात्रावासात केली. सातवीत विशेष श्रेणीत उत्तीर्ण झालेला मंगाजी तसा धनगर समाजातला. पण शिकण्याची कोण धडपड असायची त्याची. पुढे आमच्या देशपांडे बाईंनी तर त्याला दत्तकपुत्र मानून त्याचं सर्व ते केलं. आज मंगाजीचा बंगला, फ्लॅट, गाडी, त्याच्या मुलाचं उच्चभ्रू शाळेत शिकणं, त्याचं इंजिनिअर होणं .... माझ्या व्यक्तिगत जीवनातील सारी अपूर्ण स्वप्नं मी मंगाजीत पूर्ण झालेली.... हे सारं दुरून न्याहाळतो तेव्हा मीच इंजिनिअर झाल्याचा आनंद होतो. मंगाजीच्या त्या प्रसंगानंतर मी कुणा विद्यार्थ्याच्या पाठीवर शाबासकीशिवाय हात ठेवला नाही. हात उगारण्यासाठी नाही तर उभारण्यासाठी असतात हे मंगाजीनं शिकवलं, बाबा आमटेंच्याही आधी!

तसाच तो शिवाजी पाटोळे. एक दिवस नेहमीप्रमाणे मी वर्गात गेलो तर फळ्यावर 'बॉबी' असं लिहिल्याचं वाचलं. कुणी लिहिलं असं विचारलं तर एक नाही, दोन नाही. साऱ्या वर्गाला उभं केलं. जोपर्यंत कोणी सांगत नाही तोवर ही शिक्षा म्हणून समजावलं. विचारासाठी वेळ दिला. विद्यार्थ्यांना चर्चेसाठी मोकळीक मिळावी म्हणून मी काही काळ बाहेर गेलो. मुलांनी आपसात फैसला करावा असं

मला वाटलं. पण नाव सांगायचं कुणाचं धरिष्ट्य होत नव्हतं. वर्गातीलच कुणीतरी ते लिहिलं होतं. कारण मधला तास होता तो. विद्यार्थ्यांना नाकारता येत नव्हतं. मी शेवटी प्रायश्चित्त घ्यायचं ठरवलं. माझी मुलं 'बॉबी'कडं आकर्षित होतात, चूक कबूल करत नाहीत, 'सशास खळगा सामील'- सारखा अपराध करतात हे सारं मला असहनीय होतं. मी मुलांसमोर अंगठे धरले तशी त्यांच्यात चुळबुळ सुरू झाली. 'ए तू सांग की .... तू सांग की ....' कुजबुज कानी येऊ लागली .... अर्धा तास उलटून गेला .... माझे घामाचे थेंब जमिनीवर टपटपू लागले .... पाय थरथरू लागले ....सरते शेवटी माझा चष्मा जमिनीवर ओघळला. वर्गाला माझ्या घामानी पाझर फोडला.... शिवाजी पुढं झाला. 'चुकलं सर' म्हणाला. त्या दिवशी माझ्या लक्षात आलं की एक कठोर शिक्षक म्हणून मुलांत माझी प्रतिमा वसलेली आहे. घाबरून कोणी कबूल करत नव्हतं. त्या दिवशी मी माझ्यात 'Teacher Friendly' ची रुजवणं केली. परवाच त्या बॅचची सर्व मुलं घरी भेटायला आली होती त्यात शिवाजीही होता.... मोठी झालेली मुले. माझ्या विद्यार्थ्यांनीच खरं तर मला असं मोठं केलं, हे कोण नाकारेल?

१४

आंतरभारतीच्या कोल्हापूर की इचलकरंजी शाखेत नोकरी मिळणार हे तळ्यात-मळ्यात चालले असताना बायको माझ्या गळ्यात घालायचा चंगच घरच्यांनी बांधला होता. मुलगी दाखवायचा औपचारिक कार्यक्रम ठरला. संध्याकाळी ओबांच्या घरी बैठक ठरली. ओबा, तांबोळीदादा, विकासदादा, आई, कुसुमताई एवढीच मंडळी होती. दिवेलागणीची वेळ होती. बायकोला पाहायला जावे नि दिवे जावेत याला काय म्हणावे? एक गोष्ट बरी होती, की रेखास मी लहानपणापासून पाहत आलो होतो. आजचे पाहणे औपचारिकच होते. कंदिलाच्या प्रकाशात रेखाची वधूपरीक्षा झाली. मी अनेक अटी मांडल्या होत्या 'खेड्यात राहायला लागेल. मी एम.ए. करणार असल्याने वर्षभर तरी बिऱ्हाड करता येणार नाही. रेखा त्यावेळी नॉन मॅट्रिक होती. पुढे शिकावे लागेल अशी अपेक्षा व्यक्त केली होती.... मुलीच्या बाजूने कशाला 'नाही' म्हणायचे नाही हे आधी ठरवून टाकले असावे. कारण सगळ्याला होकार मिळत राहिला. मग तो अखिल महाराष्ट्रीय पाहण्याचा व पोह्याचा कार्यक्रम पार पडला. त्यानंतर 'संगीत शारदा'च्या चालीवर 'बाळ तुला काय काय येतं?' असे दादांनी (सारे माहीत असूनही) विचारले होते. मग गाण्यांचा कार्यक्रमही झाला. रेखाने 'केशवाऽऽ माधवा ऽऽ तुझ्या नामात रे गोडवा' भक्तिगीत

गायले होते. त्यामुळे घरी आजही रेडिओवर हे गाणे लागले की आमच्याकडे रेडिओ मोठा होतो. बाहेर ध्वनीक्षेपकावर लागले तरी आम्ही दोघे आजही एकमेकांना शोधून हसत राहतो.

लग्नात देण्याघेण्याचा प्रश्नच नव्हता. लग्न आश्रमात नि आश्रमातर्फेच व्हायचे होते .... अनाथ मुलीशी लग्न करण्याची माझी इच्छा फलद्रूप होणार होती. इच्छापूर्तीपेक्षा ध्येयपूर्तीचा आनंद अधिक होता. नाही म्हणायला त्या काळात मला बाहेरची स्थळेही येऊ लागली होती. सर्वोदयी कार्यकर्ते अण्णासाहेब सहस्त्रबुध्दे, ए.बी. देशपांडे, करंबेळकर, आदींकडून स्थळे आली होती. सुशिक्षित, नोकरीवाली, घरंदाज.... मी सर्व स्थळं नाकारली होती, ती पूर्वनिश्चयामुळे. रेखाचे स्थळ त्यावेळची आमची परिस्थिती पाहता उजवे होते. सर्वार्थींनी पद, पैसा, प्रतिष्ठा.... अनाथाश्रमातही सामाजिक वर्ग, वर्णव्यवस्था असते एका प्रकारची.

दिवाळीनंतर लग्न करायचे ठरले. त्याप्रमाणे २५ डिसेंबर १९७२चा मुहूर्त निश्चित झाला. २० डिसेंबरपर्यंत पंढरपूरहून पत्रिका हाती आल्या नाहीत म्हणून कोल्हापुरातूनच समजुतीची पत्रिका छापली होती. शिक्षक, मित्रांना देण्यासाठी म्हणून. लग्नाला असे कोण नातेवाईक येणार होते म्हणा! अनाथाच्या लग्नास अनाथांचाच मेळा होता. आश्रमातील मुले, मुली, मित्र, शिक्षकांच्या साक्षीने आमचे लग्न झाले. तांबोळीदादा-वहिनींनी सालंकृत कन्यादान केले. लग्नात मी तापाने फणफणलो होतो. लग्न कसे झाले ते कळलेच नाही. अक्षतेपुरता लग्नास उभा होतो. त्यामुळे लग्नाच्या त्या आनंद सोहळ्याच्या अनुभवासाठी परत लग्न करण्याची इच्छा.... अर्थात रेखाबरोबरच, कितीतरी दिवस वेड्यासारखी माझ्या मनात घर करून होती. माझ्यासाठी तरी लग्न हा जीवनातील एक प्रकारचा कायाकल्पच होता.

नाताळची सुट्टी संपली नि मी रेखास घेऊन दोन दिवसांसाठी कोल्हापूरला आलो. मी राहत असलेल्या खोलीत रेखास नेण्याची सोय नव्हती. नारायणभाई बारडांनी शाही नसली तरी आम्हा नवदांपत्याची शानदार व्यवस्था केली होती. मी रेखास घेऊन अनेक मित्र, शिक्षकांकडे गेलो होतो. तेच माझे सगेसंबंधी, नातलग होते. ओटीचे इतके नारळ जमले होते की त्याची पिशवी नारायणभाईंकडेच ठेवण्याशिवाय पर्याय नव्हता. रेखामुळे मी पूर्ण सनाथ झाल्याची, पूर्णत्वाची प्रचीती येत गेली.

एम.ए.ची परीक्षा देऊन मी बिऱ्हाड थाटण्यासाठी म्हणून खोली शोधू लागलो. पगार थोडा वाढणार होता. अडीचशे -तीनशे रुपयांच्या मिळकतीत ५० रुपये भाड्याचीच खोली परवडणार होती. लाईट, पाणी, स्वच्छतागृहाची सोय असल्याने सारवायची जमीन असूनही माडीवरची खोली स्वीकारण्याशिवाय आमच्यापुढे दुसरा पर्याय नव्हता. कोल्हापूरच्या शनिवार पेठेतील परीट गल्लीत शंकरदादांच्या ओळखीने

व मध्यस्थीने शंभर रुपयांची खोली ७० रुपयांना पदरात पडली. ते देवदासीचे घर होते. साधे कौलारू, स्वच्छतागृहाची सोय नसलेलं. मोझाईक टाईल, फ्लशिंगचे स्वच्छतागृह, स्वतंत्र, प्रशस्त खोल्या, न्हाणीघर, नोकर- चाकर अशा थाटात वाढलेल्या रेखाला हे घर म्हणजे स्वर्गातून नरकात आल्याचीच प्रचीती देणारे होते. पण रेखाने अनवधानानेही कधी याबद्दल ब्र काढला नाही.

घरून काही घ्यायचे- आणायचे नाही, असे आम्ही दोघांनी ठरवले तरी किडूकमिडूक घेऊन येणे भाग पडले होते. तरी घरात संन्याशाच्या लग्नाला नसली तरी संसाराला शेंडीपासून तयारी करावी लागली होती. शेगडी, सांडशी, चाळण, गाळणी, सूप, चमचे, पेले, वाट्या, ताटे अशा कितीतरी वस्तूंची मोठी यादी हाती होती. आगाऊ ७० रुपये भाडे देऊन कनवटीला तीस रुपयेच उरले होते. पगार व्हायला पंधरवडा जायचा होता. आमचा पहिला संसार म्हणजे 'माँगेलाल की गृहस्थी' होती. काही वस्तू विकत आणून, काही मागून एकदाचे घर उभे राहिले खरे. या कामी पंढरपूरच्या आश्रमातील कोल्हापूरला स्थायिक झालेल्या सर्व आश्रमवासीयांचे, विशेषत: सुशीलाताई, सौदामिनीताई यांचे मोठे साह्य झाले. शंकरदादांनीही हरघडी, हरप्रकारे मदत केली.

रेखास पंढरपूरहून आणण्यापूर्वीच माझा एम.ए. भाग-१ चा निकाल लागला होता. दुसरी श्रेणी मिळाल्याने आनंद झाला होता. नियमित एम. ए. करण्याचे स्वप्न होते. ते अशा प्रकारे नोकरी, संसार करीत पूर्ण होते आहे याचे समाधान होते. माझे शिक्षकही माझ्याबरोबर एम.ए. ला बसले होते. पण मीच सुटलो होतो. यानेही आत्मविश्वास दुणावला होता. बळ आले होते. दुसऱ्या भागाची तयारी सुरू केली. पण या काळात माझी बदली मुक्त सैनिक हायस्कूलमध्ये करण्यात आली होती. नवविज्ञानातील भौतिकशास्त्र, रसायनशास्त्र, जीवशास्त्र हे विषय. शिवाय 'मातीविना शेती' हा कार्यानुभव. अकरावी (जुनी एस.एस.सी.) साठी शरीरविज्ञान व आरोग्यशास्त्र. सारेच विषय नवे. मी एस.एस.सी. जनरल सायन्स घेऊन उत्तीर्ण झालेलो. त्यावेळी शरीरविज्ञान व आरोग्यशास्त्र किचकट विषय म्हणून सोडून दिलेला. तो शिकण्याची कल्पनाच असह्य होती. नवशास्त्रे पूर्ण नवी होती. मी व्यक्तिगत जीवनात भूमीहीन होतो. तसा कुंडीहीनही. तशात मातीविना शेतीचा कार्यानुभव. हे सारे प्रकरण त्या वर्षी माझ्या अंगावर बेतले नि मी क्षयग्रस्त झालो. एम.ए. भाग २ चा अभ्यास, सर्व नवे विषय शिकवायचो, त्यांचा अभ्यास, सर्वांचा मोठा ताण होता. मुक्त सैनिक हायस्कूल आंतरभारतीने घेतले होते. म्हणून घडी बसवण्यासाठी करावे लागणारे रोजचे नवे प्रयत्न, प्रयोग, उपक्रम. शनिवारपेठ ते मार्केटयार्ड अशी चढउताराची सायकल रपेट. पळणाऱ्या घोड्याला चाबूक मारायच्या आपल्या सामाजिक वृत्तीमुळे माझी स्थिती आंतरभारतीने 'हरकामी हुकमी शिक्षक' करून

टाकली होती. 'वि. स. खांडेकरांकडे आज लेखनिक नाही. जरा त्यांच्याकडे जाऊन या'. 'शाळेच्या फलाण्या कार्यक्रमाचे नियोजन करा'. 'देशपांडेबाईंच्या तासाला वर्ग सांभाळत लक्ष द्या.' मी 'हर मर्ज की नामी दवा' होऊन जाण्यामुळेच 'मरीज' झालो होतो.

डिसेंबर १९७३चा शेवटचा आठवडा होता. संसारातील आमचा पहिला नाताळ व लग्नाचा पहिला वाढदिवस होता. आम्ही मनोरथे करीत असतानाच एका शनिवारी आंतरभारतीचे मुख्याध्यापक व सचिव ए. बी. देशपांडे सर घरी दत्त झाले. 'उद्या अण्णासाहेब सहस्त्रबुद्धे महाराष्ट्र एक्सप्रेसने वर्ध्याला निघाले आहेत. त्यांचा स्वीय सचिव अब्राहम काही कारणांनी जाऊ शकणार नाही. तू जायचे आहे. रेखाची काय व्यवस्था करतोस ते पाहा.' म्हणत त्यांनी विचार करायलाही उसंत दिली नाही नि चक्क बॅग भरायचा आदेश दिला. उपकारांच्या ओझ्याखाली दबलेल्याला शरीर, मन, भावना, विचार नसतात, हे त्या दिवशी प्रकर्षाने लक्षात आले. रेखाची पर्यायी व्यवस्था करून मी रविवारी दुपारी रेल्वे स्टेशनवर गेलो. अण्णासाहेबांचे प्रथमवर्गाचे तिकीट होते. माझे तिसऱ्या वर्गाचे तिकीट होते. वर्ध्यापर्यंतच्या दोन दिवसांच्या प्रवासात प्रत्येक मोठ्या स्थानकावर मी अण्णासाहेबांची विचारपूस करत होतो, हवे नको पाहत होतो. पुण्यापर्यंत गेल्यावर डब्यातील टी.सी.लाच माझी दया आली. त्यांनी अण्णासाहेबांच्याबरोबर प्रवास करण्याची अनुमती दिली. 'व्हीआयपी रिक्वायर्स मेडिकल अटेंडंट' असे माझ्या तिकिटामागे टी.सी.ने लिहिले; तेव्हा मला माझी जागा कळाली.

आम्ही सेवाग्रामला राहिलो. अण्णासाहेबांच्या व्यवहारात मात्र मार्दव व ममत्व भरलेले होते. सेवाग्रामला पोचल्यावर त्यांनी सुशीला नायर, गांधींच्या स्नुषा इत्यादी अनेकांशी प्रेमाने ओळख करुन दिली होती. मी सारखा खोकायचा, म्हणून जवाहर मेडिकल कॉलेजच्या डॉ. गुप्तांना बोलावून घेतले. एक्स-रे घेतला. ती माझ्या आयुष्यातील किमती अशी पहिली चिकित्सा होती. 'रिमांड होममध्ये लहानपणीच जर माझ्यावर असे उपचार होते तर कदाचित ही वेळ न येती', असे डॉ. गुप्तांनी सांगितले. अण्णासाहेब माझी सर्व ती काळजी घेत. मी त्यांची काळजी करायची सोडून आता तेच माझी काळजी करू लागले होते.

तो काळ गोवधबंदी चळवळीचा होता. तिकडे जयप्रकाशजींचे समग्र क्रांतीचे आंदोलन शिगेला पोचत आलेले. सर्वोदयी कार्यकर्त्यांत दुफळी होती. सर्वोदयी कार्यकर्त्यांपढे विनोबा की जयप्रकाशांचे समर्थन करायचे, असा यक्षप्रश्न उभा ठाकलेला. अनेक राष्ट्रीय कार्यकर्ते पवनार व सेवाग्रामला दाखल झालेले होते. तशात पवनारला राष्ट्रीय आचार्यकुल संमेलनही योजलेले होते. इंदिरा गांधी बाबांचा (विनोबा) आशीर्वाद घेण्यासाठी पवनारला येण्याचे जाहीर झालेले. त्यावेळी मी

जवळून पाहिले की राजकारणमुक्त सर्वोदयी, राजकारणमुक्त गांधीवादी म्हणवणारे कार्यकर्तेही किती राजकारणी होते! Every man is political चा प्रत्यय आणून देणारे ते दिवस! त्या दिवसात इंदिरा गांधींच्या धूर्तपणाचा मी घेतलेला अनुभव अविस्मरणीयच.

बाबांच्या कुटीत त्या दिवशी निवडक कार्यकर्त्यांशिवाय मी, अण्णासाहेब, विनोबा व इंदिरा गांधी इतकेच होतो. इंदिरा गांधी बाबांच्यापुढे मांडी घालून डोक्यावर पदर घेऊन याचकासारख्या बसलेल्या होत्या. विनोबांना ऐकू येत नव्हते. पाटी पेन्सिल इंदिरा गांधींच्यापुढे ठेवण्यात आलेली. इंदिरा गांधी लिहित्या झाल्या, 'बाबा मुझे आशीर्वाद दीजिए।' बाबांनी वाचले, उत्तर दिले, 'मेरा आशीर्वाद सबको है।' बाहेर येताच शेजारच्या मंदिरवजा आश्रमाच्या अंगणात पत्रकारांनी इंदिराजींना घेरले. 'मॅडम', 'मिसेस प्राईम मिनिस्टर'....'प्लीज ब्रीफ अस....'

'बाबा ने मुझे आशीर्वाद दिया है।' त्याचा अर्थ दुसऱ्या दिवशी बहुतेक वर्तमानपत्रात जयप्रकाशांच्याविरुध्द इंदिरा गांधींना बाबांनी आशीर्वाद दिला, असा करून छापण्यात आला होता.

त्या दिवशीपासून मी खादीचे कपडेही घालू लागलो होतो. १९७९पर्यंत शिंप्याने खादी कपडे शिवण्याचे नाकारेपर्यंत मी खादी वापरली. अण्णासाहेबांच्या प्रभावामुळेच मी खादी घालू लागलो होतो. त्याचे असे झाले-मी अण्णासाहेबांच्याबरोबर इंदिरा गांधींच्या चर्चेसाठी बाबांच्या कुटीकडे निघालो होतो. 'सेंट्रल इंटेलिजन्स'ने मला अडवले, अण्णासाहेब बजावते झाले, 'मेरा सेक्रेटरी है, छोड दो....' अधिकारी उत्तरला, 'सेक्रेटरी....और टेरिकॉट में?' अण्णासाहेब तडक उत्तरले, 'इंडिया मेड है भाई', नि चालू लागले. मग मात्र मला त्याला रोखणे अशक्य झाले. मी मागे गेलो. जातानाच ठरविले, अण्णासाहेबांवर परत अशी नामुष्की येऊ द्यायची नाही. दुसऱ्या दिवशी माझ्या अंगावर खादीचे कपडे पाहून अण्णा मिष्किलपणे हसत म्हणाले, 'सुनील, असा कायाकल्प टिकवणं अवघड असतं बरं.' पुढे माझी खादी सुटली; पण त्या मूल्यांचा कायाकल्प आजही मी होऊ दिलेला नाही. याचे बरेचसे श्रेय अण्णासाहेबांच्यासारख्या त्यागी, व्रती माणसांच्या मूल्यसंस्कार व सामर्थ्यासच द्यावे लागेल.

१५

पवनार आश्रमात इंदिरा गांधी येऊन गेल्या होत्या नि लगेचच काही दिवसांत तिथे 'अखिल भारतीय आचार्यकुल संमेलन' भरणार होते. कोल्हापूरहूनही अनेक

शिक्षक कार्यकर्ते येणार असे कळले होते. तयारीसाठी मी अण्णासाहेबांच्याबरोबर तेथील एका कुटीत राहत होतो. त्यावेळी तेथील शेतीचे प्रयोग, ब्रह्मकुमारी आश्रम, प्रार्थना, आहार, वाचन, भारतभरच्या कार्यकर्त्यांशी चर्चा इत्यादींनी मीही सर्वोदयी होऊन गेलो होतो. खादीच्या वापराने दृश्य अडसरही मिटून गेलेला. असेच एकदा आश्रमात फिरत असताना कळले की हिंदीतील प्रख्यात कथाकार, कादंबरीकार जैनेंद्रकुमार सपरिवार आचार्यकुल संमेलनासाठी म्हणून दाखल झाले आहेत. मी त्यांची कुटी शोधून काढली. ते, त्यांची पत्नी व मुलगा प्रदीप होता. प्रदीप पूर्वोदय प्रकाशनचा स्टॉल लावण्यात मग्न होता. मी एम.ए. भाग-२ चा अभ्यास करत होतो. अभ्यासक्रमातील साहित्य प्रकारातून कथेची निवड केलेली होती. त्यात जैनेंद्रांचा एक कथासंग्रह अभ्यासायला होता. तो वाचलेला होता; पण त्यातली 'तत्सत्' चे गूढ काही उमगले नव्हते. मी चर्चा करायची म्हटल्यावर म्हणाले, 'भाई, पहले चाय-वाय का कुछ प्रबंध करो। कब से परेशान हूँ।' मी स्वयंसेवक म्हणूनच कार्यरत होतो. त्यांना नि पत्नीस हवे-नको पाहिले. चहाचे घुटके घेत त्यांनी मला शिकवलेल्या त्या कथा पुढे एम. ए. च्या विद्यार्थ्यांना शिकविण्याचा मला योग आला तेव्हाचा तो अनुभव .... पुन:प्रत्यय, पुन:स्मरण देणारा ठरला.

आचार्यकुल संमेलनात कोल्हापूरहून सर्वोदयी कार्यकर्ते आणि माझे पहिले नैतिक शिक्षक आदरणीय बाबा रेडीकर तसेच प्रा. चंद्रकांत पाटगावकर, प्रा. शशिकांत कुलकर्णी, डॉ. स.ग. यादव प्रभृती मंडळी कोल्हापूरहून आलेली. त्यांच्या सान्निध्यातील ते संमेलन माझ्यासाठी प्रबोधन पर्वणी ठरली. त्या संमेलनाने माझ्यात आचार्यवृत्ती रुजविली. पुढे मी अनेक वर्षे प्राचार्य प्र. द. पुराणिकांच्या प्रेरणेने आचार्यकुल नि राष्ट्रभाषा प्रचार-प्रसाराचे कार्य करत राहिलो होतो.

संस्थेने १९७३-७४चे वर्ष सरल्यानंतर परत माझी बदली कोरगावकर हायस्कूलमध्ये केली. सतत बदलीचे हे माझे चौथे वर्ष. पिंपळगाव, शाहूपुरी, मुक्त सैनिक व आता कोरगावकर हायस्कूल. कधी पूर्वविचार, सल्लामसलत नाही. अडीअडचणींची चर्चा नाही. या काळात माझी प्रकृती अधिकच ढासळली. डॉक्टरांनी मला पूर्ण विश्रांतीचा सल्ला दिला होता. मी सहा महिन्यांची आजारी रजा मागितली. सेवेत कायम असल्याने मिळण्यात अडसर नव्हता. पण शाळेने 'पर्यायी शिक्षक नेमता येणार नाही', अशी अडचण सांगून तसेच रजेवर जाण्यास सांगितले. 'मी बिनपगारी रजेवर जावे, शाळा एखाद्या शिक्षकाची नियुक्ती अनौपचारिकपणे करील व त्याला तुमचा पगार दिला जाईल', असे सांगण्यात आले. मी सहा महिन्यांनी सप्टेंबर १९७४च्या मध्यास परत आलो. मला मस्टरवर सह्या करण्यास सांगण्यात आले. पण माझ्या बुध्दीला हे पटेना. नाईलाज होता. पुढे नेमलेल्या पर्यायी शिक्षकास ठरलेल्या पगारापेक्षा कमी पगार दिल्याचे जेव्हा कानावर आले तेव्हा

शाळेच्या आदर्शांविषयीचा माझा भ्रमनिरास झाला नि अपेक्षाभंगही!

याच काळात जून १९७५मध्ये शिक्षक संघटनेवर शाळेचा शिक्षक प्रतिनिधी पाठवायचा होता. आजवर कासार सरच प्रतिनिधी म्हणून जायचे हे गृहीत होते. वाढत्या अन्याय, अत्याचारामुळे संस्थाचालक नसलेल्या शिक्षकांनी प्रतिनिधित्व करावे असे ठरले. संख्येनुसार अनेक प्रतिनिधी पाठवता येत होते. शाळाही वाढल्या होत्या. शिक्षकांनी प्रतिनिधी म्हणून माझी निवड केली. मी कोल्हापूर जिल्हा माध्यमिक शिक्षक संघटनेत सक्रिय झालो. तेव्हा जवळपास सर्वच शाळांतून आमच्यासारखीच परिस्थिती होती. शाळेत सेवाज्येष्ठता डावलली जायची. शिक्षकांकडून अधिक रकमेवर सही करून घेऊन कमी पगार दिला जायचा. अन्याय्य बदल्या केल्या जायच्या. शिक्षक संघटनेत जो प्रतिनिधी पाठवला जायचा, तो संस्थाधार्जिणा असायचा. शिक्षक संघटना ही मुख्याध्यापक व संस्थाचालक यांची बटिक असल्यासारखी स्थिती होती. त्यावर्षी अधिकांश शाळांतून वाढती जागृती झाली. नवी पिढी आली. त्यांना चेकने पगार सुरू होणे हे एक कारण असावे. मी, मुंगळे, नाना गोखले, डी. एल. कुलकर्णी, ग. गो. जोशी, उदाजीराव कुलकर्णी (हेर्लेकर), ए. बी. मुल्ला, भिक्षावती मठ, ए. बी. देसाई, सेवेकरी अशांचा एक छान संच आपसूक जमून आला. मोर्चे, निदर्शने, निवेदने, 'कोल्हापूर शिक्षक' मुखपत्राचा प्रारंभ झाला. एम.एम. गळदगे, सुशीलाबाई कुलकर्णींच्या नेतृत्वामुळे सर्व पक्षांच्या व विचारांच्या शिक्षकांनी एकत्र येऊन समाजवादी कार्यकर्ते श्री. दत्ता शिंदे या संस्थाधार्जिण्या अध्यक्षांची उचलबांगडी केली. हे आमच्या लढ्याचे पहिले लक्षणीय यश होते.

हे आपोआप घडले नव्हते. आम्ही जिल्हाभर शाळा-शाळांत फिरून मुख्याध्यापक, संस्थाचालकांविरुध्द शिक्षकांत जागृती घडवून आणली होती. अनेक शाळांतून तर चक्क मुख्याध्यापकच शिक्षक प्रतिनिधी म्हणून यायचे. आम्ही त्यासाठी संघटनेच्या घटनेत दुरुस्ती केली. ती होऊ नये म्हणून सभा उधळण्याचे प्रयत्न झाले. पण शिक्षकांतील एकी व जागृतीमुळे संस्थाचालकांना यश आले नाही. त्यावेळी दत्ता शिंदे संघटनेचे अध्यक्ष होते. ते आमच्या संस्थाचालकांमार्फत आमच्यावर दबाव आणायचे. पण आम्ही काही त्यांना बधलो नाही की बदललो नाही. अविश्वास ठराव विक्रमी मतांनी मंजूर होणार म्हटल्यावर अध्यक्ष सभागृह सोडून निघून गेले होते. या घटनेने जिल्हाभरच्या माध्यमिक शाळा नि तेथील शिक्षक, मुख्याध्यापक व संस्थाचालकांच्या जोखडातून, वेठबिगारीतून मुक्त झाले होते.

याच सुमारास मी एम.ए. भाग - २ ची परीक्षा ५५ टक्के गुण मिळवून उत्तीर्ण झालो. आजार, नोकरी, संसार, संघटना आदी सांभाळत माझे एम. ए. होणे खरोखरच दिव्य होते. दरम्यानच्या काळात देशभर इंदिरा गांधींनी आणीबाणी जाहीर केली होती. संघटनेतील सक्रीय कार्यकर्ता म्हणून मी नजरबंदीत होतो, मी जिथे

जाईन तिथे पोलीस यायचे. हा ससेमिरा दोन वर्षे तरी चालू होता. यातूनच आम्ही आणीबाणीविरोधी भूमिगत कार्यकर्त्यांना पोचवणे, लपवणे, पत्रे, निरोप यांची देवाणघेवाण करणे, आदी कामे करत असू. एकदा तर माझ्या घरावर पोलीस छापा पडणार याची कुणकुण लागली नि माझ्याकडचे 'साधने'चे जप्त केलेले अंक, आणीबाणीविरोधी पत्रके, जयप्रकाशांची राष्ट्रसेवादलाची कॅलेंडर आदी मोठी सामग्री विठ्ठल-बिपीन या माझ्या आश्रमीय बंधूंच्या चतुराईमुळे रातोरात हलवली होती. माझा पत्रव्यवहार पोलिस व पोस्टाकडून सेन्सॉर होऊन यायचा नि जायचाही. माझ्या पाळतीवर असलेले पोलीस माझी धडपड, तळमळ पाहून नंतर मित्र झाले होते. त्याचे फायदेही होते. रिझर्व्हेशन न करता मी कुठेही सुरक्षित प्रवास करू शकत होतो. पोलीसच जागा आरक्षित करायचे. प्रत्येक मोठ्या स्टँड व स्थानकावर तेथील पोलीस हजेरी घ्यायला यायचे, पण हवे नकोही पाहायचे. एक प्रकारचा तणाव होता. 'मिसा' लागू शकत होता. पण मी ज्युनिअर असल्यानेच वाचलो होतो असे आज जाणवते.

याच सुमारास आंतरभारतीला उच्च माध्यमिक शाळेची मान्यता मिळाली होती. संस्थेतील मी, मुतालिक, देसाई, महाडेश्वर शिकवण्यास पात्र होतो. आपल्यापेक्षा ज्युनिअर शिक्षक उच्चमाध्यमिकला पात्र आहेत हे लक्षात आल्यावर ही मान्यता गुलदस्त्यात ठेवली गेली. पुढे एकदा बैठकीत विचारल्यावर आम्हाला सांगण्यात आले, की 'ज्यांना प्राध्यापक म्हणवून घ्यावयाचे आहे, त्यांना शाळेचे दरवाजे बाहेर जाण्यास उघडे आहेत,'. मी त्या दिवशी प्राध्यापक होण्याचे ठरविले नि पीएच्. डी. च्या दृष्टीने चाचपणी सुरू केली.

अशा रोजच्या अन्यायांनी आंतरभारतीतील आम्ही शिक्षक अधिक संघटित झालो. आम्ही संस्थेच्या शुध्दीकरण व लोकशाहीकरणाची चळवळ सुरू केली. शिक्षक मोठ्या प्रमाणात पगारकपातीतून संस्थेस साह्य करत आले होते. आम्ही त्याचे हिशेब मागायला सुरुवात केली. संस्थेने कासार सरांसाठी सेवाज्येष्ठता डावलली. युक्त्या, क्लृप्त्या करून सेवाज्येष्ठता यादी केली. ते संस्थेने नियम व कायद्याच्या चौकटीत बसविले तरी त्यास नैतिक अधिष्ठान खचितच नव्हते. शिक्षणसंस्थेवर शिक्षकांचा प्रतिनिधी घ्यावा म्हणून मागणी केली, तर घटनेत तरतूद नसल्याचे बालिश उत्तर देण्यात आले. आमचा व इतर सहकारी शिक्षकांचा सतत पाणउतारा केला जायचा. मग आम्ही घटना बदलाचीच मागणी केली. सततच्या मागणी व पाठपुरावा यांमुळे घटना बदलणे संस्थेस भाग पडले. नव्या घटनेनुसार, शिक्षकांचा पहिला प्रतिनिधी म्हणून एकमताने माझी निवड झाली. आमच्या चळवळीचे हे मोठे यश होते. त्यातून शिक्षक व कर्मचाऱ्यांत हे होऊ शकते याचा विश्वास आला. मी, महाडेश्वर सर, लाटकर सर, पाठक सर, मगदूम

सर अशी मंडळी क्रियाशील होतो. यातून अनुभव घेऊन लोकशाहीकरणावर मी एक लेख लिहिला. त्याचे सर्वत्र स्वागत झाले. पुढे गारगोटीच्या मौनी विद्यापीठात असाच प्रयोग यशस्वी झाला. मग मी एक विस्तृत लेख समाजप्रबोधन पत्रिकेत लिहिला. तो वाचून ना. ग. गोरे, प्राचार्य अमरसिंह राणे यांची सुंदर पत्रे आली होती. त्यामुळे या प्रयोग व प्रयत्नांवरचा आमचा विश्वास वाढला. संस्था पातळीवरही आमच्याकडे विद्ध्वंसक म्हणून पाहण्याची दृष्टी बदलली. पुढे महाराष्ट्राच्या सर्व प्राध्यापक संघटनांनी आपल्या मुखपत्रात माझा लेख पुनर्मुद्रित करून राज्य पातळीवरचे एक चर्चासत्र मुंबई विद्यापीठाच्या सिनेट हॉलमध्ये योजले होते. शुध्दीकरणाच्या चळवळीत माझे काही सहकारी (खरे तर माझे शिक्षक) विरोधासाठी विरोध करत राहायचे. मला ते पटायचे नाही. या सर्व चळवळीत संस्थेने मजवर कधीच अन्याय केला नव्हता. पण इतरांवर होणारे अन्याय मूग गिळून गप्प पाहत बसणे मला पटत नव्हते. संस्थाचालक शिक्षक माझ्याशी ते माझे उपकारकर्ते आहेत या भावनेने पाहत. माझ्या मनात त्यांच्याबद्दल कृतज्ञतेची भावना होती. पण ती व्यक्तिगत पातळीवर. सामाजिक जीवनात विवेक नि न्यायाच्या कसोटीवर त्यांना शिरोधार्य मानणे पटेना. स्वकीयांविरुध्द उभे ठाकणे सोपे नव्हते. ही शक्ती नि बुध्दी माझ्यात कुठून आली, याचा शोध घेताना लक्षात येते की 'जे साहिले होते, ते आता पाहवत नव्हते'. चांगल्या गोष्टीला मी संस्थेस सकारात्मक प्रतिसाद देण्याची वृत्ती ठेवली होती. शिक्षक भविष्य निर्वाह निधी, प्राथमिक शिक्षकांना बढती, नवीन बालकमंदिर, प्राथमिक शाळा सुरू करणे या साऱ्यांत माझा सहभाग माझ्या सहकाऱ्यांना संस्थाधार्जिणा वाटत राहायचा असं कधी -कधी लक्षात येई. पण मी माझा विवेक कधी विचलित व कलुषित होऊ दिला नाही. रचनात्मक बदलावर माझी निष्ठा अढळ होती. व्यक्तिद्वेषापोटी काही करायचे नाही, हे तत्त्व पाळल्यामुळे कदाचित टोकाचे मतभेद होऊनही देशपांडे सर व कासार सर यांनी माझे पाल्यत्व कधी नाकारले, ठोकरले नाही आणि मी त्यांचे पालकत्व.

आंतरभारतीच्या लोकशाहीकरणाचे रणशिंग फुंकले खरे पण त्यास धार आली ती अनेक कसोटीच्या प्रसंगांतून. आणीबाणीतले 'अनुशासन पर्व' आम्ही आमच्या संस्थेत वेगळ्या पद्धतीने अनुभवत होतो.

१६

कोल्हापूरच्या आंतरभारती शिक्षण संस्थेच्या स्थापनेपासून मागासवर्गीय विद्यार्थी वसतिगृह चालविले जायचे. प्रारंभी ते राजारामपुरीच्या बाराव्या गल्लीत कार्यरत

होते. रा. को. चौगुले त्यांचे पहिले अधीक्षक होते. प्रा. डी. एम. तथा दादासाहेब चव्हाण स्वत:च्या घरी जेवण तयार करून ते मुलांना देत असत. पुढे सन १९७३ च्या मध्यास डॉ. श्रीधर सावंतांचे मुक्त सैनिक हायस्कूल संस्थेने चालवायला घेतले. त्याबरोबर त्या हायस्कूलचे वसतिगृहही. दोन्ही वसतिगृहे एकत्र करून कोरगावकर हायस्कूलच्या नव्या इमारतींच्या तळघरात स्थलांतरित करण्यात आली. बाळासाहेब कांबळे नावाचे समाजवादी कार्यकर्ते अधीक्षक म्हणून कार्यरत होते. वसतिगृह नव्या व्यवस्थेत आल्यावर त्यासाठी नवे कार्यकारी मंडळ अस्तित्वात आले. डॉ. विजय करंडे नि माझा त्यात समावेश करण्यात आला. वसतिगृह जीवनाचे चटके मी अनुभवले होते. मुक्त सैनिकांची आमची मुलेही तिथे असत. म्हणून माझ्यावर ही जबाबदारी टाकण्यात आली. पहिल्या वर्षी मला काही लक्ष देता आले नाही. पण मी १९७४-७५ला कोरगावकर हायस्कूलला गेलो; तसा मुलांच्या तक्रारीमुळे बारीक लक्ष घालू लागलो नि माझ्या लक्षात आले, की सारा आंधळा कारभार आहे. एकदा समाजकल्याण अधिकारी निरीक्षणासाठी आले होते. त्यांनी अधीक्षकांसह मला, मुख्याध्यापक भालकर सरांना बोलावून घेतले. 'आमटीत डाळ जरा दाखवाल का?' म्हणाले. रजिस्टरला डाळ खर्ची पडली होती. थातूरमातून उत्तरांनी ना त्यांचे समाधान झाले ना माझे. असेच एकदा एस. एम. जोशी आले होते. बोर्डिंग पाहताना त्यांनी भाकरी करणाऱ्या बायकांना पगार विचारला. तो इतका अल्प होता की ते संतापले. 'जगभर आम्ही किमान वेतनासाठी रस्त्यावर यायचे नि आमच्याच संस्थांत ही स्थिती?' आम्ही निरुत्तर होतो. पुढे आणीबाणीत तर कहरच झाला. दुधाच्या भुकटीचा पत्ता नव्हता. साखर गायब होती. चौकशी करता ती आमच्याच मंडळींच्या ओठात पडत असल्याचे लक्षात आले. तेरी भी चूप, मेरी भी .... अधिकाऱ्याने प्रश्न धसास लावला तेव्हा त्याच्या हाती (खरे तर माथी) चुन्याच्या भुकटीची पोती देण्यात आली. हा कळसच होता. मी वसतिगृहाच्या सदस्यत्वाचा राजीनामा रजिस्टर पोस्टाने पाठवून दिला. 'असले फुसके राजीनामे अनेक पाहिलेत', म्हणून माझ्या राजीनाम्याची भर बैठकीत केलेली संभावना, उडवलेली टर माझ्या कायमची लक्षात राहिली आहे. अशा संस्थेत राहायचे नाही हे त्या दिवशी माझ्या मनाने घेतले. अधीक्षकांना बळीचा बकरा करून संस्था नामानिराळी झाली; तेव्हा तर माझी उरलीसुरली संवेदनाही लोप पावली.

ध्येयवादाने स्थापन झालेल्या या संस्थेत पुढे तत्त्वांची पायमल्ली रोजचीच होऊन बसलेली. संस्थाचालक असलेल्या शिक्षकांनी आपल्या बायकांची वर्णी संस्थेत शिक्षक म्हणून लावली, त्या दिवशी संस्थेत गुणवत्तेची चर्चा बंद झाली. नाही म्हणायला परिवार मीलनात या विषयावर फुकाचे चर्वण होत राहायचे. परिवार मीलनात आंतरभारती विचारांनी कार्य करणाऱ्या जिल्ह्यातील इचलकरंजी, कुरुंदवाड,

उत्तूर, चिमणे, पिंपळगाव, गडहिंग्लज येथून शिक्षक येत. ते परिवार मीलन लादले जायचे. पुढे काही व्हायचे नाही. 'नेमेचि येतो पावसाळा' प्रमाणे परिवार मीलन होत राहायचे. त्याच्या आयोजन, नियोजनात शिक्षक सहभाग हवा, असा आग्रह धरल्यावर ते वळवाच्या सरीसारखे कधी - मधी होत राहायचे.

२४ एप्रिल, १९७६. तो दिवस अनेक कारणांनी माझ्या कायमचा लक्षात राहत आला आहे. संस्थेचे अध्यक्ष नि आम्हा सर्वांचे आदरस्थान वि. स. खांडेकरांना मिळालेल्या ज्ञानपीठ सन्मानानिमित्त महाराष्ट्राचे अख्खे मंत्रिमंडळ केंद्रीय मंत्री यशवंतराव चव्हाणांसह शाळेत येणार होते. प्रसंग कोरगावकर हायस्कूलच्या नामकरण समारंभाचा होता. 'आमच्या प्रलंबित सर्व मागण्या पूर्ण करा, अन्यथा आम्ही सर्व शिक्षक व कर्मचारी कार्यक्रमावर बहिष्कार टाकू', असा निर्वाणीचा इशारा आम्ही आमच्या आंदोलनाच्या वतीने दिला. उतारा लागू पडला. त्या दिवशी समारंभानंतर देशपांडे सर सचिवपदावरून पायउतार झाले. त्यांनी आपल्या निरोपाच्या सभेत पगार कपात बंद केल्याची घोषणा केली. आणीबाणीत आम्ही दुसऱ्या स्वातंत्र्याचा घेतलेला अनुभव केवळ अविस्मरणीय! बाबूराव मुळीक यांनी सचिवपदाची धुरा स्वीकारली. संस्थेशी संवाद सुरू झाला. यांचा प्रतिसाद सकारात्मक असायचा. पण इतक्या दिवसांचे साचलेले प्रश्न जादूच्या कांडीसारखे थोडेच सुटणार होते? पण त्यांच्या प्रयत्नांत प्रामाणिकपणा असायचा. असे असले तरी संस्था देशपांडे सर, कासार सर यांच्या गांधारी प्रेमात होती. इतर संस्थांच्या तुलनेने आंतरभारतीचा भौतिक विकास झाला तरी ध्येय, मूल्ये, नैतिकता, सार्वजनिक जीवनातील सचोटी आदी कसोट्यांवर तिला बरेच करायला हवे होते. कारण कोल्हापुरात ५१ शाळा असताना ही बावन्नावी शाळा सुरू करण्यामागील भावना व्यक्त करणारे संस्थेचे पहिले निवेदन (प्रा. विठ्ठल बन्ने यांनी ते तयार केले होते) असा आग्रह धरणारे होते. वि. स. खांडेकर, प्राचार्य अ. के. भागवत यांच्यासारखी मंडळी त्यासाठी संस्थेत आलेली होती.

श्री. बाबूराव मुळीक प्रयत्न करायचे; पण हतबल होते. आमचे आंदोलन, प्रयत्न सुरूच होते. एकदा आम्ही वि. स. खांडेकरांचीच भेट घेऊन सर्व सविस्तर सांगितले. बहिष्कार मागे घेतला होता तो भाऊंसाठीच, त्यांच्या शब्दासाठीच. त्यांना सविस्तर हकीकत सांगण्यासाठी मी शिक्षक प्रतिनिधी म्हणून महाडेश्वर सरांना घेऊन गेलो होतो. चर्चेच्यावेळी रा.वा. शेवडे गुरुजी व मंदाताई खांडेकर (भाऊंची कन्या) उपस्थित होते. भाऊंनी आमच्या आंदोलनात केवळ सहमतीच दर्शविली नाही तर नेतृत्वही करण्याची तयारी दर्शवली. निवेदनावर पहिली सही करण्यासाठी त्यांचे सरसावणे मी कधीच विसरू शकणार नाही. पण ते घडले नाही. त्याच काळात भाऊंची प्रकृती वेगाने ढासळत गेली. २ सप्टेंबर, १९७६ ला ते

पंचतत्त्वात विलीन झाले. ६ सप्टेंबर, १९७६ ला कोरगावकर हायस्कूलमध्येच संस्थेची शोकसभा होती. भाऊंची अपूर्ण इच्छा सांगायची म्हणून मी हिय्या केलेला. संस्थेला ही कुणकुण लागली. शिक्षक प्रतिनिधी असूनही मला श्रध्दांजलीपर सभेत भाषण करू दिले नाही. आणीबाणीतील विचारस्वातंत्र्याचा असा संकोच स्वगृही अनुभवायला मिळेल असे कधी वाटले नव्हते .... त्या दिवशी मला आंतरभारतीतील विद्यार्थिदशा आठवली .... मी नववीत होतो. १९६४-६५चा काळ असावा. धुळ्यात राष्ट्रसेवा दलाचे बहुधा शिबिर की अधिवेशन होते. 'निर्भय बनो' चे बिल्ले काढण्यात आले होते. आम्ही ते अभिमानाने छातीवर विकत घेऊन लावले होते. आणीबाणीत आम्ही त्यांचे पुनर्मुद्रण केल्याचे स्मरते. या संस्कार व धडपडीच्या पार्श्वभूमीवर मला बोलू न देणे अस्वस्थ करणारे होते. त्या रात्री मी माझ्या मनातली श्रध्दांजली शब्दबद्ध केली. दुसऱ्या दिवशी सहकारी शिक्षकांना दाखविली. संयुक्त सहीने निवेदन प्रसृत करायचे ठरले. आयत्यावेळी सहकाऱ्यांनी माघार घेतली. नंतर मग मी ते स्वत:च्या नावाने तयार केले. सर्व संस्थाचालकांच्या घरी हाती नेऊन दिले. ते पत्रक असं होतं -

सुनीलकुमार लवटे
M.A (Hin) D.R.S. (Edn.)
कोल्हापूर.
दि. ६ सप्टेंबर १९७६.

प्रिय बंधु-भगिनींनो,

आज दिनांक ६ सप्टेंबर १९७६ रोजी आपल्या शिक्षण मंडळामार्फत कै.भाऊंच्या दु:खद निधनानिमित्ताने शोकसभा संपन्न झाली. भाऊंनी आम्हा शिक्षक प्रतिनिधींना ज्या चार-दोन गोष्टी सांगितल्या होत्या, त्या या निमित्ताने सर्वांपुढे मांडण्याचा हेतू मनाशी बाळगून मी भाषणासाठी नाव दिले होते. वेळेअभावी ते उच्चारले गेले नसावे. मी माझ्या भाषणाद्वारे जे विचार प्रस्तुत करणार होतो, तेच पत्ररूपाने आपणासमोर सादर करीत आहे. द्राविडी प्राणायाम करावा लागत आहे, केवळ नाईलाज म्हणून.

कै. भाऊ आम्हा शिक्षक प्रतिनिधींना बोलावतील असे स्वप्नात पाहिले तरी विश्वास न ठेवण्याइतपत ते सत्य होते. आम्ही जे विचार मांडतो, ज्या विचारांचा आग्रह धरतो ते भाऊंनी नोंद घेण्याइतके प्रभावी होते असे कधी वाटले नव्हते. जुलै महिन्याच्या दुसऱ्या आठवड्यातील गोष्ट आहे ही. माझे एक शिक्षक व सध्या आम्ही करत असलेल्या संस्थांतर्गत शुध्दिकरणाचे अग्रणी श्री. शशिकांत महाडेश्वर माझ्याकडे भाऊंचा निरोप घेऊन आले. क्षणभर स्तंभित झालो. भाऊंनी आम्हा

शिक्षक प्रतिनिधींना बोलावणे ही कल्पना ईश्वरी साक्षात्काराइतकी रम्य, मनाला सुखवणारी होती. याच सुखद कल्पनेत 'नंदादीप' केव्हा आला ते समजले ही नाही.

प्रथम मी व महाडेश्वर प्रा. पाटगावकरांच्याकडे गेलो. भाऊंकडे जाण्यापूर्वी प्रकृती कशी आहे समजून घेण्यासाठी. हिरवा कंदील मिळाला नि आम्ही 'नंदादीप'च्या पायऱ्या चढू लागलो.

मंदाताई सुहास्यवदने स्वागत करतात. स्वागत पूर्वसंकेताइतके सहज होते. आम्हा शिक्षकांना भाऊंच्या घरी इतका सहज प्रवेश मिळतो हे याआधी कळते तर .... श्री. रामभाऊ शेवडे भाऊंना 'माणूस' मधील लेख वाचून दाखवत होते. मंदाताई आम्ही आल्याची सूचना देतात. वाचन बंद होते नि गप्पा सुरू होतात. आम्ही ओळख करून देण्यासाठी बोलू लागलो तर भाऊ म्हणाले, 'तुम्ही दोघेही मला नवीन नाहीत'. मी हे ऐकून चकितच झालो.

आम्ही संस्थांतर्गत शुध्दिकरणाच्या निमित्ताने ज्या ज्या हालचाली, भेटी घेतल्या होत्या त्याची सविस्तर कल्पना भाऊंना होती. परंतु वस्तुस्थिती त्यांना जाणून घ्यायची होती नि याच हेतूने त्यांनी आम्हास पाचारण केले होते.

भाऊ विषयाला सुरुवात करण्याच्या हेतूने म्हणाले, 'तुम्ही साऱ्यांना भेटलात, माझ्याकडे का आला नाहीत?' मी म्हणालो, 'भाऊ, तुमच्या अशा शारीरिक स्थितीत आणखीन त्रास देऊ नये, असे आम्हास वाटत होते'. भाऊ आपल्या धारदार भाषेत ताडकन म्हणाले, 'माझ्या शारीरिक अस्वास्थ्याच्या नावाखाली शाळेची प्रकृती बिघडता नये'. ऐकून मी सुन्न झालो. पण त्यामुळे आत्मविश्वास वाढला.

भाऊंनी बोलता बोलता या साऱ्या असंतोषाचे कारण काय, म्हणून विचारले, तेव्हा आम्ही इतर संचालकांपुढे ज्या मागण्या मांडल्या त्या सांगितल्या. संस्थेची सेवा-जेष्ठता यादी तयार होऊन त्यानुसार बढत्या मिळाव्यात, शिक्षकांनी संस्थेला दिलेल्या पैशाचा हिशोब मिळावा, सर्व शिक्षकांना संस्थेच्या संचालनात स्थान मिळावे इत्यादी. दरम्यानच्या काळात आमच्या अनेक मागण्यांना यशही आले होते. ते सांगताच भाऊ म्हणाले, 'आज माझ्या डोक्यावरचे फार मोठे ओझे रिकामे झाले. मी गेले अनेक दिवस यामुळे अस्वस्थ होतो.' प्रश्न आपसात सोडवल्याबद्दल भाऊंना विशेष आनंद झाला. ते म्हणाले,' घरातलं भांडण घरातच मिटायला हवं . भांडणामुळे कधी-कधी आपण एक दुसऱ्याच्या जवळ येतो. यातूनच आपणास स्वभावाचे बारीक-सारीक कंगोरे समजतात.'

सेवाजेष्ठतेचा प्रश्न भाऊंना सांगितला. सुमारे पंधरा शिक्षकांना डावलून मुख्याध्यापक पद दिल्याचं सांगितल्यावर भाऊ सुन्न झाले. म्हणाले, 'आपण न्याय पाळला नाही तर दुसऱ्यास तो काय देणार? जे पद आपले नाही, त्याची आसक्ती

बाळगणे यासारखी दुसरी अनैतिकता नाही, हे मी तुम्हाला सांगतो. कोणत्याही क्षेत्रात पदमोह सर्वथा निषेधार्यच! न्यायाचे राज्य प्रत्येकाच्या व्यक्तिगत जीवनानेच सुरू होत असते.'

भाऊंना मग मी वसतिगृहाच्या सदस्यत्वाच्या राजीनाम्याची हकीगत सांगितली. राजीनाम्याची -फुसका राजीनामा नि बरेच बोलून जी संभावना केली, तीही सांगितली. भाऊ म्हणाले, 'प्रथमत: चूक करणेच वाईट नि ती चूक विधायक मार्गानी निदर्शनास आणून देत असता त्याची अशा प्रकारे निर्भर्त्सना करणे हे त्याहून वाईट.'

भाऊ यावेळी सद्‌गदित झाले. क्षणभराचे मौन सोडून म्हणाले, 'मी नि सानेगुरुजी डबलबारी गन आहोत. नेम धरावा त्यावर ती लागते, पण याचा उपयोग नेहमी मांगल्याच्या निर्मितीसाठीच झाला पाहिजे. तुम्हा शिक्षकांवर आता फार मोठी जबाबदारी आहे. मी मुळात अध्यक्ष जो झालो, त्यामागे आपण इथल्या मुलांना काही तरी वेगळं देणार, वेगळं घडवणार अशी कल्पना होती'.

बोलता बोलता गप्पा शालेय निकालाच्या दिशेनी मार्ग आक्रमू लागतात. आम्ही म्हणालो, 'भाऊ, आपण विद्यार्थ्यांना वेगळे घडवितो. त्यांच्यावर इतरत्र न घडून येणारे संस्कार करतो नि म्हणून शालेय प्रगतीकडे दुर्लक्ष होते हे कितपत सयुक्तिक? आपल्या एस.एस.सी. परीक्षाच्या निकालास जी घसरगुंडी लागली आहे ती चिंताजनक आहे'. भाऊ म्हणाले, 'आपण चार भिंतीच्या आत जे जे शिकवतो ते संस्काराइतकेच महत्त्वाचे आहे. संस्कार देतो म्हणून २ टक्के निकाल कमी लागला म्हणून बिघडणार नाही. पण त्या कमी पडलेल्या दोन टक्क्याइतके संस्कार मुलांत रुजले पाहिजेत हे मी तुम्हाला सांगतो. आपल्या सर्व शाळांमधून किमान पक्षी ५० टक्के तरी निकाल लागायला हवा. केवळ संस्काराच्या, ध्येयवादाच्या, राष्ट्रवादाच्या नावावर जगण्याचा हा काळ नाही असे मला वाटते.'

आम्ही मग लोकशाहीवर बोलू लागलो. भाऊ म्हणतात, 'आपण सर्व आंतरभारती, सेवादल आदी तत्त्व उराशी बाळगून असणारे. आपल्या जीवनाची बैठक विज्ञाननिष्ठा, लोकशाही, समताभाव यांवर व्हायला हवी. या निष्ठा नुसत्या बाळगून नाही चालणार. त्या आचरल्या गेल्या पाहिजेत. खरे संस्कार आचरणातून होतात, हे मी तुम्हाला सांगतो.' लोकशाहीचे हे सूत्र पकडून भाऊंना आम्ही विचारले, 'भाऊ, आम्ही अशी मागणी केली आहे की शाळेतील सर्व शिक्षकांना सभासद करून घ्यावे. हा लोकशाहीकरणाचा एक भाग म्हणूनच आमची मागणी आहे. शाळेतील सर्व शिक्षक संस्थेच्या अनेक अडचणीत, दु:खात सक्रिय सहभागी होत असतील तर सुखात त्यांचा वाटा असायला हवा.' आम्हाला मध्येच थांबवून रामभाऊ शेवडे स्कूल कमिटीवर शिक्षकांचा प्रतिनिधी असतो असे ग्रँट इन एड कोडचा हवाला

देऊन सांगतात. पण त्याही कमिट्या नाहीत हे निदर्शनाला आणून दिल्यावर भाऊ म्हणाले, 'मी मघाशी आपल्या जीवननिष्ठांमध्ये लोकशाहीचा उल्लेख केला. त्यामागे मला हेच अभिप्रेत आहे. मी शिक्षक म्हणून जगलो आहे. हाडामासाच्या गोळ्याशिवाय मन नावाचा भाग त्यामध्ये असतो, अशी माझी धारणा आहे. त्याचे ते मन उल्हसित ठेवणारा परिसर नसेल तर सारंच व्यर्थ. तुमची मागणी योग्य आहे. मी स्वत: अनंतराव आदींना सांगेन. तुम्हीही तूर्त शिक्षकांना हे सांगा. मला शिक्षकांशी बोलायचे आहे. प्रकृतीतून निवांत होईन तेव्हाच ते शक्य आहे. तुम्ही शाळेचे जितके लोकशाहीकरण करता येईल तितके करा, मी आजवर अध्यक्ष म्हणून माझी लेखणी वापरली नाही. पण यासाठी वापरावी लागली तर मी केव्हाही तयार आहे. तुम्ही यासाठी निवेदन तयार करा मी त्यावर पहिली सही करीन.' भाऊ ज्या तडफेनं हे बोलत होते, ते ऐकणे एक रोमांचक अनुभवच होता. भाऊंचे हे बाणेदार दर्शन दुर्लभच म्हणावे लागेल. मनाशी मात्र शरमल्यागत वाटले. एवढा महान तपस्वी आपणावर जो गाढ विश्वास प्रकट करतोय, खरोखर आपण यास लायक आहोत का? असे राहून राहून मनी येऊ लागते.

मंदाताई चहा आणण्यासाठी आत जातात. इकडच्या तिकडच्या गप्पा होतात. व्यक्तिगत विचारपूसही होते. शाळेच्या प्राथमिक काळाच्या सुखद स्मृतींना उजाळा मिळतो. महाडेश्वर आपण इकडे का आलो, हे विशद करतात. आदर्श आदींची चर्चा होते. मी म्हणालो, 'आपण आदर्श फक्त सांगतच असतो. तत्त्व सांगायला बरी वाटतात. व्यवहार तसा करणे अवघड होते'. इ. झाल्यावर भाऊंना विचारले, 'या शाळेत मी होतो. आता त्या शिक्षकांशी तात्त्विक संघर्ष होतो. कधी-कधी आपणाला उभारणाऱ्यांच्या विरुध्दच उभे ठाकावे लागते'. भाऊ मध्येच थांबवून म्हणाले, 'अरे, प्रबोधन प्रबोधन म्हणजे दुसरे काय? या साऱ्या संघर्षातून सुसंवाद कसा निर्माण होईल याची काळजी घ्यावी. अनंतराव तुझ्याबद्दल अनेकदा सांगत असत. अरे घरी नाही का मुलाबापाची भांडणं होत. त्यात गैर ते काय?' भाऊंनी दिलेला दिलासा, दिलेली समज, जीवनाचा अमृतकुंभच!

चहापान होते. निरोप घेऊन निघू लागतो. भाऊ निघतांना पुनश्च याद देतात. माझ्या प्रकृतीच्या सबबीवर भेटायचे टाळू नका. माझे प्रेशर कधी 'लो' असायचे कधी 'हाय'. शाळेचे प्रेशर मात्र बदलता नये. उठायला मन तयार नसते, पण नाईलाज असतो. बैठक कधी ना कधी संपायचीच. मंदाताईंचा निरोप घेऊन नंदादीप मागे टाकतो, तो नंदादीप अखंड तेवत ठेवण्याच्या निश्चयानेच.

वाटेत प्रा. पाटगावकरांची योगायोगाने भेट होते. त्यांना स्फोटक वृत्तांत ऐकवितो. तेही आम्हागत भारावून गेल्याची अनुभूती देतात.

इतक्या दिवसांनंतर आज जेव्हा पुनश्च भाऊंचे स्मरण होते तेव्हा वरील चलत्चित्र

तितकेच भावगर्भित करून टाकते. हा भाऊंच्या प्रतिमेचा नि प्रतिभेचाच प्रभाव ना?

कै. भाऊंनी वरील चिंतनात प्रकट केलेले विचार कृतीत आणून विधायक मार्गांनी त्या विचारांचा स्वीकार करणे यापेक्षा वेगळी श्रध्दांजली ती कुठली असणार?

स्वीकार व्हावा.

आपला विनम्र,
सुनीलकुमार लवटे

या पत्रकाच्या आधारे माझ्यावर अब्रूनुकसानीचा दावा करण्याचे घाटत होते. रा. वा. शेवडे गुरुजींच्या माझ्या बाजूच्या साक्षीमुळे ते काही घडले नाही. आंतरभारतीच्या या पवित्र्यामुळे ध्येयवादावरील माझी श्रध्दा अधिक दृढमूल झाली. लक्षात आले, की इथल्या जमिनीत हे बी रुजणे केवळ अशक्य. इथली जमीन.... इथले आकाश....आपले नव्हे याची तीव्र जाणीव झाली.

सप्टेंबरमध्ये भाऊ गेले. ऑक्टोबर महिना अब्रू (नुकसानीच्या भयाने) वाचवण्यात गेला. नोंव्हेबरात शिक्षक संघटनेच्या अध्यपदाच्या निवडीचे नगारे वाजू लागले. मी अध्यक्षपद स्वीकारावे म्हणून सर्वांचा आग्रह होता. शनिवारपेठेतील माझ्या घरी आम्ही जिल्हाभरचे वीस-पंचवीस सहकारी शिक्षक जमलो होतो. संघटना, संस्था, सहकारी यांचे नि आपले गणित जमत नसल्याच्या प्रकर्षाने झालेल्या जाणिवेने मी अध्यक्षपद नाकारले व रावसाहेब मगदुमांसारख्याने ते स्वीकारावे असे सुचविले. घरीच यावर अनौपचारिक शिक्कामोर्तब झाले. पुढे त्यांची निवड ही केवळ एक औपचारिक प्रक्रिया होती, ती झाली.

इकडे आंतरभारती संस्थेतही शिक्षक प्रतिनिधी म्हणून मी करत असलेल्या धडपडीस सकारात्मक, प्रतिसाद दिवसेंदिवस कमी होत चालला. १६ फेब्रुवारी, १९७७ला मी संस्थेस सविस्तर पत्र देऊन पाहिले. चर्चा व्हायची. पण घडायचे काही नाही. आणखी वर्षभर प्रयत्न केले नि दहा मार्च १९७८ला मी विधिवत प्रतिनिधीपदाच्या जबाबदारीतून मुक्त होऊन पीएच्.डी. साठीचे संशोधनकार्य पूर्णवेळ सुरू केले. पुढे जून १९७९ला मी आंतरभारतीमधून राजीनामा देऊन बाहेर पडलो.

मी ज्या परिस्थितीच्या मुशीत वाढलो, तिने माझ्या घडणीत एक दोष ठेवल्याचे जाणवले. कोणतेही काम करायचे ते मन लावून, तन, मन, धन अर्पून. काम हे उद्दिष्टकेंद्रित ठेवायचे. त्याच्या लक्ष्यावर माझी अढळ श्रध्दा असते. लक्ष्यप्राप्तीच माझे सर्वस्व असते. हातचे ठेवून काही करणे मला जमत नाही. कामात व्यक्तिद्वेष मला करता येत नाही. उद्देशविरोधी माणसांशी माझे जमत नाही. मी फार कमी माणसे आयुष्यातून वजा मानलीत. त्यांच्याशी माझा कायमचा (आजतरी) अबोला राहिलाय. तो राहिला याचे कारणही त्यांच्या वृत्तीचे कायमपण. हाताची बोटे पण

अधिक होतील इतकीच ती माणसे.

लोक मला वारंवार विचारतात, 'तुम्ही तुमचे बरोबर असताना गप्प का बसता?' मला जी. ए. कुलकर्णी यांच्या पत्रसंग्रहातील प्रसंग अशावेळी आठवत राहतो .... जी. एं. ची बहीण ती. प्रभावती तिचे नाव. साधीभोळी, समंजस, सहनशील, तिची एक शेजारीण होती. सौ. काणे. ही प्रभावतींना छळायची. त्रास द्यायची. छळणाऱ्या माणसांची प्रभावतीप्रमाणे मलाही दहशत असते. सरळमार्गी माणसाला तिरक्या चालीचे उंट दहशतवादी न वाटले तरच आश्चर्य. प्रभावतीचे सौ. काण्यांशी समजूतदारपणे गप्प बसणे घरातील साऱ्यांना कोड्यात टाकणारे असायचे. काहीसे हास्यास्पदही ठरायचे. 'तू अशी गप्प का बसतेस?' विचारल्यावर तिने दिलेले उत्तर अधिक भावले होते. आजही भावते. ती म्हणाली, 'मी गप्प बसले, कारण माझी बाजू बरोबर होती म्हणून.' जी. ए. म्हणतात 'बाजू बरोबर असली तर आपण जास्त आवाज करतो. पण आपली बाजू बरोबर आहे याच्या समाधानात तिने भांडायचे नाकारले'.

मीही भांडायचे आजवर नाकारत आलोय ते केलेल्या कामाच्या समाधानापोटी. माझा सद्सद्विवेक मला नेहमी अशा माणसां-संस्थांपासून दूर होण्याचा मार्ग दाखवत आलाय. तो मला समाधान देतो. नव्या कामाची दिशाही. मी जिथे एक काम थांबवतो, तिथे दुसरे आपसूक सुरू होते. कामातील बदल मला नवी ऊर्मी, उभारी देतो. नवे मित्र, नवे मंत्र मला मिळत राहतात. माझे बळ सतत वाढते. वयापेक्षा अनुभव मला अगोदर प्रौढ करतात. मी अकाली प्रौढ झालो. कारण मी अकाली न पेलणारी शिवधनुष्यं उचलण्याची साहसे करत आलो. प्रत्येकवेळी ती मला उचलता आली. समर्थपणे उचलता आली. याचे समाधान कोणी हिरावून घेऊ शकतो? एपिक्टेटसच्या स्टॉईक तत्त्वज्ञानाची ही बैठक मला सतत भुरळ घालत आली आहे खरी.

१७

भाड्याच्या घरात रेखाला घेऊन मी संसार करू लागलो. भाड्याच्या घरात राहणे म्हणजे पारतंत्र्यात राहण्यासारखेच असते, याची मला नि रेखास पदोपदी जाणीव होत राहायची. भाडेकरू म्हणून तुमचे अस्तित्व सतत दुय्यम राहते. वीज, पाणी म्हणजे घरमालकाचा प्राण असतो. तुम्ही ते कितीही काटकसरीने वापरले तरी त्याला ती उधळपट्टीच वाटत राहते. १९७२ ते १९८८ या काळात आम्ही नऊ घरे बदलली. मांजरीण पिल्लांना असुरक्षिततेच्या पोटी वेगवेगळ्या जागी बदलत

राहते तशी.

घर पाहणे, ते मिळणे, राहणे, बदलणे या साऱ्या गोष्टीत एक आगळे दिव्य असते. जावे त्यांच्या वंशा तेव्हाच कळे. आम्ही उभयतां संस्थांतून शिकून मोठे झाल्याचे सांगूनच घर घ्यायचो. न सांगण्याचा वेगवेगळा त्रास आम्ही भोगत आलो होतो.

आम्हाला ज्या वस्त्यांत घरे मिळाली तिथली भाषा, संस्कार, रिवाज, वातावरण ओंगळ असे. परीट गल्लीत शंकरदासांच्या घरी आम्ही पहिला संसार थाटला तेव्हाची गोष्ट. ते देवदासीचे घर होते. पुढे मागे कायम कपड्यांच्या भट्टीचा धूर सुटलेला असायचा. सन १९७३ चा काळ होता तो. गॅस घरोघरी नव्हता. सर्वत्र चुली, शेगड्याच असायच्या. आमच्या घरची स्थितीही वेगळी नव्हती. आमचे माडीवरचे घर म्हणजे खालच्या साऱ्या कुळांच्या धुराचे आगर असे. कपड्यांचे बडवणे, धोपटणे, सूऽऽ सू ऽऽ चे चित्कार दिवसरात्र घुमत रहायचे. या आवाजाची इतकी सवय झालेली होती की आवाज नसले तर चुकल्यासारखे होऊन जायचे. यात भरीस भर म्हणून शेजारी असलेल्या एकाच्या अंगात यायचे. त्याचे सारखे घुमणे सुरू असायचे. ऊद, धुपाचे धुमारे सतत धुमसत राहायचे. अशा साऱ्या वातावरणात आम्ही घेतलेल्या त्या देवदासीच्या घरात भजन, जोगवे, जागर ही नित्याची गोष्ट असायची. शेजारी एक कुळ होते. आम्ही आश्रमातले म्हणून ते आम्हाला शिवून घेत नसत. त्यांची एक छोटी मुलगी होती. आमच्याकडे येऊ पाहायची. शेजारच्या माई तिला कपडे काढून आमच्याकडे पाठवायच्या. घरी गेली की आंघोळ घालून पवित्र करून घेऊन मग कपडे चढवायच्या. या सर्वांतून अघोषित अस्पृश्यता आम्ही अनुभवत राहायचो. रेखाची धुणीभांडी झाली की दोन बादल्या ओतून न्हाणी, जिना शुध्द करून घ्यायच्या त्या.

याच काळात धुराड्यात राहण्याने मी क्षयग्रस्त झालो. त्यातच असल्या वागण्याचा फार त्रास व्हायचा. मी कुचमत, मन मारत जगायचो. रेखाही सारे मूकपणे सहन करायची. भाडे देऊनही पाणी भरणे, धुणी धुणे, भांडी घासणे, स्वच्छतागृहात जाणे, न्हाणीघर वापरणे इथे आमचा अलिखित शेवटचा नंबर असायचा. या साऱ्या त्रासामुळे विश्रांती व उपचारासाठी म्हणून मे, १९७४ला सहा महिन्यांच्या रजेवर पंढरपूरला जायचे ठरले. म्हणून शंकरदासांचे घर सोडायचा निर्णय घेतला. आमचा भातुकलीचा संसार आम्ही शेजारीच स्नेही व सहकारी असलेल्या सुभाष मांडरेंच्या घरातील एका खोलीत भाड्याने ठेवून पंढरपूरला प्रयाण केले.

सप्टेंबर - ऑक्टोबर ७४ला येऊन परत गृहशोध मोहिमेवर. शोधता- शोधता रुईकर वसाहतीमागील भीमविजय सोसायटीत श्री. आवडेंचे घर मिळाले. ७० रुपये

भाड्यात दोन खोल्या आर.सी.सी. बांधकाम. स्वच्छतागृह नव्हते; तरी घेतले, ते शाळेला जवळ पडते म्हणून. एव्हाना आंतरभारतीने माझी बदली मुक्त सैनिक हायस्कूलहून सदर बझारमधील कोरगावकर हायस्कूलला केली होती. इथल्या घरी समोरच मोठा सांडपाण्याचा नाला होता. समोर नि आजूबाजूस झोपडीवजा घरे होती. वस्तीत सर्व मातंग बांधव राहायचे. इथेही पंक्तिप्रपंच होता. शिकली सवरलेली मंडळी हमरस्त्यावर. त्यातली गरीब मागच्या आळीला. तिथे अंधारले की ढोसून बरळणे सुरू व्हायचे. आमच्या मागच्याच घरी लपून वेश्याव्यवसाय चालायचा. चुकले लोक अधीमधी आमच्या घरी चौकशी करत यायचे. ओशाळायला व्हायचे. परिस्थिती माणसाला काय काय भोगायला भाग पाडते. रेखा मोठ्या संयमाने सारे सहन करत राहायची. यातून वर येण्यासाठी मी नोकरी सांभाळत एम. ए. चा अभ्यास चालू ठेवायचो.

स्वच्छतागृह घरी नसल्याने दूर असलेले नगरपालिकेचे स्वच्छतागृह हाच एकमेव आधार. शिक्षक असल्याने व विद्यार्थ्यांचा जाण्यायेण्याचा रस्ता असल्याने अंधार पडायची वाट पाहत तिष्ठायला लागायचे. नाही म्हणायला आणीबाणीत रेल्वेरुळाचा एकांत परिसर मदतीला असायचा. एकदा असेच घरमालक रुळावर गेले असता रेल्वे कर्मचाऱ्यांनी त्यांना हटकले. तसे त्यांनी स्वच्छतागृह बांधण्याचे मनावर घेतले. दोघे पति-पत्नी मोठ्या कष्टाने वर आलेले. प्रेमळ, शिक्षकी संस्कार. आम्ही त्यांना पप्पा, मम्मीच म्हणायचो. त्यांची मुले त्यांना याच नावांनी बोलवायची. ते आमचेही पप्पा, मम्मीच झाले. नाती नसलेल्याला नाती निर्माण करावीच लागतात. जोडावी, जपावीही लागतात. ते आम्ही करत आलो. मालकांचे स्वच्छतागृह बांधून होण्याच्या काळात रेखाला दिवस गेले होते. सातवा महिना सुरू होता. अवघडलेल्या अवस्थेत तिला दूरवर जावे लागायचे. अंधारात सोबतीशिवाय जाणे अशक्य असायचे. अशात स्वच्छतागृह बांधून झालेल्या दिवशी घरमालकांनी ७० रुपयांचे भाडे एकदम १२० रुपये केले नि तेही आज तारखेपासून. इतकी मोठी वाढ माझ्या अल्प पगारात पेलणे शक्य नव्हते. मी स्वच्छतागृह वापरण्याचे नाकारले. घरमालकांनी घर सोडण्यास फर्मावले. घरमालकाचा तो जन्मसिध्द हक्कच असतो ना! वीस, बावीस तारखेची गोष्ट. एक तारखेपूर्वी घर बदलायचे ठरले. दिवाळीची सुट्टी तोंडावर होती. घर बदलून रेखा प्रसूतीसाठी म्हणून माहेरी जाणार होती. शेजारच्या आयाबायांच्या आग्रहाने (खरे तर मालकांना नावे ठेवण्याने) रेखा लोकलाजेस्तव स्वच्छतागृह वापरू लागली. 'तुम्ही वापरत नाही तर आम्हीही नाही', असा घरमालकांचा पवित्राही त्याला कारण होता. मी मात्र आपल्या निर्णयावर ठाम होतो.

एव्हाना कोल्हापुरात घर भाड्याने देण्या-घेण्याचे व्यवहार एजंट करू लागलेले

होते. राजारामपुरीत घर घ्यायचे ठरले, ते शिवाजी विद्यापीठापासून जवळ पडते म्हणून. मी एम.ए. झालो होतो. पीएच्.डी. करायचे डोक्यात होते. कासार सर, वाडकर सर, मगदूम सर, बाचणकर सर अशी कितीतरी शिक्षक मंडळी त्यावेळी राजारामपुरीत राहत होती. त्यांच्या ओळखीने बोरगावकर टेलर नावाच्या एजंटाचा शोध लागला. तो नावाचा टेलर. खरा व्यवसाय घरे देण्या-घेण्याचाच. त्याच्या ओळखीने ८० रुपयांस दोन खोल्या राजारामपुरी चौथ्या गल्लीत पाटील यांच्या घरच्या घेतल्या. सौदा पक्का झाला. तीस सप्टेंबरला आवडेंचे घर सोडले. सकाळी दहाच्या सुमारास एका छकड्यात सामान भरले नि राजारामपुरीच्या नव्या घरी आलो. मालकांनी हात वर केले. 'घर भाड्याने द्यायचे रद्द झालेय', म्हणाला. आता खाली जमीन नव्हती नि वर आकाशही. 'विंचवाचे बिऱ्हाड पाठीवर' म्हणीचा व्यवहारी अर्थ नि अनुभव त्या दिवशी प्रथमच उमगला. रेखाचे संध्याकाळचे महालक्ष्मी एक्स्प्रेसने मुंबईला जाण्याचे तिकीट होते. ती मुंबईहून पंढरपूरला जायचे ठरलेले होते. आवडेंचे घर सोडलेले.... पाटलांचे घर तुटलेले ....छकडेवाल्याचा सारखा लकडा लागलेला. 'दुप्पट भाडे द्यावे लागेल. रोज बुडतोय....'. रेखाला व छकड्याला चौथ्या गल्लीच्या पिळणकरांच्या दुकानासमोर झाडाखाली थांबवून मी अख्खी राजारामपुरी पायी तुडवली. बाराचे ऊन डोक्यावर घेत सुरू झालेला शोध किरणे तिरपी झाली तरी जारीच होता. यशाची पुसटशी चिन्हेही दिसेनात. पायाखालची जमीन धसल्याचा भास .... तोंड रडवेले .... रेखाची अशी अवघडलेली स्थिती .... एवढ्यात मुदगल नावाचा नववीचा विद्यार्थी समोर आला. 'सर, मघापासून पाहतोय, काय शोधताय?' त्याला सारी हकीकत सांगितली. तो राजारामपुरीतच राहायचा. त्याने आपल्या दोन मित्रांना बोलावले. ओळखीने तात्पुरते सामान ठेवायला खोली मिळाली. रेखाने नि मी प्रसूतीपूर्वीच सुटकेचा नि:श्वास सोडला. निराधारपणाची त्या दिवशीची स्थिती, निर्वासितपण काय असते .... ते अनुभवले. ते कुणाच्याही वाट्यास येऊ नये.

दिवाळीच्या सुट्टीनंतर परत मांजरिणीसारखा नव्या जागेचा शोध. शंकरदासांचे घर रिकामे असल्याचे कळले. अडला नारायण. परत तेच घर, तीच माणसे, तोच त्रास. एव्हाना निशांत जन्मला होता. रेखा बाळाला घेऊन येणार म्हणून घरात स्वखर्चाने डागडुजी, रंगरंगोटी, फरशी बसवून घेतली. अभयही एम. ए. करण्यासाठी म्हणून आला होता. दादानी मला शिकविले होते, त्याची आठवण ठेवून उतराई व्हावे म्हणून अभयला शिकवायचे ठरविले. मी रेग्युलर एम. ए. करायची इच्छा असून करू शकलो नव्हतो. अभय विद्यापीठात जायचा. मी माझे अपूर्ण स्वप्न अभयमध्ये पूर्ण केले. तो एम. ए. झाला त्या दिवशीचा आनंद मी कधीच विसरू शकणार नाही. रेखा निशांतला घेऊन आली. ओबांनी रेखाची प्रसूती, मुलाचे बारसे

मोठ्या हौसेने केले होते. या काळात आणीबाणीचा, पोलिसांचा ससेमिरा होता. निशांतच्या जन्माची आनंदाची बातमी, रेखाला दवाखान्यात नेल्याचे पोलिसांकडूनच समजले होते. रेखा अवघडलेली, अडलेली होती. रातोरात पोलिसांच्या मदतीमुळेच मी थेट पंढरपूरला पोहोचलो होता. त्या पहाटे कृष्णजन्माचा तो आनंदसोहळा मला पूर्ण सनाथ करून गेला.

घरागोकुळात कृष्ण वाढत होता. तिकडे ओबा संस्थेतून निवृत्त झाल्याने त्यांचे काय करायचे, असा प्रश्न होता. आपल्या मुलाकडे– बाळकडे जाण्यासारखी स्थिती नव्हती. वनुताईंच्या सासरी जाणे शक्य नव्हते. माझ्या घरी तडजोड करून राहावे लागेल याची कल्पना देऊन मी ओबांना घरी आणले म्हणून मी स्वकीयांचा रोष पत्करलेला होता. आई समजूतदार होती. म्हणून मी हे सारे काही करू शकलो. ओबांना प्रार्थना समाजाने ज्या पध्दतीने निवृत्त करून बहिष्कृत केले ती पध्दत अत्यंत अमानुष होती. ज्या बाईने आपले सारे जीवन, उभी हयात संस्थेसाठी खर्ची घातली होती, त्यांना सन्मानाने जन्मभर सांभाळण्याइतके ओबांनी नक्कीच केले होते. शेकडो कुमारीमातांना नि त्यांच्या अनौरस अर्भकांना ओबांनी दिलेले जीवनदान लक्षात घेता त्यांना संस्थेने, प्रार्थना समाजाने संस्थेबाहेर काढणे केवळ अक्षम्य होते. माझी पण न्यायची स्थिती नसती तर त्यांनी काय करायचे होते? अनाथाश्रम, रिमांड होममधील हयातभर कार्य करणाऱ्या कर्मचाऱ्यांना आजही ना ग्रॅच्युइटी, ना निवृत्तिवेतन. हे कुणाला ऐकून खरेही वाटणार नाही. अनाथांना सनाथ करणारी मंडळी आपल्या उत्तरायुष्यात स्वत: अनाथ, निराधार होताना मी पाहतो, तेव्हा समाजाच्या कोडगेपणाला काय करावे, असा प्रश्न उभा राहतो. त्यांचेही आयुष्य विंचवाचे बिऱ्हाड व्हावे, याला काय म्हणावे?

१८

रेखा बाळंतपणासाठी पंढरपूरला गेली असता रमामावशी माझ्याकडे होती. लहानपणापासून आईपेक्षा तिच्याकडे माझा ओढा अधिक होता. माझा संसार जरी सुरू झाला तरी तो ओढघस्तीचाच असायचा. एव्हाना मी एम.ए. होऊन पीएच्.डी. चा अभ्यास सुरू केला होता. आंतरभारतीतील शिक्षक प्रतिनिधी म्हणून कार्य जोमानं सुरू होतं. नव्या संसारात आज हे आण, उद्या ते आण असं रोज चाललेलं असायचं. घरी एकेकदा तेलाचा थेंब नसायचा. रमामावशी कोंड्याचा मांडा करून दिवस ढकलत राहायची. त्या ओढघस्त स्थितीत मावशीनं मला दिलेला आधार लाखमोलाचा वाटत राहायचा. तशातच ती आजारी पडली. राजारामपुरीतील पोटेंचं

घर बदलून आम्ही शंकरदासांच्या घरी पुन्हा राहायला आलो. मावशीची स्थिती गंभीर होती. महाडेश्वर सर तेव्हा तेली गल्लीत राहत होते. मावशीच्या जावयाचं नि त्यांचं दूरचं नातं निघालं होतं. त्यांच्या ओळखीने गंगावेशेतील डॉ. सुभाष आठवलेंकडे उपचार सुरू केले. पोटातून वीस बाटल्या पाणी निघालं तरी मावशी नॉर्मल झाली नाही. दादाला मुंबईहून बोलावून घेतलं, पंढरपूरला हलवण्याचा निर्णय डॉक्टरांच्या सल्ल्याने घेतला. रेखाचा मुलगा पाहायची मावशीची कोण ओढ होती. विश्वेश्वर नाव ठेव म्हणून सांगून तिनं प्राण सोडले. तिच्या इच्छेप्रमाणे तिला पंढरपुरी मरण आलं. तेव्हा मी आणखी एकदा पोरकेपण अनुभवलं.

मावशी निवर्तली नि काही दिवसांतच ओबा आमच्याकडे राहायला आल्या. सासूबाई असून जावयाकडे जावं लागल्याचं शल्य प्रारंभी त्यांच्या मनात डाचत होतं. पण निशांतचं करण्यात त्या केव्हा रमून गेल्या, ते त्यांचं त्यांना कळलंच नाही. निशांतचं आणि रेखाचं त्यांनी खूप केलं. पंढरपूरचं त्यांचं राहणीमान उच्चभ्रू वर्गाचं होतं. नोकराचाकरांची सवय होती. अशात माझ्या ओढघस्त संसारात दिवस काढताना त्यांची होणारी कुचंबणा मी समजू शकायचो. आयुष्यभर उतारवयासाठी साठवलेले पैसे घेऊन त्या आलेल्या. सढळ हाताने खर्च करत राहायच्या. मी त्यांना आखडता हात घ्यायला सांगायचो. रेखालाही समजावायचो. माझी मोठी पंचाईत होऊन गेलेली. मी अंथरूण पाहून पाय पसरायचो म्हणण्यापेक्षा अखूड अंथरुणातही पाय मोडून -मुडपून झोपायचो. आश्रम, रिमांड होममध्ये काढलेल्या दिवसांच्या पार्श्वभूमीवर आजचे दिवस खचितच समृध्दीचे, खुशालीचे होत. पण ऊतू नये, मातू नये असं सारखं वाटत राहायचं. शिक्षकाच्या तुटपुंज्या पगारात मी, अभय, रेखा, ओबा, निशांत असं पाच जणांचं घर चालवता आलं पाहिजे यावर माझा कटाक्ष असायचा.

शंकरदासांच्या माडीवरच्या घराचा प्रसाद हळूहळू रांगणाऱ्या निशांतनी एकदोनदा घेतला होता. शंकरदासांचं घर मुलांच्या दृष्टीने धोक्याचं वाटत राहायचं. तशातच ओबाही एकदा खड्या जिन्याची पायरी घसरून खाली आल्या. गुडघ्याकपाळाला त्यांना लागलं तसं शंकरदासांचं घर बदलायचं ठरलं. काय योगायोग होते कोण जाणे पण आवडेंचं घर नेमकं त्यावेळी रिकामं होतं असं कळलं. आवडेंचं घर आम्ही सप्टेंबर-ऑक्टोबर ७५ ला सोडलं. मे, ७७ पर्यंत पुलाखालून बरंच पाणी वाहून गेलं होतं. उभयतांचे रुसवे-फुगवे गेलेले. आवडेंच्याच निमंत्रणावरून मी परत त्यांच्या घरी जायचा निर्णय घेतला. त्याला दोन कारणं होती. एक तर ते खाली होतं. ओबा, निशांतच्या दृष्टीनं सोयीचं. दुसरं माझा पीएच.डी. चा अभ्यास सुरू झालेला. शिवाजी विद्यापीठही जवळ होतं नि नोकरीचं ठिकाण कोरगावकर हायस्कूलही. घर बदलून राहतो तोच एके दिवशी सकाळी वनुताई अचानक

मुंबईहून ओबांना पाहण्यास म्हणून आली. मी सायंकाळी शाळेतून परत येतो तो घरात बांधाबांधी सुरू झाल्याची पाहून क्षणभर काय चाललं ते कळेनाच. ओबांना मी मुंबईला घेऊन जाणार असल्याचं वनुताईनं थोड्या फणकाऱ्यातच मला सांगितलं. मला माझी चूक कळेना. विचार - विनिमय करून, माझी चूक असेलच ती माझ्या पदरात (किंवा खिशात) घालून ओबांना नेलं असतं तर मला काही वाटलं नसतं. पण 'गरज सरो नि वैद्य मरो' असं वागणं मला खटकलं. एव्हाना ताईनं दीप्तीला जन्म दिलेला. तिच्याकडे कुणीतरी पाहणं गरजेचं होतं. ताईची नोकरी लक्षात घेता ते आवश्यकही होतं. पण असा परस्पर निर्णय घेणं मला खटकलं. त्याहीपेक्षा माझ्या कायम लक्षात राहिलेली गोष्ट अशी की ओबांचं सारं सामान, दागदागिने, पैसाअडका सारं नेल्यावर घरात त्यांची एक बशी व सतरंजी चुकून राहिली होती ती मागून घेणं. शिवाय कॅनरा बँकेत त्यांच्या खात्यात पैसे काढून आठ रुपये शिल्लक होते ते मागणं. ते मी मनीऑर्डरने पाठवलेही! त्यादिवशी लक्षात आलं, असलेली माणसं नसलेल्याला नेहमीच कस्पटासमान मानत असतात. मी माझ्या मेहनतीनं आपलं अस्तित्व, आपली ओळख घडवत आलो. इतक्या टोकाच्या कटुतेनंतरही सारं मागं टाकायच्या माझ्या स्वभावामुळे मी वेळ येईल तसे संबंध बांधत गेलो. घरचे काय नि परके काय - साऱ्यांशी बेरजेनी राहायचं ठरलेलं असल्यानं ताईसह साऱ्यांशी माझं अतूट नातं कायम आहे. यात उलटपक्षी सामंजस्याचाही वाटा असतो. त्यामुळे आज आम्ही उभयतां एकमेकांच्या सुख-दु:खात एकच असतो.

ओबा गेल्यानंतर एक वर्षच आम्ही आवडेंच्या घरी काढलं असेल नसेल. मेच्या सुट्टीत दादा, मूर्ती घरी आलेले. उन्हाळ्यात आलेल्या माकडांपैकी एकानं पप्पांच्या अजितला ओरखडलं होतं. मुला-पाहुण्यात चेष्टेवारीत झालेल्या बाचाबाचीची जागा गैरसमजानं घेतली. दुसऱ्या दिवशी अपेक्षेप्रमाणे पप्पांनी आम्हाला घर सोडायचा हुकूम दिला.

पुन:श्च हरिओम. परत बोरगावकर टेलरची मनधरणी. यावेळी राजारामपुरीतलं पाचव्या गल्लीतलं माळींचं कौलारू, मातीचं, सारवायचं घर आमच्या नशिबी आलं. घरमालक रात्री ढोसून बरळत राहायचे. नाही म्हणायला मालकीण समंजस होती. तिला आपल्या परिस्थिताची जाणीव होती. शेजार बरा होता. इथं तीन वर्ष काढली खरी पण या घरानं माझ्या घडणीतील अनेक चांगल्यावाईट प्रसंगांत मला साथ दिली. हे घर अनेक अर्थानं अविस्मरणीय ठरलं.

ओबांच्या प्रसंगानं आईला आश्रमातून सोडवून आणण्याचं सारखं मनात येत राहायचं. पण तिच्या पदरी माझ्याच वयाची तिची पोटची पोलिओग्रस्त मुलगी ज्योत्स्ना होती. ती माझी ताईच. ताईसह आईला आणायचं ठरलं. आणलंही. पण

ताईचं विक्षिप्त वागणं, बोलणं यामुळं राहतं घर सोडायची वेळ आली. शेवटी आईस ताईसह पंढरपूरला परतावं लागलं. माझ्या आयुष्यातलं ते फार मोठं अपयश होतं.

आमच्या या चंद्रमौळी घरातही येणारे-जाणारे नित्याचे होते. मीठ-भाकरी मिळेल त्या पाहुणचारात आली-गेली मंडळी खुश असायची. एकदा मुंबईहून आक्का सपरिवार आली होती. ती मुंबईत फ्लॅटमध्ये राहायची. भावजी इएसआयसी मध्ये मोठे अधिकारी होते. कोकणातून येऊन आमच्याकडे पाहुणचार घेऊन जाणार म्हणून मी नि रेखाने मोठी तयारी केलेली. ठरल्याप्रमाणे भावजी सपरिवार आले पण आमची उघडी न्हाणी, सारवायची जमीन, कौलारू घर पाहून त्यांचं अस्वस्थ होणं स्वाभाविक होतं. सकाळीच आलेले. तासाभरात त्यांनी सांगितलं, 'तू गैरसमज करून घेऊ नको. मी भिडस्त नाही. भिडेभिडे पोट वाढे आपणाला पसंत नाही. माझे आळवेकर म्हणून इथे पाहुणे आहेत. मोठे बँक अधिकारी आहेत. क्वॉर्टर्स आहे त्यांना. आम्ही तिकडे जातो. मुलं इथं मातीत राहणं शक्य नाही....' माझ्या निशांतला ते आपल्या छोट्या मुलीस स्पर्शही करून देत नसत. स्वारी सकाळी नऊला गेली.... सायंकाळी सहाच्या सुमारास परत टांगा दारात हजर. 'त्याचं काय आहे ते आपल्याच नादात असतात.... साधं मुलीला दूधही विचारलं नाही....' आम्ही पामर काय बोलणार होतो? त्यांना मग सुदाम्याचे पोहेही गोड लागले हे वेगळे सांगायला नको.

पीएच्.डी. चा अभ्यास समेवर येऊन ठेपलेला. १९७८-७९ची गोष्ट असावी. त्यावेळी आई अचानक आजारी पडली म्हणून पंढरपूरला जाऊन पाहून आलो. आश्रमातला एकएक दिवस तिला मणासारखा वाटू लागलेला. ताईमध्ये जीव गुंतलेला. वयाने ती थकत चालली होती. देवादिकांचं तिला खूप असायचं. जेवणापेक्षा तिचे उपवासाचे दिवसच अधिक भरायचे. पूर्वी झेपायचं. आता पेलवत नव्हतं. मी समजावून सांगून परत आलो. दोन महिनेही गेले नसतील. पंढरपूर बालकाश्रमाचे तत्कालीन अधीक्षक अहिररावांचा तातडीने निघून यायचा निरोप आला म्हणून गेलो. पाहिलं. आई बेवारशी प्रेताप्रमाणे दवाखान्यात जिन्याखाली वळचणीत पडली होती. कोणी तिचं काही करत नव्हतं. डॉक्टरांनी कुष्ठरोग झाल्याचं निदान केल्यानं तिला तडकाफडकी नोकरीवरून कमी केलेलं. ती पुरती कोसळून गेली होती. 'सुन्या, माझी सुटका कर रे इथून .... आता सोसत नाही.' म्हणाली. या पूर्वी जेव्हाजेव्हा मी तिला न्यायला गेलो तेव्हा ताईच्या बहाण्यानं इच्छा असून तिनं येण्याचं नाकारलं. मीही ताईला नेण्याचा प्रयोग करून फसलो होतो. आता पोटच्या गोळ्याच्या मायेची कुंडलं गळून पडली होती. जिथं फुलं वेचली तिथे गोवऱ्या वेचणं आईला अशक्य झालं. अहिररावांनी समजुतीची भूमिका

घेतली. आईच्या विकलांगतेने ताईही कृश झालेली. दोघी शेवटचे क्षण मोजत होत्या. मी म्हटलं ताईसह आईस नेता आलं असतं पण भाड्याचं घर, ताईचं अपंगत्व, विक्षिप्त वागणं, केवळ अशक्य.

आईचं सारं करण्याचं रेखानं स्वेच्छेनं स्वीकारलं होतं.... तिला मुलाची काळजी वाटायची.... शेवटी आईचं सर्व स्वतंत्र ठेवायचं ठरलं. प्रथम तिचं मन तयार नव्हतं.... मग समजावलं.... अगं मी बाबा आमटेंकडे जाऊन मग काय उपयोग .... हा रोग संसर्गजन्य नाही .... सारं अज्ञान आहे .... इ.... इ.... ते सारं खरं .... पण तिथं व्यवहाराच्या थांब्याला गाडी थडकायची. शेवटी ताईला संस्थेनं कायमचं सांभाळावं... मी आईला कायमचं ताब्यात घ्यावं असं ठरलं.... परत मला ओबांचं संस्थेद्वारा बहिष्कृत करणं आठवलं .... संस्थागत व्यवस्थेत तुमची उपयोगिता हेच तुमचं सुरक्षाकवच असतं.... 'Use and Throw' चं तत्त्वज्ञान जागतिकीकरणाच्या कितीतरी आधी बालकाश्रम रिमांड होममध्ये प्रचलित होतं हे मी अनेकदा अनुभवलं आहे.... पुढं मी संस्थाचालक झाल्यावरही उतारवयात उद्ध्वस्त झालेले कितीतरी कर्मचारी बंधू-भगिनी मी अनुभवले.... आश्रमीय संस्कृती व्यवहारी असते .... तिला विचार नसतो. भावना नसते. कृतज्ञतेचं वैर असतं तिच्याशी .... असतो शुध्द व्यवहार.

आईला कोल्हापुरात माळ्यांच्या घरात आणलं. डॉ. जी. एस. मिरजे हे आंतरभारतीमुळे परिचित होते. त्यांना दाखवलं. त्यांनी धीर दिला. त्यांनी आर.आर. चौगुलेंना चिठ्ठी दिली. तपासणी केली. रक्त, त्वचा साऱ्या परीक्षा झाल्या. कुष्ठरोग नसल्याचं सांगितलं .... अतिश्रम, उपास, विचार, काळजीने ती उन्मळली होती .... रक्त साकाळत चाललेलं.... हाताच्या बोटांवरचे फोड यांतून उद्भवलेले .... उपवास बंद केले .... दूध, फळं, औषधं, विश्रांती साऱ्यातून ती सावरत गेली. दोन महिन्यात नॉर्मल झाली. आश्रमात कोणत्याही रक्त, लघवी, त्वचा इ. च्या तपासणीशिवाय कुष्ठरोगाचा निष्कर्ष आश्रमीयांच्या मानसिक बध्दकोष्ठतेचा, कुष्ठतेचाच जावईशोध असल्याचं लक्षात येत गेलं. वाईटातून चांगलं होतं म्हणतात.... तसंच झालं. या काळात रेखानं आईचं जे केलं ते तिनं ओबांचंही केलं नव्हतं. आईला रेखाच्या शुश्रुषेनं जीवनदान मिळालं .... आई आलेल्या काळात प्रारंभीच्या दिवसात तिचं जखमांनी जखडलेलं शरीर.... त्यात उंदरांचं रात्री -अपरात्री लचके तोडणं .... सारं आठवलं की पुढे आई पंधरा वर्षे निरोगी नि समाधानाचं आयुष्य जगली यावर कुणाचा विश्वासही बसणार नाही. आईच्या आयुष्यवर्धनाचं , मानसिक स्वास्थ्याचं सारं श्रेय रेखाचं! पुढचा आमचा सारा संसार सुदाम्याच्या पोह्यांचाच राहिला पण तो अधिक गोड होत गेला .... उत्तरायुष्यात आम्ही अनुभवलं.... कधी काळी आम्हाला कस्पट मानणारी मंडळी.... आता आमच्याशिवाय त्यांचं पान हालत नाही नि

आमचंही त्यांच्याशिवाय. मागं टाकलं तरच पुढे जाता येतं हे परिस्थितीनं मला दिलेलं जीवनपाथेय! तेच माझ्या आयुष्यास नेहमी समृध्द करीत राहिलं आहे.

१९

सन १९६०-६५चा काळ आठवतो मला. या काळात अनाथाश्रम, रिमांड होमसारख्या संस्थांत अनाथांच्या शिक्षण व पुनर्वसनासंबंधी एक ठोकताळा ठरून गेला होता. मुलं-मुली शिकावी एवढीच धारणा होती. साक्षरतेत समाधान मानण्याचा तो काळ होता. हायस्कूलला गेलेल्या मुला-मुलींचा मॅट्रिक होण्यापेक्षा 'नॉन-मॅट्रिक' म्हणवून घेण्यात कल होता. मॅट्रिक म्हणजे केंब्रीजच अशी स्थिती. मुलाचा अगदीच उद्धार करायचा तर त्याला आय.टी.आय.ला (आय.आय.टी. ला नव्हे!) पाठवायचं. मुलीला शिवणाच्या क्लासला धाडायचं. अशा काळात मी गारगोटीच्या मौनी विद्यापीठातून डी. आर. एस. (एज्यु) हा बी.ए., बी.एड. समकक्ष पाठ्यक्रम पूर्ण केला. तोही भारतात सर्वप्रथम येऊन, याचं आश्रमीय जगतात मोठं अप्रुप होतं. यानं उच्च शिक्षणाच्या ऊर्मी माझ्यात जागल्या. शिवाय माझ्यापेक्षा कमी गुण मिळवणारी मुलं विद्यापीठात नियमित शिकत होती हा ही माझ्या इर्षेचा (असूयेचा नव्हे) भाग झालेला. एम.ए.बी+ झालो. लगेच मी प्राध्यापक होऊ शकत होतो. पण १९७५चा काळ माझ्या ध्येयधुंद धडपडीचा होता. आंतरभारतीने केलेल्या गुणवत्तेच्या उपेक्षेने माझ्यात पीएच्.डी.चं स्फुल्लिंग जागवलं.

चौकशी करता कळालं की पीएच.डी. व्हायचं तर अगोदर संशोधक मार्गदर्शक (गाईड) शोधावा लागतो. तेव्हा शिवाजी विद्यापीठात (१९७६) हाताच्या बोटावर मोजता येईल इतकेच गाईड उपलब्ध होते. प्रत्येकाची वेगळी तऱ्हा होती. एक होते त्यांच्याकडे जागा शिल्लक नव्हती. दुसरे मोठे विद्वान गृहस्थ होते. त्यांच्याकडे अद्याप कोणी नाव नोंदवायचं धाडस केल नव्हतं ('आ बैल मुझे मार' कोण करणार?). तिसरे नुकतेच दाखल झालेले .... त्यांचं शिकवणं अनुभवलेलं. तज्ज्ञ पण तांत्रिक गृहस्थ, बाकी इतरेजन परगावचे म्हणून गैरसोईचे. तरी साऱ्यांकडे गेलो. सर्वांनी टोलवाटोलवी केली. मला साहित्य संशोधनाचा ध्यास लागलेला. तेव्हा मग मी कुलगुरूंचीच भेट घेतली. त्यांनी मला डॉ. चंदुलाल दुबेंना परत भेटायला सांगितलं. मी त्यांना भेटलो. राजाराम महाविद्यालय नुकतंच स्थानांतरित झालेलं. ते रेक्टर होते. त्यांच्या निवासस्थानी फेऱ्या झाल्या. त्यांच्याकडे जागा शिल्लक नव्हती. त्यांनी सरजूप्रसाद मिश्रांचं नाव सुचवलं. माझी कोणतीच पूर्वअट नव्हती. मी एकलव्य व्हायचं केव्हाच ठरवलेलं.... डॉ. दुबेंनी डॉ. मिश्रांकडे माझी

शिफारस केली नि मला एकदाचे गाईड मिळाले. डॉ. सरजूप्रसाद मिश्र यांना 'पद्मावत' शिकवताना ऐकलेलं होतं.एम.ए. मी बहिस्थ विद्यार्थी म्हणून केलं. जेव्हा शक्य असेल तेव्हा, हायस्कूलला सुटी असेल तेव्हा प्राध्यापकांच्या अनुमतीने अधले-मधले तास करायचो. विद्यापीठ, विद्यार्थी, प्राध्यापक-साऱ्यांना लाभलेल्या स्वर्गाचा मला नेहमीच हेवा वाटत राहायचा. प्रा. मुजावर, प्रा. जैन, श्री. वास्कर प्रभृती मंडळींनी त्यांच्याकडे रजिस्ट्रेशन केलेलं. एकच जागा शिल्लक होती, ती मला मिळाली.

मी अभ्यास करू लागलो.... सरांना भेटू लागलो.... ते आपल्या पूर्व विद्यार्थ्यांचं मोठं कौतुक करत राहायचे.... माझी छाती दडपून जायची. पण मी ठरवलेलं .... डॉ. अरुण लिमयांसारखं 'लढल्याशिवाय हरायचं नाही'. वाचत, लिहीत राहिलो. माझं हिंदीचं वाचन सुमार होतं. लेखन अशुध्द, विचार मर्यादित .... संदर्भ कशाशी खातात माहीत नव्हतं. पण मग वर्षभराच्या उमेदवारीत मी बऱ्याच गोष्टी शिकून घेतल्या. अनेक ग्रंथालयं पालथी घेतली. मला माझ्या वकुबाची जाणीव झाली. माझी जागा मला समजली.

मी 'सारिका', 'धर्मयुग', 'नवभारत टाईम्स'चं नियमित वाचन सुरू केलं. 'संमेलन पत्रिका', 'आलोचना', 'साहित्यसंदेश' सारखी नियतकालिके कोळून प्यायला लागलो. यशपाल, प्रेमचंद, जैनेंद्र, रांगेय राघव, जयशंकर प्रसाद, महादेवी, निराला, कबीर, तुलसी, मिळेल ते वाचत राहायचो. विद्यापीठाच्या चार कार्डवर सारी करामत करत राहायचो. इतर संशोधकांना खिसाभर कार्ड असायची ....त्यांची शिवाय प्राध्यापक मित्रांचीही. मला अभ्यासिकेतही प्रवेश नसायचा. पीएच्.डी.लाही मी एम.ए. सारखा बहिस्थ विद्यार्थी होतो. नियमित संशोधक विद्यार्थी (जे. आर. एफ.) म्हणून मला कोण जवळ करणार होतं? मी होतो साधा, वेंधळा, हायस्कूल शिक्षक.... खादीचे कपडे, दाढी वाढलेली, शबनम बॅग गळ्यात, कुरकुरणारी सायकल, सारंच विद्यापीठीय उच्चभ्रू संस्कृतीस न शोभणारं.... त्यावेळी डॉ. भा. शं. भणगे हे कुलगुरू होते. त्यांना भेटलो. सर्व परिस्थिती सांगितली. हायस्कूलला शिकवतोय.... एक खोलीचं भाडयाचं कौलारू घर आहे. त्यात बायको, लहान मूल, आई, वेडसर बहीण.... सर्व एकत्र राहतो. चाळीस वॅटचा एकच दिवा लावायची घरमालकाची सक्ती, बंदी .... त्यांनी मला खास बाब म्हणून अभ्यासिका व क्युबिकल देण्याची शिफारस केली. अभ्यासिकेचा प्रवेश लगेच झाला, पण क्युबिकल मिळायला तीन महिने लागले .... संशोधक कुलूप लावून पसार होते. शेवटी एका शिपायानं माझी सिन्सिरिटी जोखली .... मला क्युबिकल मिळाली .... स्वर्ग मिळाला.

वर्षभरात माझं लेखन सुरू झालं तसं डॉ.मिश्रांना हायसं वाटलं. आता ते पूर्व

विद्यार्थ्यांनाच माझ्याबद्दल सुनावू लागले. 'देखो उनकी मेहनत' म्हणून. मी अधिक निष्ठेनं लेखन - वाचन करीत राहिलो. सर अक्षर अन् अक्षर वाचायचे. काना, मात्रा, वेलांटी पाहायचे. शुध्दलेखन त्यांच्यामुळे सुधारलं. ते हिंदीत बोलत. मीही विश्वासानं बोलू लागलो. पुढं वर्षांनी मी यशपालांच्या घरी लखनौला संदर्भ गोळा करायला महिन्याभरासाठी गेलो. त्यावेळी संशोधक विद्यार्थ्यांना प्रवास, संशोधन, संदर्भ संग्रहासाठी मोठं अनुदान, अर्थसहाय्य मिळत असायचं. मी बहिस्थ विद्यार्थी होतो. विद्यापीठातील हा पंक्तिप्रपंच माझ्या पाचवीलाच पुजलेला .... ही विषमता नसायला हवी होती. मी पदरमोड करून ग्रंथखरेदी, प्रवास, संदर्भ, नियतकालिक वर्गणी .... सारं संसारात काटकसर करून.... प्रसंगी रेखाचे किडूक-मिडूक दागिने विकून.... करत राहायचो.

पीएच्.डी.चे माझे संशोधनकार्य रूप घेऊ लागले, तसे मात्र मी प्राध्यापक व्हायचे निश्चित केले. सन १९७७चा मे महिना असेल. कोल्हापूरच्या गोखले नि महावीर महाविद्यालयात तेव्हा जुन्या पी. डी. च्या वर्गांना शिवाजी विद्यापीठाने खास बाब म्हणून मान्यता दिली होती. दोन्ही महाविद्यालयांत जुनी अकरावी उत्तीर्ण झालेले विद्यार्थी मोठ्या संख्येने आलेले. तात्पुरता कार्यभार वाढलेला. त्यामुळे तात्पुरते, अंशकालीन प्राध्यापक हवे होते असे कळल्यावरून चौकशी केली. माझे गाईड डॉ. मिश्रा यांच्याकडे प्रा. आय. एम. मुजावर संशोधन करत असल्याने त्यांची ओळख होती. तेही माझ्यासारखेच हायस्कूलमध्ये शिकवत प्राध्यापक झालेले. ते गोखले महाविद्यालयाचे हिंदी विभागाचे प्रमुख होते. त्यांनी प्राचार्य सी.डी. जोशींना भेटावे असे सुचविले. प्राचार्य जोशी मला संस्थेचे सर्वेसर्वा असलेल्या प्राचार्य एम. आर. देसाईंकडे घेऊन गेले. चर्चा झाली नि त्यांनी आपले सचिव कुलकर्णी यांना (तेही एका माध्यमिक शाळेचे मुख्याध्यापक होते) मला घेण्यास सांगितले. प्राचार्य एम. आर. देसाईंचे त्यावेळचे निर्णायक वाक्य अजून माझ्या जसेचे तसे लक्षात आहे. ते म्हणाले होते, 'His eyes are reliable, take him.' अर्ज नाही. मुलाखत नाही. मला नियुक्त करण्यात आले. जुलैच्या पहिल्या आठवड्यात मी आंतरभारतीच्या अनुमतीने अनुभवादाखल अवैतनिक अध्यापन सुरू केले अन् मी प्राध्यापक झालो.

गोखले कॉलेजच्या पी.डी. च्या वर्गावरील माझा पहिला तास अजूनही स्मरणात आहे. त्यावेळी कॉलेजच्या पहिल्या मजल्यावरील मोठ्या सभागृहात तेव्हा पी.डी. चे वर्ग चालायचे. मुले खच्चून भरलेली असायची. वर्ग चक्क 'हाऊस फुल्ल' असायचा. सगळे विद्यार्थी चार पाच वाऱ्या करून उत्तीर्ण झालेले असायचे. बहुतेक पुरुषच होते. बहुतेक थोराड, मवालीगिरीची वृत्ती असलेले व जुनी अकरावी संपवायची म्हणून एस.एस.सी. बोर्डाने खास 'मॉडरेशन' करून उत्तीर्ण केलेलेच

अधिक होते. कॉलेजला जायला मिळणे ही त्यांच्या आयुष्यातील मोठी पर्वणी होती. मुली कमी.... मुले अधिक होती. मी त्यावेळी खादी वापरायचो. दाढी वाढलेली.... डायसवर जाताच मागून एक आवाज आला, 'प्रोफेसर चंद्रशेखर आ रहे है' .... त्यावेळी चंद्रशेखर 'तरुण तुर्क' म्हणून सर्वश्रुत होते. हायस्कूल नि कॉलेजातले पहिले अंतर या सलामीनेच लक्षात आले. वर्ग मोठा होता. विद्यार्थ्यांचा गोंधळ रोजचा असायचा. पूर्वानुभवामुळे महाविद्यालयाने वर्गात माईकची व्यवस्था केलेली होती. प्रत्येक रांगेत दांडगे शिपाई उभे असत. मी प्रेमचंदांची कथा शिकवणार होतो. प्रास्ताविक सुरू केले. इतक्यात बाहेर पावसाची मोठी सर आली. वर्गात मुलांनी 'ये रे, ये रे पावसा' गाण्याचा ताल धरला, तसे माझे अवसान पुरे गळाले. इतक्यात प्राचार्य एम. आर. देसाई वर्गात आले नि दोन विद्यार्थ्यांना गचांडीला धरून बाहेर घेऊन गेले. 'आवाज आला तर वर्गच बंद करीन' म्हणून धमकावून गेले. मग सारा तास सुरळीत पार पडला. मुलांना गोडी निर्माण झाली असावी. हळूहळू मी रुळलो नि विद्यार्थीही. आठवड्याभरात मात्र चित्रच पालटले.

याच काळात गोखले महाविद्यालयाच्या व्यवस्थापनाविरुध्द जनआंदोलन सुरू झाले होते. एकदा माझे स्नेही व संघटनेतील सहकारी एम.एम. गळदगे नि रावसाहेब मगदूम आले. त्यांनी मला आंदोलनात सहभागी व्हावे असे आवाहन केले. मला पटले. त्या दिवसापासून मी तिथे शिकवणे बंद केले. प्राचार्य एम. आर. देसाईंना मी माझी भूमिका नि संघटनेचे संबंध सांगितले. ते थोडे अस्वस्थही झाले. तसे होणे त्यावेळची परिस्थिती पाहता स्वाभाविक होते. त्यांनी माझे सत्रभराच्या कामाचे मानधन धनादेशाने देऊन चकितच केले. एकीकडे प्राध्यापकांचे थकित वेतनाचे आंदोलन आणि दुसरीकडे मी अवैतनिक शिकविणार या अटीवर केलेल्या कामाचा मोबदला त्यांनी देणे बुचकळ्यात टाकणारे होते. मी ते नम्रपणे नाकारले. या अनुभवांनी मात्र पुढे माझ्या पारड्यात झुकते माप टाकायला मदत केली.

वर्षभरानंतर माझे संशोधन कार्य संपत आलेले होते. प्रबंधलेखन अंतिम टप्प्यात होते. मे १९७९मध्ये महावीर महाविद्यालयाची जाहिरात निघाली होती. मी तिथे अर्ज केला. आंतरभारतीचे अध्यक्ष डॉ.ग.श्री. मिरजेच तिथे अध्यक्ष होते. त्यावर्षीपासून प्राध्यापक निवडीसाठी विद्यापीठाची समिती नियुक्त होण्यास प्रारंभ झालेला. निवड समितीचे अध्यक्ष प्राचार्य अ. के. भागवत होते. विषयतज्ज्ञ म्हणून होते डॉ. माळी. विधिवत निवड होऊन मी नियुक्त झालो. माध्यमिक शाळेतील नोकरी तेव्हा निवृत्तिवेतनास पात्र होती. महाविद्यालयांना निवृत्तिवेतनयोजना, सेवाशाश्वती इत्यादी सुविधा त्यावेळी नव्हत्या. हायस्कूलची सुरक्षित नोकरी सोडून महाविद्यालयात न जाण्याचाच सल्ला सारे देत राहायचे. पण माणसास केव्हा ना केव्हा आयुष्य डावावर लावावेच लागते ना! मी ते लावले. डाव जिंकला असेच म्हणावे लागेल.

महाविद्यालयात येताच मला रेक्टर करण्यात आले. तेथील सारा पूर्वानुभव लक्षात घेता काम जोखमीचे होते. पण स्वत:चे आयुष्यभर वसतिगृहात वाढणे इथे उपयोगी पडले. आंतरभारतीचा बोर्डिंगचा अनुभवही कामी आला. इथले बोर्डिंग सर्वार्थांनी रुळावर आणले. अध्यापनातील नियमितता, उपक्रमातील सहभाग इत्यादीमुळे मला सेवासलगता मिळाली. एक प्रकारचा आत्मविश्वास आला. बळ आले. वाढले. मी अध्ययन, अध्यापन, वाचनावर लक्ष केंद्रित करायला एक कारणही घडले.

माझ्या संशोधनास १९७८मध्ये रूप आलं. लखनौ भेटीनं मला हिंदी साहित्य, संस्कृती, साहित्यकारांची जाण आली. याकाळात प्रकाशवती पाल, भगवानदास माहौर, भगवतीचरण वर्मा, अमृतलाल नागर, कुंवर नारायण, बीर राजा, प्रबोध मुजुमदार (अनुवादक), दुर्गाभाभी (स्वातंत्र्यसैनिक), डॉ. प्रताप नारायण टंडन, प्रा. कृष्ण नारायण कक्कड, श्री. कृष्णकुमार (संपादक, 'नवजीवन') प्रभृतींच्या भेटीनं मोठा आत्मविश्वास आला. मौलिक संदर्भ हाती आले. यशपालांच्या पत्रकारितेसंबंधी अध्यायाची भर पडली. अद्याप अस्पर्श, अप्रकाशित साहित्य संदर्भ मिळाले, उमेद आली आणि वाढलीही. लखनौहून आल्यानंतर मी प्रबंधाचं पुनर्लेखन केलं. तेव्हा डॉ. मिश्रांना नाकारण्यासारखं काही उरलं नव्हतं. त्यांनी अंतिम मसुदा लेखनास हिरवा कंदील दिला.

मी प्रबंध लेखन सन १९७९मध्ये पूर्ण केलं. सततच्या वाचन, लेखनाने एव्हाना मला चष्मा लागला होता. माझ्यासाठी पीएच्.डी. म्हणजे क्रॉसकंट्री रेसच होती. प्रत्येक वळणावर अडथळा ठरलेला असायचा. या काळात मी १८-१८ तास अभ्यास करीत असे.... डॉ. आंबेडकर मला आतल्या आत सतत जागे ठेवायचे.... त्यावेळी अभ्यासिकेत सकाळी सहा वाजता प्रथम येणारा व रात्री बारा वाजता शेवटी जाणारा मीच असायचो. ग्रंथालयातल्या क्लार्क, शिपायांना सर्वाधिक त्रास देणारा मीच होतो.

इतक्या साऱ्या दिव्यातून प्रबंध टंकलेखन एकदाचे सुरू झाले तर टंकलेखकाची आई निवर्तली. मुदतीत प्रबंध सादर करण्याचा प्रचंड दबाव मनावर होता. मुदतीत मी सादर करू शकलो नाही तर फीचं ओझं मानेवर बसणार होतं. बाळासाहेब सावंतांनी आपला मातृशोक विसरून आईचे दिवस होण्यापूर्वी घरातल्यांचा रोष पत्करून वेळेत टंकलेखन करून दिले. टायपिंगला द्यायला पैसे सुध्दा त्यावेळी माझ्याकडे नव्हते. भालकर सरांनी उदार हस्ते ते दिले. म्हणून मी मुदतीत जून १९७९ ला प्रबंध सादर केला. यावेळी माझा संस्थाबंधू, आत्मीय सखा विठ्ठलचेही मोठे सहाय्य झाले होते.

हिंदीतील सुविख्यात नाटककार व ज्येष्ठ राजभाषा अधिकारी डॉ. शंकर शेष

आणि श्रेष्ठ संशोधक, समीक्षक डॉ. प्रतापनारायण टंडन परीक्षक म्हणून विद्यापीठानं मुक्रर केले. मौखिकी ठरली तर लखनऊहून विमानाने आलेल्या परीक्षकांची रेल्वे तब्बल बारा तास उशिरा पोहोचली. मग माझी तोंडी परीक्षा रविवारी खास बाब म्हणून योजण्यात आली. मौखिकीशिवाय शिफारस करण्याचे घाटत होते. डॉ. शंकर शेषांनी विरोध केला. म्हणाले, 'नहीं, हम देखना चाहेंगे, छात्र कितने पानी में है।' हिंदीची मौखिकी इंग्रजीत घेऊन मला डॉ. शेषांनी तारेवरची कसरत करायला भाग पाडले. पण नंतर मात्र मन:पूर्वक अभिनंदन करत म्हणाले, 'Your work is deserve for D.Lit.' ते ऐकून घेतलेल्या श्रमाचं चीज झाल्यासारखं वाटलं.

मी पीएच्.डी. झालो त्या प्रीत्यर्थ महावीर महाविद्यालयानं माझं व्याख्यान योजलं होतं. आंतरभारतीनं शिपायाकडून दोन ओळीचं औपचारिक अभिनंदन पत्र धाडून आपल्या शाळेच्या पहिल्या पीएच.डी. धारण करणाऱ्या विद्यार्थ्याविषयीची आपली कोरडी भावना अधिकच रूक्षपणे व्यक्त केली. पंढरपूरच्या बालकाश्रमानं हृदयपूर्ण सत्कार केला. रिमांड होमनी पण. पण त्यांना ते लेखी कळवावं लागलं होतं. कोल्हापुरातील साऱ्या आश्रमीयांनी प्रसिध्द बालसाहित्यिक सुधाकर प्रभूंच्या हस्ते घरगुती अभिनंदन सोहळा योजला. प्रभूंनी डॉ. सुनीलकुमार लवटे असं छापलेली लेटरपॅड्स, एक मोठा हिंदी शब्दकोश दिला. म्हणाले, 'माझा राजूच (मुलगा) पीएच्.डी. झाल्यासारखं वाटतं. त्यावेळी मी साऱ्या हितचिंतक, शिक्षक, मित्र, सहाय्यकांना कृतज्ञतापर पत्र लिहिलं होतं. त्यातील चार ओळी, बाबा आमटेंच्या 'ज्वाला आणि फुले' मधील होत्या –

'यातनाहीनांना स्वप्ने नसतात
आणि जो थोडे सहन करतो
तो थोडे फार करू शकतो
जो खूप सहन करील?
त्याला पुष्कळ काही करून दाखविता येईल'

मी काही करू शकलो, झालो, त्याचं श्रेय या ओळींनाच.

२०

जुलै १९८०ची गोष्ट. शिवाजी विद्यापीठाच्या पदव्युत्तर अध्यापन केंद्रात त्यावर्षी एम.ए.साठी नवा अभ्यासक्रम सुरू करण्यात आलेला होता. एकाचवेळी जुन्या व नव्या पाठ्यक्रमाच्या दोन स्वतंत्र तुकड्या सुरू करणे आवश्यक झाल्याने विद्यापीठाने मला पदव्युत्तर (एम.ए.) अध्यापनाचे निमंत्रण दिले. अनपेक्षितपणे

मिळालेल्या या संधीचे वर्णन 'लॉटरी', 'छप्पर फाड के' असे करता येईल की नाही कोण जाणे. पण यामुळे आकाश मात्र ठेंगणे होऊन गेले होते.

पदव्युत्तर अध्यापनासंबंधीचे पत्र माझ्या हाती आले पण क्षणभर त्यावर माझा विश्वासच बसेना. मागचा सारा इतिहास जिवंत झाला. .... डी. आर. एस. झाल्यानंतर नियमित एम. ए. ला जाण्याची इच्छा नि पात्रता असून केवळ आर्थिक परावलंबित्वामुळे जाता न येणे, एम. ए. करत असताना क्षणोक्षणी येणाऱ्या अडचणी, चोरून व्याख्याने ऐकणे, प्राध्यापक होण्याचे ते अचंब्याचे .... आश्चर्यपूर्ण आकर्षण .... डोळ्यांवर विश्वासच बसत नव्हता. मी आनंदाने हुरळून गाईड असलेल्या डॉ. मिश्रांकडे गेलो. भारावून पत्र दाखविले. मला वाटले होते, त्यांना आनंद होईल. अभिनंदन करतील. म्हणाले,'गलती से आया होगा । ठीक पता करो। पाँच वर्ष हुए बगैर न्योता नहीं आता ।' समझनेवाले को इशारा काफी. मी समजून गेलो. बैठकीत डॉ. चंदुलाल दुबेंनी अभिनंदन केले. विद्यापीठाची गरज म्हणून पाच वर्षांची अट शिथिल केल्याचेही स्पष्ट केले. पुढे पहिल्या दिवशी शाल, श्रीफळ देऊन डॉ. दुबेंनी केलेला माझा सत्कार नि करून दिलेली ओळख विसरणे केवळ अशक्य. ते म्हणाले होते की, 'मुझे डॉ. लवटे जी की मेहनत देखकर शंबूक की याद आती है।' आपण कधीतरी या विद्यार्थ्याला नाकारले होते त्याचे त्यांनी केलेले रचनात्मक उदात्तीकरण (मी प्रायश्चित्त म्हणणार नाही.) त्यांच्या व्यक्तिमत्त्वातले उमदेपण सिध्द करणारे होते. सुटाबुटात टाय लावून घेतलेला पहिला तास! त्या तासाने माझे सारे पांग फेडले. साऱ्या कष्ट-तपश्चर्येचा आनंद मिळाला. आज मी विद्यापीठाचा संशोधन मार्गदर्शक, संशोधन समितीचा सदस्य, अभ्यास मंडळाचा सदस्य, पीएच्.डी., एम्. फिल. चा प्राश्निक, परीक्षक, परदेशातील अनेक ठिकाणी अध्यापन, हे सारे पाहिले की क्षणभर त्या अंधारल्या, नाकारल्या दिवसांचे वास्तवच काल्पनिक होते, स्वप्न होते, असे वाटू लागते. खाली जमीन वर आकाशाचा क्रमही उलटा होऊन जातो. आकाश जमिनीवर आल्याचा भास.... 'अशक्य ते शक्य करिता सायास' सारख्या ओळी सार्थक वाटू लागतात नि मग कष्टावरची श्रध्दाही वाढते. हे सारं अनुभवत असताना स्टीफन झ्वाइगनी आपल्या 'The World of Yesterday' मध्ये एका आयुष्यात घडलेल्या कायाकल्पावरचा विश्वास प्रत्ययास येत राहतो. तो म्हणाला होता, "My feeling is that, the world in which I grew up, and the world of Today, and the world between two, are entirely separate worlds."

१९८०-८१चे शैक्षणिक वर्ष संपले. महावीर महाविद्यालयातील नोकरीत मी कायम होण्यास पात्र ठरलो होतो. सलग दोन वर्षांची सेवा झालेली होती. शैक्षणिक पात्रताही पूर्ण होती. त्यावेळी आमच्या महाविद्यालयात सेवेत कायम करण्याची पत्रे

चक्क समारंभपूर्वक एका बैठकीत दिली जायची. मला हे मानहानीकारक वाटले नि मी बैठकीस अनुपस्थित राहिलो. माझे ज्येष्ठ सहकारी मला असे न करण्याचा सल्ला देत होते. पण आजवर मी विवेकाशी तडजोड केली नव्हती. इतर सहकाऱ्यांना समारंभपूर्वक पत्रे देण्यात आली. मी काही पत्र मागितले नाही. पण दुसऱ्या दिवशी ते मला स्वत:हून मिळाले, याचे नव्या, जुन्या साऱ्यांनाच आश्चर्य वाटले होते. याला कोणी अहंकार भले म्हणो, माझ्या लेखी तो स्वाभिमान होता. आत्मभान आल्यानंतर तरी माणसाने विवेक गमावू नये असे मला वाटते. आजवर माझे सारे जिणे उपकृततेचे ओझे वाहणेच होते. आता मला ते असह्य होते. मानेवरचे जू, बोकांडी बसलेला वेताळ केव्हातरी टाकायला हवा होताच ना?

तिशीत आलेला मी.... डॉक्टरेट ....संघटन.... संघर्ष साऱ्यातून तावून सुलाखून निघालेले एकेक दिवस.... त्या दिवसांनी माझे जीवन विश्वासपूर्ण बनविले. इतके की खरेच वाटू नये. कवी दुष्यंतकुमारांच्याच शब्दांत सांगायचे तर ....

'तुम्हारे पाँवों के नीचे कोई जमीन नहीं;
कमाल ये है कि फिर भी तुम्हें यकीन नहीं ।''

माझ्या घडण्याच्या काळात जे संस्कार मला मिळाले; त्यांनी मला ध्येयवादी शिक्षकाचे स्वप्न दिले होते. आंतरभारतीमध्ये ध्येयवादाची फारकत न घडती तर मी शिक्षक राहणेच पसंत केले असते. माध्यमिक विद्यालयात शिकवण्याचे समाधान असते. विद्यार्थी घडतो, घडवता येतो याचे प्रत्यक्ष प्रत्यंतर जर कुठे येत असेल, तर ते माध्यमिक विद्यालयातच. असे असताना मी प्राध्यापक झालो. माझे प्राध्यापक होणे हा माझ्या महत्त्वाकांक्षेचा भाग मुळीच नव्हता. माझे प्राध्यापक होणे परिस्थितीने माझ्यावर लादलेले ओझे होते. मी ज्या विषम परिस्थितीतून उभा राहिलो, त्यात माझ्या प्राध्यापक होण्याची बीजे रुजलेली मला आढळतात.

प्रथमत: प्राध्यापक व्हावे असे वाटायचे ते डॉ. डी. व्ही. चिक्करमने, प्रा. स्नेहलता दसनूरकर, प्रा. श्री. अ. दाभोलकर प्रभृतींच्या अध्यापनामुळे. पण ते एक स्वप्नरंजन वाटत होते. नंतर मी जेव्हा एम.ए. करत होतो; तेव्हा इच्छा नि पात्रता असून माझ्या विषम परिस्थितीमुळे मला विद्यापीठात नियमित शिकता आले नाही. तेव्हा चोरून, चुकवून मी डॉ. चंदुलाल दुबे, डॉ. व्ही. व्ही. द्रविड, डॉ. सरजूप्रसाद मिश्रा प्रभृतींची व्याख्याने ऐकायचो. तेव्हा त्यात अचंब्याचे आकर्षण होते. प्राध्यापक व्हावयाची ऊर्मी नि ऊर्जा माझ्यात निर्माण झाली ती मूल्यांच्या भ्रमनिरासामुळे. ही एक निषेधात्मक प्रतिक्रिया होती. मनापासून विचाराल तर ती होती मोठी क्लेशकारक गोष्ट!

आंतरभारतीतील आमच्या शुध्दीकरणाच्या चळवळीस लक्षणीय यश लाभले तरी मी समाधानी नव्हतो. माझ्या घडणीच्या काळातील मनीमानसी बसलेली ध्येयवादी बैठक हरवल्याचे भान सतत अस्वस्थ करत राहायचे. यातून पत्रसंवाद, चर्चा नि शेवटी राजीनाम्यात झालेले पर्यवसान. या साऱ्यातून जात असता आंतरभारतीतील माझी मानसिक गुंतवणूक कमी- कमी होत गेली. मी पाट्या टाकू लागलो. पाट्या टाकत असताना मात्र प्राचार्य अ. के. भागवतांचे एका परिवार मीलनातले भाषण सतत कानात घोंघावत रहायचे. आजही तो भुंगा माझ्या कानात तसाच गुंजारव करत असतो. ते म्हणाले होते,'पाट्याच टाका हवे तर; पण त्या भरून टाकत जा.' आजवर हे मी पाळत आलो आहे.

सन १९८०-८२चा काळ माझ्या आयुष्यातील विलक्षण घालमेलीचा होता. व्यक्तिगत आयुष्यातील कितीतरी स्वप्नं साकारलेली. शिक्षकाचा मी प्राध्यापक झालो होतो. ज्या शिवाजी विद्यापीठाची दारं माझ्या विषम परिस्थितीमुळे कधीकाळी मला बंद होती, आता मी तिथं मानसेवी प्राध्यापक म्हणून सन्मानानी (खरं तर अभिमानानी!) शिकवू लागलो होतो. महावीर महाविद्यालयातील नोकरीत मी कायम झाल्याने सेवाशाश्वती मिळाली होती. व्यक्तिगत जीवनात या नोकरीने मला केवळ संरक्षणच दिलं होतं असं नाही, तर आर्थिक स्थैर्य नि सुबत्ताही लाभली होती. प्रापंचिक जीवनात म्हणाल तर निशांत नंतर अंकुर जन्मलेला. 'हम दो, हमारे दो' चा काळ असल्याने प्रापंचिक विराम झालेला. त्यावेळी श्याम बेनेगलांच्या प्रायोगिक सिनेमांनी, त्यातील सामाजिक जाणिवांनी मी अस्वस्थ असायचो. समाजात मूलभूत बदल घडवणारं काही करण्याची ऊर्मी या काळात 'निशांत', 'अंकुर', 'भूमिका', 'मंथन', सारख्या चित्रपटांनी माझ्या मनात जागवायला सुरुवात केली होती. आंतरभारतीतील फसलेल्या प्रयोगाचा काटा आत खोल सतत सलत रहायचा. सिनेमा, नाटक, साहित्य, संगीत, कलेसारख्या क्षेत्रातील माझ्या अपुऱ्या इच्छांची पूर्ती करण्याचा मी सपाटा लावला होता. खरं तर मी 'बॅकलॉग' पूर्ण करत होतो, असं म्हणणं अधिक योग्य ठरावं.

प्रत्येक माणसाच्या जीवनात असा एक कालखंड बहुधा येत असावा. हा कालखंड तुम्हाला आयुष्याच्या एका अशा तिठ्यावर आणून उभा करतो.... त्याला जीवनाचा चौक म्हणा की जीवनाचे सात रस्ते.... वि. स. खांडेकरांनी आपल्या आत्मपर लेखनात अशा प्रसंगाचं मनोज्ञ वर्णन केलंय.... तसाच मी पण जीवनाचा आत्मस्वर शोधत होतो नि सामाजिक कार्याचे सप्तस्वर मला साद घालत होते, खुणावत होते.

पीएच्.डी. झाल्यानंतर रिमांड होम, कोल्हापूर आणि वा. बा. नवरंगे बालकाश्रमानी केलेल्या सत्कारांप्रसंगी उत्तरादाखल केलेल्या भाषणात संस्थेनं माझ्यावर केलेल्या

उपकाराची फेड म्हणून ऋणाईततेच्या भावनेनी काही करण्याची इच्छा व्यक्त केली होती. आता आपण सनाथ नि स्वावलंबी झालो. आपल्याला जे भोग भोगावे लागले ते संस्थात येथून पुढे येणाऱ्या मुला-मुली-महिलांना भोगायला लागू नये म्हणून काही करावं असं त्या काळात प्रकर्षानं वाटत राहायचं. काही जुजबी धडपड सुरू झालेली होती. हे सारं एक प्रकारे चाचपडणंच असायचं.

पूर्वी हिंदी शिक्षक म्हणून माध्यमिक शाळेत शिकवत असताना राष्ट्रभाषा प्रचार सभा, पुणेच्या बालबोधिनी, प्रबोध, प्रवीणसारख्या परीक्षांना शाळेतील मुलं बसवायचो. मीही विद्यार्थी असताना अशा परीक्षा दिल्या होत्या. कधी काळी त्यामुळे राष्ट्रभाषा हिंदीचा शिक्षक, प्राध्यापक म्हणून प्रचार प्रसाराचं कार्य करावं असं वाटत राहायचं. सुधाकर प्रभू, प्राचार्य प्र. द. पुराणिक, प्रा. चंद्रकांत पाटगावकर प्रभृतींच्या या क्षेत्रातील धडपडीचा आदर्श मनातल्या मनात सतत खुणावत असायचा. त्यातच शिवाजी विद्यापीठ प्राध्यापक परिषद, हिंदी प्रचार केंद्रसारख्या कोल्हापुरातील संस्थांशी कामातून वाढलेल्या संपर्कामुळे हिंदी प्रचारक व्हावं असं वाटायचं. यामागे आपण हिंदीची भाकरी खातो, हिंदीची चाकरी करतो- तिची सेवा करण्याचा एक भाबडा भाव मनात सारखा रुंजी घालत असायचा.

महावीर महाविद्यालय चालवत असलेल्या मागास विद्यार्थी वसतिगृहाचा मी रेक्टर होतो. इथल्या मुलांचे प्रश्न नि ते सोडवायची हाती असलेली तुटपुंजी साधनं यांचं भान बेचैन करत रहायचं. माझ्यापुढे विद्यार्थी सहाय्यक समिती, पुणेचं कार्य होतं. गरीब नि गरजू विद्यार्थ्यांसाठी अच्युतराव आपटे, रमाकांत तांबोळी करत असलेलं दिव्य मला विद्यार्थी कल्याणाकडे ओढत रहायचं.

पीएच्.डी. ची पदवी म्हणजे लेखन, वाचनाचा विराम मानण्याची इतरेजनांची प्रवृत्ती मला सतत लेखन, वाचन, संशोधन कार्यात काही मुशाफिरी करावी म्हणून प्रेरणा देत राहायची. पीएच्.डी. पदरात पडेपर्यंत आपण महान संशोधन कार्य करत असल्याचा सुखभाव किती फोल होता ते माझ्या नावापुढे लोक 'डॉक्टर' लिहू लागले, संबोधू लागले तेव्हा क्षणोक्षणी जाणवत गेला. मला माझ्या अज्ञानाच्या जाणिवेचं या काळानं वेगळं भान दिलं. मी लिहू लागलो. संशोधनाचे नवे विषय, नवे धुमारे मनी-मानसी फुटू लागलेले. साहित्यिक, समीक्षक, अनुवादक सारं व्हायच्या वेडानी मी या काळात 'Ghost Reading' करत होतो. संशोधन काळातलं वाचन हा एक लादलेला असा कंटाळवाणा प्रवास होता. आता मी कोलंबसची सफर करत होतो. जहाजाचं शीड फाटू नये म्हणून काळजीही घेत राहायचो. पण ते फाटतच राहायचं. रस्त्यावरील जुनी-पुराणी दुर्मिळ पुस्तकं चाँद साहेबाच्या (कोल्हापुरातील जुन्या पुस्तकांचा दर्दी विक्रेता) मेहरबानीनी याच काळात पडत्या किमतीत विकत घेऊन माझ्या घरगुती ग्रंथालयास सजवत, समृध्द करत

होते. पत्नी रेखानी केलेल्या प्रापंचिक फर्माईशीनुसार कपीलतीर्थाकडे (कोल्हापुरातील मुख्य मंडई) गेलेला मी या काळात भाजीऐवजी पुस्तकं घेऊन परतायचो. कधी लुकतुके (वृत्तपत्र विक्रेते) यांच्या कडून 'सारिका', 'धर्मयुग', 'दिनमान', 'इलस्ट्रेटेड विकली' सारखी दुकानासमोर लटकवलेली सारी नियतकालिकं घेऊन परतायचो. हा काळ माझ्या आर्थिक उधळपट्टीचा होता खरा पण याच काळानं मला बौद्धिक दिवाळखोरीपासून सतत वाचवलं, समृद्ध केलं असं आज मागे वळून पाहताना लक्षात येतं.

समाजकार्य, हिंदी प्रचार-प्रसार, लेखन-वाचन, संशोधन, व्याख्यान-प्रबोधन, शिक्षण, संघटन अशी सप्तक्षेत्रे, जीवनाची सप्तपदी चालण्यासाठी खुणावत असलेला हा काळ माझ्या विविध क्षेत्रांतील मुशाफिरीचा जसा होता, तसा अनुभवाच्या कसोटीवर उमेदवारीचाही होता. तिशी-बत्तिशीतला मी प्रौढ-तरुण थोडा ध्येयवादाची धुंदी उतरून व्यावहारिक जमीन शोधत होतो. आकांक्षांचं आकाश आता मला जमिनीचं अनिवार्यपण घेऊन चालण्यात शहाणपण असल्याचं समजावत होतं. सारं कवेत घ्यायला निघालेला मी 'Jack of all and Master of none' होण्याचा मूर्खपणा करत होतो. पण तो काळ बेभान होऊन सर्व काही करण्याचा होता. कॉलेजचं गॅदरिंग आलं बसव नाटक. हिंदी दिन आला भाषण देत सूट. प्राध्यापक परिषदेचा कार्यक्रम आहे, घरचं लग्नकार्य समजून सारं करत राहा. शिपाई पण मीच नि संयोजकपण मीच आहे, असं उगीचच वाटत राहायचं. तिकडं विद्यापीठात आपण आपल्या गुरू-शिक्षकांबरोबर शिकवत असल्याच्या जाणिवेनं मनावर मोठा ताण असायचा. शिकवण्यासाठी कोण तयारी करत असायचो. कपडे, दाढी, बूट, टाय याच्या तयारीत वेळ घालवायचाही तो काळ होता. भान नि भाबडेपणाचं भांडण सतत होत राहायचा तो काळ!

जाणीवपूर्वक काही करत राहायचा ध्यास मला समज येण्याबरोबरच लागलेला. आंतरभारतीत मागासवर्गीय विद्यार्थी राहायचे. गरीब नि गरजू विद्यार्थ्यांसाठी चालवलेली अधिकांश वसतिगृह सरासरी सुबत्तेचीही असत नाहीत याचं राहून-राहून आश्चर्य वाटत राहायचं. चित्र बदलण्याचा मनी लागलेला घोर माझ्या पूर्वाश्रमीचं अनुभवांचं अपत्यच असायचं. महावीर महाविद्यालयात वसतिगृहाचा रेक्टर म्हणून काम करू लागल्यावर हा घोर माशाच्या गळाप्रमाणे गळ्यात अडकून राहायचा. वसतिगृहातील बरीचशी मुले ग्रामीण भागातली. काही तर पंढरपूर, बार्शी, उस्मानाबादसारख्या दुष्काळी भागातून आलेली असायची. मी त्यांच्या विषम परिस्थितीत माझं पूर्वायुष्य न्याहळत राहायचो. महाविद्यालयाच्या मर्यादेत त्यांना फारसं देणं मला जमायचं नाही. वसतिगृह तरी कसलं? पथारी पसरायची ती एक किमान व्यवस्था होती. दहा बाय दहाच्या खोलीत सहा-सात विद्यार्थी राहायचे. कधी दहा सुद्धा. मुंबईच्या

चाळीतील खोल्यांसारखी ट्रंक-बिछाना ठेवायची व्यवस्था म्हणजे वसतिगृह. नावाप्रमाणे ती वस्तीची व्यवस्था होती. भोजनव्यवस्था मुलंच पाहायचे. माझ्यापूर्वीचे रेक्टर प्रा. नारखेडे म्हणून होते. त्यांचं नि व्यवस्थापनाचं वाजलं होतं. त्यावरून त्यांना सेवेतून कमी करण्याचंही घाटत होतं. अशा स्थितीत मीही बळीचा बकरा ठरण्याच्या शक्यतेनं पूर्वानुभवी प्राध्यापक सहकारी जबाबदारीनं, खबरदारीनं काम करायचा सल्ला दबलेल्या आवाजात देत राहायचे. तत्कालीन प्राचार्यांची कार्यपध्दती, व्यवस्थापनाचा दृष्टिकोनही या दबलेल्या आवाजामागील कारणं असायची. सारा मामला 'तेरी भरी चुप और मेरी भी' असाच असायचा.

मी रेक्टर म्हणून काम करू लागल्यावर पहिलं काम केलं ते सुसंवादाचं. मुलं मोकळी झाली. जीवाभावाचं बोलू लागली. त्यांच्या किमान गरजा, अपेक्षा असायच्या. त्याही मी पुरवू शकायचो नाही. माझे हात घडी घातलेले. पाय बांधलेले. तोंडाची मुस्कटदाबी. डोळ्यावर गांधारीची चिंधी होती. माझ्या कानात मीच कोंबलेले कापसाचे गोळे होते. आंतरभारतीच्या पार्श्वभूमीवर तीन माकडांची मूर्ती होऊन गेलेला मी. मला माझ्या दुर्बलतेचाच दुःस्वास वाटायचा. वसतिगृहात फडतरे नावाचा एक विद्यार्थी होता. बार्शी - उस्मानाबादकडचा. अंगाच्या कपड्यानिशी गाव सोडून महाविद्यालयात शिकायला आलेला. मी त्याला माझे कपडे दिले. त्याला हवं नको ते देत राहिलो. तो चार पैसे मिळवण्यासाठी मेस मॅनेजर झालेला. नाव मॅनेजर पण काम हमालीचंच असायचं. वखारीतून लाकडं आण. पीठ दळून आण. बाजार कर. हरकाम्याचं नाव मॅनेजर होतं. एकदा रणरणत्या उन्हात सायकलवरून अनवाणी लाकडं ओढणाऱ्या फडतरेची मी ज्या दिवशी फरपट अनुभवली, त्या दिवशी मी स्वत: अनवाणी होऊन दुर्बलतेचं प्रायश्चित्त घेतलं होतं. वसतिगृहात मुलांची प्रार्थना, हजेरी सुरू केली. आता मुलं कॉलेजात वेळेवर जाऊ लागली. नियमित कॉलेज करू लागली. हे साधे बदल होते पण पूर्वसहकार्यांच्या चेहऱ्यावर क्रांती झाल्याचा भाव असायचा. मुलं खोल्या स्वच्छ, व्यवस्थित ठेवू लागली. कॉलेजची मुलांकडून होणारी नेहमीची नासधूस थांबली. मी वेळीअवेळी राऊंड घेऊ लागलो. चुकले पीर हाती लागत गेले. पूर्वी साऱ्यांना प्राचार्यांपुढे उभं केलं जायचं. रामबाण उपाय म्हणून वसतिगृहातून नाव काढून टाकलं जायचं. मी समजावण्यावर भर देत राहिलो. नगरकरसारखी व्रात्य मुलंही त्यावेळी समजूतदार झाली होती. उत्तम कांबळे, ढालेसारखी काठावरची मुलं नियमित होऊन चांगल्या गुणानं पास होत राहिली. पिरजादे नावचे एक कॉलेजचे नाईट वॉचमन होते. ते मुलातील बदल टिपत, सांगत राहायचे. माझ्या येरझाऱ्या सार्थकी लागत असलेल्या पाहून मला बरं वाटायचं. मेसचे हिशोब, बिलं वेळेवर होऊ लागल्याचे आमचे क्लार्क श्री. सुभाष कटके, अकाऊंटंट श्री. दादा केसरे सांगत राहायचे. पण प्राचार्यांनी मात्र कधी या

बदलांची नोंद घेतली नाही. व्यवस्थापनासही याचं फारसं सोयरसुतक नव्हतं. त्यांच्या लेखी वसतिगृह म्हणजे बुडणाऱ्या कॉलेजला संख्येचा आधार देणारी हुकमी, दुभती गाय होती. या गायीचं स्वत:चं असं वैशिष्ट्य होतं. चारा घाला, न घाला ती निमूटपणे दूध देत राहायची. माझ्या निष्ठेनं वसतिगृह चालवण्याचा गौरव म्हणून पुढं आणखी काही वर्षं ते माझ्या माथी मारण्यात आलं. तुम्ही आल्यापासून वसतिगृहाची डोकेदुखी थांबली असं सारे- जण म्हणत राहायचे. 'डोकेदुखी' शब्दातून वसतिगृहाकडे पाहण्याचा साऱ्यांचा दृष्टिकोन समजायचा.

मी मात्र रोज माझ्या मनाचे मुडदे अनुभवायचो. ज्यांना काही नाही त्यांना सर्वकाही द्यायचा ध्यास लागलेला मी .... मी फक्त त्यांचा जीवाभावाचा शिक्षक होऊ शकायचो. मुलं त्यातही संतुष्ट, आनंद असायची. माफक जगणारेच सुखी असतात, होऊ शकतात हे त्या दिवसांनी मला दिलेलं एक नवं पाथेय. 'ठेविले अनंते तैसेचि रहावे । चित्ती असु द्यावे समाधान ।।' अभंगाचा नवा आत्मस्वर, नवा अर्थ-शोध मला या नव्या मुशाफिरीतून मिळाला. या अनुभवाची मर्मबंधी ठेव आजही तशीच मनी लसलसते आहे. ती लसलस मला तू गदिमांचा 'पराधीन पुत्र' आहेस हे रोज प्रत्ययास आणून देते. मी आजही कडकलक्ष्मीचे ते चाबकाचे फटकारे तसेच मारून घेतोय. पूर्वी रक्त यायचं. आज तेही येणं थांबलं, थबकलंय, बंद झालं नि गोठलंही! आज माझा संवेदन-सूचकांक शून्यावर येऊ पाहतोय. तो वजा शून्य होऊ नये इतकं मात्र मी मला जपलंय!

२१

आपला समाज निखळ नि सरळ असतच नाही मुळी. आपल्या जीवनास व्यक्तिसापेक्ष मूल्यांच्या अग्निदिव्यातून अटळपणे जावं लागतं. तुम्ही जितक्या निष्पाप नि निर्व्याजपणे एखादं काम करता, त्या कामाकडे सारी माणसं तशाच भावनेने पाहतात असे नाही. काही माणसं दिसायला सरळ, साधी, भोळी वाटत असली तरी ती दबा धरून बसलेल्या हिंसक श्वापदासारखी असतात. त्यांना तुमचा उत्कर्ष क्लेषकारक वाटत असतो. सुमार क्षमता नि बेसुमार महत्त्वाकांक्षा असलेली ही मंडळी आपल्या बुद्धिबळाचा पट अंथरून सदैव सरळ चालत असल्याचा अभिनय करत बुद्धिबळातील उंटाप्रमाणे नित्य तिरकी चाल करत राहतात. त्यांचं शरसंधान समोरून कधी असत नाही. समोरून वार करण्याचं धाडस त्यांच्यात नसते, ते त्यांच्यातील कमाजोरीमुळेच. ते नेहमी नथीतून तीर मारतात. कधी कुणाची ढाल करून तलवारीचे वार करत राहतात. साळसूदपणाचा बुरखा पांघरणारी

ही मंडळी मुळात कोती असतात. माणसाच्या अंतरंगाच्या नाना कळा मी अनुभवल्या; त्या हिंदी प्रचार-प्रसाराचे कार्य करताना.

आत्मस्वराचा शोध घेण्याच्या कालखंडात मी १९८० ते ८५ दरम्यान शिवाजी विद्यापीठ पदव्युत्तर अध्यापन केंद्र, शिवाजी विद्यापीठ हिंदी प्राध्यापक परिषद, शिवाजी विद्यापीठ हिंदी अभ्यास मंडळ, शिवाजी विद्यापीठ शिक्षक संघ, महाराष्ट्र राष्ट्रभाषा सभा, पुणे संचालित हिंदी प्रचार केंद्र , कोल्हापूरसारख्या संस्था - संघटनांत सक्रिय होतो. या काळात हिंदी प्रचार-प्रसार कार्य हे मला आपले जीवित कार्य वाटत राहायचे. या काळात हिंदी प्रचार-प्रसारासाठी संगठन, प्रबोधन, लेखन, भाषण अशा अनेकांगांनी मी कार्य करण्याचा प्रयत्न केला. त्याला अपेक्षातीत यश आलं. पण अनपेक्षित धक्क्यांनी मला माणसातील मनुष्याची नवी ओळख करुन दिली.

मी प्राध्यापक होऊन, पीएच्.डी. झाल्यावर हिंदी प्रचार-प्रसार संबंधी कार्यात हिरिरीने भाग घेत होतो. माझा उत्साह डॉ. चंदुलाल दुबे, प्रा. चंद्रकांत पाटगावकर प्रभृतींनी जोखला व माझ्यावर शिवाजी विद्यापीठ हिंदी प्राध्यापक परिषदेच्या संयोजक पदाची जबाबदारी सोपविली. महाराष्ट्रात १९८१-८२चा काळ हिंदीच्या अस्तित्वाच्या संदर्भात निकराचा काळ होता. महाराष्ट्र शासनाने इयत्ता ९ वी नंतर हिंदी ऐच्छिक करण्याचे धोरण जाहीर केले होते. इंग्रजी अनिवार्य करण्याचा अथवा इंग्रजीस पर्यायच राहू नये असा डाव मांडण्यात आला होता. अंतुले सरकारची ही खेळी हुकमी मतपेटी काबीज करण्याचे एक कुटील कारस्थान होते. आम्ही महाराष्ट्रभर सर्व हिंदी संस्था-संघटनांना साद घालून याविरुध्द रान उठवले. या काळात परिषद संयोजक या नात्याने राज्यातील सर्व विद्यापीठांतील हिंदी विभाग, शिक्षक संघटना, मुख्याध्यापक संघ यांच्यामार्फत त्रिभाषा सूत्राच्या अंमलबजावणीची मागणी केली. वृत्तपत्रात निवेदने प्रसृत केली.

सन १९८१च्या जानेवारी महिन्यात २३, २४, २५ला सांगलीत 'मराठी -हिंदी साहित्यातील आधुनिकता' विषयावर राष्ट्रीय चर्चासत्र होणार होतं. त्यासाठी देशभरातून मराठी हिंदीतील मान्यवर साहित्यिक, समीक्षक, संशोधक, अभ्यासक उपस्थित राहणार होते. ते औचित्य साधून आम्ही 'राज्यस्तरीय त्रिभाषा सूत्र परिषदेचे' आयोजन केले. ज्ञानपीठ पुरस्कार विजेते हिंदी कवी अज्ञेय या परिषदेस प्रमुख पाहुणे म्हणून लाभले. हिंदी, मराठी, इंग्रजीतील डॉ. गंगाप्रसाद विमल, डॉ. शम्भुनाथ, कुलगुरू रा. कृ. कणबरकर, प्रा. चंद्रशेखर जहागीरदार, डॉ. श्री. व्यं. बोकील, प्रा. विलास खोले, ह. मो. मराठे, डॉ. सुधीर रसाळ, प्रा. श्यामला वनारसे, प्रा. निशिकांत ठकार, डॉ. चंदुलाल दुबे, डॉ. सरजूप्रसाद मिश्र प्रभृतींची उपस्थिती नि समर्थन लाभलेल्या या त्रिभाषा सूत्र परिषदेच्या

अप्रत्याशित (अनपेक्षित) यशामुळे संयोजक म्हणून घेतलेल्या कष्टाचा मोठा आनंद वाटला. या कामी प्राचार्य गो.रा. कुलकर्णी यांचं मोठं सहकार्य लाभलं. यातून हिंदी अनिवार्य राहू द्यावयाच्या आमच्या प्रयत्नास एक व्यापक जनसमर्थन लाभलं. यातून हिंदी समर्थनाचं नवं वारं राज्यभर निर्माण झालं. पुढे आम्ही २ ऑक्टोबरला गांधी जयंतीचं औचित्य साधून राज्यातील सर्व जिल्हा मुख्यालयात लाक्षणिक उपोषणं योजली. कोल्हापुरात बिंदू चौकात योजलेल्या उपोषणात अनेक स्वातंत्र्य सैनिक, जुने, वृद्‌ध हिंदी प्रचारक, शिक्षक, प्राध्यापक मोठ्या संख्येने सामील झाले होते. राज्यभर हिंदी अनिवार्य ठेवण्यासंदर्भात जनमताचा रेटा निर्माण करण्यात आमची परिषद नेतृत्व करत राहिली. तोंडावर आलेल्या राज्य विधान सभेच्या हिवाळी अधिवेशनात आम्ही सर्व पक्षीय लोक-प्रतिनिधींमार्फत लक्षवेधी सूचनांची सरकारवर सरबत्तीच केली नि अंतुले सरकार नमले. मुख्यमंत्र्यांनी अधिवेशनाच्या पूर्वसंध्येस पत्रकार परिषद घेऊन हिंदीची स्थिती 'जैसे थे' ठेवण्याची घोषणा केली. परिषद संयोजक म्हणून राज्यभर केलेल्या दौरा नि जागृतीचं हे यश मला सुखावणारं अशासाठी होतं की या काळात मी त्यासाठी जीवाचं रान केलं होतं. पूर्वी शिक्षक संघटनेत केलेल्या कामाचा यावेळी खूप उपयोग झाला होता.

याच काळात शिवाजी विद्यापीठाच्या अभ्यास मंडळाच्या निवडणुका जाहीर झाल्या. शिवाजी विद्यापीठात हिंदी विभाग व्हावा म्हणून शिवाजी विद्यापीठ हिंदी प्राध्यापक परिषदेने आपल्या स्थापनेपासून सतत आग्रहांची भूमिका ठेवली होती. ही मागणी लावून धरण्यासाठी म्हणून अभ्यास मंडळात संयोजक म्हणून मी जावं अशी इच्छा अधिकांश हिंदी प्राध्यापकांची होती. या वेळी प्रथमच शिवाजी विद्यापीठ शिक्षक संघटनेने (सुटा) आपल्या बॅनर खाली (खरं तर पॅनलखाली!) निवडणुका लढवण्याचं जाहीर केलं होतं. प्राध्यापक परिषदेमार्फत स्वीकृत सदस्य म्हणून मला घेण्यात यावं अशी रीतसर मागणी करूनही शिवाजी विद्यापीठ शिक्षक संघानी प्रा. अरविंद पोतदार यांची शिफारस केली होती. तिकडे प्रा. सरजूप्रसाद मिश्र या पदासाठी उत्सुक होते. प्रा. संभाजीराव जाधव यांनी प्रा. श्रीपाल जर्दे यांच्यामार्फत मी उमेदवारी मागं घ्यावी म्हणून गंभीरपणे निरोप धाडला होता. मी उत्तरादाखल फक्त प्रा.जाधव सरांनी मला हे प्रत्यक्ष सांगावं असा निरोप धाडला. रीतसर मागणी नाकारल्यानंतर ते मला काय म्हणून उमेदवारी मागं घ्यायला लावणार होते? रोज स्टाफरूममध्ये शेजारी बसणाऱ्या प्रा. जाधव सरांनी मला काही सांगितलं नाही. 'तेरी भी चुप और मेरी भी! निवडणुकीनंतर एकमतानं माझ्या नावाची झालेली शिफारस ही माझ्या कामाचीच पावती होती. या कामी प्रा. शरद कणबरकर, प्रा. प्रभाकर पाठक, यांनी मोलाचे सहकार्य केले. डॉ. व्ही.के. मोरे, डॉ. व्ही. के. घाटे,

प्रा. एन.बी. गुंडे यांनी माझ्यासाठी आपले वजन खर्च केले होते. यातून हिंदी प्राध्यापकांची एकजूट दिसून आली होती. या निवडीने माझ्यात आत्मविश्वास निर्माण केला.

जबाबदारीच्या जाणिवेने त्यावर्षी आम्ही अभ्यासक्रमात क्रांतिकारी बदल केले. अभ्यासक्रम अत्याधुनिक बनवला. उपयोजित हिंदीचा अभ्यास सुरू झाला. डॉ. शंकर शेषांसारखा नवा नाटककार आम्ही अभ्यासक्रमात अंतर्भूत करून राज्यातील अन्य विद्यापीठांच्या पुढे मजल मारली. पण माझ्या या उत्साहाने नवेच संकट निर्माण केले. प्राध्यापक मंडळींना कोणतेही पुस्तक शिकवायला पूरक सामग्री लागते. स्वतंत्रपणे शिकवायची, समीक्षा करायची सवय नसलेल्या प्राध्यापकांनी ओरड सुरू केली. हिंदी साहित्य इतिहास नि समीक्षेत एक अक्षर ज्याच्याबद्दल लिहिले गेले नाही; असा नाटककार नेमलाच कसा? नाटककार शंकर शेषांचा शोध मी लावलेला. अभ्यास मंडळात हे प्रकरण मीच निस्तरावं असं ठरलं. मी सत्रांत परीक्षेपूर्वी एक पुस्तक लिहून प्रायश्चित्त घ्यायचं ठरवलं. ते अर्ध्या रात्रीत अंबाबाईचं देऊळ बांधण्यासारखं होतं.

हे काम सोपं नव्हतं. शंकर शेषांच्या चाळीस -बेचाळीस साहित्यकृती, त्याही विविध साहित्य प्रकारांत लिहिलेल्या, पैकी काही प्रकाशित, काही अप्रकाशित. काहींच्या फक्त हस्तालिखित प्रतीच उपलब्ध. ते सारं साहित्य मिळवणं, वाचणं नि त्यावर समीक्षात्मक लेखन करून पुस्तकरूपात प्रकाशित करणं सोपं नव्हतंच. शेंडीपासून सारी तयारी करायची होती. मी श्रीमती सुधा शेषना गाठलं. त्यांना सर्व परिस्थिती सांगितली. त्यांनी उपलब्ध सारी हस्तलिखितं दिली. जीवनपट सांगितला, अनेक ग्रंथालयांतून पुस्तकं मिळवली. लेखन पूर्ण झालं. पण प्रकाशक मिळेना. माझी ही धडपड पाहून माझे एक हिंतचिंतक व व्यवसायाने सराफ असलेले श्री. नेमीनाथ ढणाल पुढे आले. कुणाला सांगूनही खरं वाटणार नाही. त्यांनी माझ्यासाठी प्रेस विकत घेतला. आपल्या भावास नि जावयास या कामास जुंपलं. लाखेचे डाग मारणाऱ्या या सोनारानं खिळे जुळवायचा न जमणारा उद्योग करून माझं पुस्तक तयार केलं. माझ्या पुस्तकासाठी 'संजय प्रकाशन'ची त्यांनी स्थापना केली. महिन्याभरात अभ्यास मंडळाच्या बैठकीपूर्वी केवळ शब्द पाळायचा म्हणून पुस्तका-साठी त्यांनी जीवाचं रान केलं. असं महत्प्रयासांनी तयार केलेलं पुस्तक अभ्यास मंडळात मंजूर करायला बुजुर्ग मंडळींनी केलेली खळखळ अनुभवली, तेव्हा त्यांच्या पोटातली मळमळ माझ्या लक्षात आली. हयातभर आपण हिंदी प्राध्यापक म्हणून वावरलो. आपलं एकही पुस्तक नाही अन् काल आलेला प्राध्यापक लेखक होतो.... मला माझ्या या साऱ्या सहकाऱ्यांपेक्षा अल्पशिक्षित माझे स्नेही - मी त्यांना अण्णा म्हणायचो - नेमीनाथ ढणाल अधिक सुशिक्षित वाटले. अभ्यास मंडळात नाइलाज

म्हणून पर्यायच नसल्याने पुस्तक मंजूर झालं. या पुस्तकानं हिंदी ग्रंथ जगतात डॉ. शंकर शेषांवरील पहिल्या पुस्तकाचा मान पटकवला. पुढे पुणे, मुंबई विद्यापीठाने आपल्या अभ्यासक्रमात या पुस्तकाचा समावेश केला. डॉ. शंकर शेषांवर त्यानंतर विद्यापीठात संशोधन सुरू झालं. आजवर लिहिल्या गेलेल्या अनेक प्रबंधांत या पुस्तकाचा उल्लेख मूलभूत ग्रंथ म्हणून करण्यात आला आहे. अशा पुस्तकावर चुकांच्या शेकडो रेघोट्या ओढणारे प्राध्यापक मी अनुभवले व डॉ. प्रभाकर माचवे, डॉ. विनय, डॉ. मॅनेजर पांडे, डॉ. चमनलाल, डॉ. देवेश ठाकूर सारख्या मान्यवरांनी लिहिलेली प्रशस्ती नि समीक्षाही मी अनुभवली तेव्हा लक्षात आलं की लहानांनी एकदम मोठं व्हायचं नसतं.

पुढे वर्षभरातच 'वि. स. खांडेकर की श्रेष्ठ कहानियाँ' या अनुवादित कथा-संग्रहास मला उत्कृष्ट अनुवादाचा राष्ट्रीय पुरस्कार लाभला. त्यावेळी देखिल मी सहकाऱ्यांची निरखलेली प्रतिक्रिया अजून लक्षात आहे. राष्ट्रीय पुरस्काराप्रीत्यर्थ कोल्हापुरातील विविध शैक्षणिक, सामाजिक संस्थांनी माझा जाहीर सत्कार केला. या सत्कारास हिंदी सहकारी प्राध्यापकांची अघोषित सामूहिक अनुपस्थिती त्यांचं कोतेपण पुन्हा एकदा सांगून गेली. या समारंभात माझं आणखी एक अनुवादित पुस्तक प्रकाशित झालं. वि. स. खांडेकरांची शेवटची कादंबरी 'सोनेरी स्वप्नं भंगलेली'. मराठीत ती अपूर्ण आहे. हिंदीत ती मी पूर्ण करून प्रकाशित केली. हिंदी जगतात तिचं चांगलं स्वागत झालं. त्याच वर्षी माझा पीएच्.डी.चा प्रबंधही दिल्लीहून प्रकाशित झाला. एकामागून एक पुस्तकांचं प्रकाशन, तेही दिल्लीतून होणं, सहकाऱ्यांच्या पोटदुखीचा विषय ठरला. इकडे माझ्या पुस्तकांची संख्या वाढत गेली, तिकडे सहकारी मित्रांची संख्या मात्र घटत गेली.

हिंदी चर्चासत्रांतील माझी वाढती उपस्थिती, वृत्तपत्रातील हिंदी विषयासंबंधीचं सतत लेखन, आकाशवाणीवरील हिंदी कार्यक्रमातील भाषणं, विद्यार्थीवर्गातली वाढती लोकप्रियता या सर्वांतून मला माझ्या आसपासच्या सहकाऱ्यांचे खरे चेहरे उमजत गेले. बुरखे ओढून जगणारे माझे सहकारी -त्याचे रोज पडत जाणारे चेहरे मी न्याहाळत राहिलो. खरं तर मी हे सारं आपण काहीतरी बनावं, घडावं यासाठी करत राहिलो. त्यात कुणाशी ईर्ष्या, स्पर्धा करण्याचा भाग नव्हताच मुळी. पण अकारण असंतुष्ट होणाऱ्यांना माझ्याकडे उत्तर नव्हतं. माझी स्पर्धा माझ्याशीच होती. ज्याची स्पर्धा स्वत:शीच असते त्यास जिंकणार तरी कोण? अंधाराला दोष देण्यापेक्षा दिव्यास दिवा लावून आपली वाट आपणच चालत राहायची. इतकं अंतर दूर चालत जायचं की प्रकाशही अंधुक होत अंधार वाटावा असं दिग्भ्रमित यश मी मिळवत राहिलो.

मला मिळणारं यश नेहमीच घातक ठरत आलंय! नियतीची पराधीनता मला

मंजूर नाही. पण माणसांची नीती का बदलते, हे मला न उलगडणारं कोडं वाटत राहिलंय खरं! यश, पद, प्रतिष्ठांची साठमारी मला नेहमी नामोहरम करू पाहतेय. पण मी नेहमी पुरुषार्थासाठी नवा प्रदेश निवडतो. कष्टाने कसलेला समृध्द प्रदेश ईर्ष्येनी आंधळे होणाऱ्यांसाठी मी सतत मागं सोडतो. कारण नित्य नव्या प्रदेशाची मुशाफिरी मला नव्या पुरुषार्थासाठी साद घालत राहते. मी नित्य नूतन पुरुषार्थाच्या शोधात स्वत:ला आणखी उज्ज्वल बनवत राहतो. आता तो माझा न सुटणारा छंदच होऊन गेलाय.

२२

हिंदीचं लेखन, वाचन हा सन १९८०-८५च्या दरम्यानचा माझा आवडता छंद होऊन बसलेला होता. विद्यापीठात समकालीन साहित्य शिकवत राहिल्यानं आधुनिक हिंदी साहित्य मी अधाशासारखं वाचत राहायचो. भारतीय साहित्य मोठ्या प्रमाणात हिंदीत अनुवादित होत राहिल्यानं पंजाबी, गुजराथी, उर्दू, मल्याळी, कन्नड सारख्या अपरिचित भाषांतील साहित्यप्रवाह मी अभ्यासत राहायचो. त्यावेळी 'रविवार सकाळ' मध्ये साहित्यिक लेख प्राधान्यक्रमाने लिहिले जायचे. हिंदी वा भारतीय साहित्यासंबंधी काही घटना घडली की माझा लेख ठरलेला. तत्कालीन संपादक सदा डुंबरे, विजय कुवळेकर, एकनाथ बागूल, अनंत दीक्षित नि आज मल्हार अरणकल्लेंनीही हे अढळपद जपलंय. त्याकाळात मी इतके सुंदर लेख लिहिले (कधी कधी माणसास स्वत:चं सुंदरपण जाणवतं. हिंदीत आम्ही यांस 'खुदपर फिदा' म्हणतो!) त्यांचा संग्रह केला तर भारतीय साहित्याचा संदर्भग्रंथ ठरावा. अशा त्या उभारीच्या उत्सवी दिवसांत हिंदीतील कवी रघुवीर सहाय यांच्या 'लोग भूल गये हैं' काव्यसंग्रहास साहित्य अकादमीचा सन १९८५चा पुरस्कार लाभला. त्याचं औचित्य साधून मी २० जानेवारी, १९८५च्या 'रविवार सकाळ' मध्ये 'वर्तमानाशी नातं असलेला मानवतावादी कवी-रघुवीर सहाय' असा शीर्षक लेख लिहिलेला होता. लेखाच्या ओघात या कवीशी आपण कसे परिचित झालो ते लिहिलं होतं. ओघात हे स्पष्ट केलं होतं की विद्यापीठात नव्या अभ्यासक्रमातील नवं हटकून मला शिकवायला मिळतं. 'शहाणी-सुरती, स्थिरावलेली (सुस्तावलेली?) बुजुर्ग मंडळी आपले स्थिरावलेले विषय सोडून अस्थिर (अस्वस्थ?) होऊ इच्छित नसतात'. हे वास्तव आजही मला बदललेलं दिसत नाही. आजही मी विद्यापीठात नवं, कोरंच शिकवतो. त्या लेखाच्या मिरच्या संबंधितांना झोंबणं स्वाभाविक होतं. माझ्या ही गोष्ट लक्षात आल्यानंतर प्राध्यापकांच्या बैठकीत मी नम्रपणे खेदही व्यक्त

केला होता. त्यात वडील माणसांचा मान ठेवण्याची भावना होती.

पण त्यांचं यानं समाधान झालं नाही. त्यांनी जून ८५च्या मानसेवी अध्यापकांच्या यादीतून माझं नाव वगळलं. मी विद्यापीठाकडे दाद मागितली. माझा विजय झाला. मला विद्यापीठानी नियुक्तीचं पत्र दिलं. त्यामागे विद्यार्थ्यांचा रेटाही कारणीभूत होता. मला नियुक्ती मिळाल्यानंतर असंतुष्टांनी बहिष्काराचा पवित्रा घेतला. विद्यापीठ आपणास आंदण मिळालं असल्याच्या अविर्भावात वागणारी ही वडील मंडळी. मी त्यांना त्यांचं डबकं अभयारण्य म्हणून द्यायचं ठरवून माझ्याच कॉलेजमध्ये स्वतंत्र पदव्युत्तर केंद्र सुरू करायचं ठरवलं. सत्याला मरण नसतं म्हणतात. आमच्या महावीर महाविद्यालयाच्या पदव्युत्तर केंद्रास मान्यता देणाऱ्या एका सदस्य समितीत मला वगळणारे प्राध्यापकच तज्ज्ञ म्हणून यावे याला काय म्हणावं! आम्हाला केंद्र मिळालं ते विद्यापीठापेक्षा वरच्या दर्जाचं. त्यावेळी शिवाजी विद्यापीठात हिंदी विभाग सुरू नव्हता. एम्.फिल. सारखी अध्यापन व संशोधन क्षेत्रातली नुकतीच सुरू झालेली पदवी सुरू करण्याइतकं पात्र मनुष्यबळ विद्यापीठात नव्हतं. आमच्या कॉलेजमधील आम्ही तिन्ही प्राध्यापक डॉक्टरेट होतो. जून ८६ पासून आमचं स्वतंत्र पदव्युत्तर अध्यापन व संशोधन केंद्र सुरू झालं, तेव्हा माझे सहकारी हताश होऊन, हातावर हात चोळत राहण्याशिवाय काही करू शकले नव्हते.

शिवाजी विद्यापीठाच्या पदव्युत्तर अध्यापन केंद्रातील माझं नाव वगळण्याच्याच काळात ४ ऑगस्ट १९८५च्या 'रविवार सकाळ' च्या अंकात मी 'शिवाजी विद्यापीठातील हिंदीची वाढती उपेक्षा थांबवा' असा शीर्षक लेख लिहिला होता. त्यात हिंदी विद्यार्थ्यांना शिष्यवृत्तीपासून वंचित राहावं लागणं, स्वतंत्र हिंदी विभाग सुरू न करण्यामागची तत्कालीन कुलगुरूंची इंग्रजाळलेली? मानसिकता स्पष्ट केली होती. तो लेख तत्कालीन कुलगुरूंना चांगलाच लागला होता. एकदा त्यांना भेटायला (प्राध्यापक परिषदेच्या कामासाठी) गेलो असता पाईपमधील धूर अधिक ओकत मुळातच लालवर्णीय असलेले कुलगुरू महोदय अधिक गर्द होऊन 'Are you wanted to hoot out me?' अशी पृच्छा करताना अनुभवले. नंतर कळले की या लेखाची राज्यपालांनी गंभीर दखल घेतली होती. त्यामुळे विद्यापीठास आपल्या निधीतून विद्यार्थ्यांना शिष्यवृत्ती देण्याची नामुष्की पत्करावी लागली होती. शिवाय त्यावर्षीच्या विद्यापीठ अनुदान आयोगाला पाठवल्या जावयाच्या विकास आराखड्यात हिंदी विभागाचा प्रस्ताव प्राधान्यक्रमाने पाठवावा लागला होता. व्यापक हित सोडून छोटे स्वार्थ कवटाळण्याचा मतलबीपणा करणे मला कधी जमलेच नाही. या प्रकरणात माझ्या सहकारी प्राध्यापकांची झालेली गोची आजही माझ्या चांगली लक्षात आहे 'हा सूर्य अन् हा जयद्रथ' च्या नाटकीय प्रवेशात माझ्या सहकाऱ्यांवर बाप दाखव नाही तर श्राद्ध घालण्याची ओढवलेली नामुष्की मी

कधीच विसरू शकणार नाही. माझ्या सहकाऱ्यांची निष्क्रियता स्पष्ट करण्यामागे हिंदीच्या व्यापक प्रचार, प्रसाराचा आग्रह असायचा. त्यात व्यक्तिगत दूषणाची भावना मुळीच नसायची पण ते व्यक्तिनिरपेक्ष, वस्तुनिष्ठ (Objective) का होऊ शकत नव्हते, हे आजही माझ्यासाठी न उलगडलेले कोडेच होऊन राहिले आहे! तुम्ही याला अहंकार म्हणा की अहंभाव, माझ्यासाठी ती अस्तित्वाची लढाई होती. तो संघर्षकाळ स्वत्व शोधाचा प्रवास होता. त्या प्रवासानं मला माझ्यातील सुप्त समाजसेवी वृत्तीला वाट करून दिली नि मी मग अनाथ, निराधारांच्या संगोपन, पुनर्वसन कार्याकडे लक्ष केंद्रित करायचं ठरवलं.

माझ्या आयुष्यात व्यक्ती की विचार, व्यवहार की आदर्श, संबंध की संदर्भ असे संघर्ष, द्वंद्व, प्रवासाच्या प्रत्येक वळणावर येऊन उभे राहिले. मी व्यक्ती, संबंध नि व्यवहाराची फारकत करून नित्य सैध्दांतिक भूमिका घेऊन उभा ठाकलो. माझं असं एकटं उभं ठाकणं मला नवी उभारी, नवं बळ देत आलंय. या काळातच (१९८२-८५) मी महाराष्ट्र राष्ट्रभाषा प्रचार केंद्राचा कोल्हापूरचा सचिव म्हणून कार्य करू लागलो होतो. माझ्यापूर्वी ॲड. चिवटे या पदाची धुरा सांभाळत होते. मोठ्या निष्ठेनी त्यांनी हे केंद्र जगवलं होतं. श्री. बावडेकर नावाचे वृद्ध गृहस्थ लिपिक म्हणून कार्यरत होते. माझ्याबरोबर अध्यक्ष झालेल्या प्रा. चंद्रकांत पाटगावकरांचे ते मामा. मामा-भाच्यांच्या कात्रीत मी विलक्षण अडकलेलो होतो. केंद्र अधिक कार्यक्षमपणे चालवावं अशी राष्ट्रभाषा सभेची व सर्व हिंदीप्रेमी विद्यार्थ्यांची अपेक्षा होती. केंद्रातील पुस्तकांवर जमलेली धूळ झटकणे, रोज केंद्र साफ करणे, विद्यार्थ्यांना हवं ते पुस्तक मिळेल अशी माझी चाललेली धडपड यात रोज जवळच्या सहकाऱ्यांना दुखवावं लागायचं. बऱ्याचदा ग्रंथालय सांभाळणारी माणसं सासू-सासऱ्यांसारखी वागत असतात. ग्रंथालयाचं मूळ सूत्र पुस्तक वाचकांपर्यंत पोहोचवणं हे असतं. ही मंडळी नियमाचा काच लावून पुस्तक काचेच्या कपाटात कसं सुरक्षित राहील, हे पाहण्यात आपलं सार्थक्य शोधत राहायची. तिकडे पुस्तकं कपाटात घुसमटत पडायची नि इकडे माझी घालमेल, तगमग वाढायची. साप तर मरावा पण काठी तर मोडू नये असं करून पाहिलं नि एके दिवशी दोन विद्यार्थ्यांना घेऊन ग्रंथालयाची निरवानिरव केली तेव्हा मी मोकळा श्वास घेऊ शकलो. त्यावेळचे प्रबोध, प्रवीण परीक्षा देणारे विद्यार्थी आज मी प्राध्यापक झालेले, एम.ए., एम्.फिल, पीएच्.डी. झालेले पाहतो, तेव्हा त्यावेळी ओढवून घेतलेल्या साऱ्या कटुतेचं सार्थक्य अनुभवतो.

हिंदी भाषा नि साहित्याच्या प्रचार व प्रसाराच्या या पर्वानी मला अनुभव समृद्ध केलं. या दिवसांनी मला माणसाची खरी रूपं दाखवली. मी लेखन, वाचन, कार्याद्वारे आत्मशोध घेत राहिलो. आत्मस्वराचा शोध घेत असलेल्या त्या काळात रचलेली ही कविता आजही माझा तसाच पिच्छा पुरवत आली आहे. माझ्या

सहकाऱ्यांचं नाकर्तेपण मी यात त्यावेळी शब्दबद्ध केलं होतं -

'नाकर्तेच ते
नामुष्की आपुली लपवायची म्हणून
दरवाजा लोटायचा वेंधळेपणा
नेहमीच करत आलेत ते
पण ....
जगाला दार लागत नसतं.
नि कुलूपही
हे त्यांना कसे उमजणार?
बशाबैल होऊन रवंथ करणे सोपे असते
चोथा चघळून रस तर सोडाच
थेंबभर लाळही पाझरत नसते.
कावळ्यांच्या शाळेत
एखाद्यास वाळीत टाकणे सोपे असते
डोकी मोजणाऱ्या लोकशाहीत
बिनडोकांची सरशी नेहमीच असते
कावळा म्हणून बहिष्कृत करून
कोंबड्याचे आरवणे थांबत नसते
सूर्यास दडवणे सोपे का असते?'

जीवनाच्या महाभारतात मी निरंतर कर्णाचा अस्वस्थ आत्मा वागवत आलोय .... मला विश्वमित्री पवित्रा घेणं कधी जमलच नाही .... कृष्णासारखा 'धरि शस्त्र जरि न मी हाती' चा गनिमीकावा मला कधी करता आला नाही .... कुंतीच्या अव्यक्त बेचैनीची सल वागवणारा मी .... मला कधी शकुनीची चतुराई जमली नाही.... मी सीतेची पावलंच चालत राहिलो .... मूक, निमूट .... 'क्रांती सीतेच्या पावलासारखी असते' या बाबा आमट्यांच्या कवितेच्या ओळी मला मागे टाकलेल्या प्रवासात साथ देत गेल्या. मी चालत राहिलो .... प्रदेश मागं टाकत गेलो .... आज माझ्या लक्षात येतं.... क्षणिक बहकाव्यानं डाव साधलेली मंडळी परागंदा झालीत .... माझ्या घामानं कधी काळी भिजलेला तो प्रदेश .... आज तिथं माझ्या स्वप्नांची फुलं उमललीत .... मीच पसरलेल्या त्या बिया .... त्या शुद्ध बीजापोटी आज गोमटी, रसाळ फळं मी पाहतो तेव्हा लक्षात येतं साऱ्याच बिया धतुऱ्याच्या असत नाहीत मुळी.... पारिजातकही असतो .... दुसऱ्याचं अंगण सुगंधित करण्याची उदारता रुजायची तर तुमचंच मनं उमदं असावं लागतं.... थांबायची तयारी असेल तर

उद्याचा दिवस तुमचा नि तुमचाच असतो, हे अनुभवांनी मला दिलेलं शहाणपण होय. आता तेच मला तारत राहतं, तरुण बनवत राहतं!

२३

आत्मस्वराचा शोध घेत राहण्याच्या काळात एक गोष्ट माझ्या चांगली लक्षात आली की मला आत्मरत राहता येत नाही. ज्या विषम स्थितीतून मी वर आलो, त्याचं विस्मरण मला कधी शक्य होत नाही. त्यामुळे परहिताचा ध्यास मला नित्य लागून राहतो. 'आप' नि 'पर'च्या द्वंद्वात नेहमीच 'पर' ची सरशी होत राहिली आहे खरी! अनेक प्रकारची सामाजिक कामं करत राहण्याच्या काळात अनाथ, निराधार मुले, मुली नि महिलांसाठी काही करावं अशी ऊर्मी आतल्या आत खदखदत असायची. भरपूर करावं असं वाटायचं पण माझ्या स्वत:च्या उभारणीचाच संघर्ष असा बिकट असायचा की आतलं वाटणं विरून जायचं. माझ्या अनाथ, निराधारांच्या संगोपन व पुनर्वसन कार्याचा प्रारंभ एका छोट्या उपक्रमातून झाला होता. अगदी गंगोत्रीसारखा!

मी डॉक्टरेट मिळवली म्हणून पंढरपूरच्या मुंबई निवासी आश्रमीय बंधू-भगिनींनी माझा छोटेखानी, घरगुती सत्कार दादरला माझी मेव्हणी सौ. स्वाती कर्णिक यांच्या घरी योजला होता. पाच पन्नास मुलं-मुली जमलेली. सत्कार समारंभानंतरच्या अनौपचारिक गप्पात आपल्यापैकी ज्यांची परिस्थिती बेताची आहे, ज्यांना मदतीची गरज आहे, त्यांना मदतीचा हात पुढे करायचं उत्स्फूर्तपणे ठरलं. त्याला एक औपचारिक व्यवस्था असावी म्हणून आम्ही सर्वांनी मिळून 'स्नेह सहयोग'ची स्थापना केली. मुळात कल्पना अशी होती की प्रत्येकाने काही पैसे नियमित द्यावे व त्या निधीतून अर्थसहाय्य करावं. ते उद्दिष्ट फलद्रुप झालं नाही. पण अनौपचारिकपणे आम्ही एकमेकास सहाय्य करत राहिलो. आजही करतो. आज आमच्या या धडपडीचा वटवृक्ष झालाय.... पारंब्यांचे फुटवे चक्क वृक्ष होऊ पाहताहेत....

मुंबई, पुणे, कोल्हापूर, सोलापूर, भोर, शिरवळ, कराड, बीड, औरंगाबाद, धुळे, सर्वत्र विखुरलेले आश्रमीय आता एकमेकांच्या आधाराने स्थिरावलेत .... सुस्थितीत, सन्मानित जीवन जगताहेत.... काही तर चक्क निवृत्तीकडे झुकलेत आता. सन १९८०च्या दरम्यानचा काळ मात्र खूपच बिकट होता. मुंबईसारख्या शहरात संस्थेतून बाहेर पडणाऱ्या मुलांना एकदम रस्त्यावर यावं लागायचं.... ओळख घालणारा, देणारा कोणी नसायचा.... मुंबईत जे स्थिरावले होते त्यांनी

आपापल्या परीनं मुला-मुलींना आधार दिला .... घासातला घास घालून जगवलं. ओळखी -पाळखीनं नोकऱ्या लावल्या. मुलींचे प्रश्न गंभीर असायचे. कळत्या वयात संस्थेतून बाहेर पडावं लागलेल्यांच्या पुढे सुरक्षा हे मोठं आव्हान असायचं. आज याच्या घरी तर उद्या त्याच्या .... असं करत दिवस कंठावे लागायचे. झोपडपट्टी, चाळीत कसं तरी घुसायचं नि छप्पर मिळवायचं .... मुला-मुलींचं शिक्षण सुमार असायचं. अनाथाश्रम, रिमांड होमसारख्या संस्था त्या काळात 'रोटी, कपडा, मकान' देण्यावरच खूश असायच्या. मुलांशी जीवाभावानं बोलणारे अधिकारी, कर्मचारी अपवाद असायचे. मुलं शंभर पण कर्मचारी मात्र हाताच्या बोटावर मोजता येईल इतकेच. कुणाचा पायपोस कुणाला नसायचा. तू का रडतोस? जेवलास का? बरं नाही का? अभ्यास केलास का? पास झालास का? अशी साधी विचारपूसही दुरापास्त असण्याच्या त्या काळात मुलं नॉनमॅट्रीक मध्येच झिंदाबादचा आनंद मिळवत राहायची. अशा स्थितीत घरगडी, शिपाई, मुलं सांभाळणे, कारखान्यात मजूर अशांचीच धनी होणारी मुलं ती.

संस्थांचं हे चित्र बदलायचं तर आपण संस्थांत काम करायला हवं असा विचार पुढे आला. मुंबई प्रार्थना समाज ही आमची पालक संस्था होती. त्या संस्थेमार्फत पंढरपूरला वा. बा. नवरंगे बालकाश्रम नि विलेपार्ल्याला डी. एन. सिरुर बालकाश्रम चालवला जायचा. पंढरपूरच्या संस्थेतून मुलं मोठी झाली की ती पार्ल्याला यायची. पंढरपूरच्या बऱ्याच मुली लग्न होऊन मुंबईत आलेल्या. त्यावेळी ग.ल. चंदावरकर हे मुंबई प्रार्थना समाजाचे अनेक वर्ष अध्यक्ष म्हणून कार्य करत आलेले. मुंबई प्रार्थना समाजावर त्यांचं वर्चस्व होतं. त्या काळात विशिष्ट समाजातली मंडळीच मुंबई प्रार्थना समाजाची सभासद होती. ठराविक नि मोजक्या मंडळींचीच मिरासदारी झाल्यासारखी स्थिती होती. त्यातली काही मंडळी तर प्रार्थना समाजाच्या विभिन्न संस्थांत नोकरीसच होती. त्यांची लाचारी समजण्यासारखी होती. त्यावेळी सिध्दार्थ राजाध्यक्ष हा सचिव म्हणून काम करायचा. तरुण, ध्येयवादी असलेला सिध्दार्थ तसा बाहेरचा. उच्चभ्रू वर्गातला. पण त्यानं संस्थेतल्या मुलीशी लग्न केल्यानं आमचा आप्त झालेला. विकास काटदरे (माझा मानलेला मोठा भाऊ) एव्हाना पत्रकार होऊन 'मार्मिक'चं काम करायचा. अभय पारसनीस (माझा मानलेला लहान भाऊच) युनायटेड इंकमध्ये चांगली नोकरी करणारा. आम्ही सर्वांनी ठरवून प्रार्थना समाजाचं सदस्यत्व मिळवलं. या कामी त्यावेळी सिध्दार्थचं मोठं सहाय्य झालं. प्राचार्य शेरे, श्री. एल.एन. काळे, श्रीमती सरोजिनी कराडे प्रभृती सदस्यांची सहानुभूती होती. सभासद झाल्यावर आम्ही निवडणूक लढवायची ठरवली. त्यावेळी निवडणूक अशी नव्हतीच. अकराजणांचं कार्यकारी मंडळ असायचं पण सभेला नऊ, दहाच उपस्थित असायचे. आम्ही निवडणुकीची कार्यपध्दती समजून घेतली.

सिध्दार्थनी प्रार्थना समाजाकडून प्रवेश मिळवायचा व विकासनी सरळ निवडणूक लढवायची असं ठरलं. आम्ही सभेस गेलो. मी, विकास, अभय, कुसुम सभेस उपस्थित राहण्याचं आश्चर्य सर्वांच्या चेहऱ्यावर दिसत होतं. आमची अनपेक्षित उपस्थिती संभ्रमात टाकणारी होती. आम्ही सभेपूर्वी काही मतांची जुळणी केलेली. मतदानात आम्ही पाच जणांनी फक्त विकासलाच मत दिलं. शिवाय बाहेरची दोन मतं मिळवण्यात आम्हाला यश आलं. सरोजिनी कराडे नि विकासला समान मतं मिळाली. अध्यक्ष ग.ल. चंदावरकरांनी अध्यक्षीय मत (Casting Vote) सरोजिनी कराडेंना दिलं. त्या सभेस अनुपस्थित होत्या. शिवाय त्यांनी आपण कार्यकारी मंडळावर काम करण्यास असमर्थ असल्याचं कळवलं होतं. मी उठून ऑब्जेक्शन घेतलं. प्रार्थना समाजाच्या इतिहासात असं पहिल्यांदाच घडलं असावं ....अध्यक्ष पाच मिनिटे स्तब्ध होते.... सभागृह नि:शब्द होतं.... 'I anounce that Mr. Katdare is elected....' ग.ल. चंदावरकरांनी जड अंत:करणानी उच्चारलेल्या त्या वाक्यानी सभागृह ऐतिहासिकरीत्या गलबलून गेले होते.... प्रार्थना समाजाच्या इतिहासात संस्थेतला एक अनाथ मुलगा सनाथ, स्वावलंबी होऊन संस्थेचा पालक झालेला.... असं पहिल्यांदा घडलेलं.... मग मात्र चंदावरकरांनी आम्हास मोकळेपणानी स्वीकारलं नि प्रार्थना समाजानंही!

सिध्दार्थ नि विकासदादानी मग पार्ला नि पंढरपूरच्या संस्थांत चांगलं लक्ष घातलं.... त्याच काळात संस्थेवर मान्यता काढून घ्यायची आपत्ती कोसळली .... कोर्ट कचेऱ्या झाल्या.... यात या दोघांची शिलेदारी मोलाची ठरली पण चिकाटी न राहिल्याने फार काही करता आले नाही. अनाथाश्रम, रिमांड होमच्या संस्थांना सामाजिक शाप असल्यासारखी स्थिती असते. एक तर कार्यकर्ते तेच ते असतात. त्यामुळे संस्था संचालनात साचलेपण येतं. नवा कार्यकर्ता क्रांतीची स्वप्नं घेऊन येतो. त्यामुळे जुन्या कार्यकर्त्यांचे हितसंबंध दुखावतात. ते उत्साही कार्यकर्त्यास गाळतात तरी नाही तर गटवतात तरी. परत येरे माझ्या मागल्या....

संस्थेत आम्ही फार काही करू शकलो नाही तरी आम्ही आमचा 'स्नेह सहयोग परिवार' फुलवला. आमच्या स्नेह सहयोगचं स्वत:चं असं वैशिष्टय आहे. ही एक अनौपचारिक चळवळ आहे. कधी काळी अनाथ असलेल्या, सध्या सनाथ झालेल्यांनी येणाऱ्या अनाथांना सनाथ करायची ही चळवळ. स्नेह सहयोगची लिखित अशी घटना नाही पण अलिखित आचारसंहिता मात्र जरूर आहे. या परिवारातले सारे सदस्य कधी काळचे आश्रमीय, संस्थाश्रयी असतात. त्यांच्यात रक्ताचं नातं नसत. असलंच तर ते स्नेहाचं, सहयोगाचं, मानलेलं. आम्ही सारे एकमेकाचे सारे असतो. ज्याचं जसं जमेल, घडेल तसं नातं होतं. आम्ही एका संस्थेत राहणारे म्हणून मानलेले भाऊ, बहीण, आप्तस्वकीय सर्व असतो. आमची लग्न आपसांत होतात

तशी आम्हांस बाहेरची स्थळंही चालून येतात. आपसांत लग्न करण्यावर आमचा भर असतो. बाहेरच्या लग्नाचे चांगले अनुभव फार कमी. आपसांतील लग्न यशस्वीच झालीत. घटस्फोटाचा अपवाद अजून तरी नाही. लग्न, बारशी, साखरपुडा, डोहाळं, माहेरपण, सुट्टीत मामाच्या गावाला जाणं सारं सहज चाललेलं असतं. अगदी शोक समाचारासही आम्ही हृदयपूर्वक जातो. त्यात तोंडदेखलेपण नसतं. आमच्या लग्नात मान-पान नसतात. रुसवे- फुगवे नसतात. आम्ही एकमेकास भरभरून आहेर देतोच देतो. तो देण्यामागे नव्या जोडप्यास स्थिरस्थावर करण्याची भावना असते. आम्ही एकमेकांचे भाऊ, बहीण, काका, मामा, भावोजी होतो. आता तो क्रम सासू, सासरे, व्याही होण्याकडे झुकू लागलाय. कधी काळी आमची आपसांत लग्नं झालेली. आता आमची मुलं-मुली बोहल्यावर चढण्याच्या वयाची झालीत.... वधू, वर शोधन सुरू झालंय .... आपसांत घरोबा करण्यास आमची पहिली पसंती असते खरी .... पण आता समाजात आम्ही प्रतिष्ठित (खरंच हं!) झालोय.... गर्त्या घरातील स्थळं चालून येताहेत .... आम्ही हे सारं कष्ट करून प्रामाणिकपणे मिळवलं.... आमची सर्वांची स्वत:ची घरं, फ्लॅटस्, कुणा-कुणाच्या आता चार चाकीही आहेत. माझीही! कधी काळी घरगडी होणारी आमची पूर्व पिढी .... आज आम्ही शिक्षक, प्राध्यापक, प्राचार्य, सेनाधिकारी, शिक्षणाधिकारी, लेखक, परिचारिका अशी पदं भूषवू लागलो आहोत.... आमची येणारी पिढी .... आमची मुलं -मुली पदवीधर आहेत .... काही डॉक्टर, इंजिनिअर, चार्टर्ड अकांऊंटंट, एनआरआय झालीत.... कधी काळी 'नासल्या रक्ताची' म्हणून आम्हास हिणवणारी 'शुद्ध रक्ताची' तथाकथित खानदानी मंडळी आता स्थळं घेऊन आमच्याकडे येतात तेव्हा पूर्वेतिहास जागा होतो.... आमची पसंती आप्तास असते .... रक्त संबंधापेक्षा स्नेह सहयोगावर आमची मदार असते .... आमच्यात मतभेद असतात, मनभेद मी ऐकलेला नाही. रुसवे, फुगवे असतात, पण तोंड पाहणार नाही, पायरी चढणार नाही अशा भीष्मप्रतिज्ञा आमच्यात असत नाहीत.

असा हा आमचा जगावेगळा स्नेह सहयोग परिवार. आमचे नातेसंबंध लादलेले नसतात. असतीलच तर ते लाभलेले. आम्हास नाते स्वीकारण्याचं अन् नाकारायचंही स्वातंत्र्य असतं. आम्ही दुसऱ्याचे होण्यावर भर देतो. दुसऱ्याचं होण्याची, दुसऱ्याचं करण्याची कोण ओढ आमच्यात असते. कुणी तरी आपलं असावं अशी एकेकाळची आमची भूक होती. आम्ही त्या भुकेचा विधायक शोध नेहमीच सृजनात्मक, रचनात्मक पद्धतीनं घेत आलोय .... आमच्या व्यवहारात खोट नसते. औपचारिकता नसते. माझं घर तर सदावर्तच झालंय. रोज़ कोणी ना कोणी घरी असतं. एकेकाळी कुणी चुकून चहा दिला की मोठा सन्मान केल्यासारखं वाटायचं. आज मी लोकांच्या सन्मानात कसर नाही ठेवत. याचं बरचसं श्रेय पत्नी रेखासच द्यायला हवं. परवा

दादाच्या मुलाचं लग्न ठरलं तर मी माझ्या दारात ते करायचा हट्ट धरला, अन लग्न केलंही!

मी समाजात इकडे- तिकडे फिरतो तेव्हा पाहतो .... रक्ताचा टेंभा मिरवणारी किती तरी नाती तकलादू असतात.... येणं-जाणं बऱ्याचदा तोंडदेखलं असतं .... जाती बिरादरी काय म्हणेल याच्या भयापोटी होणारं सारं .... पदर लागत नाही म्हणून पदर झडायची वेळ आली तरी न जमणारी लग्नं .... परंपरेच्या गर्तेत सापडलेला, जाती, धर्मात रुतलेला समाज मी पाहतो तेव्हा मला जात नसणं, माझा धर्म नसणं, माझं गोत्र नसणं, माझा पदर नसणं सुखी करत राहतं. समाजात कुणास सुखी माणसाचा सदरा, पदर हवा असेल तर त्यांनी तो आमचा नि आमचाच घ्यावा-

'जगात कोण कुणाचं नसतं
हे जितकं खरं,
तितकं जग असतं सर्वांचं!
जिव्हारी ज्वालांच्या अग्निदिव्यातून
इथं फुलतात फुलं
कधी कर्ण म्हणून तर कधी शकुंतला!
इथे नसतात विश्वामित्र
'मला काय त्याचं' म्हणणारे
असलेच तर असतात इथे
जिवाभावाचे भरत -शत्रुघ्न
मी एक भारतीय म्हणणारे....'

'स्नेह सहयोग' माझ्या दृष्टीने एकविसाव्या शतकातील समाजवैज्ञानिक रचना आहे. तिने जात, धर्म, परंपरांची कोळीष्टके दूर सारायची प्रतिज्ञा केलीय. या समाजरचनेचा आधार आहे माणुसकी. या समाजाची जातच असेल तर ती मनुष्य. धर्म असेल तर मानव. परंपरा असेल पुरोगामित्वाची. स्नेह सहयोग जाती, धर्मनिरपेक्ष समाज होय. विज्ञाननिष्ठा, लोकशाही, व्यक्तिस्वातंत्र्य, बंधुता, समता ही या समाजाची आम्ही जीवनमूल्ये मानतो. स्नेह सहयोग विकासाच्या संधीवर विश्वास ठेवतो. पण त्याला वर्तमान काळातील आरक्षणाच्या कुबड्या मंजूर नाहीत. स्नेह सहयोग पूर्वसूरींवर आक्रस्ताळेपणे तोंडसुख घेण्यावर विश्वास ठेवत नाही. येशू ख्रिस्ताचं सुभाषित 'लेकरू अज्ञानी होतं, त्याला क्षमा कर' असं म्हणणाऱ्या आदर्शातील उदारमतवाद तो मानतो. त्याला बुध्दाची क्षमाशीलता शिरोधार्य आहे. हा समाज याचक नाही. तो समर्पणावर विश्वास ठेवतो. 'कर्मण्येवाधिकारस्ते मा

फलेषु कदाचन' मधील नि:संगता तो पसंत करतो. काळाप्रमाणे पुरोगामी होण्याकडे त्याचा कल आहे. देव, दैव, कर्मफल, पुनर्जन्म, भूतप्रेत आदी कल्पनांवर त्याचा विश्वास नाही. या समाजाचा एक अभिन्न भाग म्हणून तो संपर्कानं करत असलेली कर्मकांडे एक प्रासंगिक समायोजन आहे. कबीर, कर्ण त्याचे प्रेरक आदर्श होत. महात्मा फुले, पंडिता रमाबाई, महर्षी धोंडो केशव कर्वे, महर्षी विठ्ठल रामजी शिंदे, कर्मवीर भाऊराव पाटील यांचे अनाथ मुले, मुली व महिलांसाठी केलेले कार्य त्याच्या कृतज्ञतेची बलस्थाने आहेत. समाजातून 'अनाथ' भावना व तत्संबंधी वास्तवाचे उच्चाटन त्याचे लक्ष्य आहे. तो संघर्षापेक्षा समन्वयाचा समर्थक आहे. महात्मा गांधींच्या सत्याग्रहाचा तो अनुयायी आहे. कुणी आपल्या वाटेवर काटे पसरले तर त्याच्या वाटेवर फुलं कशी फुलतील, याचा तो विचार करतो. येतील त्यांच्यासह, न येतील त्यांच्याशिवाय नवा समाज निर्मिण्यावर त्याची भिस्त आहे. पुढे एक नि मागं एक असा फसवा व्यवहार नि व्यक्ती स्नेह सहयोग वजा करतो. स्वत्व, स्वाभिमान, तत्त्वनिष्ठा, बांधिलकी, सदाचार त्याची जीवनसूत्रे होत. मनुवादाला छेद देणारा मानवतावाद स्नेह सहयोगी समाजाचं जीवन संचित आहे.

२४

स्नेह सहयोगच्या माध्यमातून अनाथांना आधार द्यायचं काम मुंबईसह सर्व महाराष्ट्रात आम्ही अनौपचारिकपणे पसरत होतो. त्या काळात मी कोल्हापूर हे आपलं कार्यक्षेत्र मानलं. मी ज्या रिमांड होममध्ये शिकलो, वाढलो, तिथं व पंढरपूरच्या वा. बा. नवरंगे बालकाश्रमसारखं व्यापक कार्यक्षेत्र विस्तारता येईल का, म्हणून विचार करत असतानाच्याच काळात मी कोल्हापूर रिमांड होमचा आजीव सभासद झालो. पीएच्.डी. झाल्यानंतरच्या एका सत्कारात संस्थेसाठी काही करण्याची इच्छा व्यक्त केलीच होती. त्या अनुषंगाने मी त्यावेळी संस्थेचे सेक्रेटरी म्हणून कार्य करत असलेल्या प्रा. दि.म. तथा दादासाहेब चव्हाणांना भेटलो. त्यांनी मला शां.कृ. पंत वालावलकर तथा बापूंची भेट घेण्यासाठी सुचवलं. मी बापूंना त्यांच्या कापड दुकानी भेटलो. त्यांनी पोलीस अधीक्षक राम गावंडेंना भेटण्यास सांगितलं. हा खो खोचा खेळ होता खरा पण मी खो घ्यायचा नाही हे निक्षून ठरवलं असल्यानं दमछाक झाली तरी खेळत राहिलो. चिकाटीला यश आलं. सन १९८१-८२च्या कार्यकारी मंडळात मला समाविष्ट करून घेण्यात आलं.

तो दिवस मला चांगला आठवतो. कोल्हापूरच्या जिल्हाधिकारी शर्वरी गोखले होत्या. संस्थेचे पद्सिध्द अध्यक्ष या नात्यानं त्यांनी बैठकीचं अध्यक्षस्थान भूषविलं

होतं. बैठक झाल्यावर त्यांनी संस्थेची औपचारिक पहाणी केली. बऱ्याच ठिकाणी धूळ होती. बोट लावून त्यांनी अधिकाऱ्यांना दाखविली. सारी संस्था ज्या तटस्थपणे त्या पाहत होत्या ते पाहून मोठं आश्चर्य वाटत होतं. माझ्या आठवणीप्रमाणे बहुधा ती त्यांची पहिली व शेवटची भेट. त्याकाळात पोलीस अधीक्षक संस्थेचे कार्याध्यक्ष असले तरी तेच प्रामुख्याने संस्था पाहत. राम गावंडेंपूर्वी आर.डी. त्यागी, यु.डी. राजवाडेंसारखे कार्यक्षम पोलीस अधीक्षक होते. त्यांनी संस्थेच्या कामात मोठा रस घेतला होता. निधी संकलनास सहाय्य केले होते. लाखाचा निधी कायम ठेव म्हणून ठेवला होता. त्याचं दादा, बापू, नाना (शि. ह. गद्रे) यांना मोठं कौतुक असायचं.

पी.बी. वाळवेकर हे संस्थेच्या रिमांड होमचे शासन नियुक्त अधीक्षक होते. ते माझे गारगोटीच्या मौनी विद्यापीठातील सहाध्यायी. एक वर्ष तसे वरिष्ठही. त्यांनी, मी व दादांनी बसून संस्था विकासाची एक अनौपचारिक योजना बनवली. वाळवेकरांना शासकीय योजनांची चांगली माहिती होती. प्रस्ताव तयार करणे, अनुदानाची मागणी करणे, शासकीय अहवाल, शिफारस करून घेणे याचे चांगले ज्ञान होते. मुख्यालयात कार्य केल्याने वरिष्ठ अधिकाऱ्यांशी स्नेहसंबंधही होते. त्याचा संस्थेस चांगला फायदा झाला.

प्रारंभी आम्ही बाल मार्गदर्शन केंद्र सुरू केले. ते सुरू करण्यामागे सैध्दांतिक बैठक होती. 'Prevention is better than cure' असली पोपटपंची कृतीत आणण्याचा ध्यास लागलेलं ते वय. संस्थेत आलेल्या बालगुन्हेगारांना सुधारण्यापेक्षा बालगुन्हेगार होऊच नये म्हणून प्रयत्न केला तर किती बरं, या विचारानं रिमांड होमच्या शेजारीच असलेल्या वारे वसाहतीत हे केंद्र सुरू केल्याचं आठवतं. शिक्षण, खेळ, मनोरंजन, ग्रंथालय, नैतिक शिक्षण असे उपक्रम असायचे. दोन समाजसेवक विद्यार्थी-केंद्र पाहायचे. पन्नास एक मुलं-मुली केंद्रात यायची. आम्ही कधी-कधी त्यांना संस्थेतही आणत असू. अल्प अनुदान असायचं. सात एक वर्ष केंद्र चालत राहिलं. यातून एक चांगले झाले. शेजारच्या वस्तीतली मुले शाळेस जाऊ लागली. पुढे अंगणवाडी तिथे सुरू झाली नि केंद्राचं काम थंडावलं.

रिमांड होम संस्था स्थापनेपासून मुलांच्या संगोपनाचं कार्य करायची. काही मुली रिमांडवर आमच्याकडे असायच्या. आमच्याकडे मुलींच्या निवासाची स्वतंत्र सोय नसल्यानं आमच्या मुलींचा रिमांड सेक्शन अनाथ महिलाश्रम या आमच्या भगिनी संस्थेत कार्यरत होता. येणारे निरीक्षक या मुलींसाठी स्वतंत्र विभाग सुरू करा म्हणून लकडा लावायचे. तिकडे त्या संस्थेत जागा व निधीअभावी मुलींची आबाळही होत राहायची. रिमांड होमकडे विपुल जागा होती. आम्ही मुलींचं रिमांड होम सुरू करायचं ठरवून कामाला लागलो. तत्पूर्वी असा प्रस्ताव, आराखडे तयार होते. नव्याने आमच्या प्रयत्नांमुळे गती आली. शासनाची तत्त्वत: मान्यता मिळताच

आम्ही उपलब्ध निधीतून काम सुरू केले. अनुदानासाठी नियोजन मंडळास साकडे घातले.

१९८२च्या प्रारंभी बलराज महाजन यांच्या आराखड्यानुसार विभा कन्स्ट्रक्शनचे कॅप्टन जोशी यांना रीतसर काम देण्यात आलं. पोलीस अधीक्षक राम गावंडे यांच्या हस्ते २६ फेब्रुवारी, १९८२ ला भूमीपूजन समारंभ संपन्न झाला. खोदाई होऊन पायाभरणी होत आली नि एके दिवशी कॅप्टन जोशी सांगत आले की 'सार्वजनिक बांधकाम विभागानी काम थांबवण्यास सांगितलंय.' चौकशी करता कळलं की संस्थेच्या ज्या सिटी सर्व्हे क्र. १९२५ क जागेवर मुलींच्या रिमांड होमचं आम्ही बांधकाम सुरू केलं होतं, ती जागा सार्वजनिक बांधकाम विभागाची होती. त्या विभागानं १ रुपया वार्षिक भाड्यावर ९९ वर्षे कराराने आम्हास दिली होती. करारानुसार जागेवरील इमारतीची दुरुस्ती, रंग रंगोटी, बांधकाम यास सार्वजनिक बांधकाम विभागाची पूर्वानुमती आवश्यक होती. संस्थेच्या स्थापनेपासून या विभागाची कोणी मंडळी कधी साध्या चौकशीकरताही न आलेली. एकदम जागी कशी झाली! खोलात गेल्यावर कळले की सार्वजनिक बांधकाम विभागाने ती जागा कार्यकारी अभियंता निवासासाठी मुक्रर केलीय. आर्थिक तरतूदही झालीय. श्री. चव्हाण हे त्यावेळी कार्यकारी अभियंता होते. मी, दादा नि वाळवेकर त्यांना भेटण्यास कार्यालयात गेलो. ते मोठ्या तोऱ्यात होते. 'बांधकाम काढून घ्या नाहीतर कायदेशीर कारवाई करू' वगैरे बोलत राहिले. सरकारी अधिकाऱ्यास कागदच कळतो. मन, मनुष्य, समाज, प्रश्न याच्याशी त्याचं देणंघेणं नसतं. हे एव्हाना अनुभवातून मला बऱ्यापैकी कळून चुकलं होतं.

दादा सहनशील तसेच सरकारी नोकरीत असल्याने कायदा प्रमाण मानणारे गृहस्थ होते. त्यांनी काम थांबवलं. दरम्यानच्या काळात शर्वरी गोखलेंची बदली होऊन दिनकरराव पाटील जिल्हाधिकारी म्हणून आणि एम.जी. नरवणे पोलीस अधीक्षक म्हणून रुजू झाले होते. दोघांना संस्थेबद्दल मोठी आपुलकी होती. आम्ही त्यांना सर्व परिस्थिती सांगितली. त्यांनी चव्हाणसाहेबांना सांगून पाहिले. स्वारी काही ऐकायच्या मन:स्थितीत नव्हती. त्यांनी हा प्रश्न प्रतिष्ठेचा केल्याचे लक्षात आले, तेव्हा वरिष्ठ पातळीवर प्रयत्न करायचे ठरले. चर्चेतून १९२५ क ही सर्व जागाच कायमस्वरूपी संस्थेस मागायची ठरले. तसा प्रस्ताव समाज कल्याण, महसूल व सार्वजनिक विभागास सादर केला. या कामी दिनकरराव पाटील यांचे मार्गदर्शन मोलाचे ठरले. समाज कल्याण व महसूल खात्याच्या शिफारशी झाल्या पण सार्वजनिक बांधकाम विभागाचे पानही हलेना. म्हणून मग मंत्रालय पातळीवर प्रयत्न करायचे ठरले.

मी व वाळवेकर प्रस्ताव घेऊन मंत्रालयात गेलो. हात हालवत परत आलो.

परत आवश्यक प्रस्ताव, कागदपत्रे घेऊन गेलो. तेव्हा जिथं जाईल तिथं तुम्हीच का ते सुनील लवटे, म्हणून लिपिक, अधिकारी विचारते व्हायचे. योगायोग असा की दरम्यानच्या काळात मुंबई दूरदर्शनवर विनय आपटे यांनी 'युवदर्शन' मध्ये घेतलेली माझी 'खाली जमीन वर आकाश' ही मुलाखत प्रक्षेपित करण्यात आली होती. ती खूप गाजली. दूरदर्शनवर पत्रांचा भडिमार झाला होता. पत्रोत्तराच्या कार्यक्रमात फाटा देऊन माझा पत्ता प्रसारित केला होता. त्यावर्षाची सर्वोत्कृष्ट मुलाखत म्हणून पुढे सुहासिनी मुळगावकर यांनी 'पुनर्भेट' कार्यक्रमात तिचे पुन:प्रक्षेपण केले. या मुलाखतीवर 'लोकसत्ता' मध्ये 'स्नेहांकिता' या गाजलेल्या आत्मकथेच्या लेखिका स्नेहलता प्रधान यांनी लिहिले होते. 'नवाकाळ' च्या 'कालप्रवाह' मध्ये विशेष स्फुट आले होते. विजय तेंडुलकरांनी तर सांगलीच्या एका माध्यमसंबंधी परिसंवादात संदेश देणारा कार्यक्रम कसा असतो, याचा वस्तुपाठ म्हणून या मुलाखतीचा विस्तृत ऊहापोह केला होता. याचा फायदा झाला. श्री. बैरट म्हणून कक्ष अधिकारी होते श्री. चिटणीस म्हणून उपसचिव. त्यांनी अनुकूल टिप्पणी दिली व कार्यकारी अभियंता यांना अभिप्राय कळविण्यास सुचविले. चव्हाण साहेब तरीही ऐकेनात. मग मात्र आम्हीही प्रश्न प्रतिष्ठेचा करण्याचे ठरवले. मंत्रालयात गेलो असता श्री. रामप्रसाद बोराडे सार्वजनिक बांधकाम विभागाचे नवनियुक्त राज्यमंत्री झाल्याचे वाचल्यावरून भेटण्यास गेलो. खानदेशातील हे गृहस्थ मोठे सज्जन. कक्षात शुकशुकाट. लवाजमा नाही, काही नाही. मी भेटून सर्व हकीकत सांगितली. त्यांनी सचिवांना बोलवून घेतले. बहुधा श्री. अत्रे सचिव होते. त्यांनी प्रस्ताव मागून घेतो, मग पाहू असे सांगितले. मंत्री महोदयांनी मात्र काम होईल असे पाहा म्हटले होते.

काही घडण्याची चिन्हे दिसेनात. इंजिनिअरचा बंगला की अनाथांचं वसतिगृह या प्रश्नानी माझ्या मनात थैमान घातलं होतं. दादा मला 'राहू दे' म्हणून सल्ला द्यायचे. पण मला काही ते पटायचं नाही. एका बैठकीत दिनकरराव पाटील यांना काय वाटलं, कुणास ठाऊक? त्यांनी सेक्शन इंजिनिअरना फोन करून बोलवून घेतलं. कुणाला सांगितलं की चव्हाण साहेब ऐकतील म्हणून खासगीत विचारणा केली. ते मौनच. वरिष्ठ कोण चौकशी केल्यावर अधीक्षक अभियंता असल्याचे कळले. सध्या कोण आहेत? श्री. शिंपी असल्याचे समजले. योगायोगाने ते याच विभागाच्या दौऱ्यावर आहेत. उद्या सकाळी दहा वाजता ते पेठ नाका इथं इन्स्पेक्शन करून शिराळ्याला जाणार असल्याचं कळलं मग तिथंच त्यांना गाठायचं ठरलं.

जिल्हाधिकारी, मी, बापू, दादा, शहा साहेब, न्यायमूर्ती पंडित आम्ही सर्व वेळेपूर्वीच पोहोचलो. शिंपी साहेबांना सर्व अडचण सांगितली. 'हवं तर बदल्यात जिल्हाधिकारी निवासातील जागा घ्या पण रिमांड होमला जागा द्या' असं दिनकरराव

पाटील यांना म्हटल्यानंतर मात्र शिंपी साहेब निरुत्तर झाले. त्यांनी आमच्या प्रस्तावावर मान्य म्हणून शिफारसीची स्वाक्षरी केली, अन् जागेचे ग्रहण सुटले. इतकं झालं तरी जागा प्रत्यक्ष मालकीची व्हायला सार्वजनिक बांधकाम विभागाचे कितीतरी वेळा उंबरे झिजवावे लागले होते. प्रॉपर्टी कार्ड घेऊन आलो तेव्हा दादा नि बापू 'हे तुम्ही म्हणून कडेला लागलं' म्हणाले तेव्हा मी घेतलेल्या साऱ्या श्रमाचं सार्थक झालं. संस्था २१९५ चौरस मिटरची मालक झाली नि तेही एक पै न देता. शासनात झारीतले शुक्राचार्य जसे असतात तसे संवेदनशील झरे, पाझरही असतात हे या संघर्षानं मला दिलेलं पाथेय! या शिदोरीनं मला संघर्षाचं बाळकडू पाजलं.

या साऱ्या दिव्यातून आम्ही जात होतो नि एक दिवस अचानक रात्रीत आमच्या या जागेपैकी जवळ-जवळ निम्म्या जागेवर काटेरी तारेचं कुंपण, ते ही काँक्रीटमध्ये बार रुतवून झाल्याचं आढळलं. चौकशी करता समजलं की शेजारच्या लँडरेकॉर्ड कर्मचाऱ्यांची एक पतसंस्था आहे नि तिनं आपली जागा म्हणून कुंपण घातलंय. बेकायदेशीरपणाची ही हद्दच होती. जागेच्या या रामायणात मला संस्थेच्या दफ्तरात लँड रेकॉर्ड ऑफिसचं सन १९४९-५०चं एक पत्रच हाती आलं. त्यात चक्क त्यांनी बसण्यास जागा मिळावी म्हणून विनंती केली होती. त्याचा आधार घेऊन आम्ही त्यांच्या सर्व ऑफिसचीच जागा मागितली तेव्हा कुठं मंडळींनी स्वत: कुंपण काढून घेतलं. मग मात्र आम्ही त्यांचं आमच्याकडून जाणं-येणं बंद अशासाठी केलं की मुलींची संस्था आहे. शासनानं ही जागा 'Place of Safty' म्हणून जाहीर कली होती. सरकारी लोकांना सरकारी भाषा लवकर गळी उतरते हे माहीत होतं.

आम्ही बांधकाम सुरू केलं. पैशाचा प्रश्न होताच. वालावलकर ट्रस्टनी सव्वा लक्ष रुपयांचं सहाय्य केलं तरी खर्च मोठा होता. अनुदानाची तरतूद हे जागेसारखंच आणखी एक दिव्य आहे असं लक्ष घालत असताना उमगत गेलं. सरकारी पत्रव्यवहार, प्रस्ताव, शिफारस, एका विभागाकडून दुसऱ्या विभागाकडे पाठवणीच्या ससेमिऱ्यात सामान्य संस्था, कार्यकर्ते केवळ स्वत:च्या ध्येय, जिद्दीच्या बळावरच टिकून राहतात. अन्यथा हा सारा मामला 'अव्यापारेषु व्यापार' असाच असतो. या जागेवर पुढे कन्या निरीक्षण गृहाची टुमदार इमारत उभी राहिली खरी पण ती उभारणी पण रोज रक्त आटवणारी ठरली. अनाथ, निराधार बालगुन्हेगारांच्या संस्था, त्यांचे कार्य याबद्दल समाजास त्या काळात माहिती नसायची नि आस्थाही. संस्थाची कार्यपद्धती उंच भिंतीत बंदिस्त असायची. तुटलेल्या बेटाप्रमाणे एकलकोंड्या असलेल्या रिमांड होम सदृश संस्था. त्यांना समाज संपर्काचं वावडं असायचं. अशा परिस्थितीत संस्था उभारणीचं काम 'रात्रंदिन आम्हा युद्धाचा प्रसंग असायचा'. 'अनंत आमुची ध्येयासक्ती, अनंत अन् आशा । किनारा तुला पामराला' सारख्या

कवितेच्या ओळींची साथ-संगत या काळात न होती तर ही जिवाटी, चिकाटी केवळ अशक्य होती.

२५

सन १९८२-८३चा काळ हा रिमांड होम, अनाथाश्रमसारख्या संस्थांच्या प्रगतीच्या दृष्टीने फारसा अनुकूल काळ नव्हता. एखादी योजना मिळवणे, त्यासाठी शासन अनुदान उपलब्ध करून घेणे ही गोष्ट सहजसाध्य नव्हती. प्रस्ताव तयार करायचा. तो जिल्हा समाजकल्याण अधिकाऱ्यांना पाठवायचा. जिल्हा नियोजन मंडळात आर्थिक तरतूद करून घ्यायची. मग समाजकल्याण संचलनालयाची मान्यता मिळवायची. त्यांची शिफारस घेऊन समाजकल्याण मंत्रालयाची मंजुरी घ्यायची. नियोजन मंत्रालयाची स्वीकृती मिळवायची. मग अर्थमंत्रालय हिरवा कंदील दाखवायचे. यातील कुठल्याच स्तरावर कागदपत्रे पाठवली व ती पुढे आपोआप सरकली असे व्हायचे नाही. फुसक्या त्रुटी काढून प्रस्ताव, कागदपत्रे परत पाठविताना शासकीय अधिकाऱ्यांना दुःख झाल्याचे आठवत नाही. उलटपक्षी त्रुटी काढून आपण प्रस्ताव परत धाडल्याचा, आपण शासनाचे हित करत असल्याचाच पुरुषार्थीभाव त्यांच्या चेहऱ्यावर असायचा.

मुलींच्या रिमांड होमसाठीच्या जागेच्या दिव्यातून पार पडलो नि इमारत अनुदानाच्या दुष्टचक्रात अडकलो. या कन्या निरीक्षणगृहासाठी अनुदानाची तरतूद, मान्यता, शिफारस घेऊन मी बहुधा १९८३ च्या मार्चच्या शेवटच्या आठवड्यात मंत्रालयात होतो. सारे सोपस्कार, उपचार पूर्ण करून केवळ अर्थसचिवांची सही मिळवणे बाकी होते. २७ मार्चला किती तरी मागे लागून, लिपिक, शिपायाच्या नाकदुऱ्या काढून सचिवांपुढे फाईल ठेवली. सकाळी ११-०० पासून सायंकाळी ४-०० पर्यंत तिष्ठत उभारूनही शेवटी नकारच हाती आला. रघुनाथन् म्हणून अर्थ सचिव असल्याचं आठवतं. राज्य स्तरावर निधी उपलब्ध नाही, इतक्या आयत्यावेळी शक्य नाही, 'सॉरी' म्हणून सचिवांनी नकारदर्शक स्वाक्षरीचे पत्र माझ्या हाती सोपविले तेव्हा चार दिवसांच्या मंत्रालयाच्या पहिला ते सहावा मजला अशा अनेक चढउतारांच्या फेऱ्यांनी पायात आलेले गोळे पुरते गोठून गेले होते. आता परतायला तोंड नव्हतं नि पायात त्राणही!

तशाच स्थितीत रात्रीचा प्रवास करून सकाळी कोल्हापुरात दत्त म्हणून हजर झालो. जिल्हाधिकारी दिनकरराव पाटील यांना सारी हकिगत सांगितली. कारण त्यांनी या प्रयत्नाच्या प्रत्येक पायरीवर मनापासून सहाय्य नि मार्गदर्शन केलं होतं.

एकदम काहीसं आठवून ते 'थांबा' म्हणाले ....त्यांनी फोनाफोनी केली .... 'प्रस्तावाची फ्रेश प्रत तयार करा.... सारं त्यात लिहा .... मुख्यमंत्री वसंतदादा पाटील खासगी दौऱ्यावर येणार आहेत, आपण प्रयत्न करू' म्हणाले. त्याचं असं झालं होतं की वसंतदादा पाटील 'स्वगृही' येऊन पुन्हा मुख्यमंत्री झाले होते. मुख्यमंत्री झालो तर चांदीचे डोळे बसवीन म्हणून त्यांनी जोतिबाला नवस केलेला होता. नवस फेडण्यासाठी म्हणून ते खासगी दौऱ्यावर येणार होते. ठरल्याप्रमाणे दादा आले. प्रस्ताव घेऊन जिल्हाधिकारी यांच्यासह जोतिबा गाठले. पूजाअर्चा, नवस करून ते देवस्थान समितीच्या कार्यालयात आले. चहापान चाललेलं .... निवडक अधिकारी, पुजारी मंडळी .... दादांचा प्रसन्न मूड पाहून जिल्हाधिकाऱ्यांनी विषय काढला .... प्रस्ताव पुढे ठेवला ... 'काय लिहू?' म्हणाले .... '३१ मार्च पूर्वी पैसे मिळतील असे पाहावे, ...म्हटल्यावर तेच वाक्य लिहून दादांनी सही केली व अर्थसचिवांना भेटण्यास सांगितले. काही अडचण आल्यास मला भेटा म्हणाले. परत रात्रीच्या गाडीने मी मुंबई गाठली. २९ मार्च उजाडलेला. सचिव महोदयांकडे आता मी शिपाई, लिपिकांच्या मध्यस्थीशिवाय गेलो. सचिवांनी माझ्याकडे पाहिले. दोन दिवसांपूर्वी माझ्याकडे न पाहणारे सचिव महोदय मला बसा म्हणाले. सी.एस. (चीफ सेक्रेटरी हे प्रकरण नंतर कळलं!) कडे जाऊन येतो म्हणाले. पाचच मिनिटांत स्वारी परतली. तुम्हाला ड्राफ्टच देतो. जाऊन एनकॅश करू शकाल. राज्य ट्रेझरीतून सुमारे दोन लक्ष रुपयांचा ड्राफ्ट माझ्या हाती होता.... तरतूद नसताना कसे? असा बालबोध प्रश्न माझ्या मनात घोळत होता.... मग 'सी.एम्.डिझायर' प्रकरण कळलं .... 'तुम्ही परत कसे जाणार? .... गाडी येईल सोडायला तुम्हाला' .... इति सचिव .... त्या दिवशी मुख्यमंत्र्यांच्या अधिकाराची मला जाणीव झाली .... लोकशाहीत लोकप्रतिनिधी श्रेष्ठ कसा असतो .... सनदी अधिकारी गुलाम कसे असतात.... त्यांचा डौल व्यर्थ कसा असतो .... ते त्या दिवसांनी मला समजावले.

पुढे तर आमचे पालक मंत्री नामदार कल्लाप्पा अण्णा आवाडे यांच्या बरोबर गेल्यावर दादांनी संस्थेस मागेल तेवढे सिमेंट व सळी मिळवून दिली. माझ्या या धडपडीत दादा माझे झाले होते .... पुढे तर मी नुसता अर्ज घेऊन जायचो नि दादा 'मंजूर' म्हणून लिहायचे असा प्रघातच पडला होता. यामुळे वर्षभरात आम्ही इमारत पूर्ण करून वालावलकर बापू व ताईंच्या हस्ते उद्घाटन करून मुलींचं रिमांड होम २३ एप्रिल, १९८५ला अक्षय्य तृतीयेस सुरू करू शकलो. आमच्या संस्थेच्या परिसरात आता काकणांची किणकिण सुरू झाली. कोल्हापूरचं रिमांड होम सुरू झालं तेव्हापासून संस्थेच्या कार्यालयात एका चित्रकाराचं सुंदर जलरंगातलं चित्र टांगलेलं असायचं .... मी वयाच्या दहाव्या वर्षापासून ते पाहत आलो होतो .... त्या खाली लिहिलेलं होतं, 'ही संस्था मातेचं कार्य करते.' प्रत्यक्षात संस्थेत

पितृसत्ताक प्रशासनच होतं. .... एव्हाना मी संस्थेचा सहसचिव झालो होतो. .... कॉलेजचा वेळ वगळता सारा वेळ मी रिमांड होमच्च्या कार्याला देऊ लागलो होतो. भरीस भर म्हणून याच काळात संस्थेने महाराष्ट्र राज्य परिवीक्षा व अनुरक्षण संघटना, पुणे या राज्य-स्तरीय बालकल्याण संस्थेसाठी आपल्या संस्थेचा प्रतिनिधी म्हणून माझी निवड करून अनाथ, निराधारांच्या संस्थांच्या मध्यवर्ती संस्थेवर कार्य करण्याची संधी मला उपलब्ध करून दिली होती. मी करत असलेल्या कामास संस्थेने दिलेले हे प्रोत्साहनच होते.

कन्या निरीक्षण गृहामुळे संस्था मातृधर्मी, मातृहृदयी झाली. आजवर संस्थेतील काळजीवाहक पुरुषच असायचे. त्यांना हवालदार संबोधलं जायचं. मुलींच्या वावरानं ते काका, मामा, सर केव्हा झाले कळलंच नाही. स्त्री काळजीवाहिकाही काकी, मावशी, ताई, मम्मी झाल्या. अंजली हिरेमठ या पहिल्या अधीक्षिका होत्या. त्यांनी व पी.बी. वाळवेकरांनी मी सांगेन ते अमलात आणलं. आता संस्थेच्या शिवणकला विभागात मुलांबरोबर मुलींचे कपडे बेतले जाऊ लागले. मुलींमुळे संस्थेत रंगीत कपड्यांचा वावर सुरू झाला. रिमांड होमसारख्या संस्थात तुम्ही जाल तर सर्व मुलांचे कपडे एक तर गणवेशच असतील. रंगीत असतील तर ते एकाच ताग्यातले, एकाच रंग-रचनेचे. त्यामुळे संस्थेतली सारी मुलं छापाचे गणपती होऊन जातात. इथे काम करताना मी एक दृष्टी घेऊन आलो होतो. माझ्या पुढे पूर्वीच्या पंढरपूरच्या वा. बा. नवरंगे बालकाश्रमाचा आदर्श होता. बाबासाहेब जव्हेरी व त्यांच्या पत्नी मंजुताई त्यांना आम्ही बाबा, आईच म्हणायचो. बनुताई सुळे पर्यवेक्षिका होत्या, त्यांना आम्ही आक्का म्हणत असू. बाबा, ओबा, आई, आक्का अशा पुकारणीतून, छोट्या-छोट्या उपक्रमातून आमच्या त्या संस्थेस 'घर' बनवलं होतं. मला कोल्हापूरचं रिमांड होमही 'घर' करायचं होतं. ही सहज-सोपी गोष्ट नव्हती. संस्था अधिकारी, पदाधिकारी मनाने कितीही चांगले असले तरी गेल्या तीस वर्षांचं वळण त्यांच्या अंगी होतं. मी हळू-हळू ते पुसत गेलो. किती छोट्या-छोट्या गोष्टी मी त्या काळी रुजवल्या होत्या हे आज मागे वळून पाहताना खरंच वाटत नाही.

मुला-मुलींना संस्थेत आडनावानी ओळखलं, बोलवलं जायचं. त्यामुळे एक प्रकारचा परकेपणा असायचा. मी संस्थेत असताना तर आमचे चक्क नंबरच असायचे. ते बिछाना, कपड्यावरही होते. मी मुला-मुलींना त्यांच्या पहिल्या नावानी बोलवायचा प्रघात पाडला. रोज संस्थेच्या दारात रांगोळी घालायला सुरुवात केली. मुला-मुलींना केस वाढवायचं, हवी तशी केशरचना करायचं स्वातंत्र्य दिलं. मुलींना चांगली केशरचना यावी म्हणून ब्युटी पार्लरचे कोर्स चक्क संस्थेत सुरू केले. मुली बॉबकट करू लागल्या. रंगीत कपड्यांचा हेतुत: वापर सुरू केला. शाळेत गणवेश

व घरी (संस्थेत) रंगीत कपडे असा प्रघात पाडला. तेही कटपीस आणून, शिवून, ते वेगवेगळे असतील असे पाहिले. संस्थेतलं यापूर्वीचं रक्षाबंधन कृत्रिम असायचं. रोटरी, लायनेस् क्लबच्या भगिनी रक्षाबंधनाचा कार्यक्रम करायच्या. त्यात अकारण भाषणं असायची. छोट्या खाऊच्या बदल्यात ती मोठी भाषण ऐकावी लागायची. आम्ही आमचं रक्षाबंधन सुरू केलं. त्यात क्लबना भाग घ्यायला सांगितला. कार्यक्रमाचं रूपच बदललं. फोटो काढायला बंदी घातली. तसं त्या क्लबच्या भगिनींचं प्रेम आटत गेलं. तीच गोष्ट भाऊबीजेची. संस्थेत दिवाळीस मुलं-मुली आपापले आकाशकंदील बनवू लागली. सुरुवातीच्या वर्षी तर आकाशकंदील करायचा हस्तकला क्लासच आयोजित केला होता. मेहबूब शेख म्हणून आमचे चित्रकला शिक्षक मित्र होते. त्यांनी मुला-मुलींना कागदाच्या कलाकुसरी, सजावट शिकवली. पुढे एकदा आम्ही रांगोळीचा छंद वर्ग योजला. पहिल्यांदा मुली मुलांच्या संस्थेत येऊन रांगोळी घालायच्या. आता मुलंही गणपतीपुढं रांगोळी घालू लागली. गणेशोत्सावाची सजावट मुलं-मुली मिळून करू लागल्या. सजावटीत स्त्रीसुलभ सुबकपणा येत गेला नि रिमांड होमपण हळूहळू नाहीसं झालं.

मुलांच्या रिमांड होमचं जेवण पुरुष आचारी करत. मुलींच्या संस्थेतील जेवणास चव असायची. स्वच्छताही होती. एकत्र जेवणाचे प्रयोग केले. वर्षोनुवर्षे चाललेली बिनचवीची पाकक्रिया बदलली. लाकडावरचा स्वयंपाक कुकिंग प्लॅटवर सुरू करून संस्था 'धूर मुक्त' केली. आचाऱ्यांचं स्वास्थ्य वाढलं. स्वयंपाकात अन्नपूर्णा डोकावू लागली. पुरुषही सुग्रण झाले. त्यामुळे मुलांचं जेवण टाकणं कमी झालं. जेवण प्रेमानी वाढायचा कटाक्ष ठेवला. पूर्वी जेवण ताटात उभ्यानं टाकलं जायचं. तेही मुलंच वाढायची. आचाऱ्यांनी वाढायचा कटाक्ष ठेवला. भाज्या त्याच त्या असायच्या. मी रोज पाहतो म्हटल्यावर रुचिपालट सुरू झाला. आठवड्याचं जेवणाचं नियोजन सुरू केलं. सण समारंभ पाहून मेनू सुरू केले. पापड, लोणची, चटणी, कोशिंबीर सुरू झाली. मुलांचे चेहरे बदलत गेले.

संस्थेत नागपंचमीची गाणी घुमू लागली. हादग्याचा फेर सुरू झाला. खिरापत ओळखीचा खेळ रंगू लागला. सणावाराला बांगड्या भरण्यात आल्या. गजऱ्यांच्या गंधांनी संस्थेची विशिष्ट दुर्गंधी केव्हा लुप्त झाली कळलीच नाही. पूर्वी फिनेल उग्र असायचं. सारी संस्था दवाखाना वाटायची. सुगंधी फिनेल सुरू झालं. एकत्र कपडे धुण्याची पद्धत बंद केली. लहान मुला-मुलींसाठी धोबी लावला. लहान मुला-मुलींना गरम पाण्याची सोय सुरू केली. लहान मुला-मुलींना काळजीवाहकांनी आंघोळ घालावी म्हणून लक्ष घातलं. प्रत्येकाची अंडरवेअर्स रोज बदलली जातील असं पाहिलं. मुलींच्या संस्थेत यश आलं. पुरुष काळजीवाहकांत काही मातृत्वाचा पाझर मात्र फुटला नाही. मुला-मुलींच्या संस्थात मिश्र पालक वर्ग (स्त्री-पुरुष)

असायला हवा हे शासनाच्या कानी-कपाळी ओरडून ही अजून गळी का उतरत नाही हे न उलगडणारं कोडं आहे खरं!

रिमांड होममध्ये मुला-मुलींच्या डोक्यात सर्रास खरुज, खवडे, उवा असत. रविवारी न्हाण्याची पध्दत आणली. संस्थेस डॉक्टर होते. ते आठवड्यातून मर्जीप्रमाणे एकदा येत. त्यांना रोज नियत वेळेत येण्याचं बंधन घातल्यावर त्यांनी काढता पाय घेतला. त्यांना काम न करता रतिबासारखे पैसे हवे असायचे. मग आम्ही डॉ. विजय करंडेंसारखा बालप्रेमी डॉक्टर शोधला. ते विनामोबदला रोज येऊ लागले. पुढे पुढे तर आम्ही त्यांच्या सौजन्याचा गैरफायदाच घ्यायला सुरुवात केली. बोलावू तेव्हा ते येत. कधी त्यांनी तक्रार केली नाही. दिलेलं अल्प मानधनही ते संस्थेस देणगी रूपाने परत करत. अशी देवमाणसं भेटत गेली म्हणून रिमांड होमचं आम्ही मातृमयी संस्थेत रूपांतर करू शकलो. वर्षोनुवर्षे संस्थेच्या भिंतीवर टांगलेलं ते पोस्टर 'ही संस्था मातेचे कार्य करते' हे मी माझ्या कामाचं सूत्र ठरवलं. सर्वांनी त्यास मन:पूर्वक साथ दिली. रिमांड होम 'घर' होऊ लागलं.

हे काम करू लागल्यानं संस्थेच्या प्रारंभीच्या चार वर्षांचा संस्थेच्या माझ्या कार्यकालाचा (१९८१-१९८५) अहवाल आम्ही प्रकाशित केला, तोही नव्या रूपात. रिमांड होमचे अहवाल त्यांच्या परिपाठाप्रमाणे रूक्ष असतात. आम्ही रंगीत, सचित्र अहवाल प्रकाशित केला. सारे उपक्रम नोंदवले. या कामी कमर्शियल आर्टिस्ट विनायक धामणेकर व आनंद प्रिंटिंग प्रेसचे बापूसाहेब चौगुले यांनी मोलाचे सहाय्य केले. जाहिरातदारांनी सर्व अहवालाचा खर्च उचलला. आम्ही येणाऱ्या जाणाऱ्यांना अहवाल देत गेलो. संस्थेत लोकांची वर्दळ वाढत केली. संस्थेचे बंद दरवाजे किलकिले झाले. सरकारी अधिकारी पाझरले. समाज गहिवरला. पाहता-पाहता संस्थेचा चेहरा-मोहरा बदलला. रिमांड होमचा चेहरा बदलणे हे क्रांतीकार्यापेक्षा कमी कष्टाचं नसतं हे त्यावेळचे चिकाटीचे प्रयत्न आठवले की लक्षात येतं. महाराष्ट्रातील किती तरी अनाथाश्रम, रिमांड होम्स, विशेषता: शासकीय संस्था आजही स्वातंत्र्यपूर्व काळचा आपला चेहरा राखून, रोखून उभ्या आहेत, हे जेव्हा पाहतो तेव्हा तेथील मुला-मुलींचं काय होत असेल, या विचारानं अंग शहारतं अन् मन शरमतं!

२६

महाराष्ट्रातील रिमांड होम्स बालगुन्हेगार मुलांसाठी सुरू झाली. पण रिमांड होममधील सर्वच मुलं गुन्हेगार असत नाहीत. रिमांड होममध्ये पोलिसांनी पकडलेली बालगुन्हेगार मुले जशी असतात, तशीच चुकलेली, घर सोडून पळून आलेली,

जन्मठेपेची वा अन्य शिक्षा झालेल्या बंदीजन बांधव-भगिनींची मुलं-मुली, अनाथ, निराधार, कुष्ठपीडित, देवदासी, वेश्यांची संकटग्रस्त बालके, कुमारीमातांची मुलं, मतभेदानं विभाजित झालेल्या आई-वडिलांची मुलं अशी किती तरी प्रकाराने जपणूक व संरक्षणाची गरज असलेली मुलं एखाद्या संकटग्रस्तांच्या छावणी, शिबिराप्रमाणे संस्थांत वाढत असतात. सर्वसामान्य माणसं अनाथाश्रम, रिमांड होमसारख्या संस्थांत कधी जाणीवपूर्वक साधं डोकावतही नसल्यानं या संस्थांबद्दल समाजात गैरसमजच अधिक असल्याचं दिसतं. मी स्वत: रिमांड होममध्ये वाढत असताना किती तरी पालक घरी न ऐकणाऱ्या, दंगा, हट्ट करणाऱ्या मुलांना भीती दाखवायला संस्थेत घेऊन येत, तेव्हा वाईट वाटायचं-स्वत:बद्दल नि मुलांबद्दलही. संस्थेच्या रूपाबद्दलही खंत वाटत राहायची. हे सारं खटकत राहायचं!

रिमांड होममध्ये मुलांना कायद्यानंच अल्पकाळाकरिता ठेवता येतं. बालगुन्हेगार मुलं त्यांची केस निकाली झाली की निघून, सुटून जातात. बऱ्याचदा अट्टल बालगुन्हेगारांना टोळीतली मंडळीच पालक म्हणून सोडवून नेत असतात.... या कामी काही पोलीस, वकीलच त्यांना मोलाचं सहाय्य करून सतत गुन्हेगार ठेवत असतात. तीन-सहा महिने झाले की गुन्हेगार नाहीत नि संस्था सोडून जाऊ शकत नाहीत अशा मुलांची जबाबदारी शासन घेतं. मग त्यांना अन्य शिक्षण देणाऱ्या रिमांड होमसारख्याच (प्रमाणिक शाळा, बालगृह) संस्थांत पाठवलं जातं. या प्रकारच्या काही संस्थांची स्थिती तर रिमांड होम बरी म्हणावी अशी भयंकर असते. हे सन १९८०पासून कोल्हापूर रिमांड होमचं काम करताना परत प्रकर्षानं लक्षात येत गेलं.

आम्ही रिमांड होमचं रूप जसं पालटत गेलो तसं मुलांना आमच्याबद्दल, संस्थेबद्दल आपुलकी वाटणं वाढत गेलं. वर्षभराच्या वास्तव्यात तर मुलांच्यात-माझ्यात जीवाभावाचं नातं निर्माण झालेलं होतं. महाराष्ट्र परिवीक्षा व अनुरक्षण संघटना पुणे या रिमांड होम, अनाथाश्रमांच्या मध्यवर्ती संस्थेत काम करू लागल्याच्या काळात मी महाराष्ट्रभरच्या अशा संस्था पाहायचो, कार्यकर्ते, अधिकारी यांच्या बोलण्यातून अशा मुला-मुलींचा प्रश्न यायचा. दुसऱ्या संस्थांत पाठवलेली किती तरी आमच्या रिमांड होममधील मुलं-मुली त्या संस्थातून पळून परत आमच्याकडे यायची. कधी मुलं, कधी त्यांचे पालक गयावाया करायचे. इच्छा असून कायद्याच्या अडचणीनं ती कमिटेड (मुलांचा एक कायदेशीर दर्जा) असल्यानं त्यांना परत रिमांड होममध्ये घेणं अशक्य असायचं.

सन १९८२-८३ला अशी बदलीवर पाठवलेली सर्व मुलं दुसऱ्या दिवशी संस्थेत दत्त म्हणून हजर .... 'दादा, आम्हाला याच संस्थेत शिकायचंय .... तिकडं गमत नाही .... सारखी तुमची, इथली आठवण येते ....' ही दोन तीन वर्षांच्या

आमच्या जाणीवपूर्वक प्रयत्नांची जिवंत दाद होती.... पी.बी. वाळवेकरच तेव्हा संस्थेचे बालकल्याण अधिकारी होते. मी त्यांच्याशी चर्चा केली. योगायोगानं त्याच काळात केंद्र शासनाची अशा मुलांसाठी एक योजना सुरू झालेली होती. .... त्या काळात महाराष्ट्रातील रिमांड होम चालवणाऱ्या संस्था आपण करत असलेल्या कार्यावरच संतुष्ट असायच्या .... आपण रिमांड होम चालवतो म्हणजे फार मोठं काम करतो असंच त्यांना वाटत राहायचं.... नव्या योजना घेण्याकडे कल नव्हता .... आम्ही प्रस्ताव पाठवला .... मंजूरही झाला .... मान्यता आली.

आमच्याकडे मागच्या मुलींच्या रिमांड होमच्या जागेच्या लढाईत मिळवलेल्या परिसरात जुन्या, मोडकळीला आलेल्या , वापरात नसलेल्या अनेक झोपडी, शेडसदृश इमारती होत्या. त्यात विणकाम विभागाची शेड होती. हातमाग होते. त्या जागेची डागडुजी करून (खरं तर जीर्णोद्धार करून!) आम्ही केंद्रीय योजनेचं वसतिगृह सुरू केलं. योजनेत त्याला अनाथाश्रमच म्हटलं जायचं .... माझा या नावाला विरोध होता .... खरं तर अशा संस्थांची नावं 'गोकुळ', 'नंदनवन', 'वात्सल्य', 'उबारा', 'मामाचा गाव', 'आजोळ', अशी ठेवाविशी वाटायची. अशी नावे ठेवली तर अनुदान मिळणार नाही असं सरकारी अधिकारी समजावत (खरं तर धमकावत!) राहायचे.... मग आम्ही 'अनिकेत निकेतन' असं नाव ठेवलं .... कंसात योजनेचं छोटं नाव लिहिलं .... (होम फॉर डेस्टिटयूट चिल्ड्रन) कायदेशीर सुटका झाली .... १५ ऑगस्ट, १९८५ ला तत्कालीन जिल्हाधिकारी दिनकरराव पाटील यांच्या हस्ते संस्थेचं उद्घाटन झालं.... त्या दिवशी आम्ही मुलींच्या रिमांड होम मध्ये सौ. नलिनी वालावलकर तथा ताई-बापू नि ताईंची सततची भरीव आर्थिक मदत लक्षात घेऊन सुंदर तैलचित्राचं अनावरण केलं .... कार्यक्रमानंतर दिनकरराव पाटील यांनी सुचवलं ... म्हणाले, 'डॉक्टर तुम्ही इतकी छान संस्था चालवता .... रूप बदलत निघालंय ... मी गेली तीन वर्ष पाहतोंय, रोज तुम्ही काही ना काही करून संस्थेचा चेहरा बदलताय .... या शाखेचं जसं नवं नाव ठेवलं .... तसं या संस्थेचं वाढतं रूप पाहून एक नाव का नाही ठेवत? मला सहज सुचलं .... 'बालकल्याण संकुल' .... त्यांना, बापू , दादा, नाना, शहासाहेब सर्वांना आवडलं.... मग रिमांड होमऐवजी आम्ही ते नाव वापरत गेलो.... संस्थेची ओळख बदलत गेली.... चेहरा पालटत गेला .... नि 'रिमांड होम' चं 'बालकल्याण संकुल' झालं. .... अळीचं फुलपाखरू व्हावं तसं!

मनीषा जाधव म्हणून एम. एस. डब्ल्यू. झालेल्या तरुण, धेयवादी, अनुभवी बाईंची आम्ही अनिकेत निकेतनच्या अधीक्षिका म्हणून निवड केली. त्या मुलांच्या 'ताई' झाल्या. इतर कर्मचारी वर्गात आचारी स्त्रिया नेमल्या. काळजीवाहकही स्त्रियाच नेमल्या. हे छोटे बदल सरकारी अधिकाऱ्यांच्या गळी उतरवणं त्या काळी

मोठं दिव्य असायचं. आम्ही रिमांड होममधील अनाथ निराधार मुलं निवडली .... आपली आता बदली होणार नाही म्हणून हरकून गेलेली ती मुलं, त्यांचे आनंदलेले चेहरे अजून लक्षात आहेत. त्या दिवशी भारताचा स्वातंत्र्यदिन होता खरा.... पण अनाथ मुलांसाठी तो त्यांना सनाथ करणारा दिन ठरला. माझ्या स्वप्नातील संस्था आकारू लागल्याचा आनंद मिळू लागला. या मुलांना भौतिक देऊ शकायचो नाही..... वाढत्या पसाऱ्यात आर्थिक ओढाताण असायची पण, मी, संस्था, सर्व कर्मचारी, आम्ही प्रेमा-जिव्हाळ्यात कधी कमी पडायचो नाही, त्यात कधी आम्ही काटकसर करायचो नाही.

अनिकेत निकेतनच्या दारात आम्ही बाग केली. तेथील फुलांबरोबर मुलांचं जीवनही फुलत गेलं .... संस्थेतून उच्चशिक्षण घेणारा पहिला मुलगा रजाक मुल्ला .... आज संगणक तज्ज्ञ झालाय. संगणकावरील एक मासिकही तो चालवतो- 'कॉम्प्युटर मॅगेझीन' .... अनेक संस्थांत जाऊन तो शिकवतो .... त्याला शिकवत असतानाच्या एकेक अडचणी माझ्या चांगल्या लक्षात आहेत .... एकदा मी व जगदाळे सरांनी तर चक्क आमची घरं गहाण देऊन त्याला कर्ज मिळवून दिलं होतं. .... पुढं मधु कांबळे या आमच्या निपुत्रिक काळजीवाहकांनी त्याला दत्तक घेतलं .... रजाकला कधी तरी त्याच्या आई-वडिलांनी बिद्रीला सोडलेलं .... एम.एस.ई.बी.मधील एका वायरमननी पोटचा गोळा म्हणून सांभाळलं .... घरी प्रश्न निर्माण झाले .... आमच्या पदरी दिलं .... पवित्र झालं. राजेश, शैलेश, नीलेश तीन सख्खे भाऊ होते..... आई मोलकरीण .... वडील निवर्तलेले (असं सांगितलं गेलं होतं, पण प्रत्यक्षात मात्र ते होते!).... आईला काम मिळालं, पण मुलं न आणण्याच्या अटीवर .... आम्ही मुलं सांभाळली .... आता तिन्ही सुशिक्षित, मिळवती झालीत. स्वतःचं घर, नोकरी, व्यवसाय करतात ती.... लक्ष्मी सेल्स अँड सर्व्हिसेस या पंपसेटसचे प्रख्यात विक्रेते अजित पाटील यांना नुसतं मी लिहिलेलं एक छोटं पत्र .... त्यांनी राजेशला नोकरी दिली .... मुलाप्रमाणे सांभाळलं ... आता राजेश आपल्या भावांना, आईस सांभाळतो. आणि हो, परत आलेल्या वडिलांनाही! .... मिलिंद, सतीश असेच दोन भाऊ.... आई-वडील नाही-भाऊ बहीण होते, पण सांभाळू शकत नव्हते .... सतीश इंजिनिअर झाला .... मिलिंद हॉर्टिकल्चरमध्ये बी.एस्सी. .... कोल्हापुरातील अनेक बागा फुलवतो .... बालकल्याण संकुलातील युरोटेक्स व अयोध्या डेव्हलपर्सच्या सौ. नंदिनी पटोडिया, नारायणभाई पटोडिया, व्ही. बी. पाटील प्रभृतींच्या सहाय्यातून साकारलेली पहिली बाग, पहिली हिरवळ मिलिंदनीच फुलवली होती. यशवंत, राजू, महादेव, आनंद साऱ्यांच्याच कथा खरं तर कादंबरी होतील अशा. विकासला तरी आम्ही बाळ असल्यापासून सांभाळलं .... मोठा हट्टी .... आज मोठ्ठा जिद्दी झालाय.

उत्साहात संस्था सुरू झाली. एका घरातली अशीच दोन मुलं मतिमंद आलेली ... घरची गरिबी [illegible] वेडी म्हणून पोलिसांच्या मदतीनं संस्थेत आलेली .... पालक बऱ्याचदा आमच्यापेक्षा हुशार असतात खरं.... परिस्थिती त्यांना हुशार करते .... त्याचं काय करायचं, असा प्रश्न उभारला. आम्ही आव्हान स्वीकारायचं ठरवलं .... मनीषा जाधव या मोठ्या संवेदनशील होत्या. प्रत्येक मुलांबद्दल त्यांचा अभ्यास, तळमळ असायची .... रवींद्र नि कुमार यांना आम्ही मतिमंद मुलांच्या शाळेत घालायचं ठरवलं-तशी ती खरी 'मतिमंद' नव्हती.... होती 'गतिमंद' (स्कोलेस्टिक बॅकवर्ड) .... कोल्हापुरात चेतना अपंगमती विकास संस्था नुकतीच सुरू झालेली .... प्राचार्य पवन खेबूडकरांना आम्ही सारी स्थिती सांगितली.... त्यांनी मुलांना प्रवेश दिला ... सर्व शिक्षकांनी आमच्या मुलांना आपलं केलं .... पुढे मुलं रिक्षातून शाळेत जाऊ लागली .... या मुलांना चेतनात पाठवतानाही शासकीय अधिकारी अजब शंका काढत राहायचे .... मुलं एकटी कशी जाणारं? अपघात झाला तर जबाबदारी कुणाची? लाख शंका .... मुलं चेतनात शिकली. त्यांच्यात चैतन्य आलं. ती शहाणी-सुरती झाली. १२-१५ वर्षांची झाली नि पालक हजर झाले.... मुलांना घरी न्यायचंय.... आम्हाला त्यांना स्वावलंबी करायचं होतं.... दूरचे नातलग ते .... त्यांना घरी हक्काचे गडी हवे होते .... शेतीच्या कामासाठी .... त्या दिवशी माझ्या स्वप्नांनी हक्काची हार मानली. सारीच नाती विशुध्द नसतात. नात्यात स्वार्थ दडलेला असतो हे त्या दिवशी कळून चुकलं.

असं झालं तरी प्रयत्न सोडायचा नाही हे ठरलेलंच होतं. मुलं 'आपली' व्हावी असा एकच ध्यास असलेले ते माझे दिवस होते .... त्या काळात संस्थेत फुग्या -फटाक्यांचं वाकडं होतं .... दिवाळीत संस्थेतील सर्व मुलं काही घरी जाऊ शकायची नाही. पूर्ण अनाथ असलेली व कायमपणे संस्थेत राहणाऱ्या मुलांना घरच्यासारखी दिवाळी अनुभवता यावी असं मला सतत वाटत राहायचं .... एका दिवाळीत रोटरी क्लबच्या मदतीनं 'घरपण' उपक्रम केला. घरी जाऊ न शकणाऱ्या, घर नसलेल्या, पूर्ण अनाथ मुलांना, घरच अनुभवलं नसलेल्या मुलांना (संस्थेत जन्मलेल्या कुमारीमातांच्या मुलांना) घराचा, प्रेमाचा, आपलेपणाचा, नात्याचा, समाजाचा अनुभव देण्याचा हा उपक्रम होता. मुलं घरोघरी गेली खरी पण संस्थेत यायचं नावच काढेनात .... रोटरियन्सही मुलात गुंतलेले ... पुढं मुलं सुट्टी संपवून आली तर त्यांच्या घरी फोन करायचं म्हणून हटून बसलेली .... एव्हाना ती रोटरियन्सच्या घरी फोन करायला पण शिकलेली .... संस्थेत मुलांनी फोन करणं वर्ज्य असायचं .... फोन संस्थेचा पण त्यावर एकाधिकार अधिकारी, कर्मचाऱ्यांचा .... संस्थेचे खरे मालक मुलं असं मला वाटत राहायचं .... अधिकारी, कर्मचारी आपली वहिवाट सोडायला सहसा तयार नसायचे .... मग मी पदाधिकारी म्हणून

असलेला अधिकार वापरायचो (केवळ नाईलाज म्हणून!) .... मुलांनी फोनाफोनी सुरू केली तसं संस्थेचं बंदिस्तपण ढिलं पडत गेलं.

एकदा दिवाळीत मी मुलांनी फटाके उडवावे म्हणून सुचवलं ... पूर्वी ते काळजीवाहक उडवत आणि मुलं पाहत बसत. संस्थेत फटाके पाहण्याचा कार्यक्रम असायचा, उडवायचा नाही. कावळा बसायला नि फांदी तुटायला गाठ पडली. आमच्या या उत्साहात एका काळजीवाहिका भगिनीच्या दुर्लक्षामुळे एका मुलाचा डोळा दगावला .... सरकारी अधिकाऱ्यांकडे खुलासा करताना राम आठवला .... ते म्हणायचे, 'तरी सांगत होतो.... ऐकत नाही ... आम्ही दगड ....तुम्हीच तेवढे समाज कार्यकर्ते इ. इ.' त्यांचं खरं होतं.... मी म्हणायचो पुढे खबरदारी घेऊ आम्ही, तरी त्यांचं समाधान नव्हतं ... 'कारवाई काय केली ते सांगा आधी' म्हणायचे. खबरदारी ही त्यांच्या गावी कारवाई नसायची .... शेवटी संबंधित काळजीवाहिकेस नोकरीस मुकावं लागलं .... पुढं कोर्ट-कचेऱ्या होत राहिल्या .... मी समजावत राहायचो .... 'अपघात झाला म्हणून का कुणी प्रवास थांबवलाय'.... काळ उलटत गेला तशी यंत्रणाही बदलत गेली.... आता तेच अधिकारी राज्यस्तरीय अधिकारी झालेत .... पुलाखालून बरंच पाणी वाहून गेलंय .... जिथं जातात तिथं ते सांगतात.... 'संस्था कशी चालवायची ते कोल्हापूरला जाऊन बालकल्याण संकुलात पाहा'... कधी स्वत:ही येतात.... 'डॉक्टर, काय काय नवं केलं?' ... मी काही न बोलता त्यांना संस्था दाखवतो ... दाखवताना उगीचच मागचं सारं दिव्य आठवत राहतं!

२७

रिमांड होमचं बालकल्याण संकुल होण्याच्या काळात संस्थेत डॉ. सर्वपल्ली राधाकृष्णन बालगृह, सौ. नलिनी शां. पंत वालावलकर कन्या निरीक्षण गृह, अनिकेत निकेतन शाखा सुरू झाल्या तशी मुला-मुलींची संख्या वाढत गेली. सन १९८० साली मी रिमांड होममध्ये काम सुरू केलं तेव्हा शंभराच्या घरात असलेली मुलांची संख्या एव्हाना दोनशे-सव्वा दोनशे झालेली. आम्ही नुसता संस्थेचा पसारा नव्हता वाढवला. छोट्या गोष्टींतून संस्था समृद्ध कशी होईल, मुलांना सोयी कशा मिळतील, समाजसंपर्क कसा वाढेल, असा सतत प्रयत्न करत राहायचो.

कोल्हापुरात २६ जानेवारीस घरोघरी जिलेबीचा बेत असतो. आमच्या संस्थेस तर वालावलकर दरवर्षी या दिवशी जिलेबी द्यायचे. समाजाशी संस्थेचा संपर्क वाढत गेला तशी अनेक मंडळं, आयकर कर्मचारी संघटना, मद्य विक्रेता संघसारख्या

संस्था भरपूर जिलेबी घेऊन द्यायच्या. या जिलेबीचं काय करायचं, असा प्रश्न उभारायचा. मी वळण बदलायचं ठरवलं. लोकांना समजावलं की ते ऐकतात हे एव्हाना अनुभवाने कळत गेलेलं. सन १९८५ची गोष्ट असावी. कोल्हापूर मद्य विक्रेता संघटनेचे अध्यक्ष माधवराव घोडके २६ जानेवारीच्या आदल्या दिवशी कार्यकर्त्यांसह जिलेबी वाटायचा कार्यक्रम करायचा म्हणून भेटायला आले होते. तो काळ मुलांना निरपेक्ष मदत करण्यापेक्षा अनाथ, उपेक्षित मुलांना मदत करून आपण, आपली संघटना दानधर्मी, समाजहितवर्धक कशी, ते दाखवून देण्याचा, वर्तमानपत्रात फोटो, बातमीचा आग्रह ठेवणारा काळ होता. एव्हाना मला अशा काही संस्थांची मदतीची दिशा नि दृष्टी बदलण्यात यश आलेलं. मी मद्य विक्रेता बांधवांच्या काळजाला हात घालायचं ठरवलं .... समजावलं ... 'इतकी जिलेबी येते, की काय करायचं असा प्रश्न येतो ... तुम्ही इतर मदत का नाही करत?' काय गरज आहे म्हटल्यावर मी समजावलं .... 'आता पाहा आपल्या घरोघरी टी.व्ही आलाय. संस्थेत टी.व्ही. नाही.... तुम्ही मुलांना टी.व्ही. दिला तर त्यांना मनोरंजन, शालेय कार्यक्रम दाखवता येतील' म्हटल्यावर मंडळी 'बजेट लई होतंय!' म्हणून कुरकुरू लागली. मग मात्र मी म्हणालो, 'तुमचे सगळे पैसे खरं तर आमचेच आहेत. असं पाहा, संस्थेत येणारी अधिकांश मुलं चोरी, मारामाऱ्या, व्यसनं करणाऱ्या पालकांची असतात. आमचे अधिकांश पालक मद्यपी असतात. ते मद्यपी असतात म्हणून संस्था चालते, तशी तुमची दुकानंही चालतातच. खरं तर ही सर्व मुलं तुम्हीच सांभाळायला हवीत. मी मुद्दल मागत नाही. फक्त ग्लासाला एक पैसा लेव्ही द्या म्हणतोय. किती पैसे होतात सांगा.' आता मात्र सर्व निरुत्तर होते. न बोलता सर्वांनी आपल्या खिशातील होते नव्हते ते पैसे काढले. 'उद्याचं संचलन पोरांना दाखवायचंच' म्हणून बसले. 'सर, इथून पुढं काही लागलं तर हक्कानं आम्हाला सांगा' म्हणणाऱ्या या मंडळींनी रातोरात टी.व्ही. आणला. महापालिकेचे आयुक्त शिवलिंग भोसले यांचे हस्ते आम्ही दुसऱ्या दिवशी त्याचं औपचारिक उद्घाटन केलं. मुलांच्या चेहऱ्यावर त्या दिवशी मी जिलेबीची गोडी नि झेंड्याचे रंग पाहिले. 'केल्याने होत आहे रे आधी केलेचि पाहिजे' च्या ओळी आता आमच्या कामाचं सूत्र बनून गेल्या. मुलं छायागीत पाहू लागली. संस्थेत सीनेगीतांची गुणगुण ऐकू येऊ लागली.

आमच्याकडे संस्थेच्या पडलेल्या इमारतींच्या जुन्या दगडांचे ढीग होते. आम्ही त्याचं बांधकाम करून रंगमंच तयार केला नि थाटात स्नेहसंमेलन सुरू केलं. नाटक, पोवाडे, नृत्याचे फेर सुरू झाले. संस्थेत तबला, पेटी, घुंगरूची छमछम सुरू झाली तशी संस्थेतील चहलपहल, जाग वाढत गेली. आर. जे. शहा संस्थेचे खजिनदार होते. त्यांनी या कामी मोठं सहाय्य केलं होतं. त्याच्याच हस्ते रंगमंचाचं

उद्घाटन केलं.

पुढे आम्ही समाजास मदतीची साद घालायची ठरवली. संस्थेसमोर सिटी बसचा स्टॉप होता. बालकदिनाचं औचित्य साधून त्याच्यावर मदतीचं नि बालक हक्कांचं होर्डिंग लावले. आता बसस्टॉप संस्थेच्या नावानी ओळखला जाऊ लागला. रोज शेकडो लोक तो वाचत. मदत वाढत गेली. या कामी महानगरपालिका व तत्कालीन परिवहन सभापती माधवराव चव्हाणांनी मोफत जाहिरात करण्याची परवानगी देऊन मोठं सहाय्य केलं. त्यामुळे देणगी वाढली. समाजजागृतीही झाली.

संस्थेच्या शाखा जशा वाढत गेल्या, तशी संस्थेत लहान मुलांची संख्याही वाढली. मोठी मुलं शाळेला गेली की लहान मुलं हिरमुसून बसायची. काळजीवाहक नुसते सांभाळत बसायचे. (खरं तर राखत बसायचे. गुरं राखतात तशी!) यांच्यासाठी काय करता येईल, असा विचार करत असताना संस्थेतील एक काळजीवाहिका पूर्वप्राथमिक शिक्षिका असल्याचं आठवलं. एव्हाना आम्ही संस्थेत कोणतंही पद निर्माण झाले की संस्थेतच वाढलेल्यांना ते प्राधान्याने देण्याचं धोरण ठरवलं होतं. सामंतबाईंना बोलवलं. सर्व समजावलं. त्या माझ्याबरोबरच पंढरपूरच्या आश्रमात लहानाच्या मोठ्या झालेल्या. माझ्यापेक्षा मोठ्याही होत्या त्या. त्यांनी आढेवेढे न घेता शिकवण्याचं मान्य केलं. मग बालवाडीचं सामान हवं होतं. आमच्या भगिनी संस्था असलेल्या अनाथ महिलाश्रमाचे विश्वस्त असलेले रा. कृ. करमळकर यांचं शालेय साहित्याचं दुकान होतं. त्यांना कल्पना सांगितली. त्यांनी उचलून धरली. पाच हजार रुपयाचं सामान, कपाट इ. सर्व साहित्य त्यांनी देणगी म्हणून दिलं. सन १९८६च्या गुढीपाडव्याच्या मुहूर्तावर आमची बालवाडी सुरू झाली. संस्थेत बडबडगीतांचे बोबडे स्वर घुमू लागले. 'शुभं करोति' ऐकू येऊ लागली. उदास मुलं 'येरे येरे पावसा' म्हणू लागली. हाताची घडी तोंडावर बोट ठेवत मूकनायक बनलेली मुलं मोराप्रमाणे थुई थुई नाचू लागली.

आता कोल्हापुरातील संस्था, संघटना, बँकांचे रौप्य, सुवर्ण महोत्सवांना आम्ही संस्थेशी जोडायला सुरुवात केली. त्या काळात 'दि कोल्हापूर मराठा को ऑपरेटिव्ह बँकेने' आपल्या सुवर्ण महोत्सवाचे औचित्य साधून संस्थेस रंगीत टी. व्ही. भेट दिला. त्यामुळे प्रत्येक शाखेस स्वतंत्र टी.व्ही. मिळाला. मुलांच्या चेहऱ्यावरचं हास्यही 'इस्टमनकलर' होत गेलं. श्री महावीर बँकेने आपल्या सुवर्ण महोत्सवाच्या निमित्ताने बोअर मारून दिला. पंपसेटही दिला. बोअरमधून उडालेला पाण्याचा कारंजा! त्याने संस्थेची नित्याची खरुज घालवली. संस्थेत आरोग्य नांदू लागलं.

याच काळात पुढं कोल्हापूर जनता सहकारी बँकेचा रौप्यमहोत्सव होता. आमचे खजिनदार आर. जे शहांमुळे आम्ही बँकेशी संपर्क साधू शकलो. संस्थेत

ग्रंथालय नव्हतं. मला रिमांड होममध्ये मूल म्हणून वावरत असताना भरपूर वाचावंसं वाटायचं. पण व्यवस्था नव्हती. संस्थेत 'स्त्री', 'किर्लोस्कर' मासिकं यायची. पण ती साहेबांच्याच घरी असायची. केव्हा तरी त्याचे जुने गठ्ठे यायचे. ते जिन्यावर पडून असायचे. तेही रद्दी घालायचे म्हणून. महिनोन्महिने पडून राहिलेल्या मासिकातून मी त्या काळात 'इंद्रधनूचा पुल' सारखी मालिका उमलत्या वयात वाचली होती. पिरोज आनंदकर म्हणून कोणी लेखिका होत्या. त्यावेळी एल्सा या पाळलेल्या सिंहिणीची कथा मला विलक्षण भावली होती, तशी एका दिवाळी अंकातली रणजित देसाईंची 'विराणी' कथा पण. शाळेत पुस्तकं मिळत, पण तीही कधी-मधी. आम्ही बँकेकडे ग्रंथालय व शुश्रुषागृह सुरू करण्याचा प्रस्ताव ठेवला. बँकेने तो स्वीकारला.

संस्थेत शुश्रुषागृह असावं असं मला संस्थेत लहान असल्यापासूनच वाटायचं. एकतर संस्थेत मी सतत आजारी असायचो. डॉरमेटरीत चांगली तीस-चाळीस मुलं असायची. निवांतपणा, विश्रांती मिळायची नाही. तापात तोंड धरायचं. चव नसायची. पण कधी संस्थेत पथ्य-पाणी व्हायचं नाही. संस्थेच्या व्हरांड्याच्या एका कोपऱ्यात पार्टीशन टाकून ग्रंथालय, दुसऱ्या कोपऱ्यात शुश्रुषागृह सुरू केलं. दोन्ही केंद्र साधनसंपन्न बनवली. महाराष्ट्र राज्य ग्रामोद्योग मंडळाचे तत्कालीन अध्यक्ष बाळासाहेब भारदेंच्या हस्ते या सुविधांचा शुभारंभ केला. बँकेचे सर्व पदाधिकारी, संचालक कार्यक्रमास उपस्थित होते. संस्थेचे कार्य पाहून ते प्रभावित झाले होते. आपल्या 'ग्रामोद्योग' मासिकात वसंत जोशींनी लिहिलेला 'तीनशे दोन मुलांचा बाप' अशा शीर्षकाचा मुलाखतवजा लेखही प्रकाशित केल्याचं आठवतं. (संस्थेतील तीनशे नि माझी दोन!)

सन १९८५चे सरते दिवस होते. दरम्यान जिल्हाधिकारी दिनकरराव पाटील यांची जागा अ. कृ. नंदकुमारांनी घेतली होती. तेही एक संवेदनक्षम अधिकारी म्हणून संस्थेच्या नि माझ्या मनात कायमचे घर करून आहेत. त्यांच्या कार्यकालात आम्ही अनेकांगांनी संस्थेची प्रगती केली. आमची घोडदौड पाहून ते नेहमी म्हणत, 'बलूनसारखी संस्था फुगत चालली आहे. गॅस टिकला पाहिजे नि बलूनही आकाशात गेला पाहिजे'. त्यांच्या काळात आम्ही नित्य नवे लोक, अधिकारी आणत असू. त्यांचं चांगलं स्वागत करत असू. ते येऊन सहा महिने उलटून गेले असतील. त्यांना आमची कार्यपद्धती, धडपड समजली होती. आम्ही कुणास हार घालायला त्यांना लावला की ते मिष्किलपणे हसत. पाहुण्यांच्या कानात म्हणत, 'हा महागात पाडणारा हार आहे बरं!' तरीही लोक घालून घेत. मोठ्या मनानं, विश्वासानं सहाय्य करत.

सन १९८६चा स्वातंत्र्य दिन माझ्या चांगला लक्षात आहे. जिल्हाधिकारी

नंदकुमार झेंडावंदनासाठी प्रमुख पाहुणे म्हणून आले होते. एव्हाना मी संस्थेचा सचिव म्हणून कार्य करण्यालाही सहा महिने उलटून गेले होते. दादांनी स्वत:हून मोठ्या मनाने संस्थेची धुरा मजकडे सोपवली होती. झेंडावंदनाचा कार्यक्रम आटोपून त्यांना चेतना अपंगमती विकास संस्थेस भेट द्यावयाची होती. त्यांना ठिकाण माहीत नव्हतं. शाळा माझ्या घरामागेच होती. त्यांना सोबत म्हणून मी बरोबर गेलो. गाडीत संस्थेच्या अडचणींची चर्चा सुरू होती. अजून काय प्रश्न आहेत? विचारल्यावर मी जिल्ह्यातील अनाथ अर्भकांचा प्रश्न मांडला.

तसं पाहिलं तर स्थापनेपासूनच अनैतिक संबंधातून जन्मलेली, टाकून, सोडून दिलेली अर्भकं, मुलं संस्थेत पोलीस, कोर्ट इ. मार्फत येत राहायची. संस्थेत त्यांना सांभाळायची व्यवस्था नसल्यानं आम्ही त्यांना शासकीय रुग्णालयात ठेवत असू. महाराष्ट्रातील अनेक जिल्ह्यांत आजही अनाथ, अनौरस अर्भकं पुरेशा सोयीअभावी शासकीय रुग्णालयात ठेवली जातात.

ज्या काळात या मुलांना आईची ऊब हवी असते, त्या काळात ती दवाखान्याच्या वॉर्डमध्ये पोलीस, गार्डच्या देखरेखीत वाढत राहतात. दुर्लक्षामुळे यांचं मृत्युप्रमाण चिंता करण्यासारखं असतं. हे ऐकून गंभीर झालेले नंदकुमार आपणास या मुलांसाठी अर्भकालय चालवता येईल म्हटल्यावर आणखीनच गंभीर झाले. 'रिस्क' आहे म्हणाले. मी त्यांना मनापासून ते चालवू म्हटल्यावर त्यांनी प्रस्ताव करायला सांगितला. तयार केला. पैशांचा प्रश्न होता. नेहमीप्रमाणे ताई व बापूंनी आपल्या वालावलकर ट्रस्टतर्फे दहा हजार रुपयांचं सहाय्य देऊ केलं. दैनंदिन खर्चाचा प्रश्न होता. नेहमीप्रमाणे कामासाठी म्हणून जिल्हाधिकारी कार्यालयात गेलो असता तेथील एक क्लार्क श्री. बोंगाळे भेटले. काय गडबड विचारता, मी अर्भकालयाच्या पैशाचा प्रश्न सांगितला. त्यांनी आपले नाव न सांगण्याच्या अटीवर आंतरराष्ट्रीय बालक वर्षाच्या निमित्ताने साठवलेला निधी पडून असल्याचा सुगावा दिला. मला सूत मिळालं तर अनाथ अर्भकांना स्वर्ग! 'वात्सल्य बालसदन' सुरू झालं खरं पण त्यासाठी रोज नव्या अग्निदिव्यातून जावं लागलं होतं!

२८

'वात्सल्य बालसदन' हे अर्भकालय आम्ही मोठ्या प्रतिकूल परिस्थितीत सुरू केलं होतं. ते सुरू करण्यामागे माझं उपेक्षित बालपण हीच प्रेरणा होती. संस्थांतील नवजात, अनाथ बालकं फारच कमी ठिकाणी त्याकाळात सांभाळली जात. जिथं सांभाळली जात असत तिथं अपवादात्मक ठिकाणीच वात्सल्यपूर्ण संगोपन होत

असे. दत्तक देणाऱ्या संस्थांना मात्र आर्थिक बळ लाभायचं. अशी मुलं सर्रास त्याकाळात विदेशी दत्तक जात असत. दत्तक संस्था त्यांना अर्थबळ द्यायच्या. आमच्या संस्थेचं तसं नव्हतं. प्रारंभीच्या काळात आम्ही तीन काळजीवाहिका नेमल्या होत्या. त्यांचा प्रत्येकी मासिक तीनशे प्रमाणे होणारा हजारभर रुपयांचा पगारही आम्ही भागवू शकत नव्हतो. म्हणून जिल्हाधिकारी अ. कृ. नंदकुमार यांच्याकडे आंतरराष्ट्रीय बालक वर्ष निधीची रक्कम देणगी म्हणून मागितली. ती देण्यास तत्त्वत: ते तयार होते. त्यांनी त्या समितीची एक बैठक बोलवली. तत्कालीन जिल्हा समाजकल्याण अधिकारी श्री. नानासाहेब पाटील होते. ते समितीचे पदसिद्ध सचिव होते. त्यांनी निधी हस्तांतरित करता येणार नाही असा जावईशोध लावला. ते अनाथांच्या संगोपनकार्याविषयी नेहमी आखडता हात घ्यायचे. मागासवर्गीय कल्याण म्हणजेच एकमात्र समाजकल्याण अशी त्यांची ठाम समजूत होती. नंदकुमारांनी मुद्दल नाही तर मग व्याज देण्याचा प्रस्ताव मांडला. व्याजही कर्जाऊ द्यावं म्हणणारे ते समाजकल्याण अधिकारी (?) क्षणभर मी ते नाकारण्याच्या मूडमध्ये होतो. नंदकुमार साहेबांनी खुणावलं. निधीचं व्याज कर्ज म्हणून दरमहा देण्याचा निर्णय झाला. त्या दिवशी माझ्या लक्षात आलं की हे सहाय्य अळवावरचं पाणी आहे. आपण स्वावलंबी व्हायला हवं.

त्या सहाय्यांनी कसं तरी कार्य सुरू केलं. पण फेडीचा तगादा ते अधिकारी सतत लावत. शासनस्तरावर अनुदानाचा प्रस्ताव सादर केला होता. पण केवळ संगोपन खर्च नि तोही तोकडाच मिळणार म्हणून आम्ही अन्यत्र चाचपणी सुरू केली. तेरेदेस होम्स (जर्मनी) संस्थेनं पडत्या काळात आम्हास मोठा आर्थिक हातभार लावला. जॉर्ज चिरा व हेमा भालेराव यांनी त्या काळात जे सहाय्य, मार्गदर्शन केलं, ते मी नि संस्था कधीच विसरू शकणार नाही. एकीकडे पाच रुपये देऊन पंचवीस प्रकारच्या चौकश्या, तपासण्या करणारी या देशातली सरकारी यंत्रणा नि दुसरीकडे पाच लाख रुपये साता -समुद्रापलीकडून मदत पाठविणारी संस्था केवळ पाठवलेल्या अहवाल व माहितीवर वर्षोनवर्षे लक्षावधी रुपये पाठवत राहते. मला आश्चर्य वाटायचं या जमीन-अस्मान अंतराचं, अंतर्वृत्तीचं! तेरेदेस होम्स, जर्मनीच्या संचालिका ॲनाग्रेट विंटर स्टेटिन एकदा संस्था पाहण्यासाठी म्हणून सहज आल्या होत्या. न राहून मी त्यांना विचारलं,

'तुम्ही लाखो रुपये पाठवत राहता. चौकशी, तपासणी कशी नाही करत?'

तेव्हा त्या म्हणाल्या होत्या, 'आम्ही काही निकष मानलेत. बालमृत्यू प्रमाण कमी होतंय, मुलं भारतात दत्तक जातात, संस्थेत आल्यावर मुलांचं वजन वाढतं, ती हसरी-आनंदी दिसतात... तीच आमच्या पैशाची पावती. कागदात अडकण्यात आम्हांस स्वारस्य नाही'.

पुढे आम्ही 'युनिसेफ', 'अल्टरनिनिटिएटिव्ह बॅबेन हॉजन' सारख्या आंतरराष्ट्रीय संस्थांच्या सहकार्यानं वात्सल्य बालसदनमार्फत अनेक प्रकल्प, उपक्रम राबवले. त्यातील 'अल्टरनिनिटिएटिव्ह बेबेन हॉजन' संस्थेचा अनुभव सांगण्यासारखाच आहे. यातून समाज, शासन, यंत्रणा सर्वांनाच भरपूर शिकता येण्यासारखं आहे.

'अल्टरनिनिटिएटिव्ह बॅबेन हॉजन' ही जर्मनीतील एक स्वयंसेवी संस्था आहे. तिला संस्था म्हणण्यापेक्षा स्वयंसेवकांचा गट म्हणणे अधिक सयुक्तिक होईल. या स्वयंसेवक गटातील बऱ्याच कुटुंबांनी भारत, श्रीलंकेसारख्या आशिया खंडातील विकसनशील देशातील अनाथ मुले दत्तक घेतली होती. ही कुटुंबे खऱ्या अर्थाने 'हे विश्वचि माझे घर' म्हणून जगत होती. वडील जर्मन, आई फ्रेंच, मुलगा भारतीय, मुलगी श्रीलंकन अशी विश्वास न बसणारी कुटुंबे, मी १९९०च्या दरम्यान फ्रान्स, इंग्लंड, इटली, स्वित्झर्लंड, ऑस्ट्रिया, बेल्जियम, हॉलंड इत्यादी देशांना भेटी दिल्या तेव्हा प्रत्यक्ष पाहिली आहेत. त्यांच्याकडे राहून त्यांना जवळून पाहिलं आहे. या स्वयंसेवक गटातील लोकांनी एकत्र येऊन ठरवलं, की आपण अनाथ मुलं दत्तक घेतली यात नाही म्हटलं तरी 'अपत्यसुखाचा स्वार्थ' आहे. आपण त्यापलीकडे जाऊन अनाथ मुलांसाठी, विशेषत: अशा मुलांसाठी की ज्यांना आपल्यासारखे पालक मिळत नाही, त्यांना संस्थेतच राहावं लागतं, अशा अनाथ अर्भकांसाठी काही करावं म्हणून 'अल्टरनिनिटिएटिव्ह बॅबेन हॉजन' ची स्थापना केली. जर्मनीमधील 'बिएलेफिल्ड' हे छोटंसं, टुमदार असं गाव. तिथल्या एका बालवाडीचे पालक आपली मुलं शाळेतल्या बालवाडीत बसवतात. त्यांचे वर्ग चालेपर्यंत ते पालक दुसऱ्या वर्गात एकत्र येऊन आपला रिकामा वेळ सत्कारणी लावायचा म्हणून कागद, कापड, लाकूड, रंग, ब्रश इत्यादींनी अनेक छोट्या-मोठ्या उपयोगी, शोभेच्या वस्तू तयार करतात. त्यात शुभेच्छा पत्रे, वॉल हँगिंग, शो पीस, कव्हर्स, अभ्रे, खोकी, पाकिटं, मुलांना वाढदिवसाला भेट द्यायच्या वस्तू, ख्रिसमस भेटी, मुखवटे इ. असतात. या साऱ्या वस्तू प्रामुख्याने मुलांसाठी तयार करतात. वर्षातून दोनदा बाजार, प्रदर्शन भरवून विक्री करतात. त्यातून मिळणारं उत्पन्न भारत, श्रीलंका, ब्राझील आदी देशांतील अनाथ मुलांच्या संगोपनार्थ खर्च करतात. 'अल्टरनिनिटिएटिव्ह बेबेन हॉजन' या जर्मनीच्या संस्थेने आपल्या बालकल्याण संकुलातील वात्सल्य बालसदनसाठी १९९२पासून सहाय्य द्यायला सुरुवात केली. प्रतिवर्षी नेमाने 'घेतला वसा टाकू नये' म्हणत जपलेल्या या संवेदनशील व्रतोत्सवातून संस्थेस आजवर सुमारे सतरा लाख रुपयांचे सहाय्य झाले. जर्मनीचा नि कोल्हापूरच्या बालकल्याण संकुलाचा काय ऋणानुबंध आहे कोण जाणे? पण जेव्हा जेव्हा संकुल आर्थिक अडचणीत आलं, तेव्हा प्रत्येक वेळी जर्मनीने मदतीचा हात पुढे केला.

सन १९९२ला तेरेदेस होम्स, जर्मनी संस्थेचं सहाय्य बंद होण्याची शक्यता

होती. ती त्यांच्या आंतरराष्ट्रीय धोरणामुळे. त्यांच्या एक अधिकारी ॲनाग्रेट विंटर स्टेटिन त्यावेळी संस्थेस भेट द्यायला आलेल्या होत्या. तत्पूर्वी ॲडॉप्शन इंटरनॅशनल 'ज्युथिका' च्या श्रीमती एल्स टयूटिजननी पण यासाठी प्रयत्न चालवले होते. या दोघींनी भारतीय मुलींना दत्तक घेतलेलं. भारतातील संस्थांची आर्थिक स्थिती व मर्यादा त्यांनी पाहिलेल्या. ॲनाग्रेट परत जर्मनीला गेल्या. बालकल्याण संकुलास मदत चालू ठेवावी, अशी अपवादात्मक शिफारस त्यांनी केली. खरे तर ती त्यांची एकमेव शिफारस होती. सन १९९२ला तेरेदेस होम्सनी भारतातील सर्व संस्थांचे अर्थसहाय्य बंद केले. अपवाद केला बालकल्याण संकुलाचा, पण ही टांगती तलवार होऊ नये म्हणून त्यांनी कोच, हॉप्ट परिवाराने आपल्या पुढाकारातून सुरू केलेल्या तत्कालीन 'अल्टरनिनिटिएटिव्ह बॅबेन हॉजन'शी संपर्क केला. त्यांनी जीवनदान दिले.

मला 'अल्टरनिनिएटिव्ह बॅबेन हॉजन' च्या कार्यकर्त्यांचं कौतुक वाटतं ते केवळ त्यांनी केलेल्या भरघोस अर्थसहाय्यामुळे नाही तर त्या मागील जीवन तत्त्वज्ञानामुळे. आपल्या पलीकडे जाऊन जगण्याची वृत्ती म्हणजे खऱ्या सुखाचा शोध होय. युरोप, आशिया खंडातील अनेक देश, तेथील माणसं मला पाहता-अभ्यासता आली. तेथील अनेक लोक आपल्या उत्पन्न, वेतनातील ठराविक रक्कम दरमहा अनाथ, अंध, अपंग, मतिमंद बालकांच्या संगोपन, शिक्षण, उपचार, पुनर्वसन, प्रशिक्षणासाठी खर्च करतात. ही रक्कम कराव्यतिरिक्त असते. तेथील संस्था, उद्योग आपल्या कर्मचाऱ्यांना असे सहाय्य देण्यास प्रोत्साहन देतात. संस्थांना पैसे नियमित मिळतील अशी दक्षता घेतात. या पार्श्वभूमीवर कोल्हापुरात उभं आयुष्य काढून अशा संस्थांकडे ढुंकूनही न पाहणारी, न डोकावणारी माणसं पाहिली की अस्वस्थ व्हायला होतं. त्यापेक्षा मी अस्वस्थ होतो ते जर्मनीहून इथं आलेला पैसा जमा झाल्याचं निरोप देण्याचं साधं सौजन्य एखादी बँक दाखवत नाही तेव्हा किंवा अक्षर न लागल्याचे कारण सांगून (खरं तर अक्षर लावण्याची साधी तसदीही न घेता) चेकचं, पत्राचं पाकीट परत जातं, कधी गहाळ होतं तेव्हा! ही अनास्था आपणाकडेच का संभवावी? याची सारी उत्तरं आपल्या जीवन जगण्याच्या वृत्ती, पद्धती, ऊर्मी, दृष्टीमध्ये आढळतात.

'अल्टरनिनिएटिव्ह बॅबेन हॉजन' चे कार्यकर्ते स्वयंसेवक मला नेहमीच प्रेमळ वाटत आलेत, ते त्यांच्या परात्मभाव जोपासणाऱ्या जाणीव जागृतीमुळे. एकीकडे आपले अधिकारी अनुदानाच्या विनियोगाची तपासणी संशयी, साशंकतेने करताना आढळतात, तिकडे लाखो रुपये पाठवणारी मंडळी प्रचंड विश्वासाने सहाय्य देत राहतात. या सर्वांतून आपणास बरंच शिकण्यासारखं आहे. केवळ आपण, आपले कुटुंब, आपली मुलं असा कूपमंडूक जीवनवाद जोपासायचे दिवस संपलेत.

एकविसावे शतक हे परात्मभाव वृद्धीचे शतक व्हायचे तर 'Beyond Ourself'- आपल्या पलीकडे पाहण्याची वृत्ती जोपासायला हवी. आयकरातील '८०-G' च्या सुटीसाठी-स्वार्थात तीर्थ-म्हणून सहाय्य न करता ते 'यही है जिंदगी जी' म्हणत, मानत आपण काही करू, विचारू लागलो तर 'याचि देही, याचि डोळा' मोक्षाचा आनंद मिळाल्याशिवाय राहणार नाही. या तर 'डिस्क्लोज' होऊ या! अगदी 'डिस्क्लोथ' ही!! महात्मा गांधी, भगवान महावीर व गौतम बुद्ध आठवले का? अल्टरनिनिटीएटिव्ह बॅबेन हॉजनच्या प्रतिवर्षी नाताळपूर्वी ऐन दिवाळीत येणाऱ्या त्यांच्या दोन-तीन लाखांच्या मदतीतून .... आम्ही 'कोच -हॉप्ट भवन' उभारलं. अनिकेत निकेतनमधील सदनिकेत सुरू झालेलं हे भवन, त्यांचं ठेवलेलं नाव कृतज्ञतेचा भाग होता. त्या नावावरूनही संस्थेत मोठं रण माजलं होतं .... दरवर्षी कोच हॉप्टची मदत आली की गळाभर स्तुती करणारे एक काँग्रेसचे कार्यकर्ते आमचे सदस्य होते.... आम्ही त्यांना 'बाबा' म्हणत असू. .... कोच हॉप्टचं विदेशी नाव छ. शाहू महाराजांच्या भूमीत चालू देणार नाही, असा त्यांनी पवित्रा घेतला होता. काही न करता मिरवत राहण्याची, दांडगाईची त्यांची सवय सर्व ओळखून होते .... सर्वांनी त्यांना कोच -हॉप्ट इतकं सहाय्य जमा करून आणा मग आपण तुम्ही म्हणाल ते नाव ठेवू, म्हणून एकमुखी सांगितलं. तसे ते संस्थेत यायचेच बंद झाले. पुढे वात्सल्य बालसदनास केंद्र शासनाचं अनुदान मिळालं तरी कोच हॉप्ट फॅमिलीचं सहाय्य येतच राहिलं होतं. त्यांच्या सततच्या सहाय्यानं वात्सल्य बालसदनलाच नव्हे, बालकल्याण संकुलालाच आर्थिक बाळसं लाभलं होतं.

चोवीस तास डोळ्यांत तेल घालून आमच्या काळजीवाहिका मुलांचं करत राहायच्या. अल्प पगारातील त्यांच्या बालसेवेस तोड नसायची. सरकारी दवाखाना, तेथील डॉक्टर, नर्सेस, आमचे डॉ. विजय करंडे, डॉ. कारवा, डॉ. प्रकाश विचारे, डॉ. प्रकाश संघवी, डॉ. मोहन पाटील, डॉ. नरेंद्र नानिवडेकर, डॉ. सौ. भांडारकर, डॉ. गुणे प्रभृतींनी वेळोवेळी केलेल्या सहाय्यामुळेच ६०% असलेलं बालमृत्यूप्रमाण ९% आणण्याचा विक्रम आम्ही करू शकलो होतो. तेव्हा मेळघाटच्या कोवळ्या पानगळीचा मागमूसही नव्हता.

बालमृत्यू नियंत्रित केल्यावर आम्ही आमचा मोर्चा दत्तकीकरणाकडे वळवला. त्या काळात अनाथ अर्भकं दत्तक जाणं आजच्याइतकं सोपं नव्हतं. पूर्वीही तशी नाही म्हणायला वात्सल्य बालसदन सुरू होण्यासाठी (१९८६) दत्तक मुले दिली जायची, पण अपवादाने. पुढे त्याला एका आंदोलनाचं रूप येत गेलं. पहिल्या वर्षी मुलं पालकांच्या प्रतीक्षेत तिष्ठत राहायची. दत्तकेच्छू दांपत्य यायची. बहुधा ती निपुत्रिक असायची. मुलांचा पूर्वेतिहास जाणावयास उत्सुक ही मंडळी मोठी चिकित्सक असायची. नाकी-डोळी नीटस, आपल्याला शोभेल अशी मुलं त्यांना हवी असायची.

मुलेच दत्तक जायची. 'पुत्राशिवाय मोक्ष नसतो म्हणे'.

मुली हिरमुसल्या असायच्या. मुलं दत्तक जात. मुलींची संख्या वाढू लागली तशी माझी अस्वस्थताही! याच वेळी 'लीना', 'मयूरी' या दोन मुली सदनात आल्या होत्या. लीनाचा जन्मच होऊ नये म्हणून आईने केलेल्या प्रसूतिपूर्व प्रयोगांची रामकहाणी ऐकून तर मी सर्दच झालो होतो. किती औषधे, गोळ्या, पोट आवळणं- एक की दोन. लीनाच्या आयुष्याची दोरी बळकट म्हणून की काय, जन्माला येताच तिचा गळा दाबायचा प्रयत्न झाला. तरी परिचारिकेच्या दक्षतेमुळे ती बचावली. लीनाबरोबरच्या सर्व मुलींची वाढ व्यवस्थित होती. लीना मात्र हसायची नाही की बोलायची नाही. तिच्यावर मानसोपचारही झाले, पण यश आले नाही. असंच मी एकदा तिला घेतलं, फिरवलं, तशी ती चिकटून बसली. माझ्या लक्षात आलं की ती कृश, काळी, कुरूप असल्यानं तिला कोणी घेत नाही. शिवाय आईचे अनेक चटके तिने अजाणतेपणी सहन केलेले होते. आता तिला घेण्याचा माझा क्रम ठरून गेला होता. माझ्या नेहमीच्या घेण्याने सदनातल्या माताही तिच्यावर जाणीवपूर्वक प्रेम करायला लागल्या तशी तिची कळी खुलू लागली. सदनातल्या माता तिला माझी मुलगी म्हणून चिडवू लागल्या. पत्नी रेखास आपण तिला दत्तक घेऊ या म्हणून सांगून झालं. पण यश आले नाही. लीना बोलू लागली तेव्हा ती गृहमातांनी तिला शिकवलेले नाव सांगू लागली-लीना सुनीलकुमार लवटे. हे नाव सार्थ होतं तर .... पण आयुष्यात बरीच अपयशं पचवणारा मी. हे आणखी एक. पुढं लीनास आम्ही महत्प्रयासांनी एका संस्थेच्या मदतीने दत्तक दिलं तेव्हाच मला चैन पडले.

त्या काळातच 'सार्क बालिका वर्ष' आलं. त्याचं औचित्य साधून चर्चासत्र, मेळावे, प्रचारसभा, प्रदर्शने इत्यादींद्वारे मुली दत्तक जाव्यात म्हणून आम्ही सारी पंचक्रोशी पालथी घातली. केवळ मुलगी जन्माला आली म्हणून मुलींना टाकायचे प्रकार अधिक अस्वस्थ करीत होते. वैशाली, दीपा, मयूरी अशा किती तरी मुली या काळात दत्तक दिल्या गेल्या. काही विदेशातही देण्यात यश आलं. ज्योती, संतोषी, रीना, फरिना या बहिणी-बहिणी दत्तक देता आल्या नि त्याही एकाच कुटुंबात. ती माझ्या आयुष्यातील, कार्यातील आनंद पर्वणीच होती.

ज्योती, संतोषीवरून आठवलं. त्या दोघी आमच्याकडे आल्या होत्या आईच्या अकाली, अपघाती निधनाने, निराधार झाल्याने. त्यांना प्रयत्नपूर्वक एका विदेशी कुटुंबात दत्तक दिले. त्या कुटुंबाची सतत पत्रं येत राहायची. ज्योती सांगतेय की तिची तिसरी एक बहीण होती, पण हरवली. तुम्ही शोध घ्या. आम्ही तिलाही दत्तक घेऊ इच्छितो. ज्योतीस त्या बहिणीची सतत आठवण येते. एकीकडे एक मुलगी दत्तक घेताना आमच्याकडे कोण मारामार! पण हे कुटुंब तर तिसऱ्या मुलीस दत्तक घ्यायला उत्सुक. पोलिसांना बऱ्याचदा लिहिलं, पण तिसऱ्या बहिणीचा शोध

लागला नाही. शेवटी क्षमा मागून त्यांची प्रतीक्षा संपवली.

रीना नेदरलँडमध्ये ती किती सुखी आहे हे तिथं जाऊन नि तेही अचानक जाऊन मला पाहता आलं. आमची रीना मतिमंद नव्हती, मठ्ठ होती खरी. तरी एका शिक्षिकेने तिला दत्तक घेतलं होतं ते एक आव्हान म्हणून. मी नेदरलँडला गेलो तेव्हा रीना 'Slow Learner's School'मध्ये जात होती. मी पाहिलं अशा मुलीलाही त्या बाई पोटच्या गोळ्यापलीकडं सांभाळायच्या.

मुलीच्या दत्तक प्रचारानंतर आम्ही अपंग, मतिमंद मुले दत्तक देण्यावर लक्ष केंद्रित केलं. उत्कर्ष, दोन्ही हात नि पायांनी लुळा होता. कापडात गुंडाळून दाखवला की प्रत्येक पालक त्यास पसंत करायचा. पण तो अपंग आहे हे लक्षात आलं की प्रत्येक जण मागे सरकायचा. अपंगांसाठी जीवन समर्पित करणाऱ्या एका समाजसेविकेनेही 'उत्कर्ष'ला नाकारल्याचं मला चांगलं आठवतं. एका धनिक कुटुंबाने उत्कर्षला आगळे सामाजिक काम करायचे म्हणून दत्तक घेतले व तेही स्वत:ची दोन मुलं असताना. उत्कर्षचे दत्तक जाणे हे आमच्या दत्तक कार्याची मी परिसीमा म्हणेन.

सूरदासचे पुनर्वसन हा देखील आमच्या दत्तक कार्याचा असाच मानबिंदू ठरावा. सूरदास हे त्याचं आम्ही ठेवलेलं नाव. दोन्ही डोळ्यांनी दिसत नव्हतं म्हणून. हिंदी कवी सूरदास आंधळा होता ना? त्याला चालता येत नव्हतं की बोलता. तीन - साडेतीन वर्षांचा सूरदास आला तेव्हा मांसाचा गोळा होता. धड बसताही यायचं नाही त्याला. आई त्याला अंबाबाईच्या देवळात सोडून परागंदा झालेली होती. तो संस्थेत आल्यावर त्याची वैद्यकीय तपासणी करताना आमच्या डॉक्टरांना शंका आली की हा आंधळा नाही. जन्मत: डोळ्यात फूल पडलं असावं. डॉ. विजय करंडेंच्या सांगण्यावरून आम्ही त्यास डॉ. अतुल जोगळेकरांना दाखवले. त्यांनी दुजोरा दिला नि फूल काढायचं ठरलं नि पुढे काढलंही. सूरदासला दिसू लागलं. वाटलं आपण सूरदास नाव ठेवायला थोडी गडबडच केली. आज तर त्याला चक्क दिसू लागलं होतं. आता तो माझ्या लेखी कालिदास झाला होता. पुढे मसाज देऊन तो चालू लागला. मुलांत खेळू-बोलू लागला. चक्क गाणी म्हणून लागला. चिमटेही छान काढायचा. दरम्यान, आम्ही त्याच्या आईचा शोध चालवला होता. अंबाबाईच्या देवळात ज्या दुकानाच्या पायरीवर त्याची आई तीन दिवस घेऊन बसली होती (सोडू की नको असं द्वंद्व तिच्या मनी असावं!), तेथून मिळालेल्या माहितीच्या आधारे शोध लागायला वर्ष उलटून गेलं. एकदाचा शोध लागला पण आई त्याला आपला म्हणायला तयार नव्हती. आंधळा, लुळा, मुका पोर माझा नि तुम्ही तर धड दावता की म्हणाली. काही केल्या ती बधेना. शेवटी तिला विचारलं, की तू काय म्हणून हाक मारायचीस याला? तशी ती म्हणाली 'अप्पा'. हाक मार

म्हटल्यावर तिनं सहज हाक मारली नि सूरदासने जो हंबरडा फोडला त्यानं आईच काय, आमचंही हृदय पिळवटून टाकलं. 'सूरदास' म्हणून आलेला पोर 'कालिदास' म्हणून परत आईच्या पदरात घालता आला. सूरदासाचं आमच्या पालक कर्मचाऱ्यांनी इतकं केलं होतं की त्याला तोड नव्हती.

त्यावेळी अनुराधा, सोनाली, अविनाश, राणी ही अंध, अपंग मुले असून आमच्या पदरी होती. त्यांना दत्तक देण्याचं आव्हान निरंतर बेचैन करी. सोनाली तर पालकांची (दत्तक) वाट पाहत शाळेसही जाऊ लागली. अनु चालू लागली. राणीचे पाय सरळ झाले. सारं झालं तरी त्यांचं जीवन सरळ व्हायचं बाकी असल्याचं शल्य सतत राहिलं.

आमच्या प्रयोगाची पुढची पायरी म्हणून ज्यांना मुलगा दिला त्यांना मुलास बहीण म्हणून दुसरं दत्तक बाळ देण्यात यश आलं. एका कुटुंबाने तर आपली मुलगी असताना दुसरी मुलगीचं दत्तक घेतली. आता तर काही दांपत्यं अशी आहेत, की त्यांनी मुलं जन्माला न घालता (घालण्याची शक्यता असूनही) संस्थेतील मुलंच दत्तक घेण्याची भीष्मप्रतिज्ञा केलीय. आम्ही अजून त्यांना थोपवून धरलंय. पहिली उभारी जाऊ दे. टिकून राहिले तर पाहू. पण मला खात्री आहे की तेच विजयी होणार.

आमच्या या दत्तक चळवळीची खरी सफलता एकदा घेतलेल्या पालक मेळाव्याच्या वेळी लक्षात आली. सुमारे ३० दांपत्य आपल्या मुलांना घेऊन आली होती. पैकी एकाही मुला-मुलीनं आम्हास ओळखलं नाही. त्या दिवशी विलक्षण घालमेल झाली होती मनाची! त्यातील कित्येकांना आम्ही किती रणांतून वाचवलं होतं.... सारं सारं आठवू लागलं नि त्यांनी ओळखू पण नये .... पण नाही, या विस्मरणासाठीच तर हा दत्तक यज्ञ आपण आरंभला होता हे लक्षात आलं नि मग मात्र क्षणात डोळ्याच्या पाणावलेल्या कडा. ... मग आनंदाश्रूंची गंगा वाहू लागली .... एका कागद गोळा करून गुजराण करणाऱ्या परिवारास न्यायाधीश दत्तक देत नव्हते. कसे सांभाळणार म्हणून .... मी त्यांना समजावलं होतं. .... पॅरिसच्या मेयरला आपण जितक्या सहजतेने एक बाळ दत्तक दिलं तितक्या सहजतेने त्यांना द्या .... ते कुटुंब अर्थनिर्धन पण संस्कृतीने सधन होतं याची मला खात्री होती .... पुढे हे दांपत्य मेळाव्यास पेढे घेऊन आलं होतं. सांगत होतं, 'दादा, मुलीस इंग्रजी शाळेत घालणार हाय. वळक तेवढी घाला. पाच हजार साठवलेत. नुसतं हिच्या शाळंसाठी'. तीस एक नवी दांपत्येही आली होती. दत्तकेच्छूक पण अनिर्णीत, साशंक, द्विधा मन:स्थितीतील. या मेळाव्याने त्यांच्या मनाचं मळभ दूर केलं होतं.

२९

आम्ही भारतीय पालकांनाच मुले दत्तक देण्याचा कटाक्ष ठेवला होता पण वात्सल्य बालसदन सुरू होण्यापूर्वी अनाथ महिलाश्रम संस्थेमार्फत आमच्या रिमांडवरील मुले-मुली अपवाद म्हणून विदेशात दत्तक गेली होती. ती अधी-मधी संस्था, जन्मभूमी, भारत पाहण्यास येत. त्यांना आपला जन्म, आई-वडील, पालक संस्था याबद्दल मोठं औत्सुक्य असायचं.

काही दिवसांपूर्वीचीच गोष्ट. मी बालकल्याण संकुलात नेहमीप्रमाणे काम करीत कार्यालयात बसलो होतो. आमचे काळजीवाहक श्री. मधुकर कांबळे सांगत आले, 'परदेशी पाहुणे आलेत, संस्था पाहायला'. संकुलात परदेशी पाहुणे येणे आता नित्याचीच गोष्ट झालेली. कोण बरे आले असतील, असा विचारच करत होतो, इतक्यात स्वारी 'मे आय कम इन?' (मी आत येऊ का?) म्हणत आली सुद्धा. मी उठून अभिवादन केलं. पती-पत्नी व त्यांची दोन मुलं आत येऊन बसली. त्यांना विचारण्यापूर्वीच त्यांनी स्वतःची ओळख करून द्यायला सुरुवात केली. अर्थातच इंग्रजीत. 'मी पियत्रा डी. इरॅस्मो. माझी पत्नी जेलरन. ही आमची छोटी मुलगी मारिया. हा ऑड्रिआस-आमचा मुलगा', अशी ओळख करून देत त्यांनी माझ्यापुढे फोटोचा अल्बम अलगद ठेवत आठवून दिलं नि म्हणाले, '१९७९ मध्ये आम्ही नऊ महिन्यांच्या असलेल्या तुमच्या 'अनुराधा ' नावाच्या मुलीस दत्तक घेतलं होतं, तीच ही 'मारिया' आता सोळा वर्षांची झालीय.'

मी उडालोच. क्षणभर डोळ्यांवर विश्वासच बसत नव्हता. मी जे पाहत, ऐकत होतो, सारेच कसे सुखद, तरी अचंबित करणारे! हळूहळू माझ्या लक्षात येऊ लागलं....

आमचे आजचे बालकल्याण संकुल तसे सुरू झाले १९४९ला. त्यावेळी आम्ही मुलांचं एक छोटं रिमांड होम चालवायचो. आमच्याकडे अनैतिक संबंधातून जन्माला आलेली, टाकून-सोडून दिलेली अनेक अनाथ, निराधार लहान मुले-अर्भके पोलिसांमार्फत नित्य, प्रतिदिन येत राहायची, ती आमच्याकडे रिमांड सेक्शन होता म्हणून. परंतु इतक्या लहान मुलांना सांभाळायची आमच्याकडे व्यवस्था नसल्याने ही सारी मुले सरकारी रुग्णालयात किंवा आमचीच भगिनी संस्था असलेल्या अनाथ महिलाश्रमात आम्ही सांभाळायला ठेवायचो. अनुराधा आमच्याकडे आली होती, तेव्हा तिची नाळ वाहत होती. आम्ही तिला महिलाश्रमाकडे सुपूर्द केली होती. अर्थातच सांभाळायला म्हणून. त्यावेळेपासूनच आम्ही अनाथ मुला-मुलींना दत्तक देत असू. दत्तक कार्य त्यावेळी आजच्या इतके आपल्या समाजात रुजलेले नव्हते. भारतात आपल्याकडील अपत्यहीन दांपत्येच मुले दत्तक घ्यायची. ते पण फक्त

मुलगेच. अनाथ मुलींच्या दत्तकाच्या प्रयत्नांना फारसे यश यायचे नाही. त्यावेळी आंतरराष्ट्रीय स्तरावर दत्तक कार्य करणाऱ्या काही संस्था असायच्या. त्या अशा मुलींच्या दत्तकासाठी विशेष प्रयत्न करायच्या. त्यांच्या प्रयत्नास यश येऊन आम्ही अनुराधा अवघी नऊ महिन्यांची असताना तिला इरॅस्मो या नॉर्वेजिअन दांपत्यास दत्तक दिले होते. दत्तक दिल्यानंतर मुला- मुलीस त्या देशाचे नागरिकत्व मिळेपर्यंत आमचा संपर्क राहतो. नंतर आम्ही आपणहून सहसा दत्तक परिवाराशी संपर्क ठेवत नाही. तो अशासाठी की कुणास असे संबंध ठेवणे रुचते न रुचते आणि सर्वांत महत्त्वाचे म्हणजे अशा संपर्कात उगीच त्यांचे सहज जीवन अडथळत राहते, शिवाय ती मुले दत्तक आहेत हे समाजाबरोबर या परिवारानेही विसरावे अशी आमची अपेक्षा असते. असे विसरणे, संपर्क तोडणेच त्या मुला-परिवारांना सहज बनवते, अशी आमची धारणा आहे. इरॅस्मो परिवाराशी आमचा संपर्क तुटला तो या भूमिकेनेच .... शिवाय या साऱ्या कामांत आमच्याकडे असलेल्या तुटपुंज्या निधी व मनुष्यबळामुळे इच्छा असूनही बऱ्याचदा संपर्क आम्ही नाही ठेवू शकत.

आणि आज तब्बल १५ वर्षांनी इरॅस्मो परिवाराचे असे अचानक दत्त म्हणून उभे राहणे.... खरेच सुखद सार्थक होते ते! त्यावेळी दत्तक प्रक्रिया विदेशातून कागदोपत्रीच चालायची. आपले राजदूतावास मध्यस्थीचे काम करायचे. दत्तक संस्था पाठपुरावा करायच्या. ही मुले त्या संस्थामार्फत विदेशी जायची. त्यामुळे कधी काळी फोटोत पाहिलेले दांपत्य, त्यांना असे प्रत्यक्ष पाहणे, ऐकणे, त्यांच्याशी बोलणे, सारेच कसे उभारी नि ऊर्मी वाढवणारे होते! पिएत्रा डी. इरॅस्मो माझे समवयस्क. पंचेचाळीस वर्षांचे गृहस्थ मेकॅनिक्समध्ये एम.एस्सी. करून ते गेली अनेक वर्षे नॉर्वेतील नॉटडेन येथील एका ऑरगॅनिक कंपनीत तांत्रिक विभागाचे संचालक आहेत. अलीकडच्या खुल्या आर्थिक धोरणामुळे त्यांच्या नि आपल्या 'हिंदुस्थान ऑरगॅनिक' मध्ये झालेल्या करारामुळे भारतात त्यांचे सारखे जाणे-येणे होते. पण संस्थेत ते प्रथमच आले, ते मारियास तिची मातृसंस्था दाखवायची म्हणून. या नॉर्वेस प्रथम अनुराधाने भारताशी जोडले. आता हिंदुस्थान ऑरगॅनिक हे संबंध अशा रीतीने दृढमूल करत आहे. ग्लोबलायझेशनमुळे जग जवळ येते ते असे!

त्यांची पत्नी जेलरन. चव्वेचाळीस वर्षीय जेलरन नॉटडेनच्या मतिमंदाच्या विशेष शाळेत शिक्षिका आहे. या दांपत्यास त्यावेळी इडन नावाची स्वत:ची चार वर्षांची मुलगी असतानाही त्यांनी आमच्या अनुराधास दत्तक घेतले होते. मी त्यांना विचारले, की इडन असताना तुम्ही अनुराधास दत्तक का घेतले? त्यांचे उत्तर मार्मिक नि चिकित्सक तर होतेच, पण ते आपणा सर्वांना अंतर्मुख व्हायला लावणारे वाटले. ते म्हणाले, 'आम्ही उभयतांनी जेव्हा अनाथ मूल दत्तक घ्यायचे

तेव्हा ठरवले, तेव्हा एका गोष्टीबद्दल नक्की विचार केला होता की जे मूल आपण दत्तक घेऊ ते इथे नॉर्वेजिअन समाजात सहज रुळेल- मिसळेल, एकात्म होईल, असे असावे. त्यादृष्टीने आम्हास भारत नॉर्वेच्या जवळचा देश वाटला. या देशाबद्दल त्यादृष्टीने आम्ही भरपूर अभ्यासही केला होता. त्यावेळी खूप ऐकले-वाचले होते आणि मग आम्ही ठरवले, की आपण दत्तक घ्यायची, तर मुलगीच. एक तर भारतात स्त्रीजींवाच्या दुःखद स्थितीच्या आम्हास झालेल्या जाणिवेतूनच आम्ही अनुराधास निवडले. इडन आता वीस वर्षांची झालीय. ती ऑस्लो विद्यापीठात शिकतेय. मारिया आता सोळा वर्षांची झाली. ती नॉटडेनच्याच कनिष्ठ महाविद्यालयात शिकते. तिला आम्ही 'अनुलता'ही म्हणतो. मी चकितच झालो नाव ऐकून. प्रथम वाटले, हे 'अनुराधा' शब्दाचे अपभ्रंश रूप असेल पण पिएत्रांनी चक्क 'अनुलता' ची व्युत्पत्ती सांगायला सुरुवात केली नि माझी मलाच आपल्या भारतीयतेची शरम वाटू लागली. ते सांगत होते, 'लता' आणि 'अनुलता'मध्ये फरक आहे. लता म्हणजे रुजवल्याजागी वाढणारी, अनुलता म्हणजे रुजल्या जागेतून उपटून अन्य जागी रुजवलेली. पिएत्रांच्या सांगण्यातील ऋजुता आपल्या सर्वांत सामाजिक जाण रुजवत असल्याचे मला जाणवत होते. ॲड्रिआस हा तिचा छोटा भाऊ, चौदा वर्षांचा. अनुराधा नॉर्वेत गेल्यावर दोन वर्षांनी जन्मलेला. तोही मारियाबरोबर आला होता. आता तो हायस्कूलमध्ये आहे.

मी जेलरनला सहज विचारले, 'इडन नि ऑड्रिआस यांना आणि मारियास वाढवताना तुम्हाला काही वेगळेपण जाणवले का?' तिचे उत्तर अपेक्षणाऱ्या मलाच तिने प्रतिप्रश्न केला, 'मुलांचे वागणे मग ती जन्मदाती असोत वा दत्तक' सारखेच असते ना? मग वाढवण्यात फरक करण्याचे कारणच काय? त्यामुळे वेगळेपणा असा कधी वाटलाच नाही मुळी. 'सहज मनात आले म्हणून विचारले, 'मारियाला तुम्ही कसे, केव्हा सांगितले, की ती दत्तक कन्या आहे'. माझा हा प्रश्न खरे तर बाळबोध नि सार्वत्रिक होता. पण तो विचारण्यामागे मला वेगळेपण जाणून घ्यायचे होते. आपल्या नि त्यांच्या दत्तक परिवाराच्या मानसिकतेतील, कार्यपध्दतीतील फरक मला अभ्यासायचा होता.

जेलरन व पिएत्रा दोघे आळीपाळीने सांगत गेले, नि माझ्या लक्षात आले की मारियाचा सांभाळ खऱ्या अर्थाने त्यांनी मिळून केला. आपल्याकडे याचे उत्तर आईने देणे अपेक्षित असते. मारियास नॉर्वेला दत्तक संस्थेच्या एका माणसाने आणले होते, तेव्हा तो तिची संस्थेतील दोन छायाचित्रे घेऊन आला होता. हीच ती छायाचित्रे असे म्हणून अल्बममधून काढून त्यांनी दाखवलीसुध्दा. ही असते एखाद्या विचार संवेदनेची जाणीवपूर्वक केलेली जपणूक नि जोपासना! त्यातील एकात मारियाला आश्रमाच्या बाई घेऊन उभ्या होत्या, तर दुसरे छायाचित्र आश्रम भगिनीसह मारियाच्या

ग्रुपचे. ती छायाचित्रे प्रथम लावून आम्ही हळूहळू मारियाची छायाचित्रे काढत गेलो. ती वाढेल तसे तिला दाखवत गेलो. ती आमच्या मांडीवर बसायची व छायाचित्र पाहत राहायची. तिला हे पहिले छायाचित्र पाहणे आवडायचे. आम्ही तिला सांगत गेलो, सांगत राहिलो-सहजपणे, तिच्या मनात ते नकळत रुजत गेले, की मी दत्तक कन्या आहे म्हणून.

'मारियाला आमच्या आसपासच्या सर्वांनी आपलेसे केले आहे. अगदी आमच्या इडन नि ऑड्रिआससारखे. मारिया आमच्या कुटुंबात रमून गेलीय. ती आमची सर्वांची झालीय. ना तिच्या वागण्यात काही फरक ना इतरांच्या. आम्ही ज्या नॉटडेनमध्ये राहतो, ते छोटेसे गाव आहे. तिथे अनेक जाती, धर्म, वंश, देशांचे लोक राहतात. तिच्यातील फरक असा कधी आम्हाला जाणवलाच नाही'. त्यांच्या सांगण्यात 'वसुधैव कुटुंबकम' चा भाव होता.

मग मी सरळ मारियालाच विचारले, तुला असे कधी वाटते, जाणवते का, की तू दत्तक कन्या आहेस? 'नॉट एट ऑल!' तिचा हा सहज प्रतिसाद सर्व काही सांगून गेला. 'अनुराधाचे' 'अनुलता' होणे नॉर्वेत किती सोपे असते नि आपल्याकडे? 'असे आहे, तर मग संस्थेस भेट द्यायची इच्छा इतक्या वर्षांनंतर कशी? ही इच्छा मारियाची की तुमची?' (आता बहुधा त्यांना माझ्या प्रश्नांच्या सरबत्तीने बेजार केले असावे. पण त्यांच्या उत्तरात थोडी पण नाराजी नव्हती.) पिएत्रा म्हणाले, 'आम्ही मारियाला भारताबद्दल वरचेवर बरेच सांगितले, शिकवले आहे. त्यासाठी अनेक पुस्तकांचाही उपयोग केला. आम्ही अनेक भारतीय प्रदर्शनांना भेटी दिल्या. मुद्दाम नाही, पण नेहमी पाहत राहिलो. या सर्वांमागे मारियाला तिची मातृभूमी, संस्कृती, प्रदेश समजावण्याची भावना असायची,' पिएत्रा सांगत होते, 'मला आठवते .... मारिया पाच-सहा वर्षांची असेल. ती आपल्या मित्र -मैत्रिणीत खेळत होती. त्यांच्यात गप्पा चालल्या होत्या. तिची मैत्रीण सांगत होती. आम्ही लहानपणी किनई घोड्यावर बसत असायचो. मारियाने मैत्रिणीस दिलेला प्रतिसाद (खरे तर प्रत्युत्तर!) मला चांगला आठवतो. ती म्हणाली, 'आम्ही किनई लहानपणी हत्तीवर बसायचो'. हा संवाद तिथेच संपला होता. पण या संवादात मारियाचा 'हम भी कुछ कम नहीं' चा आत्मविश्वास, 'नहले पे दहेला' मारण्याची ईर्षा स्पष्ट झाली होती. हे सारे सांगताना पिएत्रांच्या डोळ्यांच्या कडा पाणावल्या होत्या. मुलीस दत्तक घेऊन सहज वाढवल्याची ती पोचपावती तर होतीच, पण त्यात एक प्रकारची धन्यताही होती! कृतार्थताही!! मारिया पुढे नंतर घोड्यावर बसायला शिकली. आपल्या भावाबरोबर, जेलरन आणि आम्ही तिला भारताबद्दल नेहमी सांगत असायचो. पण कधी तिने त्याबद्दल फारशी उत्सुकता दाखवल्याचे आठवत नाही. गेल्या वर्षीपासून तिच्यात थोडा बदल जाणवू लागला. तिची भारताविषयीची ओढ आमच्या लक्षात आली

आणि मग आम्ही ठरवले की तिला भारत दाखवयाचा. आम्हास आनंद आहे, की आम्ही तिला भारत दाखवू शकलो.'

भारत नि विशेषत: ही मातृसंस्था पाहिल्यावर मारियाची प्रतिक्रिया मला जाणून घ्यायची होती. तिला विचारल्यावर ती क्षणभर अबोल राहिली. तिच्या उंचावलेल्या भुवयांवर बऱ्याच दिवसांचे स्वप्न साकारल्याची, आनंदाची लक्ष-लक्ष इंद्रधनुष्यं चमकत असल्याचे मला जाणवले. याचसाठी केला होता अट्टाहास! एक तर तिला संस्था आवडली होती. नॉर्वे व भारतातील फरक ती ऐकून होती. पण इथे माणसे एकमेकांची इतकी काळजी घेतात, हा अनुभव चकित करणारा होता. म्हणाली, 'How gentle people like you, taking care of others! This is something new for me, really strange one!' मारियाला हे आपुलकीचे जग काही कमी आकर्षक नव्हते. हे खरे आहे, की संस्थेत वाढणाऱ्या तिच्यासारख्या मुलीचे दु:ख कळण्याइतकी ती अजून मोठी नाही झाली.

अनुराधा ऊर्फ मारिया ऊर्फ अनुलताची ही पुनर्भेट! या पुनर्भेटीने तिला काय दिले ते तिलाच माहीत. पण माझ्यासारख्या कार्यकर्त्यास मात्र तिच्या भेटीने अंतर्मुख केले. तिचे येणे, संस्था पाहणे, माझ्या छायाचित्रातील इतर मुली कुठे आहेत, असे आवर्जून नि आर्जवी विचारणे, त्या मुलींना भेटणे, त्यांच्यासाठी भेटवस्तू देणे, आपल्या साठवलेल्या पैशातून संस्थेस देणगी देणे, परत येण्या-भेटण्याचे, पत्र लिहिण्याचे आश्वासन देणे, सारे कसे अस्वस्थ, बेचैन, स्तंभित करणारे, आपल्या मातीत हे का म्हणून रुजू नये? तिच्या येण्याने निर्माण झालेले काहूर अजून शमू शकलेले नाही. आणखी काही दिवस ते शमणेही अवघड! वादळ येऊन जाते, पण त्याच्या पाऊलखुणा राहून जात असतात? वादळाचा विद्ध्वंस सहजी विसरता येत नाही, हेच खरे! पिएत्रा नि जेलरननी पेललेले पालकत्व, मारियानी सहजपणे स्वीकारलेले दत्तकत्व या वरकरणी साध्या वाटणाऱ्या गोष्टी 'आप' नि 'पर' मधील दरी सांधणाऱ्या, परंतु माझ्यासारख्यास अशक्य वाटणाऱ्या. याचे कारण आपण इथे खऱ्या अर्थाने अजूनही एक दुसऱ्याचे होऊ शकत नाही, हेच ना असावे? आपण एक दुसऱ्यांशी आपुलकीने वागतो हे खरे आहे. प्रश्न असा आहे, की खरोखरीच आपण एक दुसऱ्याचे असतो का? हे नि असे अनेक प्रश्न मारियाच्या भेटीने निर्माण केलेत. प्रश्नांचा गुंता वाढतो आहे. त्यात अधिक न गुंतणेच बरे.

त्या काळात भारतीय दत्तकीकरण गुप्त चालायचं. दत्तक आई-वडील दिवस गेल्याचा बहाणा करायचे. आई सहा महिने माहेरी राहायची .... संस्थेतलं मूल घेऊन ते आपणासच झालं असा बोभाटा करायचा काळ होता तो .... पुढं मुलाला मोठं झाल्यावर हा बनाव कळायचा ... नि मग अरिष्ट उभं राहायचं. या सर्वांना फाटा

देऊन आम्ही उघड दत्तक देण्याचा प्रघात पाडला. दत्तक पालकांना समजून सांगत राहायचो. पुढे फरक पडत गेला. आम्ही 'इंडियन असोसिएशन फॉर प्रमोशन ऑफ ॲडॉप्शन' (आयएपीए), व 'युनिसेफ' च्या मदतीने मोठ्या प्रमाणावर 'उबारा' हा दत्तक प्रबोधन प्रकल्प राबवला. त्यामुळे संस्थेतील मुलं जी आजवर फक्त शहरातच दत्तक जात असत, ती खेड्यातही जाऊ लागली. खेड्यातील निपुत्रिक दांपत्यांपर्यंत आम्ही गायनॉकॉलॉजिस्ट असोसिएशनमार्फत पोहचण्याचं नवं तंत्र विकसित केलं होतं. या संदर्भात डॉक्टरांसाठीही आम्ही कार्यशाळा, व्याख्यानं योजली होती.

या साऱ्या प्रयत्नांनंतर दत्तक जाण्याचं प्रमाण वाढलं तरी मुलंच दत्तक जात राहायची. सार्क बालिका वर्षाचं औचित्य साधून आम्ही मुलींना दत्तक देण्यावर विशेष भर देत राहिलो. 'पहिली बेटी तूप रोटी' असं आमच्या प्रचाराचं सूत्र असायचं. त्याला पहिलंच यश आलं नि जुळ्या बहिणींना आम्ही दत्तक देऊ शकलो. तिळवे नावचे मोठे संवेदनशील, उच्चशिक्षित, शासकीय नोकरी लाभलेले ते पालक. त्याचा त्यावेळचा मनाचा मोठेपणा उमेद देऊन गेला होता. त्यांची मयूरी अजून माझ्या डोळ्यांसमोर जशीच्या तशी आहे.

वात्सल्य बालसदन 'मुलांचं घर' व्हावं म्हणून फुगे, खेळणी, बाबागाडी, मोटारी, बाहुल्या, चेंडू, टी.व्ही., संगीत, फ्रीज, फर्निचर असा सारा पसारा आम्ही उभारत गेलो. लोकांनी वात्सल्यला भरभरून सहाय्य केलं. वात्सल्य बालसदन संस्थेची आर्थिक संजीवनीच ठरली होती. आम्ही प्रत्येक मुलाचा वाढदिवस साजरा करायचो. औक्षण व्हायचं. केक कापला जायचा. फुगे, टोप्या, गजरे सारं असायचं. 'हॅपी बर्थ डे टू यू ऽऽ' चं बोबडं गाणंही टाळ्यांच्या गजरात व्हायचं. ही कल्पना आमच्या काळजीवाहिका सौ. शीला ओहळ यांची. त्याही अशाच संस्थेतून मोठ्या झालेल्या होत्या. पहिला वाढदिवस डॉ. विजय करंडे व त्यांच्या सुविद्य पत्नी सौ. शालिनी करंडे यांच्या उपस्थितीत व हस्ते योजला. वात्सल्य बालसदन नावाप्रमाणे वात्सल्यपूर्ण बालसंगोपन चळवळीचं महाराष्ट्रातील एक आदर्श केंद्र होऊन गेलं. उपेक्षित अनाथ बाल्य गौरवित करण्याचं, ते सोनेरी करण्याचं माझं स्वप्न साकारलं. या प्रवासातील काही मुला-मुलींचे प्रसंग आजही माझ्यात गहिवर निर्माण करत राहतात.

वात्सल्य बालसदनच्या पंधरा वर्षांच्या वाटचालीत येणाऱ्या प्रत्येक मुलास जगवण्याचा आमचा प्रयत्न असायचा. आमच्या गृहमाता सोळा-सोळा तासांची सलग ड्यूटी करून कधी कधी स्वत:च्या घरच्या मुलांकडेही प्रसंगी दुर्लक्ष करायच्या. काही मुलांना कधी रक्त लागायचं. कधी-कधी डॉक्टर, नर्सही स्वत:चं रक्त द्यायच्या. आमचे काळजीवाहक मधुकर कांबळे यांनीही एकदा असचं स्वत:चं रक्त देऊन एका बाळाला वाचवलं होतं. संस्थेतील सर्व मुलं दत्तक द्यावी, जावी असं वाटत राहायचं. विदेशी पालकांसारखे आपले भारतीय पालक अद्याप प्रगल्भ

नाहीत. मला आठवतं.... त्या काळात विदेशी पालकांचं पत्र यायचं. 'वुई वॉन्ट मेल बेबी' , अथवा 'वुई वॉन्ट फिमेल बेबी' बस्स! आपले पालक चोखंदळ, चौकस, चिकित्सक असत. जात, धर्म, रंग, आपल्याला 'मॅच' होतं का पाहणं, आई कोण होती असं अलगद विचारणं .... प्रारंभी मी या साऱ्या प्रश्नांवर हरायचो. पण पुढे विजय मिळत गेला. पालक आम्ही सांगू ती मुलं विश्वासानं घेऊ लागले. माझं एक स्वप्नं होतं त्यावेळी.... आलेला प्रत्येक मुलगा-मुलगी दत्तक जावेत. पण तसं घडायचं नाही. संस्थेच्या सर्वच शाखांतून लहान मुलांची संख्या वाढत गेली. कन्यानिरीक्षण गृह, राधाकृष्णन् बालगृह, अनिकेत निकेतन, वात्सल्य सदन सर्वांतून बालवाडी, प्राथमिक शाळांतील अगदी लहान मुलं .... स्वतंत्रपणे शाळेत जाऊ न शकणारी अशी मुलं वाढत राहिली. त्यांना शाळेत पाठवणं जीवावर यायचं. बालवाडीप्रमाणे आपण प्राथमिक शाळाही सुरू करावी असा भुंगा माझ्या मनात घोंगावू लागला. सुसंस्कार ग्रंथालय, संस्कार बालवाडी प्रमाणे सुसंस्कार विद्यालय सुरू करावं म्हणून प्रयत्न, चाचपणी सुरू केली तसं एक नवं विश्व माझ्यासमोर ठाकलं होतं.

३०

बालकल्याण संकुलात लहान मुलांची संख्या जशी वाढू लागली, तसे त्यांचे प्रश्नही वाढू लागले. या प्रश्नातूनच संकुलात बालवाडी, ग्रंथालय, शुश्रुषागृह, वात्सल्य बालसदन सुरू झालं. त्यावेळी संस्थेतील मुलं शेजारच्या शाहू दयानंद मोफत मराठी शाळेत जायची. संस्थेतील लहान मुलांची वाढती संख्या लक्षात घेऊन त्यांच्यासाठी संस्थेतच प्राथमिक शाळा सुरू करण्याचा विचार माझ्या मनात सतत घोळत होता. पंढरपूरच्या नवरंगे बालकाश्रमातून मी ज्या तेली गल्लीतील चार नंबरच्या शाळेत जात होतो नि कोल्हापूरला आल्यानंतर शाहू दयानंद विद्यालयात होतो, तिथे दोन्हीकडे संस्थेतील मुलांकडे शिक्षक-विद्यार्थी, समाज-सर्वजण एका विशिष्ट दृष्टीने पाहायचे, वागायचे. अनाथ, उपेक्षित, चोरी करणारी मुले म्हणून आमच्याकडे पाहणं, वागणं क्लेशकारी असायचं. लहानपणी नेहमी वाटायचं झडती न घेणारी, मागं नि वेगळं न बसवणारी, बाहेरच्या समाजातील मुलं मिसळून घेतील अशी शाळा आपण सुरू करावी. शिवाय मधल्या सुट्टीत खाऊ देणारी पण .... या सर्वांमागे मी शिकत असतानाच्या वेदनांचं काहूर होतं!

संकुलात इ. १ ली ते इ. ४ थी पर्यंतची चांगली शंभर-सव्वाशे मुलं-मुली होती. संस्थेस पटवून देऊन ठराव करून शासनास प्रस्ताव सादर केला. संस्थेकडे

वेगवेगळ्या शाखांत चार साक्षरता शिक्षक होते. ते शिकवण्यास पात्र होते. मुलं शाळेला गेली की संस्था बहुतांशी रिकामी असायची. कोल्हापूर महानगरपालिकेचं संस्थेस स्थापनेपासूनच उदार सहाय्य मिळत आलेलं. महानगरपालिका प्राथमिक शिक्षण मंडळानी आमच्या शाळेची शिफारस केली. शिक्षण खात्यानं खास बाब म्हणून शाळेस मान्यताही दिली. ३० जून, १९८६ रोजी 'सुसंस्कार विद्यालय' नावाची आमची प्राथमिक शाळा सुरू झाली. तिचे उद्घाटन तत्कालीन पुणे विभागाचे आयुक्त के. एस. सिधू यांच्या शुभहस्ते, तत्कालीन जिल्हाधिकारी अ. कृ. नंदकुमार, शिक्षण सभापती बाबूराव जाधव, महापौर ॲड. महादेवराव आडगुडे यांचे उपस्थितीत झाले. शाळा सुरू करण्यास या सर्वांनी आपल्यापरीने सर्वतोपरी सहाय्य केले. माझ्या मनात त्या सर्वांबद्दल आजही तेव्हाचीच कृतज्ञता आहे.

आमची शाळा एका अर्थानी बिनभांडवली व्यवस्था होती. संस्थेत शिक्षणक्षम मुलांसाठी शासननियुक्त साक्षरता शिक्षक होते. त्यांचा पगार शासन द्यायचे. बालगृहाच्या इमारतीत दोन मोठे हॉल होते. दोन्हीमध्ये एकेक पडदे टाकून आम्ही चार वर्ग केले. चार रोलअप बोर्ड आणले. बसायला सतरंज्या होत्याच, मुलांना झोपायला म्हणून आणलेल्या. थोडे तक्ते, टेबल, खुर्ची, फोटो इ. साहित्य आणले व शाळा सुरू झाली. प्रारंभीचं एक वर्ष आमची शाळा अनधिकृत होती. पुढच्या ८७-८८ वर्षात विनाअनुदान तत्त्वावर शाळेस मान्यता मिळाली. शाळेस अनुदान मिळावे म्हणून भरपूर प्रयत्न झाले, पण यश काही लाभलं नाही. शाहू, फुले, आंबेडकरांच्या या महाराष्ट्रात इंजिनिअरींग, मेडिकल, बी.एड. कॉलेजला लीलया विनाअनुदान मिळण्याच्या त्या काळात प्राथमिक शाळा भरडल्या गेल्या. आमची शाळा त्यांपैकी एक होय. शासनस्तरावर सामाजिक न्यायाच्या तत्त्वावर अनाथ, निराधारांना प्राधान्य, खास बाब म्हणून अनुदान द्यावं अशी उपरती, सद्बुद्धी अपवादानेही झाली नाही. अनुदान मिळते तर आणखी चार शिक्षक संस्थेस मिळाले असते. घरचा अभ्यास साक्षरता शिक्षकांनी घेतला असता. शाळेच्या शिक्षकांनी शिकवले असते. विविध कारणांनी शाळेत गतिमंद राहणारी संस्थेतली अनाथ मुलं हुशार होऊ शकली असती. पण ते सारं माझं स्वप्नरंजनच ठरलं होतं.

इतक्या उदात्त हेतूंनी शाळा सुरू केली खरी, पण पुढ्यात समाज कल्याण खात्याचा खुलासा करा म्हणून मेमोच हाती आला. रिमांड होम, अनाथाश्रम सुरू करताना एक गॅझेट प्रकाशित होत असतं. त्या गॅझेटमध्ये संस्था ही सुरक्षित क्षेत्र (प्लेस ऑफ सेफ्टी) म्हणून राज्यपाल जाहीर करत असतात. त्यानुसार संस्थेस मुलांच्या संगोपनाव्यतिरिक्त अन्य उपक्रम पूर्वानुमतीशिवाय सुरू करता येत नसतात. शाळा सुरू केली नि समाजकल्याण खात्याकडून लगेच खुलासा मागण्यात आला. संगोपनात शिक्षण अंतर्भूत असते हे समजावून सांगून काही अधिकाऱ्यांना पटेना.

मग शाळाच बंद करा म्हणणाऱ्या अधिकाऱ्यांपुढे मी निश:ब्द झालो होतो. रोगापेक्षा इलाज भयंकर अशी स्थिती होती. पण लढल्याशिवाय हरायचं नाही हे मी माझ्या कामाचं प्रारंभीपासूनच सूत्र ठेवलेलं होतं. समाजकल्याण संचालक, उपसंचालक सर्वांना समजावून झालं पण काही उपयोग होईना. यंत्रणेपुढे हात टेकण्याचा हा काही पहिला प्रसंग नव्हता. एव्हाना तर मला अशा अडवणुकीची सवयच होऊन गेली होती.

याच काळात अनिकेत निकेतन या आमच्या अनाथ विद्यार्थी वसतिगृहासंबंधी कामासाठी मी मंत्रालयात गेलो होतो. तेव्हा व. श्री. केसकर हे समाज कल्याण विभागात कक्ष अधिकारी होते. त्यांच्याशी बोलताना ते एका संस्थेच्या चौकशीसाठी कोल्हापूरला येणार असल्याचं कळालं. मी त्यांना संस्थेस भेट द्या म्हटल्यावर ते आवर्जून आले. संस्था पाहिली. प्रभावित झाले. त्यांना मी शाळेची अडचण सांगितली. त्यांनी निवेदन द्यायला सुचवले. ते दिले त्याचवेळी शासनातील कुणा एका मंत्र्यांचं वृत्तपत्रात भाषण छापून आलेलं. त्यात त्यांनी म्हटलं होतं, 'उपलब्ध साधन संपत्ती नि मनुष्यबळाचा अधिकाधिक वापर करण्याचे शासनाचे धोरण आहे'. मी ते उद्धृत करून तयार केलेलं निवेदन कामी आलं. 'शासन धोरणानुसार आहे त्या शिक्षकांसह व आहे त्या इमारतीत खास बाब म्हणून शाळा चालवण्यास अनुमती देण्यात येत आहे'. असं व. श्री. केसकरांच्या सहीचं पत्र हाती आलं नि सुसंस्कार विद्यालयास जीवदान मिळालं.

नंदकुमार कुलकर्णी, डी. बी. जगदाळे, सौ. स्वाती सामंत, सौ. पद्मजा गारे या शिक्षकांनी जीवाचं रान करून शाळेचं नाव सार्थ केलं. मी सांगायचं नि त्यांनी अमलात आणायचं असा असलेला प्रारंभीचा रिवाज. पुढे ते स्वत:च सर्व करू लागले. मग आम्ही शाळेचं स्नेहसंमेलन सुरू केलं. त्यात संस्थेतील सर्व मुलं-अगदी वात्सल्यची छकुली पण भाग घेऊ लागली. 'सकाळ'च्या चित्रकला स्पर्धेत मुलं जाऊ लागली. नृत्य स्पर्धेत आम्ही चषक मिळवला. शहर क्रीडा स्पर्धेत सांघिक अजिंक्यपद संपादलं. पुढे पुण्याच्या वनस्थळी ग्रामीण विकास केंद्राच्या निर्मलाताई पुरंदरेंच्या मदत नि मार्गदर्शनाखाली 'स्वाध्याय व व्यक्तिमत्त्व विकास प्रकल्प' सुरू केला. दहा शिक्षिका विनामोबदला मुलांचा स्वाध्याय घेऊ लागल्या. मुलांना दहा 'ताई' मिळाल्या. शनिवार, रविवार, सुट्टीत त्या छंदवर्ग चालवायच्या. त्यातून हस्तकला, कातरकाम, सहली, प्रदर्शने इ. उपक्रम सुरू झाले. गोपाळकाला सुरू झाला. वनस्थळी शिक्षिकांनी मुलांना लावलेल्या लळ्यानी मुलांचे निस्तेज चेहरे हळू-हळू फुलू-उजळू लागले. मुली कळी खुलावी तशा खुलू लागल्या. रंगीत गणवेश, दुपारच्या सुट्टीत खाऊ-तो पण रोज नवीन -नवीन सुरू केला. जयंत्या, स्मृतिदिनी भाषणे, कथाकथन, लेखन, निबंध स्पर्धा सुरू झाल्या. मराठी बालकुमार

साहित्य सभा कोल्हापूरच्या वतीनं दरवर्षी साहित्य संमेलन सुरू झालं. शेवडे गुरुजी, वसंतराव निगवेकर, शशिकांत महाडेश्वर, रजनी हिरळीकर प्रभृतींच्या पुढाकारानी पुढं आम्ही 'फुलोरा' काव्यसंग्रह प्रकाशित केला. सुधाकर प्रभू, दत्ता टोळ, राजीव तांबे, मुकुंद तेलीचरी असे कितीतरी साहित्यिक मुलांना भेटले, बोलले, गप्पा केल्या. कवी विंदा करंदीकर आले होते. म्हणाले, 'मी वार लावून जेवलो, वाढलो. तुम्ही भाग्यवान आहात. सन्मानाने, स्वाभिमानाने मोठे होत आहात!' त्यांनी मुलांच्या फर्माईशीवर आपल्या कितीतरी बालकविता म्हणून दाखवल्या. नारायण सुर्वेही आले होते. त्यांना तर भरून आलं होतं. म्हणाले, 'मी ही एकेकाळी तुमच्यासारखा 'बाळगलेला पोर' होतो'', निशिगंधा वाड, विक्रम गोखले, युक्ता मुखी, प्रा. ग. प्र. प्रधान, अनुताई वाघ, डॉ. शरच्चंद्र गोखले, अनिल अवचट साऱ्यांच्या भेटण्या- बोलण्यातून सुसंस्कारांचा स्वप्नातला यज्ञ साकारत गेला होता.

एकेकाळी मी शाळेत शिकत असताना माझ्या शेजारी बाहेरची मुलं बसत नसायची. शेजारी संस्थेतलीच मुलं असायची. आता आमच्या शाळेत शेजारच्या वसाहतीतील मुलं येऊ लागली. कधीकाळी समाजापासून तुटलेलं रिमांड होम, आता समाजच रिमांड होममध्ये येऊ लागला. झडती न घेणारी, भेद न करणारी, अनाथांना समजावून घेऊन शिकवणारी माझ्या स्वप्नातली शाळा साकारली तशी माझी उमेद वाढली. पुढे तर कोल्हापुरात 'इंटरनेट' आल्यावर आम्ही पहिलं कनेक्शन घेतलं. लडगे परिवार ट्रस्टनं प्रतिवर्षी देऊ केलेल्या मोठ्या सहाय्यातून 'ज्ञानरंजन केंद्र' (इन्फोटेन्मेंट सेंटर) सुरू झालं. चिंचोके, गोट्या, कापडी बॉलनी खेळत खुरटलेलं माझं संस्थेतलं बालपण .... आता आमची मुलं चक्क 'मल्टिमिडिया' हाताळू लागली होती. स्टार टी.व्ही.ला दिलेल्या एका मुलाखतीत मी हा प्रसंग सांगितला तेव्हा 'शोले'कार रमेश सिप्पी, किरण जुनेजांना किती अप्रूप वाटलं होतं. पूर्वी रिमांड होमचे एस.एस.सी. चे निकाल चिंताजनक असायचे. 'सुसंस्कार' मधून शिकून मोठी झालेली पहिली बॅच-तिनं १००% यश मिळवलं. तो माझ्या स्वप्नांचा सुवर्णमहोत्सव होता. योगायोगाने ते वर्ष संस्थेचं सुवर्ण महोत्सवी वर्ष होतं.

रोनाल्ड हिल फिलॅटेली क्लब, 'पालकनीती' चं शिबिर, सृजन आनंद केंद्राचा 'सामूहिक वाढदिवस', 'फुलोरा' चं घरपण, अपंग संस्थांचं 'सहवास शिबिर', 'नॅब' ची 'अंधगायन स्पर्धा', 'संस्कारभारती'चं रंगावली प्रशिक्षण, 'विज्ञान प्रबोधनी'चं जाणीव जागृती शिबिर, असे किती तरी उपक्रम आम्ही सुसंस्कार विद्यालयात राबविले. 'स्वच्छ सुंदर शाळा' म्हणून सुसंस्कारला स्पर्धेच्या पहिल्याच वर्षी मिळालेला पुरस्कार-अशा अनेक धडपडीत मागे टाकलेला काळ मला जिवंत ठेवत राहतो. सुसंस्कार बालवाडी, सुसंस्कार वाचनालय, सुसंस्कार विद्यालयातून शिकून

मोठा झालेला सोमनाथ, नि त्यासारखी मुलं-मुली आज माझ्या कॉलेजच्या वर्गात माझ्या समोर बसून शिकताना मी पाहतो तेव्हा का कुणास ठाऊक माझं एक अपूर्ण स्वप्नं मला सतत अस्वस्थ करत राहतं .... मला अनाथ मुलांसाठी उपक्रमशील माध्यमिक शाळा, महाविद्यालय विद्यापीठ सुरू करायचं होतं .... मॅक्झिम गॉर्की, नारायण सुर्वे यांच्या प्रमाणेच माझ्या स्वप्नातले पण एक 'माझे विद्यापीठ' होते. झडती न घेणारे, झडती (पारंपरिक) न शिकवणारे! ही मीच माझी घेतलेली एक 'झडती' होती.

३१

सन १९९६-९७ ची गोष्ट असावी. आम्ही अनिकेत निकेतन, वात्सल्य बालसदन सुरू करून दशक उलटलं होतं. त्यांचा दशकपूर्ती समारंभही केल्याचं आठवतं. दशकपूर्तीच्या काळात ज्यांनी वेळोवेळी सहकार्य, सहाय्य केलं होतं, त्यांना आठवण ठेवून कृतज्ञतापूर्वक निमंत्रित करण्यात आलं होतं. काहींना ऋण अभिव्यक्ती पुरस्कार देण्याचा प्रघात एव्हाना रूढ झालेला होता. संस्था वर्धापन दिनाचं औचित्य साधून दिल्या जाणाऱ्या या पुरस्कारात एका सेवाभावी कर्मचाऱ्याचाही आम्ही आवर्जून गौरव करायचो. याच काळात वात्सल्य बालसदन, अनिकेत निकेतनमधील मुलं मोठी होऊन त्यांचं पुनर्वसन करण्याचा प्रश्न उभा राहिला. मधल्या काळात अनाथ महिलाश्रम संस्था आमच्या संस्थेत विलीन झाल्यानं उपवर होणाऱ्या मुलींची संख्याही लक्षणीय होऊ लागली होती. मुली, महिलांच्या पुनर्वसनासाठी आमच्याकडे डॉ. सौ. अहिल्याबाई शंकरराव दाभोळकर महिला आधारगृह होतं. त्यांच्या मार्फत नि सर दोराबजी टाटा ट्रस्टच्या सहाय्याने व 'स्वयंसिद्धा'च्या मार्गदर्शनाखाली 'स्वाधार प्रकल्प' सुरू झाला होता. शिवाय स्थळं शोधून मुलींचे विवाहही व्हायचे.पण मुलांच्या पुनर्वसनाचा प्रश्न बिकट होता. १६ ते १८ वर्षे वयोगटातील मुलं संस्थेची मुदत संपणार म्हणून चिंतेत असल्याचं जाणवायचं. ते त्यांच्या बोलण्यातूनही स्पष्ट व्हायचं. म्हणून मग आम्ही 'किशोर अनुरक्षणगृह' सुरू केलं.

त्यावेळी असा प्रघात होता की, मुदत संपली की मुलानंच आपलं भविष्य ठरवायचं. माझ्यापुढे हे प्रश्न आले तेव्हा संस्थेतील माझ्या मुदतवाढीचं दिव्य आठवलं. रिमांड होम व अनिकेतनमधून मोठ्या झालेल्या मुलांना स्वत:च्या पायावर उभं करणे हे किशोर अनुरक्षणगृहाचे आम्ही ध्येय ठरवले. एस.एस.सी. नंतर शिकू शकणाऱ्या व इच्छिणाऱ्या मुला-मुलींसाठी महाविद्यालयीन शिक्षणाचं नवं पर्व

संस्थेत सुरू झालं. यासाठी मुला-मुलींच्या मागं लागून एस.एस. सी. चे राहिलेले विषय सोडवून घेतले. मुलं नापास झाल्यानं ओशाळायची. प्रोत्साहन देत राहिलो. टयूशन्स लावल्या. गाईड्स आणली. तज्ज्ञ शिक्षकांचे मार्गदर्शन दिले. पेपर सोडवून घेतले. अभ्यासिकेची सोय केली. पहाटे उठेल त्याला चहा मिळेल असं पाहिलं.

अपेक्षित परिणाम हाती आले. तरी पुढे शाळा शिकू न इच्छिणारी मुलं-मुली होतीच. त्यांच्यासाठी प्रत्येकाच्या वकुब व आवडीनुसार विविध प्रशिक्षणं, नोकऱ्यांचे मार्ग खुले केले. मुलांची स्वत:ची पासबुकं पाहण्यात मला कोण आनंद व्हायचा. आमचा मायाप्पा संस्थेत आल्यापासून अबोल असायचा. शिक्षणात थोडा गतिमंदच होता. पण नोकरीनं त्याचं आयुष्य पालटलं तसं अनेकांचं. साऱ्यांच्याच पुनर्वसन, विवाहाच्या कथा... जे केलं त्याचा आनंद देणाऱ्या होत्या.

एकदा आम्ही दोन मुलांची लग्नं एका मांडवात केली. दोन नवरदेवांपैकी एक होता मायाप्पा. मायाप्पा संकुलात आला होता तेव्हा पाच वर्षांचा होता. अंगावर कळकट-मळकट कपडे .... इकडे-तिकडे फिरताना पोलिसांना सापडला. त्यांनी त्याला संस्थेत आणलं. मला आठवतं .... मायाप्पा आला तेव्हा त्याला बोलताही यायचं नाही, नाव आम्हीच ठेवलं, तो शाळेत जाऊ लागला. हळूहळू बोलू लागला. पहिल्यापासून अबोल. आजही तो मितभाषीच. त्याचा चेहरा वाचायची मला सवय लागून गेली. रेंगाळत राहायचा .... मागं लागायचा ... मग हवं नको विचारायचं. तो स्वत:हून कधीच बोलल्याचं आठवत नाही. संस्थेत शिकून मोठा झाला. चांगला आठवीपर्यंत गेला. शिकला कमी-मोठा अधिक झाला .... धिप्पाड ... त्यावेळी मोठ्या झालेल्या मुलांची आमच्याकडे राहायची सोय नव्हती. आमचे विश्वस्त व हितचिंतक श्री. अविनाश वाडिकरांचा कॉटचा कारखाना आहे. तिथं तो आज काम करतो. चांगले तीन हजार रुपये मिळवितो. कष्टाने नि प्रामाणिकपणे. माया मेहनतीची कामं चांगली करायचा. शिकण्यात फारशी प्रगती नसायची. कायम प्रगती पुस्तकावर 'वर घातला' शेरा असायचा. या वर घालण्याच्या सोयीमुळे मायाप्पा सातवी पास होऊ शकला. साक्षर झाला. बाहेर राहायचा नि अधी-मधी संस्थेत येत राहायचा. अलीकडे तो पहिल्यासारखा पुन्हा रेंगाळायला लागला. माझ्या लक्षात आलं ... मीच एक दिवस त्याला विचारलं .... 'माया , लग्न केव्हा करायचं!' नेहमीप्रमाणे तो डोळ्यानंच हसला. मायाच्या निस्तेज चेहऱ्यावरचं तेज मी नेहमीच वाचत आलेलो. ... त्याच्या जीवनात फुलू लागलेला वसंत मी हेरला. वैशालीला दाखवलं .. आमचीच मुलगी .... काही कारणांनी आलेली .... पहिल्यांदा नापसंत केली. विचारलं का? पसंत नाही रे? गिड्डी आहे असं म्हणाला .... उद्या दुसरी दाखवू या म्हटलं. वैशालीला साडीत दाखवली होती. दुसऱ्या दिवशी एक वेणी

नि सलवार-कुर्ता घालून तिला दाखविली. मायाची कळी खुलली. पसंती झाली नि लग्न ठरलं.

मला तुम्हाला वैशालीची पण 'रामकहाणी' ऐकावयाची आहे. तिचे भोग सांगितले तर तुम्ही अस्वस्थ व्हाल. पण आता आम्ही जखमा झाकायच्या ठरवल्यात, भराव्या म्हणून. खपली काढली तर आमचंच रक्त वाहतं! तुम्हाला दुःख जरूर वाटेल. तुम्ही दयाही कराल. पण आज सुवर्णमहोत्सवी प्रवासात आम्हाला एक नवी जाण आलीय! आम्हाला दया नको, धीर हवाय! फक्त पाठबळ हवंय! कुबडी नको, पडू लागलो तर फक्त हात द्या, झालं!

दुसरा आमचा नवरदेव 'यशवंत'. आम्ही मुलांची नावं मोठी स्वप्न घेऊन ठेवतो .... तो मायाळू होता म्हणून मायाप्पा. पण सगळे जण मायाच म्हणायचो. तसं यशवंत व्हावा म्हणून यशवंत नि तो झालाही. आई-वडील लहानपणीच मृत्यू पावले. अगोदर आई नि नंतर वडीलही. चार भावंडं दोन मोठी, दोन छोटी ... पैकी एक छोटा थोड्याच दिवसांत मृत्यू पावला भुकेने . (कोण म्हणतं या देशात भूकबळी होतात, आम्ही तर धान्य उत्पादनातून निर्यात करतो.) दोन भावांनी हॉटेलं पकडली. यशवंत भीक मागत गुजराण करायचा. लक्षतीर्थ वसाहतीत खोपटं होतं. ते नंतर शेजारच्यांनी बळकावलं. ते बळकावता यावं म्हणून यशवंतला संस्थेत घातलं. माया नि यशवंत वर्गमित्र, खरं तर 'दुःखमित्र'. समदुःखी नि म्हणून समसुखीही. यशवंतही वर घालण्याच्या सोयीमुळे आठवी-नववीपर्यंत तरला .... सन १९८९-९०च्या दरम्यान ओळखीनं हॉटेलात लागला. पुढं नशीब काढायला मुंबईस गेला. यशवंतच्या अहोरात्र मेहनतीमुळे त्याचा मालक यशवंत झाला. पानाच्या गादीचं रूपांतर दुकानात झालं. आता त्याला यशवंतची गरज उरली नव्हती. त्यांनी हुसकावून लावलं. चार-पाच वर्षं कष्ट करताना चीज होईल म्हणून त्यानं किती स्वप्नं पाहिली होती .... परत संकुलच त्याचा आधार ठरला. तो आता शिवणकाम करतो .... संकुलाने त्याला फाटक्या कपड्यांना धागा घालायचा दिलेला संस्कार .... तो धागा पकडून त्यानं स्वर्ग गाठला, स्वतःच्या मेहनतीवर. संकुल निमित्त होतं. आमची होणारी सून अलका गरीब घरातली आहे. यशवंत ज्या लक्षतीर्थाचा मूळ रहिवासी, तेथील जवळपासच्या लहानपणापासून यशवंतला ओळखणाऱ्या भाजीवालीनं आमच्या भाजीवाली आज्जीच्या (लीलाबाई जवंदाळ)मध्यस्थी-मार्गदर्शनानं अलकाची सोयरीक जुळवून आणली. अनाथ यशवंतला सनाथ, भरल्या घरची सून मिळते, यापेक्षा आनंद तो कोणता! संकुलात नेहमी होणारंच हेही लग्न! संदर्भ वेगळा! संकुलात येणाऱ्या प्रत्येकाचे संदर्भ वेगळे म्हणून प्रत्येक लग्नाचं आम्हास अप्रुप असायचं!

मित्रांनो, तुम्हाला हे नेहमी होणाऱ्या लग्नांपैकी हे एक वाटलं तरी आम्हाला

त्या लग्नांचं-प्रत्येक लग्नाचं कौतुक असतं .... कारण प्रत्येक लग्नाने आम्ही नवी सामाजिक सप्तपदी आक्रमत असतो. आमच्या मुला-मुलींनी देवा-ब्राह्मणाच्या साक्षीने घातलेले प्रत्येक फेरे संकुलाच्या कक्षा रुंदावतात.... नवे मित्र, हितचिंतक, सहाय्यकर्ते जोडतात....

गेल्या पन्नास वर्षांच्या आमच्या वाटचालीत आम्ही फक्त मुलींचीच लग्नं केली. मुलं बाहेर पडून स्वावलंबी व्हायची. कधी मध्यस्थीनं, तर कधी स्वत:च्या हिमतीवर लग्नं करायची. मुलींना बाहेर मुलांप्रमाणे स्वावलंबी होऊन जगण्याचं वातावरण अजून समाजात नाही निर्माण झालं! समाज प्रगल्भ व्हायला भरपूर वाव आहे हेच खरं! त्यामुळे मुलींना शिकून-सवरून (खरं तर सावरून) त्यांचं लग्न करायचो. मुलं काही अविवाहित राहायची.... तशीच दिवस काढायची. त्यांची कुतरओढ पाहून त्यांचीही लग्नं करायची ठरवलंय! ज्यांनी कुणी नाही त्यांचं सर्व काही व्हायचं. त्यांचं सर्व काही करायचं संकुलांनी ठरवलं!

या लग्नात श्री. ज्ञानेश्वर भस्मे व सौ. हेमलता भस्मे यांनी आमच्या वैशालीचं कन्यादान केलं. वैशालीचे आई -वडील आहेत, पण त्यांनी लग्नात आई-वडील म्हणून यायचं नाकारलं! ज्याचा त्याचा प्रश्न! भस्मे परिवाराने आमच्या प्रत्येक लग्नात मुलींच्या गळ्यातील मंगळसूत्र देऊन त्यांच्या कुंडलीतील 'मंगळ' घालवून त्यांचं जीवन 'मंगलमय' बनवलं. प्रत्येक लग्नात कॉट-गादी, आईस्क्रीम, दूध देणारे आमचे आणखी एक हितचिंतक श्री. अविनाश वाडीकर यांनी तर या लग्नाचा जवळ जवळ सर्व भार उचलला.... ते या लग्नाचे 'प्रायोजक', आम्ही फक्त 'संयोजक'. मा. शां.कृ. पंत वालावलकरांनी नेहमीप्रमाणे वधू-वरांची 'मंगलवस्त्रे' दिली. दर लग्नात पाच हजारांची तोशीस सोसून पोलीस बांधव वाद्यवृंद (बँड) घेऊन यायचे. या साऱ्यांची तळमळ, सातत्य, प्रेम पाहून गलबलायला होतं. अशा शुभविवाह-पुनर्वसन कथांचं एक स्वतंत्र पुस्तक होईल.

पुनर्वसनाच्या या धडपडीतून सतीश साखळकर इंजिनिअर झाला . कांचन वाडकर, सविता जाधव, डी.एड. होऊन शिक्षिका झाल्या, मिलिंद हॉर्टीकल्चरमध्ये बी.एस्सी. होऊन कोल्हापूरच्या साऱ्या बागांचा ठेकेदार झालाय. अमोल इंटरनेट तज्ज्ञ होऊन शिवाजी विद्यापीठाचं महाजाल विकसित करतो आहे. अर्जुन बांगड्या विकतो. राजेश ठिबक सिंचन करतो. दीपा एम.एस.डब्ल्यू होते आहे. आनंदी ब्युटी पार्लरचा कोर्स करते. भूषण औषध विक्रेता (एम.आर.) झालाय. अशी शेकडो उदाहरणं खरं म्हणजे माझ्या संस्थेत वाढण्याच्या काळात कुस्करल्या गेलेल्या अनेक स्वप्नांची पूर्तता, अनेक मुला-मुलींच्या दुर्लक्षाने तुडवल्या गेलेल्या जीवनांची ती भरपाई होती. यासाठी तर मी अनाथांच्या संगोपन व पुनर्वसन कार्यासाठी स्वत:स झोकून दिलं होतं.

३२

शांताराम कृष्णाजी पंत वालावलकर. महाराष्ट्राच्या सामाजिक नकाशावर ज्यांनी आपल्या दातृत्वाची ध्वजा रोवून 'करुणाकल्पतरू' नाव सार्थ केलं. कोल्हापूरला रिकाम्या हातानी आलेल्या या गृहस्थानी आयुष्यभर समाजाला ओंजळी भरभरून सहाय्य केलं. आपली रिकामी कुस या माणसानी अनेक सामाजिक, शैक्षणिक, धार्मिक, वैद्यकीय संस्थांना दत्तक घेऊन, त्यांना अर्थाश्रय देऊन उजवली. तसा मी त्यांना माझ्या वयाच्या दहाव्या वर्षापासून ओळखत आलोय. त्यावेळी मी रिमांड होममधील एक निराधार आश्रित होतो. त्यांचं संस्थेत येणं, आम्हाला खाऊ देणं, आईच्या मायेचं असायचं. पुढं मी त्यांच्याच प्रोत्साहन नि प्रेरणेनं रिमांड होमचं कार्य सुरू केलं. कोल्हापूर रिमांड होमचं 'बालकल्याण संकुल' करण्यात सिंहाचा वाटा वालावलकरांचा. आम्ही सर्व त्यांना 'बापू' म्हणायचो.

मी बापूंच्या सहवासात आलो तेव्हा त्यांनी आपल्या कापड दुकानाचा ट्रस्ट करून समाज सहाय्याचा सपाटा लावलेला. ते मोठे धर्मानुरागी गृहस्थ होते. मी पाहायचो, मागायला येणाऱ्याला रिकाम्या हातांनी परत न पाठवण्याचा रिवाज होता त्यांचा. त्यांच्या या धर्मानुरागी, दानशूर वृत्तीचा अनेकजण गैरफायदा घेत. मी अस्वस्थ असायचो. मंदिर जीर्णोद्धारांसाठी ते अधिक सहाय्य द्यायचे. मी एकदा त्यांना म्हणालो, 'बापू, मंदिर जीर्णोद्धारापेक्षा माणसाचा जिर्णोध्दार नाही का अधिक महत्त्वाचा?' सहज बोललेलं त्यांनी गंभीरपणे घेतलं. मला ट्रस्टचा विश्वस्त करून घेऊन मी सांगेल ते ऐकत राहिले. उभारीच्या काळात चांगली माणसं मिळाली की आयुष्याचे फासे विधायक पडू लागतात. माझं बापूंच्या सहवासानं तसंच झालं.

रिमांड होमच काय, मी ज्या ज्या संस्थांशी संबंधित होतो, त्या सर्व संस्थांना बापूंनी सहाय्य करून मोठी उदारता दाखवली. पुढे तर संकुलाला आपल्या हॉस्पिटलची पाच एकर जागा बक्षीस दिली त्यांनी. पाचशे खाटांचं रुग्णालय करायचं त्याचं स्वप्न अकाली नि अचानक आलेल्या अपंगत्वामुळे अपुरं राहिलं, ती जागा संकुलाला देऊन त्यांनी आपलं अपूर्ण स्वप्नं पूर्ण करायची जबाबदारीच एका परीनं मजवर सोपवली होती. ती पुरी व्हावी म्हणून चांगले एक कोटी रुपये देऊ केले होते पण माझ्या सहकाऱ्यांच्या अदूरदर्शितेमुळे बापूंचं स्वप्नं पूर्ण होऊ न शकल्याची खंत मनास सतत सलत राहते.

मी त्यांच्या ट्रस्टचा विश्वस्त, नंतर सर्व ट्रस्टचा सचिव झाल्यानंतरच्या काळात आम्ही त्यांचे कोट्यवधी रुपये सामाजिक, शैक्षणिक, आरोग्य कार्यात आणून अनाथ, अंध, अपंग, गरजूंसाठी कल्पवृक्षच तयार केला. कुणाही गरजूनी

या कल्पवृक्षाच्या छायेत यावं, आपली करुणा भाकावी. त्याला अभय देणारे बापू म्हणून तर 'करुणाकल्पतरू'. आम्ही सहस्रचंद्र दर्शनाचा योग साधून त्यांना ही पदवी दिली. शब्दशोध माझा. समाजानं तो स्वीकारला.

बापू महाराष्ट्रातील अग्रेसर कापड व्यापारी. पूर्वी त्यांची एक विव्हींग मिल पण होती. मी ज्या काळात त्यांच्या सहवासात आलो, त्या काळात तिथं त्यांनी धर्मशाळा, मंगल कार्यालय सुरू केलेलं. आपल्या मोठ्या हॉस्पिटल उभारणीचं स्वप्नं त्यांनी त्या जागेत छोटं हॉस्पिटल उभारून पूर्ण केलं, त्या काळात मी त्यांचा अधिक निकटवर्ती झालेलो. मनुष्य उद्धाराचं हे काम त्यांना समाधान देत गेलं. मला या कामानं नवी दिशा दिली. बापूंनी छोट्या गोष्टींनी मला संस्कारित केलं. मी बोलताना म्हणायचो. 'रिमांड होमच्या पोरांना हे नाही, ते नाही'. ते म्हणायचे, 'पोरं' का म्हणता? मुलं म्हणा. पोर दुसऱ्याचं असतं. मुलं आपली असतात.' बँकेतील पै-पै व्याजाचा विचार करणारे बापू लाखो रुपये देणगी द्यायचे. विचारल्यावर म्हणायचे 'काटकसरीने जमवावे नि उदारपणे द्यावे.' आयुष्यभर मिळवलेला पै पै बापूंनी समाजासाठी समर्पित केला नि ते आमच्यातून निघून गेले. बापूंच्या सहवासानं माझं फाटकं आयुष्य शिवलं गेलं !

त्यांनी मला जे दिलं ते शब्दातीत. त्यांनी मला समाजशील केलं. ध्येयाच्या आकाश भरारीतून मला जमिनीवर पाय घट्ट रोवून उभारायला शिकवलं. माझ्या प्रत्येक मानसिक, भावनिक वादळात त्यांनी सुकाणूचं काम केलं. त्यांच्या पत्नी नलिनीताईंची व्यवहारकुशलता नि बापूंची दयार्द्रता यांच्या मिलाफानी माझं जीवन भावकुशल झालं. आज या दोघांचा मिळालेला सहवास आठवताना.... मागं वळून पाहताना जाणवतं .... मला जन्मदाते आई-वडील नव्हते खरे; पण जपणारे, जगवणारे, जागवणारे ताई-बापू होते म्हणून मी तरलो, बचावलो, लढलो, लढत राहिलो. बापूंसारख्या असंख्य सहृदय माणसांनी माझ्या पंखांत बळ भरलं म्हणून मी घडू शकलो, काही करू शकलो.

३३

मी ज्या काळात वालावलकर ट्रस्टचं कार्य सुरू केलं, त्याकाळात लक्ष्मी-नारायण जनसेवा रुग्णालय व संशोधन केंद्राची उभारणी सुरू होती. सन १९८७ला रुग्णालयाचा शुभारंभ व बालकल्याण संकुलातील अनिकेत निकेतनची पायाभरणी झाली. निधीच्या तरतुदीअभावी अनिकेत निकेतनच काम मागं पडलं, बंद पडलं. पण हॉस्पिटलचा विकास मात्र झपाट्याने होत राहिला. रुग्णांची गरज म्हणून

रेडिओलॉजी विभाग सुरू करायचा ठरला. त्यासाठी सिमेन्स कंपनीचं मशिन आवश्यकतेपेक्षा अधिक क्षमता व किमतीचं घेण्यावरून ट्रस्टचे तत्कालीन सचिव आबा बाबूळकर व बापूंच्यात मतभेद झाले. ते पुढे विकोपाला गेले. ट्रस्टने या प्रश्नी सत्यशोधनासाठी एक सदस्य समिती नेमून त्यावर माझी नियुक्ती केली. माझ्या अहवालात गरजेपेक्षा मोठ्या क्षमतेचं नि किमतीचं यंत्र खरेदी केल्याचं निष्पन्न झालं. या प्रश्नातून बापूंनी सचिव पदाची धुरा मजवर सोपविली. ट्रस्टच्या स्थापनेपासून सचिव पदाची धुरा सांभाळणाऱ्या श्री. बाबूळकरांना हा खांदेपालट अनपेक्षितसा होता. त्यांचं दुखावलं जाणं स्वाभाविक होतं.

याच काळात काही गैरव्यवहार उघडकीस आले म्हणून दीर्घकाळ सेवेत असलेल्या काहींना ट्रस्टच्या कापड दुकानाच्या सेवेतून मुक्त करण्यात आलं होतं. एव्हाना १९८८ साल अस्ताला निघालेलं.

या काळात मी सन्मित्र वसाहतीतील श्री. जयंत चिटणीस यांच्या घरी भाड्याने राहत होतो. सात एक वर्षे उलटून गेलेली. सन १९८५पासून सतत घर बांधण्याचा भुंगा सौ. रेखाने मागे लावला होता. तो काळ आर्थिकदृष्ट्या ओढघस्तीचा होता. पण 'आपली जमीन, आपले आकाश' असावं असं तीव्रतेनं वाटण्याचाही तोच काळ होता. त्याची अनेक कारणं होती. भाड्याची घरं बदलणं, विंचवाचं बिऱ्हाड घेऊन फिरणं आता नकोसं झालेलं. पदरात निशांत, अंकुर ही दोन मुलं होती. घर बदलण्याबरोबर त्यांच्या शाळा, दाखले, रेशन कार्ड, गॅस कनेक्शन बदलणं मोठं दिव्य असायचं. या साऱ्याचा कंटाळा येऊन गेलेला. चिटणीस कुटुंबीय मंडळी कितीही चांगली असली तरी 'आपलं घर ते आपलं' असं वाटत राहायचं.

सन १९८५चाच काळ असेल. घरात काही अडचण असली की मी माझे सराफ मित्र अण्णा ढणाल यांच्याकडे जात असे. सुरुवातीस सौ. रेखाने माहेरहून आणलेल्या पाच-सात तोळ्यांच्या दागिन्यांची देवघेव करून कर्ज उचल नि परतफेड चालायची. मी पहिल्यापासून खर्चिक, तर रेखा काटकसरी. कुणाची अडचण पाहिली की मला राहावायचं नाही. आजही राहवत नाही. मला सतत जुने दिवस अस्वस्थ करत असतात. पंढरपूर बालकाश्रमातले माझे सहाध्यायी, बालकल्याण संकुलातली मुलं, सामाजिक संस्थांची मदतीची आव्हानं, घरी येणाऱ्या-जाणाऱ्यांचं आगत-स्वागत, मानपान सारं काटकसरीनं करत राहिलो तरी भरपूर पैसे लागायचे. माझा मनुष्यसंग्रह मोठा, तसा सामाजिक पसाराही. सौ. रेखाचे होते नव्हते तेवढे दागिने वरील कामी खर्ची पडले. गरजा नेहमी वाढत्या क्रमाने येत असतात. मिळकत सतत घटत नसली तरी कमी पडत राहते, हा माझ्या आजवरच्या गृहस्थीचा अनुभवाधारित सिद्धान्त. माझ्या बाबतीत तो आजही तसाच-स्वयंसिद्ध, स्वयंभू असावा असा! बापू असल्यावर द्यायचे. मी नसले तरी उधार-उसनवार करून

देतो. एका अर्थाने 'कुठे इंद्राचा ऐरावत नि कुठे श्यामभटाची तट्टाणी' असं असलं तरी माझी उधळपट्टी न हटणारी! पुढे अण्णांच्याकडे सतत जाण्यायेण्याने (खरे तर देवाणघेवाणीने!) माझी 'क्रेडिबिलिटी' वाढली. एक दिवस असा आला की गहाण ठेवण्यास दागिनेच शिल्लक राहिले नाही. रेखाच्या अंगावर दोन वाट्यांचं मंगळसूत्र लोकलाजेखातर शिल्लक होतं. संकुलाच्या कामासाठी सतत मुंबई-पुण्याच्या फेऱ्या व्हायच्या. प्रवास खर्चापोटी मी नियमानुसार होईल इतकेच पैसे घ्यायचो. प्रत्यक्ष खर्च मोठा असायचा. माझं हे व्रत कार्यालयीन लिपिक व अधिकारी यांना पूर्ण परिचयाचं झालेलं. अशाच एका प्रवासासाठी पैसे हवे होते. रेखाचं 'ते' किमती मंगळसूत्र शेवटी घेऊन गेलो, तेव्हा अण्णांनी ते तसंच परत केलं नि पैसे दिले. म्हणाले 'इथून पुढं जिन्नस आणायचा नाही.' अण्णांच्या या उदारतेमुळेच रेखाचा गळा आजही 'तसंच' सौभाग्य टिकवून आहे.

असाच एकदा अण्णांच्याकडे गेलो असताना (अर्थात पैसे उधार घेण्यास!) श्री. चिले नावचे एक गृहस्थ अण्णांकडे प्लॉट घ्या म्हणून आलेले होते. अण्णांना गरज नव्हती. अण्णांना काय वाटलं कुणास ठावूक, म्हणाले 'चला, प्लॉट बघून येऊ' वेळ होता. गेलो. प्लॉट पाहिला. कसा आहे! विचारल्यावर 'चांगला आहे', म्हणालो. 'तुमच्यासाठी घेऊ या' म्हणाले. मी हादरलोच. प्लॉट खरेदीचं स्वप्नं होतं पण ते असं अंगावर येईल असं वाटलं नव्हतं. स्वस्तात मिळाला म्हणून घेतला. प्लॉट घेतल्यापासून मी किती बँका, मित्र उपसले ते माझे मलाच माहीत. या वेळी माझा आश्रमबंधू विठ्ठल साळवी याची झालेली मदत मी विसरू शकणार नाही. त्यानं आपला एक प्लॉट विकून मला पैसे दिले, स्वत: मात्र तयार घरात राहायला गेला. त्याच्या त्यागास तोड नाही. त्या काळात मी रोज घराचा एक नवा आराखडा तयार करायचो. वाळूचे किल्ले बांधणाऱ्या लहान मुलांसारखंच माझं घर असायचं. एच.डी.एफ.सी., कोल्हापूर जनता सहकारी बँक यांच्याकडून सुमारे दीडलक्ष रुपये कर्जाने उभारले. कुणी स्वस्तात विटा आणून दिल्या. कुणी लाकूड. माझे स्नेही प्रा.ए. बी. खोत यांच्या ओळखीने वाळू मिळाली. प्रा. विजयकुमार मगदूम यांनी आपले स्नेही नाना कुडाळकर यांच्याकडून कमी पैशात सिमेंट मिळवून दिलं. संस्थेच्या लोकांशी चर्चा करून सुप्रिम बिल्डर्सचे धनुभाई शहा नि जगदीश हरिया यांनी घर बांधण्याची जबाबदारी स्वीकारली. व्ही. बी. पाटील, अविनाश शिरगावकर प्रभृतींनी मोठं सहाय्य केलं नि घर झालं. मी राहूही लागलो. तो दिवस सन १९८८च्या अनंत चतुर्थीचा होता. हे त्या दिवशीच्या वाहतूक बंदच्या अडचणीमुळे चांगला लक्षात आहे. माझ्या नि वास्तुशांतीस आलेल्या इतरांच्यापण.

'निशांकुर' या माझ्या घरी राहायला लागून सहा महिनेही उलटले नसतील. ५ एप्रिल, १९८९चा दिवस होता तो. कॉलेजमध्ये परीक्षा सुरू होत्या. मी परीक्षा

प्रमुख होतो. शिपाई फोन आल्याचं सांगत आला. मी फोन घेतला. तिकडून आवाज आला. 'मी इन्कमटॅक्स ऑफिसर सनदी बोलतोय. तुमच्या घरातूनच. चौकशीसाठी आलोय. ताबडतोब या. येताना कुणातरी मित्रास घेऊन या. गरज आहे.' मला क्षणभर काहीच उमजेना. मी प्राचार्यांना निरोप सांगितला. परीक्षेची पर्यायी व्यवस्था केली व स्नेही सहकारी प्रा. ए.बी. खोत यांना घेऊन त्यांच्याच जीपने घर गाठलं.

घर ए. के. सनदी, आर. आर. पाटील, चंद्रकांत कांबळे, श्री. मुल्ला, सौ. देवस्थळी इ. दहा एक अधिकारी, लिपिक, स्त्री कर्मचाऱ्यांनी भरलं होतं. मुलं शाळेला गेलेली. रेखा एकटीच घरी होती. 'आम्ही आयकर विभागातून आलोय. हे तपासणी वॉरंट!' त्यांनी माझी स्वाक्षरी घेतली व घरबांधणीचा तपशील विचारला. मला त्यांच्या प्रश्नांचं हसू येत होतं.... बरेचसे प्रश्न मला गैरलागू होते-दागिने, डिपॉझिट, गुंतवणूक, ... मी माझी कर्जाची पासबुकं त्यांच्या हवाली केली.... पेपर्स दाखवले .... एव्हाना स्त्री अधिकारी स्वयंपाकघर तपासती झाली .... एका अधिकाऱ्याने माझं ग्रंथालय पडताळायला प्रारंभ केला .... एक अधिकारी कपड्याचं कपाट उपसू लागला ... मध्ये मध्ये फोन येत राहायचे मला. कधी कलेक्टरांचा, कधी डी. एस. पीं. चा, कधी संस्थेचा .... कामानिमित्तानं फोन घणघणत राहायचा .... त्यांना मोठं आश्चर्य वाटल्याचं जाणवायचं ... स्त्री अधिकारी आली ...'सर, डबे सगळे मोकळेच आहेत. लपवायला पिठं पण नाहीत डब्यात ...' दुसरे अधिकारी पलीकडच्या खोलीतून आले ....'सर ... मुलांच्या मिनीबँकेत दहा-पाच पैशांचे मिळून चाळीस रुपये आहेत' ... आणखी काही पैसे आहेत काय? विचारल्यावर मी खिशातली दोन रुपयाची एकुलती एक नोट काढून दिली ... तासा-दोन तासांनी विभाग आयुक्तांचा फोन ...'व्हॉट प्रोग्रेस? वुई केम ॲट रॉंग प्लेस, सर ... सर्च इज स्टिल गोईंग ऑन ... वुई लेट यु नो सर....' आणखी तासभराच्या झटापटीनंतर मंडळींना ओशाळल्यासारखं झालं.... त्यांच्या संपूर्ण करिअर मध्ये अशी 'रेड' ही पहिलीच असावी... गप्पात त्यांना माझा इतिहास कळला होता ... वारंवार येणाऱ्या फोनमधून कार्यही ....बेचाळीस रुपये जप्तीचा त्यांच्या पंचनाम्याचा कागद त्यांनी मोठ्या जड हातांनी माझ्या हाती सोपवला...माझे ते लाख मोलाचे बेचाळीस रुपये आयकर खात्याकडून अजून येणे आहेत.. अनेक येण्यांपैकी.

नंतर कळालं की ट्रस्टच्या सर्व विश्वस्तांच्या घरी धाडी घालण्यात आल्या होत्या. कधी काळी जमीन नसलेला मी ...असा घरंदाज झालो. अनाथाच्या सनाथ होण्याच्या प्रवासात आयकर धाडीची अशी आर्थिक प्रतिष्ठा मिळणं .... अनाथांनी घर बांधायचं नसतं ... तो ठेका समाजानं परंपरेनं फक्त सनाथ, समृद्धांनाच दिलाय हे लक्षात आलं...त्या दिवशी घरी आलेल्या त्या दहा अधिकारी, कर्मचाऱ्यांना

देण्यासारखं नि देण्याइतकंही आमच्या घरी नव्हतं .... प्रा. खोत सरांकडून मी शंभर रुपये उसने घेतले .... त्यांनाच गावात जाऊन चिवडाकेळी आणण्यास सांगितली. रेखाने शेजारून साखर आणली .... पाठोपाठ स्त्री अधिकारी गेल्या. उधारीची ही न्याहरी त्या कर्मचाऱ्यांच्या गळी उतरत नव्हती ... केवळ शिष्टाचार म्हणून .... मला काही वाटू नये म्हणून खाल्लेले दोन घास मी नि ते केव्हाच विसरू शकणार नाही. ती सर्व माणसंच होती .... तक्रार करणारी पण .... जाताना सर्वांनी संकुलास मदतीचं आश्वासन दिलं ... पुढे बदली झाली तरी सर्वांची मदत संस्थेस येत राहिली. माझे बेचाळीस रुपये गेले खरे पण संस्थेस प्रतिवर्षी बेचाळीसशे रुपये मिळत राहिले.

या आयकर धाडीनी आयकर खात्यास काय मिळालं, नाही मिळालं, यापेक्षा मला, संस्थेस जे मिळालं ते लाख मोलाचं वाटतं. यानंतर वालावलकर ट्रस्टला ८० जी नसलेल्या संस्थांना दिलेल्या देणग्या संस्थेचं उत्पन्न मानण्यात आल्या. त्या पोटी संस्थेस ५६ लाख रुपये भरण्याचा आदेश झाला. ट्रस्टनं कर्ज काढून भरणा केला. ही आकारणी ट्रस्टवर अन्याय करणारी होती. आम्ही ट्रायब्युनलकडे दाद मागितली. आमचं म्हणणं ग्राह्य मानण्यात आलं. पाच एक वर्षानं निकाल हाती आला. दामदुपटीनं भरलेली रक्कम परत मिळाली. सुमारे एक कोटी रुपये परत मिळाले. ट्रस्टने हे पैसे आपले मानले नाहीत. बापूंनी ते सारे पैसे माझ्या संकुलास देऊ केले. संकुल कोट्यधीश झालं. या आयकर छाप्यानं आयकर कर्मचारी संघटना संकुलाशी जोडली गेली. प्रत्येक १५ ऑगस्ट, २६ जानेवारीस त्यांची होणारी मदत ही आयकर छाप्यानं दिलेली 'रिकरिंग' ठेवच नव्हे काय!

३४

सन १९८५ला आम्ही मुलींचं रिमांड होम नव्या बांधलेल्या इमारतीत सुरू केलं पण ती इमारत अनेक अंगांनी अपुरी होती. रोजच्या परिपाठात अनेक अडचणी यायच्या. प्रसाधनगृह, स्वयंपाकगृह, भोजनगृह, अधीक्षिका निवास, भांडारघर अशा अनेक अडचणी रोज असायच्या. म्हणून आम्ही शासनाकडे कन्या निरीक्षण गृहाच्या विस्ताराची योजना मांडली. शासनाने प्रशासकीय मंजुरी दिली. दोन लक्ष रुपयांचं अनुदान देऊ केलं. वालावलकर ट्रस्टनी देखिल भरीव अर्थसहाय्य दिलं. तरी निधी अपुरा पडू लागला. त्यावेळी अ. कृ. नंदकुमार हे जिल्हाधिकारी होते तर रामराव घाडगे पोलीस अधीक्षक. त्यावेळी पोलीस वेल्फेअर फंडासाठी ते काही कार्यक्रम घेणार होते. पैकी काही कार्यक्रम कन्या निरीक्षण गृहाच्या विस्तारित बांधकामासाठी

घ्यायचे ठरले.

मराठीतील ख्यातनाम अभिनेते गणपत पाटील 'ऐका हो ऐका' लोकनाट्याचा प्रयोग करायचे. त्याचे काही खेळ संस्थेच्या मदतीसाठी घ्यायचे ठरले. कागल, गडहिंग्लज, इचलकरंजी, हातकणंगले, जयसिंगपूर, कुडित्रे अशा ठिकाणी प्रयोग झाले. त्या कार्यक्रमाचे आम्ही सूत्र ठरवून टाकले होते. पोलिसांनी व महसूल विभागाने तिकिटे खपवायची. स्थानिक संस्थेच्या मदतीने कार्यक्रमाची योजना (नाट्यगृह, स्टेज, मंडप, खुर्च्या इ.) करायची. स्थानिक पुढारी, चेअरमन इ. हस्ते नाटकाचा नारळ वाढवला जायचा. कार्यक्रमास जिल्हाधिकारी किंवा पोलीस अधीक्षक आवर्जून उपस्थित राहायचे. त्यांच्या उपस्थितीमुळे महसूल व पोलीस यंत्रणा युद्धपातळीवर कार्य करायची. आम्ही संस्था विश्वस्त, पदाधिकारी कार्यक्रमापूर्वी तासभर अगोदर पोहोचायचो. तहसीलदार व पोलीस निरीक्षकांना गाठायचं. त्यांना मोठेपण द्यायचं. आम्ही कार्यक्रमात संस्था, पाहुणे परिचय, स्वागत करायचो. हे काम बहुधा मजकडे असायचे. मी मुलांचं दुःख जनतेपुढे मांडायचो. प्रेक्षक हळहळायचे. सक्तीनं गळ्यात पडलेलं तिकीट सार्थकी लागल्याचा भाव मी अनुभवायचो. प्रवासासाठी आर. जे. शहा, रामभाऊ करमळकर, के.डी. कामत, बापू, आपली गाडी, ड्रायव्हर, पेट्रोल द्यायचे. स्वत: थंडीत कुडकुडत यायचे. भीमराव भोसले आभार मानायचे. तिकडे नाटकाचा फड जसा ठरलेला असायचा, तसा कार्यक्रमाचा आमचा संच तयार होता. हार, तुरे, चहापान सर्व खर्च पोलीस पाहायचे. कार्यक्रमाच्या शेवटी निधी अर्पण सोहळा व्हायचा. त्या काळात एक पै खर्च न करता रामराव घाडगे यांनी आम्हास सुमारे दीड लक्ष रुपये जमवून दिले. या कार्यक्रमाचे इतके प्रयोग त्या काळात आम्ही पाहिले की मला तर त्यातली, गाणी, संवाद, घटना तोंडपाठ होऊन गेल्या होत्या. यामुळे कन्या निरीक्षणगृहाचं माझ्या स्वप्नातलं 'स्वयंपूर्ण रूप' साकारलं.

हा प्रकल्प पूर्ण केल्याच्या काळात जून, १९८९ला तत्कालीन समाजकल्याण मंत्री नामदार सुधाकर नाईक अचानक संस्था पाहण्यास आले होते. पूर्वसूचना न देता येऊन पाहिलेल्या आमच्या संस्थेच्या कार्यानं ते फार प्रभावित झाले होते. माझ्याबद्दल त्यांनी सोबत आलेल्या तत्कालीन समाजकल्याण संचालक रमेशचंद्र कानडेंना विचारलं. मी या संस्थेतून शिकून मोठा झालेला, राज्यभर संस्थाकार्य करणारा कार्यकर्ता आहे असं त्यांच्या लक्षात आलं, तसं त्यांनी विचारलं, यांना का 'दलित मित्र पुरस्कार' नाही दिला? 'त्यांचे वय कमी आहे' म्हणाले. ते दलित मित्र पुरस्कार वितरण सोहळ्यासच आलेले होते. संध्याकाळी केशवराव भोसले नाट्यगृहातील समारंभात माझ्यासाठी दलित मित्र पुरस्काराची ५० वर्षे वयाची अट शिथिल करून ४० वर्षे केल्याचे त्यांनी जाहीर केले. तत्कालीन जिल्हाधिकारी विश्वासराव धुमाळ

व पोलीस अधीक्षक रामराव घाडगे यांना दलित मित्र पुरस्कारासाठी माझा प्रस्ताव पाठवण्याचे निर्देश दिले. मी मात्र व्यक्तिगत पुरस्कार स्वीकारायचे नाकारून संस्थेस द्यावा असा आग्रह धरला. मी संस्थात्मक कार्यमान्यतेने मिळणारी पुरस्कार रक्कम संस्थेस देण्याचा प्रघात ठेवला होता. वैयक्तिक पुरस्कार घेतला असता तर ५,००० रुपये मिळाले असते. संस्था पुरस्काराची रक्कम १०,००० रुपये होती. पुढे संस्थेस तो मिळालाही. वेळोवेळी मला मिळालेल्या पुरस्कारांची सर्व रक्कम मी संस्थेस देण्याचा प्रघात ठेवण्यामागे माझं असं मत होतं-पुरस्कार रक्कम एका अर्थानं 'संकल्पित धन' असतं. त्या मागे 'समाज संकल्प' असतो-म्हणून एकदा तर किरण बेदींनी माझं काम पाहून, प्रभावित होऊन स्वत:ला मिळालेल्या 'भद्रकाली' पुरस्काराची रक्कम रु. २१,०००/- व्यक्तिश: मला देऊ केली नि दिली पण तीही मी संस्थेस देण्याच्या अटीवर स्वीकारली नि संस्थेस दिली. अशी सुमारे दीड लक्ष रुपयांची रक्कम वेळावेळी मी संकुलास व अन्य कार्यास देऊन माझा संकल्प जपला.

मी करत असलेलं काम सामुदायिक प्रयत्नांची इतिश्री असायचं. त्याचं व्यक्तिगत श्रेय घेण्याचा मतलबीपणा मी मनास स्पर्शू दिला नाही. उलट प्रत्येक पुरस्कारात स्वत:चा खारीचा वाटा भर घालून मी त्यांचं प्रत्यार्पण करत राहिलो कार्यात स्वविवेक ही मी माझी कसोटी मानली. अशा पार्श्वभूमीवर माझ्या कार्यानं, ईर्ष्येनं असंतुष्ट, अस्वस्थ झालेली मंडळी काहीबाही पत्रकं काढत, आरोप करीत, काही सोयीस्कर मौन पाळीत तेव्हा त्यांच्या मौन-संमतीचं, खोट्या समाजसेवकाच्या पांघरलेल्या कातड्यातलं खरं रूप दिसायचं. तरीही मी 'क्षमा करा नि विसरून जा' (Forgive and forget) असं स्वत:ला समजावत राहायचो.

नामदार सुधाकर नाईक जून ८९ला आले होते तर किरण बेदी एप्रिल २०००ला. दोघं अचानक आलेले. दोघांच्या भेटीच्या वेळी त्यांची एकच प्रतिक्रिया होती. 'संस्था पाहून विश्वास वाटत नाही. तुरुंगसदृश संस्था इतक्या मोकळ्या, प्रसन्न कशा, खरंच नाही वाटत.' किरण बेदींना तर मी म्हणालो होतो की 'तुम्ही येणार म्हणून काहीच केलेलं नाही'. त्या म्हणाल्या होत्या, 'मुझे तिहाड़ (जेल) का अनुभव है । घंटे भर में अहाता (आंगण) साफ हो सकता है। बच्चों के चेहरे पर होने वाली खुशी बरसों के मेहनत से ही संभव है।' त्यांचं ते वाक्य हाच माझ्या कार्याचा खरा पुरस्कार वाटत आलाय!

३५

बालकल्याण संकुलाच्या इतिहासात सन १९८० ते १९९० हा कालखंड भौतिक विकास नि समृद्धीचा होता. जागा मिळवणे, आराखडे तयार करणे, त्यांची मंजुरी, शासनमान्यता व अनुदान, इमारत निधी जमा करणे या सर्व आघाड्यांवर 'रात्रं दिन आम्हा युद्धाचा प्रसंग' असायचा. अशा साऱ्या दिव्यातून कन्या निरीक्षण गृहाचा माझ्या कल्पनेतला प्रकल्प साकारल्याचा आनंद मोठा होता. तो आनंद उभारी देणारा होता. त्यातून मोकळा श्वास घेऊन मग मी माझं घर बांधलं. घरातून मुक्त झालो नि अनिकेत निकेतनचा प्रकल्प आम्ही हाती घेतला.

अनिकेत निकेतन हे आमचं अनाथ विद्यार्थी गृह, कधी काळच्या घोड्याच्या पागेत ते आम्ही सुरू केलेलं होतं. त्याची इमारत बांधायची म्हणून जागेची साफ-सफाई, कुंपणाच्या भिंतीची पाडापाडी सुरू केली. तसे शेजारच्या पशुवैद्यकीय विभागाचे लोक आडवे पडले. जागा आमची आहे म्हणून हटून बसले. मग कोर्ट कचेऱ्या, तक्रारी, दावे, मोजणी, नकाशे सगळे सोपस्कार केल्यानंतर लक्षात आले की अवघी १३०० चौरस फूट जागा दोन्ही विभागांत मिळून वादग्रस्त ठरते. त्या छोट्या त्रिकोणी पट्ट्यासाठीही मोठी लढाई खेळावी लागली होती. तत्कालीन जिल्हाधिकारी अ. कृ. नंदकुमारांच्यामुळे संस्थेस ती छोटी पण महत्त्वाची जागा मोठे दिव्य करून मिळाली. 'सि. स. क्र. १९२४ अ १/ख' हा जागेचा क्रमांक मला आजही चांगला लक्षात असायचं कारण असं की त्यावेळी किमान शंभर एक वेळा स्वहस्ताक्षरित अर्ज, निवेदनांवर मी तो लिहिला होता.

मेसर्स सामंत, नाडकर्णी, शिराली कंपनी, मुंबईनं अनिकेतचा आराखडा तयार केला. कन्या निरीक्षणगृहाचं विस्तारित काम त्यांनीच केलेलं. अनिकेतचं काम त्यावेळच्या सुप्रिम बिल्डर्सचे श्री. धनुभाई शहा यांच्याकडून करून घ्यायच ठरलं ते कामाचा दर्जा व वाजवी दरदामामुळे. तसं अनिकेतचं भूमिपूजन आम्ही एप्रिल, १९८६ला दे. भ. रत्नाप्पा कुंभारांच्या हस्ते केलं. त्यावेळी त्यांनी जाहीर केलेली देणगी रु. २५०००/- अनेक प्रकारच्या पाठपुराव्यानंतरही हाती आली नाही. पण योगायोग कसा असतो पाहा. पुढे आम्ही टिकीटिकी करत प्रयत्न चालू ठेवले. १९८७ ला पायाभारणी केली पण प्रत्यक्ष अनुदान मिळण्यास १९९२ साल उजाडलं. १९९४-९५ साली ते खऱ्या अर्थानं पूर्ण झालं.

अनिकेत निकेतनच्या औपचारिक उद्घाटनापूर्वी आम्ही घरगुती गृहप्रवेश व वास्तुशांती समारंभ योजलेला. त्यासाठीचं निमंत्रणही घरगुती होतं. ते अनिकेतची इमारत व्हावी म्हणून हात दिलेल्या सर्वांना दिलेलं होतं. त्या निमित्तानं अनिकेत

निकेतनच्या भूमिपूजनापासून पूर्णत्वाचं विहंगमावलोकन करणारं चित्रप्रदर्शन योजलं होतं. समारंभास दे. भ. रत्नाप्पा कुंभार अचानक आले. आम्ही त्यांना उतराई म्हणून समारंभाचं अध्यक्ष स्थान दिलं. भाषणात मी रत्नाप्पाण्णांकडून येणं असलेल्या २५००० रुपये देणगीचा सूचक उल्लेख केला. अण्णांना तो जिव्हारी लागला. दरम्यान कानाफुसी, धावपळ सुरू होती. मी पाहत होतो. अण्णा अध्यक्षीय समारोप करण्यास उभे राहिले. म्हणाले, 'आता विसरणं परवडणारं नाही. पाच वर्षांपूर्वी जाहीर केलेली देणगी त्यावेळी दिली असती तर त्याचे दामदुपटीनं ५१०००/- रु. झाले असते. तो चेक देऊनच आज मी मुलांचा निरोप घेणार आहे.' समारंभ होईपर्यंत पंचगंगा कारखान्याचे लोक चेक घेऊन दत्त होते. 'ज्यांनी पाया खणायचा त्यांनीच कळस चढवायचा' ही माझ्या भाषणात सांगितलेली चिनी म्हण अण्णांनी अशी अंगीकारली.

अनिकेत निकेतनच्या उभारणीत तत्कालीन पोलीस अधीक्षक शिवप्रतापसिंग यादव, सा.रे. पाटील, तत्कालीन मुख्यमंत्री सुधाकर नाईक, ॲड. श्रीपतराव शिंदे, शां. कृ. पंत वालावलकर, कोच हॉप्ट परिवार, कोल्हापूर महानगरपालिका, जिल्हाधिकारी अजितकुमार जैन प्रभृतींचं मोठं सहाय्य लाभलं. इमारत पूर्ण झाल्यावर अविनाश वाडीकरांनी फर्निचर देऊन संस्था समृद्ध केली. संस्थेसाठी त्यावर्षी त्यांनी मोटार घ्यायचा बेत रद्द केल्याचं आठवतं. अवघ्या २.२५ लक्ष रुपयांच्या अनुदानावर आम्ही पंधरा-वीस लाखांचा प्रकल्प उभारू शकलो त्याचं श्रेय साऱ्या समाजशील व्यक्ती नि संस्थांनाच द्यायला हवं.

अनिकेत निकेतनची उभारणी सुरू असल्याच्या काळात संस्थेची फार मोठी ओढाताण असायची. नित्याच्या खर्चाबरोबर विकास कामासाठी पैसे उभारणे जिकिरीचे झाले होते. १९९३-९४चं वर्ष ओढघस्तीचं म्हणून माझ्या चांगलं लक्षात आहे. ते वर्ष सुखद धक्क्याचं म्हणूनही अविस्मरणीय ठरलं. भैय्यासाहेब बावडेकर हे कोल्हापूर संस्थानातील सुविख्यात जहागीरदार. त्यांचे एक स्नेही होते व्ही. आर. राजंदेकर. संस्थेतील माझ्या प्रारंभीच्या उमेदवारीच्या काळात शंभर रुपये मिळणे ही मोठी अग्निपरीक्षा असायची. संस्था त्यावेळी (८०-८५) 'रिमांड होम' म्हणूनच ओळखली जायची. कोणी सभासद व्हायलाही तयार नसायचं. अशा काळात राजंदेकर सभासद झाले. आणखी कोण होईल म्हटल्यावर त्यांनी श्रीमंत भैय्यासाहेबांचं नाव सांगितलं. मी त्यांना भेटलो. त्यांनी होकार भरला. मी लगेच पावती करून दिली. त्याकाळी मी पावती पुस्तक घेऊनच फिरत असे. सर्व संस्था, सभा, समारंभ, बैठकांत माझा एकच उद्योग असायचा. देणगी, सभासद मिळवणे. श्रीमंत भैय्यासाहेबांनी पावती केली खरी पण अनवधानाने पैसे काही आले नाही. ते इतके मोठे जहागीरदार त्यांच्याकडे शंभर रुपये मागायचे कसे? मी गुपचुप पदरमोड करून

संस्थेचा हिशोब पूर्ण केला. ते कार्यकारिणीवर कार्य करते झाले. या घटनेस दशक उलटून गेलं. एक दिवस श्रीमंत भैय्यासाहेबांचा फोन आला. ९३-९४चा काळ असावा तो. 'पावती पुस्तक घेऊन या' मी चपापलो. आता किती रुपयाला खार, म्हणून घाबरतच गेलो. लिहा म्हटले, 'दोन लक्ष रुपये'. मी स्वत:लाच चिमटा घेऊन पाहिला. दोन लक्ष रुपये पावतीवर, चेकवर लिहिण्याचा माझ्या आयुष्यातला तो पहिलाच प्रसंग. तीन वेळा शून्य मोजून पाहिली, अर्थातच घाम पुसत. त्यांचं चेकबुक सहीसाठी त्यांना दिलं. पावती तिकिटासह आमची पावतीही त्यांच्याकडे सुपूर्द केली. त्यांनी आपल्या श्रीधर विठ्ठल दाते दत्त देवस्थान ट्रस्टचे आधारस्तंभ कै. श्रीप्रसाद रायरीकर यांच्या स्मरणार्थ 'श्रीप्रसाद सदावर्त निधी' म्हणून दिलेल्या देणगीनी मात्र संस्थेस देणगीच्या सदावर्ताची सवयच होऊन गेली. या अविस्मरणीय क्षणाची उतराई म्हणून आम्ही श्रीमंत भैय्यासाहेब बावडेकरांच्या शुभहस्ते अनिकेत निकेतनचं औपचारिक उद्घाटन केलं. तो दिवस संस्थेच्या पंचेचाळिसाव्या वर्धापन दिनाचा होता. वर्ष होतं १९९४. अनिकेत निकेतनचा प्रकल्प पूर्ण झाला. ते महाराष्ट्रातलं सर्वोत्कृष्ट होम फॉर डेस्टिट्यूट ठरलं. त्या वर्षी आम्ही दोन श्रीमंतांना आमचा 'ऋण अभिव्यक्ती पुरस्कार' दिला. एक होते श्रीमंत विक्रमसिंह घाटगे नि दुसरे होते श्रीमंत भैय्यासाहेब बावडेकर. एका गरीब संस्थेची ही होती श्रीमंत उत्तराई! अनिकेतांना (गृहहीनांना) निकेतन (घर) मिळाल्याचा हा होता एक शालीन सोहळा!

श्रीमंत विक्रमसिंह घाटगे यांचे संस्थेवर विलक्षण प्रेम होते. त्यांचा नि संस्थेचा संबंध आला तो एका मे महिन्याच्या सुट्टी समृद्ध करण्याच्या उपक्रमातून. दिवाळी, मे महिन्याच्या सुट्टीत ज्या मुलांना पालक, नातेवाईक असायचे ती मुलं-मुली आपल्या घरी जात. संस्थेत राहिलेली मुलं हिरमुसली व्हायची. त्यांच्यासाठी एका मे महिन्यात आम्ही पोहोण्याचा वर्ग घ्यायचं ठरवलं. सर पिराजीराव शारीरिक शिक्षण ट्रस्ट विक्रमसिंह राजांनी आपल्या वडिलांच्या स्मरणार्थ सुरू केलेला त्यांचा एक जलतरण तलाव (स्विमिंग पूल) होता. त्यावेळी तो शहरातील एकुलता एक जलतरण तलाव होता. मे महिन्यात तिथंही गर्दी असायची. आम्ही राजांना विनंती पत्र लिहिलं. त्यावेळी कर्नल ए. बी. जाधव त्यांचे मुख्याधिकारी होते. अशा गर्दीच्या नि मिळकतीच्या दिवसातही या दोघांनी आमच्या मुलांसाठी एक तास तलाव राखून ठेवला. मोफत आणि आमच्या वेळेनुसार. त्यांची ही कृती राजर्षी छ. शाहू महाराजांचा वारसा जपणारी होती. पुढे त्यांनी आमच्यासाठी शारीरिक शिक्षण शिबिरं योजली. महाराष्ट्र राज्य वंचित बालक क्रीडा व सांस्कृतिक महोत्सवाचं आयोजन आम्ही स्वीकारल्यानंतर सारा फौजफाटा त्यांनी आमच्या मागे उभा केला होता. एकदा त्यांना गुरुदक्षिणा म्हणून दिलेली ऋण अभिव्यक्ती भेट त्यांनी मानापानाच्या

उतराईच्या भावनेनं रु. ५०००/- देणगी देऊन परत केलेली होती. संकुलाच्या कार्य प्रवासात मी पाहिलेली अशा प्रकारच्या अनेक माणसांची 'हृदय श्रीमंती' समाजसेवेचा आव आणत संस्था उद्ध्वस्त करणाऱ्या मतलबी राजकारण्यांच्या पार्श्वभूमीवर सतत उजवी, ऊर्जस्वल वाटत राहिली होती.

३६

ते १९८४चं वर्ष होतं. मी सायंकाळी कॉलेजच्या कामात गुंतल्यामुळे बालकल्याण संकुलाच्या मासिक बैठकीस वेळेवर जाऊ शकलो नव्हतो. काम आटोपून बैठकीसाठी म्हणून निघालो होतो. वाटेत कोळेकर तिकटीजवळील डॉ. जितकरांच्या दवाखान्यासमोर जिल्हाधिकारी दिनकरराव पाटील यांची गाडी दिसली. ते रस्त्यावरच उभे होते. त्यांनी हात करून बोलवले. थांबलो. 'डॉक्टर, अभिनंदन! आम्ही तुमची निवड 'स्टेट असोसिएशन'साठी संस्था प्रतिनिधी म्हणून केलीयं. मी आभार मानले. संस्थेकडे गेलो. तिथे दादा, बापू, नाना वाट पाहत होते असं कळलं.

माझ्या कार्यास एक नवं क्षेत्र लाभलं. महाराष्ट्र परिवीक्षा व अनुरक्षण संघटना, पुणे ही राज्यातील रिमांड होम्स चालवणाऱ्या संस्थांची मध्यवर्ती संस्था. सन १९३१ पासून कार्यरत या संस्थेनं महाराष्ट्रात बालकल्याणाचा विचार रुजवला. तिचा मोठा रंजक व रोमांचक इतिहास आहे. मी त्या संस्थेवर मोठ्या अपेक्षेने गेलो खरा. पण तिचं त्यावेळचं रूप पाहून ओशाळायला झालं. राज्यभरचे बालकल्याण क्षेत्रातील अनेक मान्यवर कार्यकर्ते, राज्यस्तरीय उच्चाधिकारी संस्थेवर होते पण संस्था सरकारी काचात जेरबंद होती. ते सारं पाहून घुसमटायला व्हायचं. मी मौन निरीक्षक होऊन सक्रिय कार्यकर्ता व्हायचं ठरवलं.

वर्षा-दोन वर्षातच मी या राज्यस्तरीय संस्थेचा प्रतिनिधी म्हणून मुंबईच्या 'चिल्ड्रन्स एड् सोसायटी' वर कार्य करू लागलो. ही आशिया खंडातील सर्वांत मोठी बालकल्याण संस्था. सुमारे ३००० मुले-मुली संस्थेत. अनाथ, बालगुन्हेगार, मतिमंद, टाकून, सोडून दिलेली, पळून आलेली देशभरची मुलं स्वप्ननगरी मुंबईत यायची नि स्वप्नभंगाचं शल्य जपत, कुढत संस्थेत जगायची. या संस्थेचं त्यावेळचं (नि खरं तर आजचंही!) रूप मला सतत बेचैन करत राहतं, ते मुलांच्या होरपळणाऱ्या बाल्यामुळे! तिथं नि थोड्या फार फरकानी महाराष्ट्रातल्या अन्य रिमांड होम्समध्ये अजूनही बालकल्याणाचा प्राथमिक प्रकाश डोकावलेला नाही अशी माझी साधार धारणा आहे.

हे कार्य करत असतानाच राज्यस्तरीय संस्थेनं आपल्या 'समाजसेवा' या

त्रैमासिक मुखपत्राच्या संपादनाची जबाबदारी मजवर सोपविली. मी मोठ्या उत्साहाने ती स्वीकारली पण कार्य करताना लक्षात आले की समृद्ध परंपरेशिवाय पदरी अन्य काही नसलेलं हे त्रैमासिक चालवणं मोठं अग्निदिव्य होतं! मी ते विचार प्रसाराचं माध्यम म्हणून वापरायचं ठरवलं. २६ जानेवारी १९८९ ते १५ ऑगस्ट १९९३ या चार वर्षांच्या अल्पकाळात मी तिचं रूप पालटून दाखवलं. संपादन हाती घेतलं तेव्हा भागभांडवल शून्य. सभासद हक्काचे ४० संस्थासभासदच तेवढे पदरी होते. डॉ. शरच्चंद्र गोखलेंनी दूरदृष्टीनं सायक्लोस्टाईल रूपात सुरू केलेलं हे त्रैमासिक. १९५० साली सुरू झालेले. डॉ. गोखलेंशिवाय श्री. श. वि. जोशीराव, श्री. एम.एम. जोशी, श्री. मुकुंदराव किर्लोस्कर, प्रभृतींची संपादकीय परंपरा लाभलेलं हे त्रैमासिक माझ्या संपादन कार्यकालात 'ऑफसेट टच' झालं. हा नुसता बाह्य बदल नव्हता. आजीव सभासदत्व सुरू केलं. शेकडो व्यक्ती, संस्था, महाविद्यालये, विद्यापीठे सभासद झाली. 'बाल न्याय अधिनियम', 'बालसमस्या', 'सामाजिक कार्यकर्ता अनुभव कथन', 'सार्क बालिका वर्ष', 'जागतिक बालकांची स्थिती', 'योजना सुधार', 'बालमजूर', 'संस्था बाह्य सेवा', 'संस्थाश्रयी बालिकांचे प्रश्न', 'दत्तक समस्या', 'अपंग पुनर्वसन', 'महिला मुक्ती', 'वंचित विकास', 'संस्था दर्जा', 'संस्थाश्रयींचे आत्मकथन', असे एकापेक्षा एक सरस विशेषांक प्रकाशित केले. जनमानसात या त्रैमासिकाची पाळंमुळं रुजली. या काळात लेखन, मुद्रित शोधन, जाहिरात, सभासद जमवणं, मासिकाची पाठवणी सर्व कार्यं मी करत राहायचो. संस्थेच्या लिपिक कु. जयश्री निपाणीकरांचं या कामीचं सहकार्य अविस्मरणीय होतं.

पुढे 'समाज सेवा' त्रैमासिकाची नोंद शासन दरबारी झाली. त्रैमासिकातील प्रश्न, विचारांची नोंद शासन घेऊ लागलं. संचालक, सचिवांसारखे समाजकल्याण, बालकल्याण, महिला कल्याण, अपंग कल्याण, अधिकारी, 'समाज सेवा' गांभीर्याने वाचू लागल्याचं पत्रव्यवहार, प्रतिक्रिया, इ. तून जाणवू लागलं. यातून आम्हास महिला, अपंग व बालकल्याण विभागाचं स्वतंत्र मंत्रालय, संचलनालय करता आलं. ही 'समाजसेवेनं' राज्याला दिलेली देणगी होय. यासाठी मात्र मला बऱ्याच खस्ता खाव्या लागल्या.

आम्ही 'समाजसेवा' साठी शासनाकडे अनुदान मागत राहायचो. आमचा स्वर शासनविरोधी होता. अनुदानाचं आश्वासन मिळायचं प्रत्यक्ष अनुदान मात्र नाही. श्री. रामदास आठवले समाजकल्याण मंत्री असताना त्यांनी २५,०००/- रु. अनुदानाची घोषणा पण केली. प्रत्यक्ष मात्र नकारघंटाच हाती आली होती. डॉ. शरच्चंद्र गोखलेंना माझ्या कष्टाची, प्रयत्नाची, धडपडीची जाणीव होती. त्यांनी मंत्र्यांचा फोलपणा स्वतः समाजसेवेस २५००० देणगी देऊन सिद्ध केला. ही होती रचनात्मक, विधायक प्रतिक्रिया. मीही त्या पैशाला हात न लावता 'समाजसेवा'

चालवायचं ठरवलं. रकमेची मुदतबंद ठेव केली. जाहिरात, लोकवर्गणी, देणगीतून 'समाजसेवा', चालवली. पुढे मी राज्यसंस्थेचा अध्यक्ष झालो. कार्य विस्तारामुळे 'समाजसेवा' चा संसार जमेना. पुढे कोणी येईना. लष्कराच्या भाकरी थापायला हल्ली उत्साह जरा कमीच असतो. आयत्या पिठावरची रांगोळी मात्र हल्ली साऱ्यांना लुभावत राहते खरी! हा गेल्या वीस- बावीस वर्षातील समाजसेवेचा निष्कर्ष. पाच वर्षांनी मी 'समाजसेवा' त्रैमासिक संस्थेकडे सुपूर्द केले तेव्हा पाचशे आजीव सभासद होते. दामदुपटीने आलेले ठेवीचे ५०,०००/- रुपये संस्थेस परत केले. इतक्या स्वास्थ्यावरही 'समाजसेवा' चालवणारा 'हरीचा लाल' संस्थेस आजवर गवसला नाही, हा आपल्या बालकविषयक संवेदनहीन निष्क्रियतेचाच पुरावा नव्हे का?

३७

बालकल्याणाचे कार्य करीत असताना या क्षेत्रातील दिग्गज डॉ. शरच्चंद्र गोखले, श्री. शं. वि. जोशीराव, श्री. रमाकांत तांबोळी प्रभृतींचा सहवास मला नेहमी प्रेरक व मार्गदर्शक ठरला. ही मंडळी अनेकदा युरोप पाहून आलेली. तेथील बालकल्याणाच्या कार्याविषयी या मंडळींकडून सतत ऐकत राहायचो. अभ्यास म्हणून वाचनही सुरू होतं. 'समाजसेवा' त्रैमासिकाचे संपादन करताना, संदर्भ शोधताना सतत युरोपातील देशांचे कार्य आदर्श म्हणून पुढे यायचे. त्यामुळे युरोप पाहण्याची इच्छा मनात घर करू लागली होती. अशाच एका चर्चेत श्री. रमाकांत तांबोळी यांनी मला पुण्याच्या फ्रान्स मित्रमंडळाची माहिती दिली. या संस्थेमार्फत गेली अनेक वर्षे भारत-फ्रान्स मैत्रीचे कार्य सुरू होते. सन १९९० साली संस्थेच्या आवाहनानुसार फ्रान्स भेटीसाठी मी रीतसर अर्ज केला. संस्थेच्या अध्वर्यू निर्मलाताई पुरंदरे व राजाभाऊ पटवर्धन यांनी मुलाखत घेतली. का फ्रान्सला जाऊ इच्छिता, विचारल्यावर मी म्हणालो, 'अनाथ, निराधारांचे तेथील कार्य पाहायचे आहे. मी या क्षेत्रात गेले दशकभर कार्य करतो. नव्या दृष्टीने काही कार्य करू इच्छितो' म्हटल्यावर त्यांनी माझी निवड केली. श्री. रमाकांत तांबोळी यांचं मार्गदर्शन लाभलं अन् मी फ्रान्स-बरोबर युरोप पाहायचं ठरवून टाकलं.

निवड झाल्यानंतर अनेक हितचिंतक मित्र, संस्थांनी अर्थबळ उभारलं नि माझा युरोप दौरा सुकर झाला. २९ एप्रिल १९९० ते १९ जून १९९० अशा पावणेदोन महिन्याच्या प्रवासात मी फ्रान्स , स्वित्झर्लंड, ऑस्ट्रिया, इटली, पूर्व व पश्चिम जर्मनी, नेदरलँड्स, बेल्जियम, लक्झेम्बर्ग, व्हॅटिकन, इंग्लंड अशा दहा एक

देशांतील बालकल्याणाचे कार्य पाहिले. तेथील कला, संस्कृती, समाज पाहिला. युरोपच्या अभ्यास दौऱ्यांनी मला आकाशातून जमिनीवर आणलं.

जाताना भन्नाट कल्पना डोक्यात होत्या. तिथलं काम पाहायचं नि आपली संस्था तशी करायची. संस्थेसाठी आंतरराष्ट्रीय सहाय्य मिळवायचं. पण इंग्लंड पाहताना लक्षात आलं की तिथं अनाथ, निराधार मुले, मुली नि महिलांचे प्रश्न सोडविणाऱ्या संस्थाच (Institutes) नाहीत. आहेत त्या संस्थाबाह्य सेवा. ('Non-Institutional Services'). मला या अभ्यास दौऱ्यानी नवं भान, नवी दिशा, नवी दृष्टी दिली. भारतीय समाज जीवनातील सरंजामी तिथं नाही. तिथं संस्थेतील सारे एकमेकाचे सहकारी असतात. संस्था पदाधिकारी म्हणजे मालक व कर्मचारी म्हणजे नोकर अशी दरी तिथं नाही. युरोपात असं मानलं जातं की सामाजिक प्रश्न व्यक्ती, घरं नि समाज निर्माण करतात, तर ते प्रश्न सोडवायची केंद्रंही तीच असायला हवीत. संस्था ही कृत्रिम रचना आहे. तिचं विसर्जनच समाजास सुदृढ बनवेल. युरोपातील अशा ज्या संस्था आहेत, त्या भौतिकदृष्ट्या संपन्न आहेत. आपण त्यांची बरोबरी नाही करू शकणार. पण आपण त्यांची कार्यदृष्टी, पद्धती जरूर आत्मसात करू शकतो. आपल्या संस्था भावनिक समृद्ध सहज करता येतील हे युरोपनी मला शिकवलं नि मी ते बालकल्याण संकुलासह महाराष्ट्रातील अनेक संस्थांत अनेक उपक्रमांद्वारे ते रुजवण्याचा प्रयत्न केला.

युरोप दौऱ्यात फ्रान्स, जर्मनी, इंग्लंड, हॉलंडसारख्या देशातील सेंटर डिपार्टमेंटल डी एल. इन्फन्टस्, असोसिएशन डी इन्फरमेशन एटडी एन्ट्राइड, लेस ऑरफलाईन्स ॲपरेन्टिस डी ऑटेओल, मुव्हमेंट पुअरलेस व्हिलेजीस डी इन्फन्टस्, सॉलॅडिरेटी जेऊनिसी, इन्स्टिट्यूट मेडिकल एज्युकेटिव, रडार, तेरेदेस होम्स, मल्टिपल स्क्लोरोसिस, कॅरनेट दि सेंटस, ॲडॉप्शन इंटरनॅशनल, एस.ओ.एस.व्हिलेजसारख्या संस्था पाहिल्या. या संस्था पाहतानाचा आनंद आयफेल टॉवर, पिसाचा झुकता मनोरा, मादाम तुसाड, लूर म्युझिअम, मोनालिसाचे चित्र, मायकेल एंजोलोची शिल्पे, आल्प्स पर्वतांची उंच हिमशिखरे, पाहताना होणाऱ्या आनंदापेक्षा अधिक उंचीचा असायचा. ही स्थळं पाहिलीच, पण या प्रेक्षणीय स्थळांपेक्षा युरोपात मी सामाजिक संस्था पाहणे पसंत केले.

३८

फ्रान्समधील दौऱ्यात मला अनेक संस्था पाहता आल्या. कुमारीमाता गृह, निराधार स्त्रियांची निवारा घरे, अर्भकालय, बालगृह, कुमारगृह, किशोर गृह, सुधार

गृह, व्यवसाय प्रशिक्षण गृह अशा स्वरूपाच्या या संस्थांतून जन्माला येणाऱ्या अर्भकापासून ते स्वावलंबी होऊन समाजात समाविष्ट होणाऱ्या युवकांपर्यंतच्या अवस्थांच्या वेगवेगळ्या समस्यांचे निराकरण करण्याचा जाणीवपूर्वक प्रयत्न केल्याचे आढळले. प्रत्येक संस्थेची रचना, कार्यपध्दती, कार्य वेगवेगळे होते. समस्या सोडवण्यासाठी येथील सर्व सामाजिक काम दोन पातळ्यांवर चालते. १) औपचारिक, २) अनौपचारिक. अनौपचारिक कार्यपध्दतीत सल्ला, मार्गदर्शन येते. ते प्राथमिक मानले जाते. शिवाय महत्त्वाचेही. त्यामुळे समस्याग्रस्तांपैकी ५० % प्रकरणे ही संस्थाबाह्य वातावरणात हाताळली जातात. व्यक्ती, घर नि समाज हे तीन घटकच समस्या निर्माण करतात. त्यामुळे त्या सोडवायच्या असतील तर प्राथमिक प्रयत्न या तीन पातळ्यांवरच व्हायला हवे अशी येथील समाजशास्त्राची धारणा आहे. उर्वरित ५० प्रकरणे औपचारिक पध्दतीने , संस्थांद्वारे हाताळली जातात. संस्था हा समस्या निराकरणाचा अंतिम व सर्व पर्याय संपल्यानंतरचा मार्ग मानला जातो.

फ्रान्समधील मेट्झ या गावी 'असोसिएशन डी इन्फरमेशन एट डी एन्ट्राइड मोझेल' (AIEM) ही संस्था पाहिली. युरोपात सर्वच सामाजिक काम हे बहुतांशी शासनाची जबाबदारी मानली गेली आहे. संस्था खासगी असली तरी शासन अशा संस्थांना उदाहरहस्ते अनुदान देते. घरचं खाऊन लष्कराच्या भाकरी भाजण्यासारखी समाजसेवेची तिथे पध्दत नाही. अशा संस्थांचे संचालक मंडळ मानसेवी असते, पण कर्मचारी पूर्णत: सवेतन काम करतात. उपरोक्त संस्था प्रामुख्याने समस्याग्रस्त प्रौढ स्त्री-पुरुषांच्या समस्या हाताळते. विवाह संबंधातील तणाव, घटस्फोट, मद्यसेवन, वैचारिक मतभेद, निराधार होणे अशा अनेक प्रकारच्या समस्या ही संस्था अनौपचारिक पातळीवर प्रथमत: हाताळते. चर्चा, समझोता, मार्गदर्शन, पुनर्मीलन घडवून आणणे इ. कामे तज्ज्ञ समाजसेवकांकडून केली जातात. संक्रमण काळात अशा स्त्री-पुरुषांना किमान निर्वाह भत्ता, गरज भासल्यास हंगामी निवारा, इ. सोयी केल्या जातात. यातून प्रश्न सुटला नाही की मग अशा स्त्री-पुरुषांना, बहुधा स्त्रियांना अपत्यांसह आधार केंद्रात पाठवले जाते.

असे एक आधार केंद्र पाहण्याचा योग आला. तिथे कुमारीमाता, घटस्फोटित पत्नी, विवाह विच्छेदाने निराधार झालेल्या स्त्रिया, शिवाय अनाथ, अनौरस, निराधार मुले-मुलीही होती. स्त्रियांच्या विभागात प्रत्येकीस स्वतंत्र खोलीची सोय होती. अशा स्त्रियांना आपल्या अपत्यांसह राहण्याची मुभा असते. एका मोठ्या हॉलमध्ये आठ कॉटस् पाहून मी आश्चर्याने विचारले की हा कोणता विभाग? मला सांगण्यात आले की 'हे मिसेस रिचर्डचे घर आहे. तिला नवऱ्याने सोडले आहे. ती आपल्या तीन मुले व चार मुलींनिशी येथे गेली तीन वर्षे राहते.' अशी स्त्री आपल्या अपत्यांसह जेव्हा संस्थेत येते, तेव्हा तिची पर्यायी व्यवस्था होईपर्यंतची जबाबदारी

शासनाची असते. शासन तिला व तिच्या प्रत्येक अपत्यास मान्य दराप्रमाणे निर्वाह भत्ता देते. संस्थेत भोजनाची सोय असली तरी तिला ते घेणे, न घेण्याचे स्वातंत्र्य असते. ती संस्थेत राहत असली तरी तिला नि तिच्या मुलांना संस्थेत घराइतक्याच मुक्त वातावरणात व सहजपणे राहता येते.

या संस्थेस जोडून असलेले अर्भकालय व बालसदन पाहिले. तेथील मुलांच्या चेहऱ्यावरील प्रसन्नता, उत्साह, सहजता पाहिली नि आपल्याकडील अशा संस्थांतील मुला-मुलींचे भेदरलेले, अबोल चेहरे आठवले. तेथील सर्व संस्थांत नैसर्गिक वाढ, स्वातंत्र्य, भावनिक समायोजन इत्यादीस असाधारण महत्त्व असल्याचे निरीक्षणान्ती दिसून आले.

'सेंटर डिपार्टमेंटल दी इन्फन्टस्' ही अशाच प्रकारचे काम करणारी संस्था पाहिली. तेथील बालसदन पाहून मी थक्कच झालो. अनाथ, अनौरस बालकांची संगोपन व्यवस्था आपल्याकडील अमीर उमरावांच्या घरीही दुर्लभ. दिवसातील अर्भकांचा विभाग, गरोदर कालावधी पूर्ण होण्यापूर्वी जन्मलेल्या अर्भकांचा विभाग, अर्भकांचा अतिदक्षता विभाग, सांसर्गिक रोगग्रस्त अर्भकांसाठी रोग नियंत्रण कक्ष, त्यांच्या आहाराचे केंद्र, तेथे निर्जन्तुकीकरणाची अद्ययावत व्यवस्था, प्रशिक्षित परिचारिका, डॉक्टर, काळजीवाहक, महिन्यातील अर्भकांचे वयोगट निहाय कक्ष, खेळघर, आहार कक्ष, तिथे आहार तज्ज्ञांची नियुक्ती, बागबगीचा, प्राणिसंग्रहालय, पक्षीघर किती नि कोणत्या सोयी सांगू? हे सर्व पाहत मी दिङ्मूढ होत असतानाच या केंद्राचे संचालक श्री. कोहन म्हणाले की ही सर्व व्यवस्था आता कालबाह्य झाली आहे. अधिक वैज्ञानिक पध्दतीने या मुलांचे संगोपन करता यावे म्हणून समोर नवी इमारत, नवी साधने इ. सुविधा उभारण्यात येत असून लवकरच ती उपयोगात येईल. तिथे कॉम्प्युटराईज्ड क्लिनिक, टेस्ट ट्यूब बेबी प्रिझर्वेशन सेंटर इ. सुविधा असतील. हे सर्व पाहत असताना आपल्याकडे ० ते १८ वयोगटातील सर्व अनाथ मुला -मुलींना दरमहा १२५ रुपये (आता ५०० रुपये) नि तेही अनियमितपणे देणाऱ्या शासनाचा या कामाकडे असलेला निराशा वाढविणारा, उपेक्षेचा दृष्टिकोन ठळकपणे वारंवार पुढे येत होता.

केंद्रातील सहा ते नऊ महिने वयोगटातील अर्भकांचा विभाग पाहत असताना एक दांपत्य मुलास दूध पाजत असलेले पाहिले. माझ्या चेहऱ्यावरील जिज्ञासा पाहून नर्सने सांगितले की त्या दाम्पत्याने त्या मुलास दत्तक घ्यायचे ठरवले आहे. दत्तक- विधान पूर्व कालखंडात दत्तक आईवडिलांमध्ये मुलांच्या संगोपनाची आवड आहे का, मुलगा त्यांच्या संगोपनास कितपत प्रतिसाद देतो, शिवाय मुलात व पालकात मातृत्वभाव विकसित होण्यासाठी दत्तक आई-वडिलांनी विधानपूर्व कालात आपल्या भावी पाल्याच्या सान्निध्यात अधिकाधिक काळ घालवणे अपेक्षित असते.

या काळात त्या मुलांच्या सर्व प्रवृत्ती, कमतरता, सवयी, संगोपन, दक्षता इ. ची पालकांना माहिती व प्रशिक्षण दिले जाते. मंडईतील भाजी निवडावी तशी मुलांना निवडणारे पालक व कागदोपत्री पूर्ततेसाठी पालकांना जीवघेणा त्रास देणारे अधिकारी व संस्थांच्या पार्श्वभूमीवर येथील कार्यपध्दतीपासून आपणास बरेच शिकता येण्यासारखे आहे याची जाणीव झाल्यावाचून राहिली नाही.

पुढे कुमार व किशोर वयोगटातील मुलांची संस्था पाहिली. आपल्याकडील अभिरक्षण गृहांसदृश असलेली संस्था या कार्याचे नवे परिमाण देऊन गेली. मुले मोठी होत जातील तसा त्या विभागाचा कर्मचारी वर्ग कमी होत जातो. मुलांनी आपसूक स्वावलंबी व्हावे हा त्यामागचा विचार असतो. इथे पर्यवेक्षक, काळजीवाहक, शिक्षक, डॉक्टर हे सर्व कर्मचारी असतात पण मुलांच्या दैनिक कार्यक्रमात फार कमी हस्तक्षेप करतात. एक तर अशा संस्थात मुलांची संख्या ४० पेक्षा अधिक असत नाही. समजायच्या वयात प्रत्येक मुलास स्वतंत्र खोली दिली जाते. त्या खोलीत सर्व सोयी, सुविधा (प्रसाधन कक्ष, स्वयंपाक कक्ष इ.) असतात. संस्थेचा परिपाठ, दिनक्रम असतो. पण मुलांच्या पाठ्यक्रम, नोकरी, शाळा इ. नुसार त्यात सूट असते. आपल्यासारखे एकाच प्रकारचे गणवेशात्मक पोषाख, शिस्तीच्या नावाखाली सर्व विधी व क्रिया ओळीत, कायम हाताची घडी तोंडावर बोट, पाहुणा येताच 'एक साथ नमस्ते'चा कर्कश पुकारा असला प्रकार नाही. पण आलेल्याचा अनादर नि उपेक्षाही नाही. प्रत्येक मुलाचं स्वतंत्र अस्तित्व प्रत्यही जाणवते. जेवण करून आचारी निघून जातो. मुले हातानी वाढून घेतात. स्वच्छता स्वत: करतात. अशा संस्थेत बालसदनाच्या तुलनेने कर्मचारी प्रमाण कमी असले तरी ते मुलांच्या संख्येपेक्षा नेहमीच अधिक असते. हे सांगून आपणास खरे वाटणार नाही. या संस्थेतील कर्मचाऱ्यांची पदे सांगितली तर संख्या सांगायची गरज उरणार नाही. संचालक (प्रशासन), संचालक (अर्थ), कार्यालय अधीक्षक, रुग्णालय प्रमुख (डीन), मुख्य कार्यकारी अधिकारी, लेखापाल, आशुलिपिक (स्टेनो), कार्डिओलॉजिस्ट, टेलिफोन ऑपरेटर, लिपिक, विभाग प्रमुख, पर्यवेक्षक, काळजीवाहक, शिक्षक, प्रशिक्षक, मानसशास्त्रज्ञ, समाजसेवक, आहार तज्ज्ञ, आचारी, सफाई कामगार, माळी, ड्रायव्हर, धोबी, मुकादम (इमारत देखभाल) शिवाय गरजेप्रमाणे बोलविण्यात येणारे अस्थितज्ज्ञ, न्यूरॉलॉजिस्ट, दंतवैद्य इ. वेगळेच. वेगवेगळ्या विभाग, संस्थांत १५० लाभार्थी असलेल्या या संस्थेत १९८ मान्य कर्मचारी वर्ग होता. पैकी शासनाने १६३ पदे भरली होती. उर्वरित पदे भरावी व मुलांची आबाळ थांबवावी म्हणून कर्मचारी संघटनेची पत्रके तेथील फलकावर पाहून तर मी थक्कच झालो.

तिथे प्रत्येक लाभार्थीस ४४०फ्रँकस् (१३२०रु.) दरमहा खर्च केले जातात. तेथील अधीक्षकाचे वेतन मासिक ३६०००/- रुपयांइतके होते. हा केवळ समृध्दीचा

प्रश्न नाही. शासन या कल्याणकारी योजनेकडे कसे पाहते, याचे निदर्शक आहे. रशियामध्ये व युरोपमध्येही दुसऱ्या महायुद्धानंतरच्या काळापासून आजअखेर अनाथ मुलांना 'विशेषाधिकार असलेला एकमेव सामाजिक घटक' (Only privilage Class of Society) म्हणून पाहिले जाते. आपल्याकडे मंडल आयोगाद्वारे सामाजिक क्रांतीच्या घोषणा केल्या जातात. त्यातही या वर्गास स्वातंत्र्याच्या ५७ वर्षांनंतरही स्थान मिळू शकू नये याचे आश्चर्य वाटते. सामाजिक न्यायाच्या तत्त्वावर सामान्यांची काळजी घेणारे सरकार म्हणवून, मिरवून घेणाऱ्या शासनाने अनाथ, निराधारांना प्राधान्याने शिक्षण व रोजगारात आरक्षण दिले पाहिजे.

तिथे अशा संस्था मुलींसाठी स्वतंत्रपणे पण एकाच परिसरात चालवल्या जातात. लैंगिक भेदाचा बाऊ तिथे नाही त्यामुळे मुले-मुली स्वच्छंद नि सहजपणे वावरत असतात. विशिष्ट वयानंतर मुलींच्या संस्था स्वतंत्र केल्या जातात पण तिथे घराघरातून मिळणारे स्वातंत्र्य येथील मुलींना तितक्याच सहजपणे मिळत असते. अशा एका संस्थेतील 'कॉमन रूम' मध्ये सिगारेट पीत 'हॅलो' करणाऱ्या मुली पाहून मी स्तंभितच झालो. यागोष्टीबरोबरच मुलींना स्वावलंबी करण्याकडे संस्थेचा कटाक्ष असतो. शिक्षण, प्रशिक्षण व सेवायोजन हा संस्थेच्या जबाबदारीचा भाग मानण्यात येतो. मुलीस लग्नाचे स्वातंत्र्य असते. मुलीची निवड प्रमाण मानण्याकडे कटाक्ष असतो. प्रेमविवाहास मान्यता दिली जाते पण त्याचे धोकेही समजावून दिले जातात. तेथील संस्कृतीत 'लादणे' हा प्रकार नसल्याने तो संस्थेतही असत नाही. मुलांना लैंगिक शिक्षण, आरोग्य संवर्धन, व्यक्तिमत्त्व विकास, बेकरी, गृहशोधन इ. गोष्टी शिकवल्या जातात. मुली संस्थेत राहून नोकरी करू शकतात. त्यांनी ती करावी म्हणून प्रयत्न केले जातात. सर्व मुले-मुली एकाच शाळेत जात नाहीत. प्रत्येकाच्या आवडी व कुवतीप्रमाणे पाठ्यक्रम दिले जातात.

पुनर्वसन कार्य करणाऱ्या संस्था तिथे स्वतंत्रपणे कार्य करत असतात. अशी एक पॅरिसमधील संस्था 'लेस ऑर्फलीन ॲपरेन्टीस डी ऑटेओल' पाहता आली. मुले, मुली १८ वर्षापर्यंत बालगृह, सुधारगृहात राहू शकतात. त्यानंतर १९ ते २२ वयोगटातील मुला-मुलींच्या पुनर्वसनासाठी आपल्याकडील अनुरक्षणगृहांसारख्या संस्था तिथेही आहेत, परंतु त्यांचा दर्जा, कार्यपध्दती आपल्यापेक्षा कितीतरी वरच्या दर्जाची आहे. या संस्था निवास, भोजन, व्यवसाय मार्गदर्शन, सेवा नियोजन, व्यवसाय प्रशिक्षण इ. सर्व सुविधांनी युक्त असतात. पॅरिसमधील या संस्थेत इलेक्ट्रॉनिक व प्रिंटिंग असे दोन विभाग होते. त्यातील प्रिंटिंग प्रेस पॅरिसमधील अत्याधुनिक प्रेसपैकी एक मानली जाते असे सांगण्यात आले नि ते खरेही वाटले. 'पेपर टू प्रिंट' या तत्त्वावर चालणाऱ्या प्रेसमध्ये छपाई, टाईपसेटिंग, बायडिंग, कटिंग, रोलिंग, पेस्टिंग, ब्लॉक मेकिंग, डिझायनिंग असे किती तरी विभाग होते.

प्रत्येक विभागाचे स्वतंत्र पाठ्यक्रम, त्यास आवश्यक संदर्भग्रंथ, प्रशिक्षक, यंत्र-सामग्री होती. विशेष म्हणजे प्रशिक्षणासाठी वापरला जाणारा हा छापखाना भरपूर फायदा मिळवत होता. फायद्याचा काही वाटा विद्यावेतन म्हणून विद्यार्थ्यांना दिला जातो. तो त्यांच्या निर्वाह भत्त्याव्यतिरिक्त असतो. विद्यार्थी प्रशिक्षित झाले की त्यांच्या व्यावसायिक पुनर्वसन व स्वावलंबनासाठी संस्था सहाय्य करते. त्याची परतफेड अनिवार्य असते. येथे विद्यार्थ्यांना भोजन, निवास, क्रीडा, रंजन, आरोग्य इ. सर्व सोयी उपलब्ध असतात. विद्यार्थी व शिक्षक यांच्यात अत्यंत जिव्हाळ्याचे संबंध असतात. अनाथ मुलांशी आपला संपर्क आहे, याचे भान कर्मचारी, शिक्षकांना सतत ठेवावे लागते. त्यासाठी मानसशास्त्रीय वर्तनविषयक प्रशिक्षण येथील कर्मचारी, पालकवर्गास देण्यात येत असते. ही संस्था खासगी होती पण शासनाचे अनुदान तिला मिळत होते. अशा संस्थांच्या विकास योजनांवर शासन प्राधान्यक्रमाने निधी उपलब्ध करून देत असते. आपल्याकडील अशा अनुरक्षण गृहांची सद्य:स्थिती लिहिली गेली तर पुनर्वसनाची प्राथमिक निवाऱ्याची सोयही आपण पूर्ण केली नाही हे विदारक सत्य समोर आल्याशिवाय राहणार नाही.

अशीच एक संस्थाबाह्य पुनर्वसन करणारी संस्था पाहता आली. ही संस्था प्रामुख्याने युद्धात मरण पावलेल्या पालकांच्या मुलांचे (अनाथच), विवाह विच्छेदनाने अनाथ झालेल्या मुलांचे पुनर्वसन कार्य संस्थेच्या परिघाबाहेर राहून करते. तिथे विदेशातून स्थलांतरित होऊन आलेल्या आफ्रिका, श्रीलंका, बांगलादेश, अल्जेरिया इ. देशातील नागरिकांच्या निराधार मुलांच्या पुनर्वसनाचा मोठा प्रश्न आहे. 'सॉलिडॅरिटी जेऊनेसी' ही संस्था अशांसाठी कार्य करते. निराधार युवकांना (हो, युवकांनाही तिथे दत्तक घेतले जाते.) दत्तक घेणे, त्यांना अर्थसहाय्य उपलब्ध करून देणे, निवारा उपलब्ध करून देणे, अल्पदरात भोजन व्यवस्था उपलब्ध करून देणे, रोजगार, व्यवसाय इ. संबंधी माहिती व मार्गदर्शन देणे, अशी कामे करून ही संस्था अनाथ, निराधार युवकांच्या पुनर्वसनास सहाय्य करते.

या सर्व पार्श्वभूमीवर आपल्याकडील अनाथ, निराधार बालकांच्या संगोपन व पुनर्वसनविषयक योजनांचे चित्र डोळ्यांसमोर आल्याशिवाय राहत नाही. आपल्याकडे 'अर्भकालय' नावाची शासन योजना आहे. त्या योजनेअंतर्गत अर्भकामागे अवघे १२५ रु. मासिक दिले जातात (आता रु. ५००). तेही अनियमितपणे. या योजनेत मुलांचा सांभाळ करायला दाई, परिचारिका, डॉक्टर, समाजसेविका, बेबी सीटर लागतात हे सरकारला अनेकवेळा सांगून अजूनही पटत नाही. कळते पण वळत नाही अशी काहीशी स्थिती आहे. बालगृह, अभिरक्षणगृहसारख्या संस्थांत किमान भौतिक, भावनिक व शैक्षणिक सुविधा अद्याप उपलब्ध करून देण्यात आलेल्या नाहीत. ० ते १८ सर्व वयोगटांसाठी एकच निर्वाहभत्ता दिला जातो. कर्मचारी वर्ग

अपुरा आहे. त्यांना निवृत्तीसारखी प्राथमिक सामाजिक स्वास्थ्याची योजनाही लागू करण्यात आलेली नाही. या संस्थांतील वातावरण अजूनही तुरुंगसदृश आहे. मुलांना कोंडून ठेवणे, एकच पोषाख, मुले अनवाणी असतात. ऊनपावसासाठी छत्री, रेनकोट, स्वेटरसारख्या सुविधा उपलब्ध करून देणे म्हणजे अधिकाऱ्यांना अद्याप चैन वाटते. याला काय म्हणावे? अनुरक्षण गृहांबद्दल न लिहिणे शहाणपणाचे ठरावे. फ्रान्समधील अनाथ, निराधार बालकांचे संगोपन व पुनर्वसनविषयक काम पाहताना आपण या क्षेत्रात किमान सुविधाही उपलब्ध करून देऊ शकलेलो नाही या जाणिवेने अपराध्यासारखे वाटले. शासन व समाजाने अशा संस्थांसाठी उदारपणे सहाय्य करायला हवे तर या मुलांना त्यांचे 'स्वराज्य' बहाल करता येईल.

३९

युरोपातील सर्व राष्ट्रांची सरकारे आपापल्या राष्ट्रांचा उल्लेख 'कल्याणकारी राज्य' (Welfare State)असा करत असतात, तो नावापुरता नाही. तिथे मनुष्य सोडाच, सरकार प्राण्यांच्या स्वास्थ्याचा पण किती विचार करते हे ऑस्ट्रियाच्या दौऱ्यावर असताना माझ्या लक्षात आले. तिथे हिवाळ्यात मोठ्या प्रमाणात बर्फ पडतो नि तेथील पारंपरिक घोडा गाड्या (बग्गी) बंद पडतात. या काळात तेथील प्रागतिक सरकार घोडागाडीवाल्याला निर्वाह भत्ता देऊनच थांबत नाही तर मालकाकडून घोड्याची आबाळ होऊ नये म्हणून त्याच्या दाणापाण्यासाठी स्वतंत्र निर्वाह भत्ता देते, हे पाहून मी सर्दच झालो. अनाथ, अपंग, मतिमंद, अंध, वृद्ध होणे यातनामय खरेच, पण असे जीवन जगणे आलेच तर ते युरोपातील देशात यावे असे तेथील सामाजिक व शैक्षणिक संस्था पाहत असताना क्षणोक्षणी मला जाणवत राहायचे. 'सामाजिक स्वास्थ्याची पंढरी' असा युरोपचा केला जाणारा उल्लेख सार्थच म्हणायला हवा.

या दौऱ्यात मी विविध देशांत ज्या सामाजिक व शैक्षणिक संस्था पाहायचे योजले होते, त्यात मतिमंद मुलांच्या शाळा पाहण्यास मी अग्रक्रम देत राहायचो.

त्याला स्वानुभवी नि स्वदेशी असे कारण होते. आपल्याकडे मतिमंद बालकांच्या प्रश्नाची अक्षम्य आबाळ झाली आहे. मतिमंद बालकांची संख्या व त्यांना शिक्षण, निवास, प्रशिक्षण, मार्गदर्शन देणाऱ्या संस्था यांचे आपल्याइतके विषम प्रमाण अन्यत्र क्वचितच असेल. पॅरिस, लंडन, बर्न, फोरेन्स, रोम, ॲमस्टरडॅम, ब्रुसेल्स, व्हिएन्ना, बर्लिन, म्युनिक, झुरीचसारख्या शहरांत आपल्या उलट परिस्थिती मी अनुभवली.

युरोपात मुले व वृद्ध ही जशी राष्ट्राची जबाबदारी असते, तशी अंध, अपंग, मतिमंद, अनाथ बालकांची जबाबदारी तेथील शासन स्वीकारत असते. घरी जन्माला येणाऱ्या प्रत्येक मुलाची आरोग्य, बौद्धिक तपासणी ही अनिवार्य करण्यात आल्याने मतिमंद मूल जन्माला येताच ते ओळखले जाऊन उपचार सुरू हातात. आपल्याकडे मतिमंद मूल शाळेत जायच्या वयात लक्षात येते. तोवर बराच काळ गेलेला असतो. असे मूल लक्षात येताच तेथील समाज सुरक्षा अधिकारी (Social Defence Officer) वा समाज कार्यकर्ता-या पदावर बहुधा महिला कार्यरत असतात, त्यांच्या पालकांना आरोग्य, उपचार, प्रशिक्षण, मार्गदर्शन इ. साठी स्वत: पुढे येऊन मदत करतो. पालक गरीब असो वा श्रीमंत, शासन या मुलांच्या विशेष काळजीसाठी पालकांना स्वत:हून अतिरिक्त सहाय्य करते. अशा मुलांकडे पालकांचे दुर्लक्ष हा तेथील व्यवस्थेत अमानुष प्रकार मानून दखलपात्र गुन्हा समजला जातो. या व्यवस्थेमुळे मूल मतिमंद असल्यास प्राथमिक स्तरावरच उपचार सुरू होतात. फ्रान्समधील एका प्रसूतिगृहात गर्भावस्थेत मूल सामान्य की मतिमंद आहे, याची तपासणी करण्याचा विभाग व उपचार केंद्र पाहिल्याचे आठवते.

शाळापूर्व वयात अशा मुलांची प्रारंभिक आरोग्य व बौद्धिक चाचणी घेऊन अशा मतिमंद मुलांची वर्गवारी केली जाते. मतिमंद मुलांमध्ये मर्यादित बुद्धिमत्ता, भोवतालची परिस्थिती, समजण्याची असमर्थता, स्वत:ची काळजी घेता न येणे, अपुरा व्यक्तिविकास, अपुरे सामाजिक समायोजन इ. त्रुटी आढळून येतात. काही मुलांत निर्माण झालेल्या आक्रमक प्रवृत्तीमुळे ती काहीशी प्रक्षोभकही असतात. त्यांच्या बुद्धिगुणांकाधारे त्यांचे सीमान्त, सौम्य, सर्वसाधारण, तीव्र, अतितीव्र, मतिमंद असे वर्गीकरण करून वर्गीकरणानुसार शिक्षण, प्रशिक्षण, उपचारादी व्यवस्था करण्यात येते. मी अनेक ठिकाणी अशा संस्था पहिल्या तरी पॅरीसमधील 'इन्स्टिटयूट मेडिकल एज्युकेटीव' नावाची संस्था मला या क्षेत्रात आदर्श वाटली. या आदर्शाचे दर्शन प्रवेशद्वारावर असलेल्या या नावानेच झाले. तिथे मतिमंदांना औपचारिक शिक्षण देणाऱ्या शाळा नाहीत, ती वैद्यकीय उपचार व प्रशिक्षण केंद्रे म्हणून विकसित करण्यात आली आहेत.

१५ मे १९९०चा दिवस मला चांगला आठवतो. पॅरिसच्या 'ला डिफेन्स' या नगररचना संकुलास भेट देऊन मी, माझे काही सहकारी यांनी मेट्रोने पॅरिसच्या ऑर्ली उपनगराकडे कूच केले. स्टेशनच्या बाहेर इन्टिट्यूट मेडिकल एज्युकेटीवचे संचालक प्राचार्य जातीने बस घेऊन स्वागतास उपस्थित होते. ती संस्थेची 'स्कूल बस' होती. तिच्यातील बैठक व्यवस्था मुलांच्या बारीकसारीक गरजा पाहून केलेली आढळली. दप्तर ठेवायची जागा, वॉटर बॅग हूक, बसल्यावर बांधायचे पट्टे, वयानुरूप सुलभ व्हावी अशी छोटी-मोठी आसने, आतील बालरंजक सजावट,

किती सांगावे? संस्थेत मतिमंद मुलांनी केलेले सहज स्वागत आपल्याकडे दुर्लभ वाटावे असे नि काहीसे कोड्यात टाकणारे.

युरोपात कोणतीही संस्था ते गेल्याबरोबर अपवादानेच दाखवतात. प्रारंभी प्राचार्यांनी आपली संस्था, कार्य, पद्धती, सुविधा इ. ची विस्तृत माहिती दिली. अशी माहिती खानपानाच्या अतिथ्यशील वातावरणात दिली जात असल्याने कळत नकळत अनौपचारिक वातावरण निर्माण होत असते. या उपचारानंतर त्यांनी सर्व संस्था दाखवली. पन्नास मतिमंद मुलांच्या शाळेत जवळ-जवळ तेवढाच कर्मचारी वर्ग होता. संचालक, डॉक्टर, शिक्षक, व्यवसाय मार्गदर्शक, समाज कार्यकर्ता, मनोवैज्ञानिक, नर्स, कला-शिक्षक, संगीत तज्ज्ञ किती पदे सांगावीत. या संस्थेत येणाऱ्या मुलांचे त्यांनी साधारणपणे तीन वर्ग केल्याचे आढळले - १) शिक्षण देता येण्याजोगे मतिमंद, २) कौशल्ये शिकवता येण्याजोगे मतिमंद, ३) अतिमतिमंद.

शिक्षण देता येण्याजोगी जी मतिमंद मुले असतात, त्यांच्यासाठीची शिक्षण व्यवस्था आपल्याकडील शाळांसारखी असली तरी ती साधनसंपन्न असते. प्रत्येक मुलास स्वतंत्र टेबल खुर्ची, सनमायकाचे पांढरे शुभ्र फळे, (तिथल्या शाळेत 'Black - Bord' हा शब्द इतिहास जमा झाला आहे), त्यावर सप्तरंगी स्केच पेननी लिहिण्याची व्यवस्था, स्पष्टीकरणासाठी पेपर बोर्ड, प्रोजेक्टर, कितीतरी साधने. शिक्षक दररोज शाळा सुरू होण्यापूर्वी किमान एक तास शाळेत येतात.साधनांची जुळवाजुळव, वर्गरचना, आकृती, मुलांना द्यायचे पूरक साहित्य यासाठी हा वेळ. तीच गोष्ट शाळा सुटल्यावर उद्याच्या नियोजनासाठीच्या तासाची. ही तयारी सैध्दांतिक असते. ज्यांचा बुद्धिगुणांक ५० ते ८०च्या दरम्यान असतो, अशांसाठीच्या या व्यवस्थेत अक्षर ज्ञान, उच्चारण, समायोजन, संगीत, चित्रकला असे कितीतरी विषयांचे ज्ञान दिले जाते.

कौशल्ये शिकवता येण्याजोग्या मतिमंद मुलांच्या विभागात ट्राफिक पार्क, बँक, रेल्वे स्टेशन, टेलिफोन बुथ, तिकिटे काढायची यंत्रे, शिवाय सुतारकाम, बेकरी, मुद्रण, स्मिथी, फॅब्रिकेशन असे कितीतरी विभाग होते. या विभागात २० मुलांच्या शिक्षणाची सोय होती. १० ट्रेड्सची सोय करण्यात आली होती. प्राचार्यांनी सांगितले की आणखी दहा विभाग सुरू करण्याची विस्तार योजना लवकरच क्रियान्वित होईल. मी अभावितपणे उद्गारलो, 'This is too Luxurious?' प्राचार्य उत्तरले, 'Essential too' आणि त्यांच्या दृष्टिकोनापुढे मी निरुत्तर झालो.

या विभागात मुलांना स्वावलंबी बनवण्यावर भर दिला जातो. मुलांना स्वत: रस्ता ओलांडता यावा, वाहतुकीचे नियम कळावे, रेल्वेचे वेळापत्रक वाचता यावे, समजावे, मशिनने तिकीट काढता यावे,फोन करता यावा, बँकेतील मशीनद्वारे पैसे

काढणे, ठेवणे, स्वतंत्रपणे सहलीस जाणे, सप्ताहकालीन शिबिरे इ. अनेक प्रकारे या मुलांच्यात आत्मविश्वास निर्माण करण्याचा जाणीवपूर्वक प्रयत्न केला जातो. अशा प्रयत्नात शिक्षकाची भूमिका मार्गदर्शकाच्या मर्यादेत असते. येथील शिक्षक-प्रशिक्षक मुलांशी ज्या संयम, सौजन्याने, अनौपचारिकपणे वागत असतात, ते पाहिले की आपल्याकडील अशा शाळातील शिक्षणात मातृत्व व भ्रातृत्व विकसित करण्यास भरपूर वाव असल्याची जाणीव होते.

अतिमतिमंद मुलांच्या शिक्षण व्यवस्थेत वैद्यकीय, शारीरिक, मानसिक उपचारांवर भर अधिक असतो. मेंदू, स्नायू, मज्जातंतू, विकासाच्या कितीतरी उपचार सदनिका या शाळेत होत्या. प्रत्येक विभागात तज्ज्ञाची नियुक्ती करण्यात आली होती. या विभागांची शरीरोपचार, मनोचिकित्सा, वाचाविकार निराकरण, स्नायू नियंत्रण विभाग अशी विभागणी करण्यात आली होती.

याशिवाय महत्त्वाची गोष्ट म्हणजे या शाळेत काही सामूहिक सोयी होत्या. उदा. रंजन कक्ष. त्यात चित्रपट, व्हिडिओ, कॅसेटस इ. ऐकण्या-पाहण्याची सोय होती. एक मुक्तछंद केंद्र होते. चित्रकला, हस्तव्यवसाय, जोडकाम इ. सोयी होत्या. एक खेळघर होते. बागेत असणारी घसरगुंडी मातीऐवजी छोट्या छोट्या प्लॅस्टिक, रबरच्या चेंडूनी वेढलेली आढळली. चौकशी करता समजले की खेळ हा देखील उपचार पद्धतीचा एक भाग मानला जातो. स्नायूविकास केंद्राच्या शिक्षकांनी ती मुद्दाम बनवून घेतली होती.

या शाळेत सर्व परिसर हिरवळीने घेरलेला होता. जागोजागी टुलीफच्या रंगीबेरंगी फुलांचे ताटवे होते. जागोजागी सौंदर्यदृष्टीचा परिचय देणारी रचना होती. सुहास्यवदन शिक्षक होते. धडधाकट मूल म्हणून भारतात शिकण्यापेक्षा मतिमंद म्हणून युरोपात शिक्षण घेणे अधिक सुख देणारे वाटले. मतिमंद मुलांच्या युरोपातील शाळा दोन प्रकारच्या आहेत-निवासी व अनिवासी. निवासी शाळांची कल्पना त्यांना मान्य नाही. मूल घरच्या वातावरणात वाढले तर त्यांचा बौध्दिक विकास सहज व गतीने होतो, अशी त्यांची धारणा आहे नि ती बरोबर आहे. उपचार सातत्य आवश्यक असलेल्या मुलांसाठीच ते निवासी शाळा पसंत करतात. या शाळा दोन्ही प्रकारच्या आहेत. शासकीय व खाजगी. खाजगी शाळांना शासन आपल्या संस्थांइतकेच अनुदान देते. खासगी, शासकीय असा आपल्यासारखा भेदाभेद नाही. शासन नागरिकांकडून सामाजिक सुरक्षा योजनेसाठी कर गोळा करते. तेथील स्थानिक स्वराज्य सरकारे अशा संस्था चालवितात.

या सर्व पार्श्वभूमीवर आपण विचार केला तर आपल्या लक्षात येईल की आपण येथील मतिमंद मुलांसाठी बरेच केले असले तरी बरेच करायचे बाकी आहे. विशेषतः शासन व समाजाचा मतिमंदांच्या शिक्षण, प्रशिक्षण, सेवायोजन, उपचार

इ. संबंधातील दृष्टिकोनात सुधारणेस भरपूर वाव आहे, हे मान्य करायला हवे. तेथील अशा सामाजिक संस्था शारीरिक, मानसिक व सामाजिकदृष्ट्या अपंग असलेल्या मुलांना सामान्य (नॉर्मल) करून मुख्य प्रवाहात आणण्यावर अधिक भर देतात. आपणाकडे अशा संस्था दया नि दातृत्वाची स्मारके म्हणून विकसित होत आहेत हे अधिक क्लेषकारक तर आहेच पण या मुलांच्या भवितव्याचा विचार करता ते अमानुष आहे. यावर गांभीर्याने विचार करायची वेळ येऊन ठेपली आहे. अशा संस्थांचे जाळे आज भारतात केवळ महानगरपातळीवर दिसून येते. ते भविष्य काळात शहर, गाव पातळीवर पसरवायची गरज आहे. ग्रामीण भागात आवश्यक जागृतिअभावी विकासाची शक्यता असलेली मुले वेडी म्हणून उपेक्षिली जातात हे विदारक सत्य आहे. त्यांच्या उच्चाटनासाठी प्रचार व प्रसार माध्यमे मोलाची भूमिका बजावू शकतील. प्रश्न आहे तो प्राधान्य देण्याचा. भविष्यकाळात ते मिळण्यासाठी जाणीवपूर्वक प्रयत्न होणे गरजेचे आहे.

युरोपातील महिला व बालकल्याण संस्था भौतिकदृष्ट्या संपन्न आहेत. संस्थाबाह्य सेवांवर त्या अधिक भर देतात. शासन कल्याणकारी कार्य आपली जबाबदारी मानते. अशी कार्य करण्यानेच आपलं राष्ट्र 'कल्याणकारी राज्य' (Welfare State) ठरतं अशी त्यांची धारणा आहे. तेथील अनाथालयात नवजात अर्भक विभाग, आहार केंद्र, पालक कक्ष, निर्जन्तुकीकरण व्यवस्था, पुनर्वसन केंद्र, खेळघर, संग्रहालय, पक्षीघरसारख्या सुविधा असतात. कर्मचाऱ्यांना घसघशीत पगार असतो. पितृत्व, मातृत्ववृत्ती ही कर्मचारी पालकांची निवड-कसोटी असते.

युरोपला 'बालकल्याणाची जगपंढरी' मानलं जातं. अनाथाश्रमासारख्या संस्थेत जन्मून, जगून वाढलेल्या माझ्यासारख्याला या पंढरीचा वारकरी होऊन वारी करतानाचा आनंद नवी जाग, जाण देणारा ठरला. मी युरोपातून आल्यावर संस्थाबाह्य सेवेकडे लक्ष केंद्रित केलं. बालकल्याण संकुलात 'वनस्थळी'च्या निर्मलाताई पुरंदरेंच्या पुढाकारानी 'स्वाध्याय व व्यक्तिमत्त्व विकास' प्रकल्प सुरू केला. 'युनिसेफ' च्या सहकार्यानी 'बाल संगोपन योजना' सुरू केली. महाराष्ट्रातील अनाथाश्रम, रिमांड होममध्ये संस्थाबाह्य सेवा विकसित व्हाव्यात म्हणून चर्चासत्रे, कृतिशाळा, दत्तक प्रबोधन उपक्रम राबवले. युरोपच्या प्रवासाने माझ्या मनाभोवतीची संस्थांची चिरेबंदी ढासळली. जर्मनीतील जगप्रसिध्द बर्लिनची भिंत पाडणाऱ्यांपैकी मी एक होतो, तसा संस्थांची भिंत पडावी म्हणून प्रयत्न करणाऱ्यांच्या जथ्याचं नेतृत्वही महाराष्ट्रात मी करू शकलो याचा आनंद कृतकृत्यतेचा होता खरा!

बर्लिनची ऐतिहासिक भिंत पडत असताना रशियाच्या पूर्व जर्मनीवरील जुलमी लष्करी राजवटीवर हातोडे घेऊन प्रहार करणाऱ्या जगभरच्या स्वातंत्र्यप्रेमी नागरिकांच्या जथ्यातील मी एक वाटसरू होतो, याचा मला अभिमान वाटतो.... ज्या भिंतीवर

कधीकाळी रशियन लष्करी बंदूकधाऱ्यांची करडी नजरबंदी होती, त्याच भिंतीवर असा जुलूम परत जगात कुठेही होऊ नये म्हणून निर्धाराने जगभरच्या स्वातंत्र्यप्रेमी नागरिकांनी वामनाचा तिसरा पाय ठेवून जुलमी राजसत्तेला पाताळात धाडलं. त्यातलं एक पाऊल माझंही होतं.... ती आठवण मी कधीही विसरू शकणार नाही.... माणसं हिरे, माणकं, जडजवाहिर जपतात... मी जपलाय बर्लिनच्या त्या रक्ताळलेल्या भिंतीचा एक तुकडा .... स्वत: हातोडा मारून उकरलेला .... माझ्यासाठी तर तो आयुष्याचा अमोल ठेवा आहे.

३० मे १९९० रोजी पश्चिम बर्लिनच्या 'चार्ली चेकपॉईंट ' वरून असाच तात्पुरता परवाना घेऊन मी पूर्व जर्मनीत प्रवेश केला होता. तो रोमांचक क्षण आजही जसाच्या तसा माझ्या डोळ्यासमोर आहे .... युरोपच्या प्रवासात फ्रान्स, स्वित्झर्लंड, इटली, ऑस्ट्रियाचा दौरा करून मी पश्चिम जर्मनीत प्रवेश केला होता. म्युनिक, हॅनोव्हर शहरांची भटकंती करून 'बर्लिनची भिंत' पाहण्याच्या, पाडण्याच्या अनिवार ओढीतून पश्चिम बर्लिनच्या 'झुऑलॉजिकल गार्डन' स्टेशनवर उतरलो. सर्वत्र जर्मन भाषेचा बोलबाला होता. मला त्या भाषेतील 'ओ' की 'ठो' येत नव्हते. जर्मन नागरिक सामान्यपणे जर्मन बोलणेच पसंत करतात. राष्ट्राभिमानी लोक एक तर जर्मनमध्ये नाही तर जपानमध्येच पाहावेत! महत्प्रयासाने मी एक विदेशी पर्यटक गाठला. ते इंग्लंडचे गृहस्थ होते. भारतातील ब्रिटिशांची पुण्याई (?) इंग्रजी उपयोगाला आली. बर्लिनमध्ये काय काय पाहण्यासारखे आहे, म्हटल्यावर रॉबर्ट मिचेल म्हणाला होता, 'तुम्ही बर्लिनमध्ये काही पाहा न पाहा, पण भिंत पाहायला जा. कारण ती परत पाहता येणार नाही'. त्याच्या म्हणण्यातील गांभीर्य लक्षात घेऊन मी चार्ली चेक पॉईंटची बस पकडली. पश्चिम बार्लिन डोळेभर पाहत 'चार्ली चेकपॉईंट' वर उतरलो. अर्ध्यामुर्ध्या पडलेल्या त्या भिंतीवर भाड्याने छिन्नी हातोडा घेऊन प्रहार मारणारे कितीतरी देशी-विदेशी नागरिक मी पाहिले .... अनुभवले .... स्तब्ध व निष्क्रिय रशियन सैनिकही पाहिले ... त्यांच्या खांद्यावर बंदुका होत्या पण बहुधा उलट्या.... अस्ताला गेलेल्या आपल्या अन्यायी राजवटीला जणू शोकसलामी देतच ते उभे होते. नि:स्तेज, निष्प्राण, निष्क्रिय....!

मे १९९०मध्ये मी पूर्व नि पश्चिम अशी बर्लिनची दोन्ही रूपं पाहिली! सकृतदर्शनी दोन्ही बर्लिनमध्ये असणारे महदंतर क्षणात लक्षात यायचे! नाही म्हटले तरी पूर्व बर्लिनवर उदासीचं सावट गडदच होतं! तेथील गॅस्टेपोचे मुख्यालय पाहताना सन १९९० मध्येदेखील माझ्या अंगावर सन १९३५चा शहारा आल्याशिवाय राहिला नव्हता! आता बर्लिनची भिंत नाही. नाही म्हणायला या भिंतीचे अवशेष, टॉवर्स अनेक युरोपीय देशातील वस्तुसंग्रहालयात आढळतात. पॅरिसच्या 'ला डिफेन्स' या नियोजन परिषदेच्या इमारतीच्या मुख्यद्वारासमक्षच या भिंतीचे अवशेष

उभे करण्यात आले आहेत. जणू ते येणाऱ्या जाणाऱ्या प्रत्येक स्वातंत्र्यप्रेमी नागरिकास सांगत असतात, 'यापुढे 'बादशहा', 'हुकूमशहा' होणे नाही. (तरी मुशर्रफ होतोच!) नुसत्या दडपशाहीच्या जोरावर साम्राज्य टिकवणे खर्चाचे असते. शिवाय त्यातून शत्रू निर्माण होत असतात'. गेल्या १३ ऑगस्ट, १९९८ला जर्मनवासीयांनी ७० मीटर लांबीचा एक स्मृतिपट्टा भिंतीच्या जागी आखून स्मारक म्हणून जपलाय! परत बळीचं राज्य येऊ नये म्हणून! कुणाचा अकारण, अमानुष बळी जाऊ नये म्हणून! इतिहासाची पुनरावृत्ती होते म्हणतात ते खरंच! पण दुष्ट साम्राज्याची पुनरावृत्ती मात्र कुठंही, कोणत्याही झेंड्या वा विचाराखाली होता कामा नये! ९ नोव्हेंबर या दिवसाने विसाव्या शतकात तीनदा हेच सांगितलं! निदान एकविसाव्या शतकात तरी याची पुनरावृत्ती होणार नाही, अशी आशा करूया!!

४०

माझ्या व्यक्तिगत जीवनात मी मूल्यांना असाधारण महत्त्व देत आलोय. आपलं काम स्वविवेकाच्या कसोटीवर चोख करण्याचा परिपाठ मी पाळत आलोय. त्यामुळे कुणी चेष्टेनं जरी कामचुकार म्हटलं तरी मी ते गंभीरपणे घेत आलोय. १९८८-८९ सालचीच गोष्ट असेल. त्यावर्षी माझ्याकडे महावीर महाविद्यालयाच्या अंतर्गत परीक्षा विभागाचे प्रमुख पद होते. तो काळ महावीर महाविद्यालयाच्या दृष्टीनेही कसोटीचा काळ होता. तत्कालीन प्राचार्य डॉ. बी. बी. पाटील यांच्याविरुद्ध विद्यार्थी, प्राध्यापक नि कर्मचाऱ्यांचे संयुक्त आंदोलन सुरू होते. अशा प्रतिकूल परिस्थितीत परीक्षा प्रमुख होणे जोखमीचे होते म्हणून मी घेत नव्हतो. पण माझे ज्येष्ठ सहकारी व मार्गदर्शक, प्राध्यापक संघटनेचे अध्वर्यू प्रा. संभाजीराव जाधव यांनी कुणी तरी ज्येष्ठ प्राध्यापकानी प्राप्त प्रतिकूल परिस्थितीत हे पद स्वीकारले पाहिजे असे सुचवल्यावरून मी ते स्वीकारले. मी माझ्या विवेकास स्मरून नंतर कार्य करत होतो, परीक्षा वेळापत्रकावरून प्रा. संभाजीराव जाधवांनी 'परीक्षा समिती व्यवस्थित काम करत नाही' असं अनौपचारिकपणे व्यक्त केलेलं मत मी गंभीरपणे घेतलं नि मी माझ्या नोकरीचा राजीनामा कृती समितीचे निमंत्रक प्रा. विजयकुमार मगदूम (मानस) यांच्याकडे सुपूर्द करून तत्क्षणी महाविद्यालय सोडले. पुढे याप्रश्नी प्रा. संभाजीराव जाधव यांनी आपले विधान अप्रस्तुत असल्याचे स्पष्ट केल्यावरून मी राजीनामा मागे घेतला नि रुजू झालो. प्रा. संभाजीराव जाधव यांचे कार्य, कर्तृत्व हा नेहमीच माझ्या आदर्श, आकर्षण नि अनुकरणाचा विषय राहिला आहे. त्यांचे समर्पण केवळ वादातीत!

पाहता-पाहता वर्ष उलटले. अंतर्गत परीक्षांचे निकाल जाहीर झाले नि प्राचार्यांनी परीक्षेचे सारे अभिलेख मागितले. निकाल जाहीर केल्यानंतर अभिलेख (रेकॉर्ड) मागितले तशी माझ्यासह सर्व प्राध्यापकांच्या मनात पाल चुकचुकली. त्यावर्षी प्राचार्य महोदयांनी सर्वांचे सेवा अभिलेख खराब करायचा सपाटाच लावला होता. परीक्षा मंडळाच्या बैठकीत रेकॉर्ड न द्यायचे ठरले. त्यावेळी श्री. महावीर भूपाल देसाई संस्थेचे विश्वस्त होते. शिवाय ते महाविद्यालयाचे प्रशासन पाहायचे. त्यांच्या कानावर ही गोष्ट गेली. 'तुमच्यावर काही बालंट येणार नाही असे मी पाहीन' अशी देसाई साहेबांनी हमी दिल्यावरून आम्ही रेकॉर्ड त्यांच्या मार्फतच प्राचार्यांकडे सुपूर्द केले. व्हायचे तेच झाले. त्यांनी परीक्षेतील विविध प्राध्यापकांनी तपासलेल्या उत्तरपत्रिका व गुणतक्ते पडताळून गैरमेळांचा जावईशोध लावला. संबंधित प्राध्यापकांना प्रमादाबद्दल समज, ज्ञापन द्यायचे बाजूला राहिले. त्यांनी परीक्षाप्रमुख म्हणून मला वेठीला धरले नि समज देऊन माझी वर्षाची वेतनवाढ रोखली.

प्राचार्यांचा माझ्यावर रोष होता. मी त्यांच्या विरुध्दच्या कृती समितीत सक्रिय होतो. मोर्चांचे, निदर्शनांचे नेतृत्व करायचो. भाषणे द्यायचो. चोर सोडून संन्याशाला फाशी देण्याच्या प्राचार्यांच्या या अन्याय्य कृतीविरुद्ध मी दाद मागितली. संस्थेने तथ्यान्वेषण करून मी निर्दोष असल्याचा निर्वाळा दिला नि माझी वेतनवाढ रोखण्याची प्राचार्यांची कृती अनधिकार स्वरूपाची व गैर असल्याचे स्पष्ट करून शिक्षा रद्द केली पण समज कायम ठेवली. मी संस्थेकडे 'समज' देण्याविरुद्ध दाद मागितली. मी जर निर्दोष आहे तर 'समज' कशाबद्दल! असा साधा मुद्दा होता. समज द्यायची तर संबंधित प्राध्यापक, लिपिकांना द्यायला हवी होती. त्यावेळी संस्थेचे चेअरमन डॉ. ग. श्री. मिरजे व सचिव श्री. बी. बी. पाटील (माजी नगराध्यक्ष) होते. समाजातील माझे प्रतिष्ठित स्थान लक्षात घेता त्यांना हा ठपका ठेवायचा होता. त्यांचा होरा लक्षात घेऊन मी वर्षभर अर्ज, विनंत्या करत राहिलो पण मंडळी काही दाद देईनात.

मग मात्र मी मूल्यांची माझी लढाई तडीस नेण्याचे ठरवले. एक महिन्याची पूर्व सूचना देऊन आत्मक्लेषाचा मार्ग स्वीकारायचे ठरवले. महिना उलटला तरी संस्थेने काही केले नाही. ठरल्याप्रमाणे १ जानेवारी १९९१ रोजी सर्व विद्यार्थी, प्राध्यापक, कर्मचारी बांधवांना भूमिका विशद करून संस्था कार्यालयासमोर आमरण उपोषण सुरू केले. समाजापुढे मी माझी बाजू मांडली. दुसऱ्या दिवशी सर्व प्राध्यापक, कर्मचारी वर्गांनी माझ्या आमरण उपोषणास पाठिंबा दिला. शिवाजी विद्यापीठ शिक्षक संघाने (सुटा) मोर्चा काढला. शहरातील सर्व लोकप्रतिनिधी, सामाजिक संस्था, संघटनांनी उत्स्फूर्त पाठिंबा दिला. तिसऱ्या दिवशी सर्व विद्यार्थी कॉलेज बंद

करून रस्त्यावर उतरले. उपोषणाच्या तिसऱ्या दिवशी माझी प्रकृती चिंताजनक बनली तशी संस्थेची मंडळी जमिनीवर आली. तत्कालीन संस्था कार्यकर्ते तात्यासाहेब पाटणे, ॲड. के.ए. कापसे प्रभृतींनी पुढाकार घेऊन रोखलेली वेतनवाढ परत करणे व समज मागे घेणे या दोन्ही मागण्या मान्य केल्या नि महावीरच्या या महाभारताचे हे 'शल्यपर्व' संपुष्टात आले. पुढे प्राचार्य घरी गेले. संस्थेत खांदेपालट घडून आला. या सर्वांत प्राध्यापक, कर्मचारी, विद्यार्थी-संघटना, सामाजिक संस्थांची भागीदारी मोठी होती.

या शल्यपर्वाने मला अधिक कार्यप्रवण व कर्तव्यदक्ष बनवले. लोकविश्वासाच्या बळाने माझा विवेक अधिक प्रगल्भ झाला. प्रा. संभाजीराव जाधव यांचे मार्गदर्शन व साथ न लाभती तर त्याकाळी माझे तर सोडाच पण महाविद्यालयाचे अस्तित्व टिकणे अशक्य होते. आज माझे महावीर महाविद्यालय कोल्हापुरातील एक आदर्श महाविद्यालय मानले जाते ते मूल्याधिष्ठित शिक्षणाच्या जाणीवपूर्वक प्रयत्नांची पराकाष्ठा केली जाते म्हणून. एखाद्या माणसाची छोटी लढाई ही समाज, संस्थेच्या दृष्टीने मोठी चढाई असते, हे शल्यपर्वाने मला शिकवले. माझ्या प्रत्येक छोट्या लढाया मोठ्या चढाईच्या पायऱ्या ठरत आल्यात. समाज, देश अशा प्रश्न लावून धरण्यातूनच घडत असतो, अशी माझी धारणा आहे. तत्त्व आणि मूल्यांच्या अशा कितीतरी लढाया मी एकट्याने लढल्या. मी वेगळा घडलो, झालो, याचे श्रेय माझ्या अशा प्रयत्नांत दिसून येते.

४१

अनेक सामाजिक संस्था मोठ्या उदात्त हेतूने स्थापन होतात पण तितक्याच उदात्त हेतू व ध्येयवादाने प्रयत्नांची शर्थ करणारे कार्यकर्ते कालौघात संस्थेस लाभले नाहीत तर त्या संस्थेची दुरवस्था होण्यास वेळ लागत नाही. असेच कोल्हापूरच्या अनाथ महिलाश्रम संस्थेचे झाले. १९३७मध्ये चित्रतपस्वी भालजी पेंढारकर, प्रिंसिपॉल शं. गो. दाभोळकर, प्रभृती हिंदू महासभेच्या कार्यकर्त्यांनी कुमारीमाता, परित्यक्ता, विधवांच्या रक्षणार्थ 'हिंदू विमेन्स रेस्क्यू होम सोसायटी' तर्फे 'करवीर अनाथ हिंदू महिलाश्रम' स्थापन केला. पहिल्या फळीच्या कार्यकर्त्यांनी निष्ठेने १९७७ पर्यंत कार्य करून नव्या सहकारी पिढीकडे कार्य सोपवले. नव्या पिढीने ते संस्थेच्या सुवर्ण महोत्सवापर्यंत (१९८७) कसेतरी पेलले. प्रत्यक्षात १९८९ला सुवर्ण महोत्सव साजरा करून मंडळींनी थांबण्याचा निर्णय घेतला.

या दरम्यान सन १९८५ पासून बालकल्याण संकुलात महिलाश्रमचे कार्यकर्ते

सक्रिय झाले तसे दोन्ही संस्थांतील गुणात्मक फरकाची चर्चा सुरू झाली. मी महिलाश्रमाच्या कामातही सक्रिय होतो. तेथील पारंपरिक मंडळींना माझ्या सुधारणा पटायच्या, पण रुचायच्या नाहीत. तेरेदेस होम्स (जर्मनी) संस्थेचं अनुदान बंद झालं तशी संस्थेची आर्थिक नाकेबंदी झाली. अहंकार नि व्यवहार यात नेहमी व्यवहाराचीच सरशी होते. तसेच झाले. अनाथ महिलाश्रमच्या पदाधिकारी व कार्यकर्त्यांनी एकदा अनौपचारिकपणे संस्थेच्या विलीनीकरणाचा प्रस्ताव माझ्यासमोर ठेवला. मी प्राथमिक माहिती घेतल्यावर लक्षात आले की संस्थेची मोठी देणी आहेत. हिशोब अपूर्ण आहेत. मुला-मुलींची मोठी आबाळ होते आहे.

अनाथ मुलं हा माझ्या कामाचा 'नर्म बिंदू' (विक पॉइंट) होय. मग ती रिमांड होमची असोत की अनाथाश्रमाची. मी बापूंशी चर्चा केली. संकुलाच्या पदाधिकाऱ्यांशीही बोललो. एका पदाधिकाऱ्याचा अपवाद वगळता सर्वांनी होकार भरला. तत्कालीन जिल्हाधिकारी शिवाजीराव देशमुख यांनी या प्रश्नी मोठी सकारात्मक भूमिका घेतली नि आम्ही १० जून, १९९१ पासून ती संस्था विधिवत पाहू लागलो. संस्थेचा कार्यभार हाती घेण्यास गेलो तर कळालं की तिथल्या अधीक्षिका उमा शिंदे रात्रीत बेपत्ता झाल्यात. मुलींकडून कळलं की रात्री रिक्षातून मोठ्या प्रमाणात संस्थेचं साहित्य हलवलं गेलंय. हिशोब विचारला तर साराच आनंदी आनंद होता. हजेरी पटाप्रमाणे मुली मोजल्या तर चांगल्या दहा पंधरा कमी भरल्या. संस्थेतल्या मुलींकडूनच माहिती मिळाली की अमूक मुलगी तमुकांच्या घरी कामाला आहे. संस्थेनं देणगीच्या आमीषानी त्या मुली घरोघरी कामाला ठेवल्या होत्या. त्यांना घराघरातून मी गोळा करून आणलं त्या दिवशी त्यांच्या चेहऱ्यावर वेठबिगारीतून सुटल्याचा आनंद होता. 'सुटले बाई नरकातून' या पेक्षा तो कमी (मोक्षानंद) नव्हता!

अनाथांच्या संगोपन व पुनर्वसन कार्याच्या माझ्या प्रवासात अनाथ महिलाश्रम संस्थेचं बालकल्याण संकुलात विलीनीकरण एक अविस्मरणीय आव्हान ठरले! अनाथ महिलाश्रमची कार्यकर्ती मंडळी समाजातील प्रतिष्ठित. अनाथांच्या संगोपनविषयक त्यांच्या भावनेत खोट नव्हती. संस्था संचलनात काळाबरोबर बदलण्याचं शिवधनुष्य पेलणं त्यांच्या आवाक्याबाहेरचं होतं खरं! त्यात महिला कार्यकर्ते अधिक. त्यांच्या स्वतःच्या मर्यादा होत्या. इकडे स्वगृही काही पदाधिकाऱ्यांचा विरोध तर होताच. निर्वाणीच्या क्षणी तरी विरोध नोंदवण्यापर्यंत मजल गेलेली होती! सर्वातून एकदाचा निभावलो. अनाथ महिलाश्रम संस्थेचे अनेक वर्षांचे हिशोब संबंधित पदाधिकाऱ्यांकडून पूर्ण करून घेतले, तर स्वगृहीच्या मंडळींचा भ्रष्टाचारावर पांघरूण घालण्याचा आरोप, हिशोब पूर्ण करून न घ्यावे तर संस्थेच्या लाखांच्या अनुदानावर पाणी सोडावं लागणार. संस्थेची देणी कशी भागवणार? महिलाश्रम पदाधिकाऱ्यांनी तूट

भरून काढण्यासाठी मोठ्या देणग्या दिल्या. प्रसंगी पदरचे पैसे घातले याचा मी साक्षीदार खरा, पण आपणाला हवं असतं वस्त्रहरण! बेजबाबदारपणे आरोप करणाऱ्यांना जबाबदारीच्या कामात गुंतवणं यासारखा सामाजिक लोकशिक्षणाचा दुसरा रामबाण उपाय कोणता असतो? ही या प्रवासात अनुभवानं मला दिलेली शिकवणच म्हणायला हवी. संस्था सहकारी काम न करता प्रतिष्ठा भोगत राहिली की त्यांना वस्त्राहरणाचे खेळ सुचू लागतात असा माझा सामाजिक कार्यातला अनुभव आहे.

अनाथ महिलाश्रमाच्या एकीकरणानं कोल्हापुरात अनाथ मुले, मुली व महिलांचं एकछत्री संगोपन व पुनर्वसन कार्य सुरू झालं. महिलाश्रमातील अनाथ मुले, मुली व महिलांची आबाळ थांबली. कुमारीमातांना अभय शरणस्थळी लाभली. मुलींना सुयोग्य वातावरण लाभलं. लहान बाळांना वात्सल्याचा पाळणा नि पान्हा लाभला. फसल्या, घसरलेल्या किती तरी भगिनींचे आम्ही नंतर विवाह केले. बाळं दत्तक दिली. एका संस्थेस जीवनदान लाभले या पेक्षा १०० वर मुली व महिलांना माहेर लाभलं याचा त्यांच्या चेहऱ्यावरचा मी न्याहाळलेला आनंद! भाऊबीज, नागपंचमी, बारशी, डोहाळं, लग्नं, पहिलं बाळंतपण, दिवाळसण, माहेरपण, कुटुंब नियोजन शस्त्रक्रिया या सर्वांतून त्यांना मिळालेलं अभय, दिलेला दिलासा कोण हिरावून घेणार? महिलाश्रम ताब्यात घेतलं तेव्हा ते भाड्याच्या घरात होतं, पुरोहित बंगल्यात. पुरोहित कुटुंबीयांनी अवघ्या ७५ रुपयात संस्थेस आपलं घर ३५ वर्षं सोपवलेलं. जुन्या संस्थेनं कोर्ट कज्जे केलेले. संस्था आमच्या हाती येताच वर्षभरातच दिवाळीचा दिवा लावण्याच्या पूर्वसंध्येस पुरोहित कुटुंबीयांना मी किल्ली दिली अन् म्हटलं, 'संस्थेचं काम निराधारांना साधार करणं आहे. तुम्ही इतकी वर्षे आम्हास आधार दिलात. तुमच्या उतारवयात आम्ही तुम्हाला घर देऊ शकलो, साधार करू शकलो, याचा आनंद संस्था चालवण्याइतकाच मोठा आहे.' माझी ही कृती पण अनेक सहकाऱ्यांना आवडली नव्हती. सारं काही रुपये, आणे, पैशात मोजणाऱ्या माझ्या सहकाऱ्यांना माणूसपण समजावणं मोठं जिकिरीचं काम होतं. शिवाय ते लहान तोंडी मोठा घास घेणारं होतं. आमच्या सहकाऱ्यांत मीच लहान, महान उद्दिष्टांवरील अटळ श्रद्धा व पारदर्शी व्यवहाराचं नैतिक बळ जर तुमच्याजवळ असेल तर तुम्ही जीवन-मरणाच्या प्रत्येक समर प्रसंगातून, अग्निदिव्यातून सहीसलामत सुटू शकता हे महिलाश्रमच्या एकीकरणानं मला दिलेलं लोकशिक्षण लोकविलक्षण होतं!

४२

महाराष्ट्र राज्य परिवीक्षा व अनुरक्षण संघटना, पुणे या संस्थेचे कार्य मी १९८३-८४ पासून जवळून पाहत होतो. महाराष्ट्रातील अनाथ, निराधार, बालगुन्हेगार बालकांचे संगोपन, शिक्षण, सुसंस्कार व पुनर्वसन कार्य करणाऱ्या अनाथाश्रम, रिमांड होम, बालगृहासारख्या संस्थांची ही मध्यवर्ती संस्था. इथे राज्यभरचे संस्थाचालक, संस्था प्रतिनिधी, बालकल्याण खात्याचे सचिव, संचालकांसारखे राज्यस्तरीय अधिकारी, इतर पोलीस, गृह, तुरुंग, शिक्षण विभागाचे सचिव, संचालक बैठकांच्या निमित्ताने भेटत. माझ्या लक्षात आले की या गर्दीत हौशे, नवशे, गवशे सर्व प्रकारचे लोक असतात. अनाथांबद्दल उमाळा म्हणाल तर अपवाद! मला प्रारंभी मोठं आश्चर्य वाटायचं! किती स्वप्नं, उमेद घेऊन मी या राज्यस्तरीय बालकल्याण संस्थेवर गेलो पण सारा आनंदीआनंदच होता. मी निराश न होता 'पावलापुरता प्रकाश' इतक्या माफक अपेक्षेने कार्य करण्याचं ठरवलं नि माझ्या लक्षात आलं की तुमच्या प्रयत्न, उद्दिष्टांवर तुमची अढळ श्रद्धा असेल तर अशक्य ते शक्य होऊ शकतं.

त्याची पहिली प्रचिती मला 'समाजसेवा' त्रैमासिकाच्या संपादन कार्यात आली. पुढे माझी धडपड पाहून सर्व सहकाऱ्यांनी मला संस्थेचा उपाध्यक्ष केलं. तो काळ सन १९८९ चा होता. संस्थेचं अध्यक्षपद हे शासननियुक्त असायचं. ही नियुक्ती बहुधा राजकीय असायची. अनेक वर्ष हे पद रिक्त होतं. उपाध्यक्षच प्रभारी अध्यक्ष म्हणून कार्य करायचे. बालकल्याण क्षेत्रात त्यावेळी डॉ. शरच्चंद्र गोखले हे आम्हा सर्वांचे प्रणेते होते. मी त्यांच्याकडून तोंडी संमती घेतली नि शासकीय प्रस्ताव सादर केला. त्यावेळी डॉ. गोखले ' केसरी' चे संपादक म्हणून कार्यरत होते. माझ्या प्रयत्नांना यश आलं नि शासनानी डॉ. गोखलेंच्या नावास संमती दिली. संस्थेचं अनेक वर्षाचं अनाथपण संपुष्टात आलं.

डॉ. शरच्चंद्र गोखले संस्थेचे अध्यक्ष झाले नि राज्यसंस्थेत समाजसेवेचे चैतन्य आले. त्यांना खात्यातील अधिकारी मानत. तो काळ बालकल्याणाच्या क्षेत्रात नवक्रांती आणणारा काळ होता. त्या काळात बालक हक्कांच्या जाहीरनाम्यास संयुक्त राष्ट्र संघटनेच्या (युनो) आमसभेने मान्यता दिली. पुढे दोन वर्षांनी भारतानेही हे हक्क स्वीकारले. 'बाल न्याय अधिनियम' (१९८६) सारखा राष्ट्रीय स्तरावरचा कायदाही झाला तो याच काळात. त्यामुळे आंतरराष्ट्रीय, राष्ट्रीय व राज्यस्तरावर बालकांविषयी नवी जाण नि जाणीव निर्माण झाली. त्याकाळात योजना सुधार, चर्चासत्रे, कार्यशाळा इत्यादी माध्यमातून बालकांचे हक्क, कायदे, योजना इ.

संदर्भात जनजागृतीचे नवे पर्व उदयाला आले होते. डॉ. गोखले म्हणजे चैतन्य! प्रचंड लोकसंग्रह. स्वभावाचा उमदेपणा. उपाध्यक्ष म्हणून त्यांच्याबरोबर कार्य करताना मला बरंच शिकता आलं. 'सकाळ' चे प्रतापराव पवार, शिक्षणमहर्षी डी. वाय. पाटील, माजी तुरुंग महानिरीक्षक राम बेलवडी, प्रा. तारा शास्त्री प्रभृतींबरोबर संस्थेचं काम करणं दृष्टी देणारं ठरलं. या संस्थेमुळे राज्यभरच्या सर्व जिल्ह्यांतील श्रीमती कुमुदताई रेगे, विजयालक्ष्मी पंडित, डॉ. मु. न. पानवलकर, डॉ. श्याम तोष्णिवाल, डॉ. मीनाक्षी आपटे, माधवराव गायकवाड, युनिसेफ, युनेस्को, कॅनसेव्ह, तेरेदेस होम्ससारख्या संस्थांचे राष्ट्रीय प्रतिनिधी, विविध शासकीय खात्यांचे सचिव, संचालक, जिल्हास्तरीय अधिकारी यांच्याशी संपर्क आला. संस्था पाहता आल्या. शासकीय यंत्रणेची कार्यपद्धती समजली अन् माझ्या लक्षात आलं की शासकीय यंत्रणेचा पोलादी पडदा सारून काम करणं युरोपइतकं इथं सोपं नाही.

डॉ. गोखलेंच्या नेतृत्वाखाली आम्ही आमची बोरीवली, चेंबूर, महाबळेश्वर येथील पुनर्वसन वसतिगृहे विकसित करण्याची योजना आखली. संस्थेस शासकीय लालफितीतून मुक्त करण्यासाठी संस्थेच्या घटनेचं आम्ही लोकशाहीकरण करणारं प्रारूप तयार केलं. संस्थाबाह्य सेवा सुरू व्हाव्यात म्हणून आंतरराष्ट्रीय संस्थांचं पाठबळ उभं केलं. कार्यकर्त्यांचा उत्साह मोठा होता पण राजकीय इच्छाशक्तीच्या अभावी शासकीय यंत्रणा अजगरासारखी सुस्त होती. डॉ. गोखलेंच्याच भाषेत सांगायचं तर शासकीय अधिकारी 'सरकीनं भरलेली पोती' होती. कॅप्टन एस.एस. पांडे, दी. आ. बोरखडे, जे. के. सावंत, सुरेश गोखलेंसारखे संवेदनशील अधिकारी अपवाद असले तरी बालकल्याण विभागाच्या सचिव, संचालकपदी नियुक्त आय.ए. एस. अधिकाऱ्यांपुढे या दुय्यम अधिकाऱ्यांचे चालत नसे. समाज कल्याण, महिला व बालकल्याण विभागात आपली नियुक्ती म्हणजे शिक्षा मानणारे अधिकांश अधिकारी होते. त्यांना अनाथ मुलांशी फारसं देणं-घेणं नसायचं. डॉ.गोखलेंनी तीन वर्ष दगडावर डोकं आपटून पाहिलं पण व्यर्थ. नाराजीनं त्यांनी राजीनामा दिला. ही बालकल्याणाची न भरून येणारी हानी होती.

याच दरम्यान पुढे महाराष्ट्रात सत्तांतर घडून येऊन युती शासनानी राज्यकारभार हाती घेतला. नव्या मंत्रिमंडळास नवं करून दाखवायची सुरसुरी होती. अनेक दिवस रिक्त असलेल्या अध्यक्षपदावर राज्यशासनानी माझी नियुक्ती केली. अनाथाश्रम, रिमांड होमसारख्या संस्थेत शिकून मोठ्या झालेल्या माझ्यासारख्याची 'राज्यातील अनाथांचा प्रथम पालक' म्हणून नेमणूक होतानाचा आनंद केवळ माझा नव्हता. राज्यातील सर्व मुलं-मुली आनंदली होती! राज्यात हे प्रथमच घडलं. श्री. बबनराव घोलप युती सरकारचे समाजकल्याण मंत्री होते. बालकल्याण खातं त्यांच्याच अखत्यारीत होतं. प्रारंभी ते आम्ही घेऊन जाऊ ते प्रस्ताव मान्य करत. आमच्या

नव्या घटनेस त्यांनी मान्यता देऊन या राज्यसंस्थेस सरकारी काचातून मुक्त केले. ही क्रांतिकारी घटना होती. पुढे ते समाजकल्याणच्या पसाऱ्यात गुंतत गेले नि गुरफटलेही. मग आम्ही आमच्याच भरवशावर कार्य करत राहिलो.

मी सर्वांना घेऊन काम करण्याचं धोरण स्वीकारलं. त्याचे अनुकूल परिणाम दिसून आले. सरळ मुलांशी भिडणाऱ्या सुधारणा, सेवांचं धोरण स्वीकारलं. संस्थेच्या चेंबूर, बोरीवली येथील वसतिगृहात पायाभूत सुधारणा घडवून आणल्या. मुलांशी अध्यक्षाचा सरळ संवाद सुरू झाला. या काळात जिल्ह्या-जिल्ह्यात जाऊन सभा घेण्याचे धोरण राबवले. त्यामुळे सर्व संस्था अभ्यासता आल्या. स्थानिक कार्यकर्त्यांचा राज्य संस्थेशी संपर्क वाढला. नवे अनेक कार्यकर्ते सभासद झाले. शासनाच्या बालकल्याण योजनांचा अभ्यास करून एकाच प्रकारच्या मुलांसाठी असलेल्या विषम सेवा योजनांचे एकीकरण करण्याची प्रक्रिया सुरू केली. समान उद्दिष्टांच्या संस्थांना समान अनुदानाचे धोरण अमलात आणले. कर्मचाऱ्यांसाठी निवृत्तिवेतन व उपादान योजनांसाठी जीवाचे रान केले. या काळात कर्मचाऱ्यांच्या राज्यव्यापी संपाचे आयोजन केले. पण आमच्या वरिष्ठ सहकाऱ्यांच्या बोटचेपे धोरणामुळे तोंडघशी पडण्याचा, नामुष्कीचा प्रसंग ओढवला. अन्यथा कर्मचारी मोठ्या अन्यायातून मुक्त झाले असते. तो आनंद क्षण अद्यापही प्रतीक्षेतच! माझ्या अध्यक्षपदाच्या कार्यकाळात मी राज्यातल्या सर्व मुले, मुली व महिलांच्या संस्थांचा अभ्यासदौरा केला. त्याचा एक विस्तृत अहवाल शासनास सादर केला. शासन अहवाल स्वीकारणार नाही हे उघडच होते. त्यातले शासकीय संस्थांचे विदारक चित्र, आजही त्यात तसूभरही फरक घडला नाही याचे वाईट वाटते. शासन यंत्रणा नुसती कोरडी नसते तर ती कोडगीही असते हे प्रकर्षानं जाणवलं.

या अभ्यास दौऱ्यातलाच एक प्रसंग सांगतो. मी आमचे सचिव श्री. सुरेश गोखलेंना घेऊन धुळ्याच्या संस्था पाहत होतो. धुळे रिमांड होमला अचानक गेलो. मेच्या सुट्टीचा काळ होता. अवघी चारच मुले संस्थेत होती. तीही गजाआड बंदिस्त. मला माझं बालपण आठवलं. मीही कोल्हापूरच्या रिमांड होममध्ये असताना काहीही अपराध नसताना अख्खं बालपण अशा जेरबंद स्थितीत कंठलं होतं. माझा अपराधच असेल तर मी अनाथ होतो हाच. धुळ्याच्या रिमांड होमच्या एका खोलीत आयुब नावाचा चिमुरडा मुलगा गजाला धरून खिडकीत बसलेला होता. अध्यक्षांचं असं अचानक येणं सर्वांची त्रेधा उडवणारं होतं. मी आयुबशी गप्पा मारत उभा होतो. संस्थेत गेलो की फाईल्स तपासण्यापेक्षा मुलांशी बोलणं, व्यवस्था, सुविधा पाहणं याला प्राधान्य द्यायचो. स्वच्छतागृह, स्वयंपाकघर, कोठीघर ही त्या संस्थेच्या दर्जाची, कामाची परिमाणं मानायचो. आयुबला पोलिसांनी आणलेलं. तो निराधार होता. तोच त्याचा अपराध होता. हिंदी बोलायचा. मी विचारलं, 'पढोगे बेटे?'

उत्तर 'हाँ!'परत प्रश्न केला. 'क्या बनोगे?' म्हणाला 'रिमांड होम का हवालदार!' मला आश्चर्य वाटलं. मी विचारलं, 'क्यों बेटे?' म्हणाला 'चाबी लेके ताला खोलूँगा! सब बच्चों को छोड दूँगा!' त्याच्या त्या स्वप्नात मी माझं बालपण डोकावताना पाहिलं. अशाच उमेदीनं मी अध्यक्ष असताना राज्यातल्या सर्व संस्थांची मुलं प्रसंगानी का असेना, कुलपातून बाहेर काढू शकलो होतो, एका क्रीडा महोत्सवाच्या निमित्ताने.

४३

त्याकाळी फक्त रिमांड होमचा क्रीडा महोत्सव होत राहायचा. मी अध्यक्ष झाल्यावर त्याचं स्वरूप बदललं.'महाराष्ट्र राज्य वंचित बालक क्रीडा व सांस्कृतिक महोत्सव' योजला. सन १९९५ला तो कोल्हापूरला यशस्वी करून दाखवला. राज्यातल्या सर्व प्रकारच्या वंचित, उपेक्षित, निराधार बालकांच्या संस्थेतील मुला-मुलींना तीन दिवस कोल्हापुरात आणून समाजाला हे दाखवून दिलं की त्यांचं 'अनाथपण' वगळता ती तुमच्या आमच्या मुलांसारखीच असतात. त्यांची स्वप्नं, त्यांचे सुप्तगुण आपल्या मुलांसारखे असतात, अख्ख्या कोल्हापूरनं राज्यभरच्या दोन हजार मुलांना तीन दिवस तळहाताच्या फोडाप्रमाणे जपलेलं ते दृश्य!

हिंदी साहित्यातील प्रख्यात मार्क्सवादी कथाकार यशपाल यांची एक मनोवेधक कथा आहे. 'दुख का अधिकार' नावाच्या या कथेत त्यांनी आपल्या समाजरचनेत सुख नि दुःखाच्या अधिकाराचा ठेका संपन्न वर्गाकडे आपसुकच असल्याची मार्मिक विवेचना केली आहे. भाजीपाला, फळफळावळ विकून पोट भरणाऱ्या भगवानचा सर्पदंशाने मृत्यू होतो. घरी हातावरचं पोट असलेली त्याची आई असते. घरात मेलेल्या मुलाची सून ओली बाळंतीण असते. शिवाय तिचं तान्हं बाळही असतं, त्या बाळाचा जीव-अस्तित्व टिकविण्याच्या टोकाच्या संघर्ष क्षणाचा भाग म्हणून मुलाच्या मृत्यूच्या दुसऱ्या दिवशीच बाजारात रडत-कुढत टरबूज विकायला बसते नि लोकक्षोभाचं कारण बनते. दुसरीकडे एक संपन्न वर्गातील, कुटुंबातील आई पुत्रवियोगार्थ गेली अडीच महिने रुग्णशय्येवर असल्याचे चित्रण आहे. भगवानच्या आईला पुत्रवियोगाचं दुःख नव्हतं असं नाही. परिस्थितीचा रेटा तिला सुतक असतानाही भर बाजारात टरबूज विकायला बसवतो. समाजाच्या टीकेचं लक्ष्य बनणारी भगवानची आई टीकेस पात्र तर दुसरीकडे संपन्नतेमुळे पुत्रशोकाचं प्रदर्शन करू शकणारी श्रीमंत आई मात्र समाज प्रशंसेस बध्द. आपल्या समाजात सुख काय नि दुःख काय, साऱ्याच्या अधिकाराचा ठेका असतो संपन्न वर्गाकडे. वंचितांचे

आजवरचे सर्व प्रकारचे उत्सव सामाजिक कणव मानणाऱ्यांना पण आजही जेव्हा अनावश्यक वाटतात, तेव्हा यशपालांच्या वरील कथेची आठवण झाल्याशिवाय राहत नाही.

ही कथा आठवायला कारणही तसंच आहे. महाराष्ट्र राज्य वंचित बालक क्रीडा व सांस्कृतिक महोत्सवाचं सुंदर आयोजन केल्यावर काही मित्रमंडळींनी केलेले प्रश्न आजही संयोजक म्हणून माझ्या कानात घुमताहेत ... अशा आयोजनाचे प्रयोजनच काय? ही उधळपट्टी नव्हे काय? वंचितांनी असे उत्सव करावेच का? लाख रुपये खर्चणार नि खेळणार काय तर लिंबू चमचा! एक ना अनेक प्रश्न. या नि अशा साऱ्या प्रश्नांमागे प्रश्नकर्त्याची मनोवृत्ती वंचितांना सुख साजरे करण्याच्या अधिकारापासूनच वंचित ठेवण्याची असते. हे सारे पाहिलं, ऐकलं की मी कधी काळी रचलेल्या या माझ्याच ओळी मनी आपसुकच पिंगा घालत राहतात ...

'जन्मत: जे वंचित नि उपेक्षितही
उत्सवाचे मांडव त्यांनी घालायचे नसतात
गावकुसाबाहेरील वस्तीगत
हेटाळणीच त्यांनी कुरवाळायची असते.
दसरा, दिवाळी, मेजवानी, आतषबाजी
हक्क त्यांना कुणी दिला?
चार भिंती नि गजाआड,
हाताची घडी नि तोंडावर बोट ठेवत
सोनेरी बालपण त्यांनी हरवायचे असते,
वंचित असल्याचा शाप भोगणाऱ्यांना
अस्पर्श अहिल्येची हेटाळणी अटळ असते!'

या सर्व पार्श्वभूमीवर राज्यभरच्या अनाथाश्रम, निरीक्षणगृह, बालसदन, निराश्रित मुलांची वसतिगृहे इत्यादी ८५ संस्थांतून आलेल्या सुमारे २००० अनाथ-निराधार मुला-मुलींनी क्रीडा व सांस्कृतिक महोत्सवाच्या निमित्ताने कोल्हापुरात पाय ठेवला तेव्हा मात्र त्यांना पंख फुटायचेच बाकी राहिले होते ... या मुलांचं आगत-स्वागत करण्यास सारे कोल्हापूर आतूर होते. त्यांच्या अतिथ्यशील स्वागतात या मुलांची वंचित, उपेक्षित विशेषणं पार गळून गेली ... ही मुलं पाहुणे म्हणून आलेल्या पोलीस उपमहानिरीक्षक श्री. अजित पारसनीस यांनी म्हटल्याप्रमाणे आता 'वांछित' झालेली होती ... समस्त कोल्हापूरकरांना त्यांना कुठे नि कसं ठेवू असं झाल्याचं पदोपदी, क्षणोक्षणी जाणवत होतं ...

महिला व बालकल्याण संचालनालय, महाराष्ट्र राज्य, पुणे, महाराष्ट्र राज्य

परिवीक्षा व अनुरक्षण संघटना, पुणे व जिल्हा परिवीक्षा व अनुरक्षण संघटना, कोल्हापूर या संस्थांच्या संयुक्त विद्यमाने महाराष्ट्र राज्य वंचित बालक क्रीडा व सांस्कृतिक महोत्सव २७, २८, २९ एप्रिल १९९५ रोजी कोल्हापुरात संपन्न झाला. संयोजकांनी योजना केल्याप्रमाणे आदल्या दिवशीच संघ कोल्हापुरी डेरेदाखल होऊ लागले होते. पाणथळी पक्ष्यांचे एकेक थवे जमू लागतात तसे! एरवी संस्थांची करडी शिस्त, तुरुंगसदृश भिंती, समाजाची या मुलांकडे ढुंकूनही न पाहण्यातील उपेक्षा या सर्वांमुळे हिरमुसलेली ही मुलं सरावासाठी मैदानात उतरली तेव्हा त्यांच्या रोमारोमात दडपून ठेवल्या गेलेल्या अगणित ऊर्मींना अक्षरश: उधाण आलेलं. कानात वारं शिरलेल्या, शेपटी उंचावून हंबरून हुंदडणाऱ्या वासराप्रमाणे दिसणारी ही मुलं-मुली! त्यांचं हसणं, खिदळणं, उंडारणं सारंच कसं लोभस, मनमोहक होतं! हरवलेलं बालपण गवसल्याची कबुली देणारे त्यांचे बोलके चेहरे ... कुणाचा विश्वासच बसेना की ही बालके वंचित, उपेक्षित, अनाथ, निराधार आहेत म्हणून. महोत्सवाचं सारं यश त्यांच्या या प्रसन्न चेहऱ्यावर प्रतिबिंबित झालेलं ... याचसाठी केला होता हा अट्टाहास!

कोल्हापुरात पाऊल ठेवल्यापासून ते कोल्हापुरातून पाऊल उचलेपर्यंतचा प्रत्येक क्षण नि प्रसंगाचं सुंदर नियोजन नि त्या बरहुकूम कार्यवाहीपण. कोल्हापूर महानगर-पालिकेच्या परिवहन विभागाने या मुलांना महोत्सव स्थळी आणण्याची नि परत पोहोचवायची उचललेली व पार पाडलेली जबाबदारी म्हणजे या मुलांशी जोडलेला एक हार्दिक ऋणानुबंधच. त्यासाठी महापालिकेनं खास बसेस सोडल्या होत्या.

या सर्वांची परिसीमा गाठली ती महापौरांनी येऊन दिलेल्या स्वागत समारंभाच्या निमंत्रणानी. त्या आपल्या सहकारी नगरसेवक व अधिकारी सहकाऱ्यांसह आल्या नि आग्रहपूर्णक निमंत्रण दिलं तेव्हा, मुलांनी उत्स्फूर्त टाळ्या वाजवून जेव्हा स्वीकार केला, तेव्हा उपस्थितांचे डोळे पाणावले. नेहरू बालोद्यान मुलांच्या स्वागतास सज्ज होतं. गुलाबपुष्प, गुलाबपाणी, अत्तर लावून पोलीस बँडच्या सुरेल नादलहरीत या मुलांचे महापालिकेने केलेले स्वागत मुलांच्या आयुष्यातील एक अमोल ठेवाच होता! कोल्हापूर महानगरपालिकेचं नि वंचित बालकांचं अतूट नातं या महोत्सवानी अधिक दृढमूल झालं. मैदान तयारी, पाणीपुरवठा, साफसफाई, स्वागत, परिवहन अशा किती तरी आघाड्यांवर महापालिकेची यंत्रणा राबत होती. हा स्वागत समारंभ औपचारिक खचितच नव्हता. त्यास महापौर सौ. जयश्री जाधव यांच्या भाषणाने व प्रेमपूर्वक दिलेल्या अल्पोपहाराने मातृस्पर्श लाभला. मान्यवरांच्या अनौपचारिक उपस्थितीनी या स्वागत समारंभास एका वेगळ्या उंचीवर नेले.

स्वागत समारंभानंतर योजलेली 'कला रजनी ९५' मुलांसाठी पर्वणीच ठरली. सिनेअभिनेत्री निशिगंधा वाड, सिनेकलाकार भालचंद्र कुलकर्णींनी या कला रजनीस

उपस्थित राहून मुलांचा आनंद द्विगुणित केला. अंधशाळेच्या वाद्यवृंदाने व इतर शैक्षणिक, सामाजिक संस्थांनी सादर केलेल्या विविध कार्यक्रमांनी सांस्कृतिक महोत्सवाचे वातावरण निर्माण केले.

'महाराष्ट्र राज्य वंचित बालक क्रीडा व सांस्कृतिक महोत्सव १९९५'चं औपचारिक उद्घाटन केलं, कोल्हापूरचे जिल्हाधिकारी राहूल अस्थाना यांनी. प्रारंभी झालेल्या शानदार संचलनात महोत्सवात सहभागी झालेल्या सुमारे ८५ चमूतील २००० बालकांनी शिस्तबध्द संचलन करून पाहुण्यांना मानवंदना दिली.

औपचारिक उद्घाटनानंतर लगेचच क्रीडा स्पर्धांनी गती घेतली. सोमनाथ, नीता, राहूल, मनीषा यांच्यासारख्या हजारो मुला-मुलींनी धावणे, गोळाफेक, रिले, लांब उडी, बटाटा शर्यत, खो खो, कबड्डी, बुध्दिबळ, कॅरमसारख्या कितीतरी स्पर्धांत आपले प्रावीण्य दाखवून 'हम भी कुछ कम नहीं'चा विश्वास दिला. गडकरी सभागृहात संगीत शिरोमणी, पं. सुधाकरबुवा डिग्रजकर यांचे हस्ते सांस्कृतिक महोत्सवाचे उद्घाटन दीप प्रज्वलनाने झाले. डॉ.भारती वैशंपायन, संगीत तज्ज्ञ राम जोशी, मा. जे.बी. अष्टेकर, पी.डी.देशपांडे, प्रभृतींच्या मार्गदर्शनाखाली नाच, गाणी, नकला, समूहगीते, कव्वाली, गझल, वाद्यवादन असे कितीतरी प्रकार पेश केले गेले.

महोत्सवाच्या शेवटी निरोपाच्या दिवसाने तर या महोत्सवास बालकांच्या आनंद यात्रेचं रूप दिलं. सकाळी अखिल भारतीय बालकुमार साहित्य संमेलन पुणे व बालकुमार साहित्य सभा, कोल्हापूर यांच्या संयुक्त विद्यमाने आयोजिलेल्या साहित्य संमेलनाने मुलांना हसवलं, रिझवलं. सर्वश्री सुधाकर प्रभू, मुकुंद तेलीचरी, दत्ता टोळ, श्रीधर राजगुरू, गोविंद गोडबोले, शशिकांत महाडेश्वर, प्रा. टी.आर. गुरव, मुकुंद निगवेकर, सौ. मंजुश्री गोखले, मोहन जोशी, प्रभृती बाल साहित्यिक व कवींनी सादर केलेल्या कथा-कवितांनी या बाल साहित्य संमेलनात चांगलाच रंग भरला. त्यानंतर व्ही.टी.पाटील फाऊंडेशन, कोल्हापूर व 'त्यांच्या उज्ज्वल उद्यासाठी' पुणे या संस्थांनी अनाथाश्रम, निरीक्षणगृहात शिकून मोठ्या झालेल्यांच्या प्रकट मुलाखती घेतल्या. 'आम्ही असे घडलो' कार्यक्रमात 'सकाळ' कोल्हापूरचे संपादक श्री.अनंत दीक्षित यांनी न्यायमूर्ती सुधाकर पाध्ये, अधीक्षक पुष्कर वाघ, संस्थाश्रयी सुकन्या सौ. संजीवनी चव्हाण, सौ.अर्चना शेठ, दत्तात्रय भोसले यांच्या घेतलेल्या मुलाखतींनी मुलांना जिद्द, सचोटी व श्रमामुळे जीवन प्रकाशमान करता येते असा विश्वास दिला.

महोत्सवाचे सूप वाजण्यापूर्वी योजलेली शोभायात्रा नेत्रदीपक ठरली. श्री. रावसाहेब चौगुले व त्यांच्या सहकाऱ्यांनी या शोभायात्रेसाठी अपार मेहनत घेतली. प्रत्येक चमू आगळ्या वेगळ्या पोषाखात या शोभायात्रेत सामील झाला

होता. मावळे, पऱ्या, आदिवासी, कोळी, गुजराथी कितीतरी मनोहारी वेशभूषा, शिवाय बँड, बेंजो, लेझीम, झांज पथके, रंगी-बेरंगी ध्वज, जनतेस अंतर्मुख होण्यास भाग पाडणारे फलक-साऱ्या शहरास या शोभायात्रेनं मुलांच्या प्रश्नासंदर्भात जाग आणली.

शोभायात्रेनंतर संपन्न झालेल्या समारोप समारंभ प्रसंगी वंचित बालकांच्या डोळ्याच्या कडा पाणावणे स्वाभाविक होते. गेल्या तीन-चार दिवसांतील त्यांच्या प्रत्येक छोट्या-मोठ्या अडचणींचा विचार करणाऱ्या या संयोजक शहरांनी, संस्थांनी, कार्यकर्त्यांनी त्यांना आपलंसं केलं होतं. 'सायोनारा'ची धून पोलीस बँडवर साद घालत साकारणाऱ्या निरोपाच्या संचलनाने अनेकांना हेलावून सोडले. रेडिओस्टार सौ. रजनी करकरे-देशपांडे यांनी गायिलेल्या 'या लाडक्या मुलांनो, तुम्ही मला आधार' गीताने दबलेल्या अनेक हुंदक्यांना वाट करून दिली. 'अंधार फार झाला, पणती जपून ठेवा' गीतांनी तर सर्व उपस्थितांना मंत्रमुग्ध केले. पारितोषिक वितरण, आतषबाजी, फटाके आदींनी रंग भरलेल्या या कार्यक्रमास प्रमुख पाहुणे म्हणून उपस्थित राहिलेल्या पण गेल्या चार दिवसांत सतत मुलात राहिलेल्या पोलीस उपमहानिरीक्षक श्री. अजित पारसनीस यांच्या भाषणाने चिंतनाच्या पातळीवर वरच्या शिखरावर विराजमान केले. 'पुनरागमनायच'चा संदेश देणारा हा समारोप समारंभ संपला तरी मुलांचे पाय मैदानातून उचलत नव्हते, यासारखे या महोत्सवाचे दुसरे यश काय असणार?...

या अनुभवावर मग आम्ही 'बाल मजुरी विरोधी विश्वयात्रा' कोल्हापुरात योजली. जगभरचे बालमजूर, त्यांच्यासाठी कार्य करणारे जगभरचे कार्येकर्ते कोल्हापुरी दाखल झाले होते. अशा किती तरी उपक्रमातून मी अध्यक्षपदाच्या कारकीर्दीत संस्थेच्या चिरेबंदीला धक्के दिले. बर्लिनच्या भिंतीप्रमाणे ती चिरेबंदी जमीनदोस्त करण्याचं माझं स्वप्नं स्वप्नच राहिलं. शासनाच्या यंत्रणेस बालकांचा पाझर फुटणे आजमितीस ही शक्य नाही अशी त्यावेळी खात्री झाली नि मीही डॉ. गोखल्यांप्रमाणे शस्त्रे खाली ठेवली. नाटककार विजय तेंडुलकर यांच्या स्वप्नाप्रमाणे ज्या दिवशी या राज्याचा मुख्यमंत्री, बालकल्याण मंत्री संस्थेतला मुलगा होईल, त्याच दिवशी राज्यातील अनाथ मुले खऱ्या अर्थानी सनाथ होतील. माझ्या वीस वर्षांच्या सातत्यपूर्ण धडपडीनं निर्माण झालेली अनाथ मुलांची पिढी आज शिक्षित, संस्कारित, प्रौढ होताना मी पाहतो, तेव्हा माझ्या स्वप्नांना एक साधार आश्वासक बळ लाभलं हे पाहून कृतकृत्यतेचा आनंद होतो.

४४

महाराष्ट्र परिवीक्षा व अनुरक्षण संघटना, पुणे या संस्थेचा मी शासन नियुक्त अध्यक्ष म्हणून शासकीय बालकल्याण योजनांच्या एकीकरण व सुधारणांचे काम हाती घेतले होते. या संदर्भातील उच्चस्तरीय शासकीय अधिकाऱ्यांची एक बैठक मी जूनच्या मध्यास कोल्हापुरच्या बालकल्याण संकुलात योजली होती. बैठक चालू असताना एक अधिकारी दोन महत्त्वाच्या तारा आहेत म्हणून पोस्टमनला घेऊन आले. तारा भारत सरकारच्या कल्याण मंत्रालयाच्या होत्या. जपान सरकारच्या निमंत्रणावरूनच जाणाऱ्या भारतीय शिष्टमंडळात केंद्र सरकारने माझी निवड केली होती व उलट टपाली स्वीकृती मागितली होती. क्षणभर मला खरेच वाटले नाही. पण गेल्या पंधरा वर्षांच्या सातत्यपूर्ण सेवाभावी, निरपेक्ष बालकल्याण कार्याची ती पोचपावती होती.

'फाऊंडेशन फॉर दि वेल्फेअर अँड एज्युकेशन ऑफ दि एशियन पीपल' ही जपानमधील सेवाभावी संस्था. दक्षिण व्हिएतनामच्या युद्धात अनाथ झालेल्यांचे संगोपन, शिक्षण, प्रशिक्षण व पुनर्वसन कार्य करण्याच्या उद्देशाने ही संस्था डिसेंबर १९६९ साली स्थापन झाली. ते कार्य पूर्ण झाल्यानंतर संस्थेने आशियाई देशातील कल्याणकारी कार्यातील समन्वय व विचारविनिमय कार्य हाती घेतले. ही संस्था प्रतिवर्षी विविध देशांतील कार्यकर्ते निवडून त्यांना जपानचे बालकल्याण कार्य कसे चालते, हे समजावून देते. एका अर्थानी निवडलेल्या कार्यकर्त्यांचा हा जपान सरकार तर्फे करण्यात आलेला गौरवच असतो. प्रवास, भोजन, निवास खर्च तर जपान करतो शिवाय व्यक्तिगत खर्चासाठी म्हणून पन्नास हजार येनची बक्षिसी पण दिली जाते. यातून मला सिंगापूर, थायलंडमधील कार्यही समजून घेता आले.

जपानला जाणाऱ्या भारतीय शिष्टमंडळात माझ्याशिवाय केंद्रीय कल्याण मंत्रालय सचिव शशिभूषण, जम्मू व काश्मिर सरकारच्या महिला विकास महामंडळाच्या कार्यकारी संचालक श्रीमती नसीम लंकर, डॉन बॉस्को अंबू इस्लाम सेवा संस्था, मद्रास (आता चेन्नई) च्या रस्त्यावरील मुलांच्या कल्याण प्रकल्पाचे समन्वयक एन. श्रीनिवासन् व अमृतसरच्या सेंट्रल खालसा अनाथालयाचे प्रभारी आंखी भागसिंह होते. नवी दिल्ली ते बँकॉक व बँकॉक ते टोकिओ असा नऊ तासांचा विमान प्रवास करून टोकियोच्या नारिता विमानतळावर उतरलो. २९ सप्टेंबर उजाडला तरी इथे मान्सून जोर धरून होता. बँकॉकला तर चक्रीवादळ घोंघावत असल्याचं ऐकलं होतं. हवेत गारठा होता. विमानतळावरच

नेपाळ, बांगला देश, पाकिस्तानच्या शिष्टमंडळाची ओळख झाली. नारिता ते टोकियो हा चांगला अडीच तासाचा बस प्रवास होता. या प्रवासात जपानचा नीटनेटकेपणा व नियोजन सर्वत्र जाणवत होते.

हॉटेल मियाको इंटरनॅशनलवर आमची उतरण्याची सोय होती. रात्रीच्या भोजनाच्या वेळी लक्षात आलं की जपान हा मांसाहारी (खरं तर मत्स्याहारी!) देश. इथं शाकाहारी कल्पना कुणाच्याच गावी नाही. भाषेच्या अडचणीमुळे मागवलेल्या भातातही पोर्क (डुकराचे मांस) असल्याचे लक्षात आले नि उपाशी झोपायची नामुष्की पत्करण्याशिवाय उपायच उरला नाही. विमानतळावर उतरताच यजमान संस्थेनं हातात आठ दिवसांचा कार्यक्रम सोपवला होता. तो वाचतानाच लक्षात आले की आपणास जपानमध्ये ही मंडळी सुईच्या काट्यावर नाचवल्याशिवाय राहणार नाही. जपानच्या दहा दिवसांच्या दौऱ्यात आम्ही टोकियो, क्योटो, नारा सारख्या शहरातील अनाथ, मतिमंद, वृद्ध, अपंग कल्याणाचे कार्य पाहिले. हे कार्य पाहत असताना वाटेतील तोडाजी, किंकाकुजी, हेईन जिंगु श्राईन येथील जगप्रसिध्द बुद्ध मंदिरे व त्यांचे सामाजिक उपक्रम पाहिले. जपान संस्कृतीचा परिचय देणारे ‘टी सेरिमनी’, ‘किमोनो शो’ सारखे उपक्रम माझ्या चांगले लक्षात आहेत.

जपानच्या दौऱ्यात मी ‘ फुकुई-काई’ हे वृद्ध नि अपंगांचे कल्याण व उपचार केंद्र, ‘आंतरराष्ट्रीय निर्वासित सहाय्य केंद्र, क्योटोचे बालकल्याण कार्य, ‘अपंग पुनर्वसन केंद्र’, नारातील मतिमंद विकास केंद्र, वृद्ध सेवा संस्था, बालकल्याण केंद्र, महिला समुपदेशन केंद्र, सामाजिक विमा कार्य, तोडाजी येथील अपंग बालकांचे उपचार कार्य, ‘एरिन -काई’ येथील वृद्ध शुश्रुषा केंद्र, मतिमंद विकास संस्था, अनाथ विद्यार्थी गृह, बालवाडी, अनाथ विद्यार्थी सेवा केंद्र, एक सदस्यीय परिवार सहाय्य केंद्र, बालरंजन केंद्र इ. पाहिले, अभ्यासले. त्यातून जपानच्या एकूणच कल्याणकारी कार्याचा आवाका माझ्या लक्षात आला नि मी अवाक् झालो.

‘फाऊंडेशन फॉर दि वेल्फेअर अँड एज्युकेशन ऑफ दि एशियन पीपल’ संस्थेच्या निमंत्रणावरून भारत सरकारने जे उच्चस्तरीय शिष्टमंडळ जपानला पाठवले होते, त्याच्या अभ्यास दौऱ्याचा विषयच मुळी ‘Orphan and Fatherless Family’ असा होता. प्रथमदर्शनी विचित्र वाटणारा विषय. पण जपानमधील वेगवेगळ्या सामाजिक संस्था पाहत असताना माझ्या लक्षात आले की तिथे ‘अनाथ’ हा शब्द फार व्यापक अर्थाने-निराधार, गरजू, संकटग्रस्त, वंचित, पुनर्वसनक्षम अशा आशयाने वापरला जातो. त्यामुळे अनाथ, निराधारांबरोबरच मतिमंद, अपंग, वृद्ध, अंध, युध्दग्रस्त, अशा अनेक घटकांच्या संदर्भात तिथे चालणारे संगोपन, शिक्षण, प्रशिक्षण, पुनर्वसन कार्य पाहता आले. १९९०ला

असेच कार्य फ्रान्स, स्वीत्झर्लंड, ऑस्ट्रिया, इटाली, जर्मनी, लक्झेंबर्ग, बेल्जिअम, इंग्लंड, नेदरलँडस्सारख्या देशातूनही पाहिले होते. जपानमधील मतिमंदांचे संगोपन व पुनर्वसन कार्य हे जवळपास युरोपसारखेच आहे. पण त्यांच्या कार्यपध्दतीत मात्र बदल आहे. युरोपात अनाथ, मतिमंद, वृध्द, अपंग यांच्या स्वतंत्र संस्था आहेत. जपानने आपल्या कल्याणकारी कार्याची रचना एकात्मिक (Intergrated) ठेवली आहे. सामाजिक प्रश्न सोडवण्याचा दृष्टिकोन सर्वसमावेशक व सर्वस्पर्शी (Wholestic) आहे. त्यामुळे जपानच्या एकाच सामाजिक संस्थेत तुम्हास मतिमंद, वृध्द, अपंगांचे कार्य केलेले आढळेल. या साऱ्यामागे असलेल्या साधन संपत्तीचा अधिकाधिक उपयोग करण्याचे जसे धोरण आहे, तसेच ते कामाची द्विरुक्ती टाळण्याचे पण. त्यामुळे विभागामध्ये (Prefectural) एखादीच संस्था असते व तिथे संस्थात्मक व संस्थाबाह्य (Institutional and Non-Institutional) सेवा एकत्रितपणे पुरविल्या जातात. गरजूंना एका छत्राखाली सर्व सेवा पुरविण्याचा त्यांचा प्रयत्न भारतासारख्या गरीब देशाने विनाविलंब आत्मसात करण्याची गरज आहे. एका शहरात तीन शाळा सुमार दर्जाच्या चालवण्यापेक्षा एक शाळा सर्वसोयीनेयुक्त चालवणे हे लाभार्थींच्या हिताचे होईल असे वाटते.

युरोप व आशिया खंडातील ज्या देशांचे कार्य मी पाहिले-अभ्यासले त्यावरून आपण कल्याणकारी कार्य प्राथमिक स्तराचेच करतो हे लक्षात आल्यावाचून राहत नाही. थायलंड, सिंगापूरसारखे छोटे देश जे करू शकतात ते आपण का नाही करायचे? प्रश्न साधनांपेक्षा दृष्टिकोन विकासाचा अधिक आहे. हाँगकाँग एवढेसे छोटे बेट, पण जगात सर्वाधिक दर्जेदार कल्याणकारी कार्य करणारा देश म्हणून झालेला लौकिक, आपण त्याचा अभ्यास करायला हवा. तिथे सामाजिक कायदे आहेत. कायद्यातच संस्थांची तरतूद आहे. त्यात संस्थांचे स्वरूप, कार्यपध्दती, दर्जा, सेवांची सूची, शाश्वती या सर्व गोष्टी अंतर्भूत असतात. आपल्याकडे असा एकही सामाजिक कायदा नाही की ज्यात सेवांची शाश्वती आहे. जपानने दुसऱ्या महायुध्दानंतर १९४५ला आपली नवी घटना तयार केली. त्यात त्यांनी काही गोष्टी नव्याने स्वीकारल्या व गेल्या पन्नास वर्षांत त्या तंतोतंत अमलात आणल्या. जपानच्या घटनेने लोकांना स्वास्थ्ययुक्त जीवन (Wholesome Life) जगण्याचा हक्क प्रदान केला. त्यामुळे आरोग्य, उपचारांच्या सेवा पुरवणे हे त्या शासनाचे कर्तव्यच झाले आहे. धर्मादाय कार्यावर एक पै न खर्च करण्याचा त्यांनी स्वीकारलेला दंडक विचार करण्यासारखा आहे. प्रत्येकास विकासाची समान संधी देण्याचा तिथे कायदाच आहे. तो देश स्वत:ला कल्याणकारी मानतो. त्यामुळे प्रत्येक नागरिक दुहेरी निवृत्तिवेतन

मिळवतो. एक स्वकष्टार्जित व दुसरे राष्ट्रीय. राष्ट्रीय सहाय्य योजना व सामाजिक सुरक्षा योजनांतून गेल्या पन्नास वर्षांत लोकांना इतके स्वास्थ्य आले आहे की तेथील सरासरी वयोमान ८० वर्षे झाले आहे. वृद्ध, अपंग, मतिमंदांच्या संगोपन व पुनर्वसन कार्यात ते सर्वाधिक खर्च करतात. जपानचा सर्वाधिक नफा हा स्वयंचलित यंत्र (Automobile) उद्योगातून मिळतो. त्यांनी ठरवूनच टाकले आहे की या उद्योगात जेवढी उलाढाल होईल, तितकी उलाढाल कल्याणकारी कार्यासाठी करायची. त्यामुळे गेल्या पन्नास वर्षांत कल्याणकारी कार्यावर केला जाणारा खर्च तिप्पट झाला आहे. आपल्याकडे तो दर योजनेत उत्पन्नाच्या प्रमाणात कमी होतो आहे ही चिंतनीय बाब आहे.

जपानमधील कोणतीही कल्याणकारी संस्था शासन चालवत नाही. शासन फक्त त्या नियंत्रित करते. राज्य, जिल्हे निधी देतात. तिथे सामाजिक कार्य करणाऱ्या संस्थांना Social Co-Opration /Foundation म्हणतात. संस्था 'विना नफा संस्था' (Non- profitable organisation) म्हणून चालवणे बंधनकारक असते. या नि अशा किती तरी गोष्टी आहेत की ज्या समजून घेतल्याशिवाय आपणास तिथे संस्था अशा सेवा कशा देऊ शकतात हे समजू शकणार नाही.

टोकियो या जपानच्या राजधानीतील एक विभागात (ward) 'एयरिनकाई' (Airinkai) संस्थेस पहिल्याच दिवशी भेट देण्याचा योग आला. पूर्वी अमेरिकन सेनेच्या बराकीत चालविण्यात येणारी ही संस्था. आता त्यांनी तिचे पुनरुज्जीवनच केले आहे. वृध्दांची शुश्रुषा, वृध्दांसाठी संस्थाबाह्य सेवा, मतिमंदांचे पुनर्वसन केंद्र, मतिमंदांचे संगोपन केंद्र, बालवाडी, अनाथाश्रम, पत्नीहीन पतीचे आश्रय केंद्र, (इथं जपानचं वेगळेपण लक्षात येतं) शाळकरी मुलांचे छंदकेंद्र, दवाखाना अशा सर्व सेवा पुरवणारी ही संस्था. एकीकडे सेवावैविध्य तर दुसरीकडे सुविधांच्या अधिकाधिक वापराचे धोरण. एयरिनकाईत असलेल्या 'मेगुरो कैफु -रो' या मतिमंदांच्या पुनर्वसन केंद्रास भेट दिली. १९७० साली ही संस्था सुरू झाली. १०० मुला-मुलींचे संगोपन व पुनर्वसन कार्य करणाऱ्या संस्थेत ५४ कर्मचारी आहेत हे ऐकल्यावर माझा प्रथम विश्वासच बसला नाही. पण प्रत्यक्ष काम पाहताना माझ्या लक्षात आले की, तेथील कर्मचारी ज्या तळमळीने मुलांची काळजी घेत होते ते पाहता ही संख्या अपुरी आहे. तिथे २ विद्यार्थ्यामागे १ कर्मचारी असतो. आपल्याकडे हे प्रमाण १०:१ आहे. आपले काम किती मागे आहे याचे ते द्योतक आहे. या केंद्रात मतिमंद मुलांना औपचारिक शिक्षणापेक्षा अर्थार्जन व स्वावलंबनाच्या दृष्टीने प्रशिक्षण दिले जाते. टाकाऊ पॅकिंग्जपासून कागद बनवणे, भेटवस्तू तयार करणे, चित्रे, वॉल हँगिंग्ज, अशा

वेगवेगळ्या प्रशिक्षणाची सोय आहे. साधारण पाच मुलांचा एक गट. दोन कर्मचारी. पैकी एक प्रशिक्षक व एक काळजीवाहक अशी रचना असते. या केंद्रात प्रत्येक उद्योगास स्वतंत्र खोली होती. ती साधनसंपन्न होती. केंद्राचा सारा परिसर अंतर-बाह्य सजावटीने युक्त. कच्चा माल विपुल. हे केंद्र आपत्कालीन स्थितीत घरातील मतिमंद मुलांचा पण सांभाळ करते. केंद्रात दोन्ही प्रकारची मुले असतात. संस्थेत राहणारी व घरून येणारी. प्रशस्त इमारतीत कार्यशाळा, शिक्षकालय, भोजन कक्ष, बहुउद्देशीय सभागृह, खेळ घर, निवास अशी रचना होती. कर्मचाऱ्यांत संचालक, शिक्षक, काळजीवाहक, डॉक्टर, नर्स, आहार तज्ञ, मसाज करणारा, मज्जातंतू विशेषज्ज्ञ, मनोविकार तज्ज्ञ, चालक, वीजतंत्री, समाजकार्यकर्ता, छंद शिक्षक, संगीत शिक्षक, प्रशिक्षक, आचारी, सफाईगार, माळी, बालचिकित्सक अशांचा समावेश पाहता जपानी लोक मतिमंदांच्या संगोपन व पुनर्वसनाचा विचार किती सूक्ष्म करतात हे लक्षात येते.

'एयुमीएन' (Ayumi-en) हे एरिनकाईमधील आणखी एक मतिमंद पुनर्वसन केंद्र पाहिले. याचे वैशिष्ट्य म्हणजे ते केवळ लहान मुलांसाठी होते. या केंद्राचे काम अनिवासी स्वरूपाचे होते. मुले केंद्राच्या वेळात येत व परत आपल्या घरी जात. याची वेळ कार्यालयानुरूप असते. हे सांभाळ केंद्रही (Day care Center) आहे, शिवाय बालवाडी, प्राथमिक शाळेसारखे पण. असे असले तरी सोयी-सुविधात काही कमी नाही. बालोद्यान, आहार, झोप, जिम्नॅशियम अशा विशेष सोयी इथे दिसल्या. याचे कारण मुलं घर, पालक यांना सोडून राहतात तर त्यांना घर, पालकांची आठवण होऊ नये, त्यांना इथं यायची ओढ लागावी अशी आकर्षणे (सोयी नव्हे) निर्माण करण्यात आलेली होती. नोकरी करणाऱ्या पालकांची मुले, उपचाराची गरज असलेली मुले इथे येत. इथले शिक्षक विशेष प्रशिक्षित होते. लहान मतिमंदांचे हे केंद्र त्यांचे मतिमंदत्व कमी करण्याकडे जसे लक्ष देते तसेच ही मुले इतर शाळेत लवकर कशी जाऊ शकतील या दृष्टीने प्रयत्न करते.

'मेगुरो कैफु-रो' व 'एयुमीएन' या दोन्ही मतिमंदांच्या संगोपन, शिक्षण, प्रशिक्षण, पुनर्वसन केंद्रासाठी एरिनकाईमधील इतर संस्थांसाठी उपलब्ध सर्व सुविधा आपोआपच मिळतात. त्यात कँटिन, दवाखाना, रंजन केंद्र, छंद घर, यांचा समावेश आहे. या सर्व सोयींचा एकत्रित विचार केला तर एरिनकाई म्हणजे जपानी नागरिकांनी मतिमंदांसाठी उभारलेली प्रतिसृष्टी वा स्वर्गच! मतिमंदांच्या प्रत्येक वैगुण्यावर विजय मिळवायचा चंग बांधलेली व्यवस्था पदोपदी लक्षात यायची. तेथील शिक्षक, पालक, कर्मचारी मुलांचे शिक्षण, प्रशिक्षण, सांभाळ, मनोरंजन, भोजन भरवणं सर्व मनापासून करतात. केंद्रात वाचा, श्रवण, शरीरसंबंधी सर्व दोषांच्या निदानाबरोबर उपचाराच्या कितीतरी

सोयी होत्या. साधे प्रसाधन गृह (Toilet) पाहिले तरी त्यांच्या या क्षेत्रातील समृध्द जाणिवेची कल्पना येते. तिथे मतिमंदांच्या नियंत्रित हालचालींचा, मर्यादांचा विचार करून आपोआप पाणी सुटणे, वॉशर, गरजेप्रमाणे खालीवर होणारे नळ, मुलांच्या उंचीप्रमाणे कमी अधिक उंचीवर लावलेली बेसिन्स, व्हीलचेअरवरून प्रसाधनगृहात नेण्याची सोय, अशा सर्व बारीकसारीक गोष्टी सांगणे केवळ कठीण. मुलं इथं आनंदात असतात. इथे येण्याची त्यांची ओढ असते. घरातील पालकांना प्रशिक्षण देण्याची केंद्रात सोय होती. प्रशिक्षण पालकांना सक्तीचे असते. त्यासाठी त्यांना रजा मिळते. प्रशिक्षण भत्ता, प्रवासखर्च, भोजन मिळते. प्रशिक्षण हे त्यांच्या पाल्यासह दिले जाते.

टोकियो शहरातीलच शिनागावा विभागातील 'फुकुई-काई' ही जगप्रसिध्द कल्याण संस्था पाहता आली. वृध्द व अपंगांच्या संगोपन, उपचारासाठी समर्पित ही संस्था पाहताना पदोपदी आपल्या देशात हे यायला किमान शतक उलटावे लागेल याची जाणीव होत होती. जपानमध्ये सामाजिक संस्थांतून दिली जाणारी सेवा तीन प्रकारची असते. एक असते सार्वजनिक. ती प्रशासकीय स्तरावर दिली जाते. या अंतर्गत शासनाचा कल्याण विभाग गरजूंना सेवासुविधांची माहिती देणे व त्या पुरवण्याचे कार्य करतो. तेथील अधिकारी, कर्मचारी (शासकीय) गरजूंच्या दारी सेवा पुरवणे आपले कर्तव्य मानतात व त्याप्रमाणे करतात. त्यात 'शिवशाही आपल्या दारी' सारखा दांभिकपणा नसतो. तेथील अधिकारी स्वत:ला सेवक मानतात. आपल्या विभागाच्या अधिकारी, कर्मचाऱ्यांना स्वखर्चाने जपान दाखवावा असे तेथील शासकीय विभागाच्या भेटीच्या वेळी वारंवार वाटत होते. माझ्याबरोबर भारत सरकारच्या कल्याण मंत्रालयाचे उपसचिव दर्जाचे उच्चधिकारी होते. ते हे सारं पाहताना भलतेच अचंबित व अंतर्मुख होत होते. काहीशी अशीच स्थिती माझ्याबरोबर या दौऱ्यासाठी सामील पाकिस्तान,नेपाळ, बांगला देशच्या अधिकाऱ्यांची होत होती. दुसरी स्वयंसेवा सामाजिक संस्थांकडून विनामोबदला दिली जाते. तिसरी सेवा ही पैसे आकारून पुरवली जाते. त्यास ते 'Marketable Service' च म्हणतात. विशेष सेवांचा त्यात अंतर्भाव होतो. त्या खर्चिक असतात. पण सर्वांना उपलब्ध असतात. गरिबांच्या या सेवेचा खर्च सामाजिक सुरक्षा योजनेतून होतो. अशा प्रकारे विविध सेवा पुरवणाऱ्या १४,००० संस्था जपानमध्ये आहेत. जपान कल्याण कार्यावर (सार्वजनिक) २६०००,०००,००० येन म्हणजे ९०,००,००० रुपये दरडोई खर्च करते. सामाजिक संस्थांना दिले जाणारे अनुदान दिलेल्या कालावधीत खर्च करणे बंधनकारक असते. ठराविक वेळेत दिलेला पैसा लाभार्थीपर्यंत न पोहोचल्यास शासन संस्थांना जाब विचारते. शासन सामाजिक संस्थांना मोफत जागा देते. ही

जागा विशेष म्हणजे मोक्याच्या ठिकाणी देण्यावर शासनाचा कटाक्ष असतो. तिथे गरजूंना सहज येता आले पाहिजे असा शासन विचार करते.

'फुकुई-काई' मधील 'शिनोकी' नावाची मतिमंदांची शाळा पाहिली. मतिमंद मुलांचे दैनिक जीवन सुसह्य करण्यास सहाय्य करणारी ही शाळा. या शाळेचे दोन विभाग होते. एकात शिक्षण दिले जायचे. दुसरी पुनर्वसनाचे काम करायची. एक मतिमंद मुलांचे सामान्यीकरण (Normalization) करण्याचा प्रयत्न करायची तर दुसरी नोकरी मिळवून देण्यासाठी प्रयत्न करणारी व प्रशिक्षण देणारी होती. या संस्थेत कितीतरी संस्था व सेवांची सोय होती. आठ मजली प्रचंड इमारत. सर्व एकाचवेळी पाहणे अशक्यच. 'शिनोकी गकुएन' या दोन्ही मतिमंद विद्यालयाची क्षमता प्रत्येकी ५० होती. एकत्रित विचार केला तर जवळपास तितकेच कर्मचारी त्यांच्या दिमतीला होते.

क्योटो शहरातील भेटीत अपंगांचे पुनर्वसन केंद्र पाहिले. पुढे नारा शहरातील 'तोडाजी सेन्शेन' ही संस्था पाहिली. 'क्योटो सिटी चाइल्ड वेल्फेअर सेंटर' मुलांसाठी मार्गदर्शन, तात्पुरता निवारा, मनोचिकित्सा, सल्ला, शोध, प्रतिपालन, प्रतिबंधात्मक काळजी, बालरोग, शरीरोपचार, अस्थिशास्त्र क्रिया, मज्जाशास्त्र क्रिया, दिवसाचे देखभाल केंद्र, मतिमंद, मूक, अपंग बालकांचे उपचार केंद्र एकाच ठिकाणी चालवत असल्याचे पाहून जपानी लोकांच्या योजकतेचा हेवाच वाटू लागला. अपंग मुलांना पुन्हा त्यांचे नैसर्गिक बालपण देण्याचा या केंद्राचा आटापिटा, आपण येथवर पोहोचू शकू का, अशी साधार शंका निर्माण करणारा होता.

विदेशी सेवा, सुविधा यांकडे आपण केवळ आश्चर्याने पाहतो व स्वप्नरंजन करत राहतो. संस्था, समाज, शासन तिन्ही स्तरांवर आपले अज्ञान आपण दूर केले पाहिजे. संस्थांनी आपण फार मोठे सामाजिक काम करतो हेच चिक्कार अशा अभिनिवेशातून मुक्त व्हायला हवे. संस्थाप्रमुख व कर्मचारी यांतील दर्जाची दुही वा दरी कमी करून सहकारी (Colleagueness/Fellow Worker) भाव आला पाहिजे. संस्था हे कुटुंब मानण्याची प्रक्रिया सुरू व्हायला हवी. कामाची द्विरुक्ती टाळायला हवी. मतिमंदांच्या कल्याणाचे कार्य आपल्याकडे शोध, नोंद, शिक्षण, प्रशिक्षण या पुरतेच मर्यादित आहे. प्रतिबंधन, उपचार, पुनर्वसन, सामान्यीकरण या महत्त्वाच्या अंगांना स्पर्श सुध्दा केलेला नाही. आपल्या आजवरच्या कार्यातील ही त्रुटी आहे. पालकांचे प्रशिक्षण (केवळ पालक सभा घेणे नव्हे) हा देखील सर्वाधिक दुर्लक्षित घटक आहे. जपानइतकी सुविधांची रेलचेल आपण नाही करू शकणार. पण सुविधांचे जाळे जोडता येऊ शकेल. याबाबत विचार सुरू व्हायला हवा. एकाच प्रकारचे काम करणाऱ्या संस्थांत सुसंवाद असणे गरजेचे आहे. त्यातून आपणास द्विरुक्ती टाळता येऊन

सेवावैविध्य जोपासता येईल. मतिमंदांच्या निवासी शाळांचे शिवधनुष्य आपण जोवर उचलायला तयार होणार नाही व शोध, सल्ला, उपचार, शिक्षण, प्रशिक्षण, पुनर्वसन असे एकछत्री सेवाकेंद्र सुरू करणार नाही, तोवर आपले काम जगाच्या तुलनेने मलमपट्टीच ठरते हे लक्षात घ्यायला हवे. आपल्याकडे साधनांची कमी जशी आहे तशी योजकता, कल्पकता, ध्यानाची पण कमी आहे हे अंतर्यामी आपण मान्य केले पाहिजे.

गेल्या अर्धशतकात जपाननी समृद्धीचा कळस गाठला. त्याचं उदाहरण म्हणजे ज्येष्ठ नागरिकांची वाढती संख्या. एकूण लाकसंख्येच्या १५% ज्येष्ठ नागरिक असलेला हा देश व्यवच्छेदक होय. जपान आपल्या कल्याणकारी कार्यास 'सहज कार्य ' मानणारा देश. नागरिकांना सामाजिक सुरक्षा देणे म्हणजे आपला देश कल्याणकारी आहे असं जपान मानतो. सामाजिक सुरक्षेपोटी जपानने आपल्या जनतेला उत्पन्नाची शाश्वती जशी दिली तशी पडत्या काळात राष्ट्रीय सहाय्याची हमी पण. जपान स्वर्गसुख देणारा देश दूरदर्शी नियोजनामुळे घडू शकला अशी निरीक्षणातून माझी धारणा झाली आहे. जपाननी देशभर अनाथ, निराधार, वृद्ध, अपंग कल्याणाचे जाळे विणले आहे. व्यक्तिगत कल्याण योजनेअंतर्गत विकसित या योजनांना सरकार सहाय्य करते. त्यासाठी तिथे गरिबांसाठीचा कल्याण कायदा आहे. अशा व्यक्तीसाठी जपान दरमहा १८०,००० येन (सुमारे ७० हजार रुपये) खर्च करतो.

जगातील पंधरा एक देशातील कल्याणकारी कार्य मी वेळोवेळी केलेल्या विदेश प्रवासात पाहिलं, अभ्यासलं. पण मला सर्वाक्षिक प्रभावित प्रेरित करणारा देश म्हणजे जपान. माझ्या लेखी 'जनसमृद्धीचा देश' असलेला जपान. या देशानी प्रत्येक वंचितास 'वांछित' बनवलं. अनाथ, अपंग, वृद्ध जीवन वाट्यास यावं जपानमध्ये. मी जपानचे लोक, संस्कृती, शिष्टाचार, इ. तून अनेक गोष्टी शिकलो. सर्वांत महत्त्वाचे म्हणजे कार्यनिष्ठ कार्यसंस्कृतीचा विकास जगात व्हायचा तर जपानच्या अनुकरणास मला पर्याय दिसत नाही. जपाननी समृद्धी संपादली तरी संस्कृती सोडली नाही. परंपरेने चटईवर झोपणारा जपानी समृद्धीनंतरही चटई सोडत नाही यातूनच त्याचं जीवन वास्तव उमजतं. अमेरिकेशी 'ना युद्ध करार' करणाऱ्या जपानच्या परराष्ट्रीय धोरणात त्यांची समृद्धी सामावलेली आहे. पोलीस, सैन्यापेक्षा नागरी जीवनाची शिस्त रुजवणारा, जोपासणारा जपान मोठा होतो तो कल्याणकारी जीवनाचे माहात्म्य त्याला गवसले म्हणून. 'उद्ध्वस्त जपान' ते विसरत नाहीत म्हणून 'निरंतर समृद्धी' त्यांच्या घरी पाणी भरते. जपानचे आजचे प्रश्न त्यांच्या समृद्धीतून निर्माण झालेले प्रश्न आहेत. जपानच्या गाण्यात त्यांचा देश 'समृद्धीच्या गावा' जाण्याची स्वप्नं पाहतो. आपण मात्र

'दगडांच्या देशा' म्हणण्यात अभिमान बाळगतो. त्यांच्या नि आपल्या समृद्धीच्या अंतरामागे आपली मानसिकताच कारणीभूत आहे.

मी जपानमुळे वेळ पाळण्यास शिकलो. नियोजनाचे महत्त्व मला जपानन‍ी शिकवले. कामावर प्रेम करायला जपानच कारणीभूत. माझी वर्तमान समृद्धी भारताच्या दारिद्र्याच्या पार्श्वभूमीवर अपराध्यावत वाटू लागली ती जपान पाहिल्यापासून. या देशानीच मला समृद्धीनंतरही नम्र राहण्याची शिकवण दिली. मी देशोदेशींच्या प्रतिनिधींबरोबर नारा येथील 'तोडाई -जी' मंदिरातील 'जम्बो बुद्ध' पाहण्यास गेलो होतो. सुमारे दीडशे फूट उंच व दोनशे फूट रुंद असलेली बुद्धाची विश्वविख्यात विशालकाय मूर्ती! तेथील मुख्य पुरोहित मी भारतीय आहे म्हटल्यावर मला वर पुरोहित प्रदक्षिणेसाठी घेऊन गेला. सर्व लोक पायथ्यावरून दर्शन घेतात. मला हा सन्मान का? असं विचारल्यावर तो गहिवरून म्हणाला होता, 'भारतानी जपानला बुद्ध दिला'. जपाननी आपल्याला आपल्या जीवन, कार्यातून जे दिलं, ते आपण पाथेय मानायला हवं. त्या दिवसापासून मी रोज एकच विचार करतो, जपाननी मला काय दिलं? सिंगापूर पाहतानाही हाच प्रश्न कानी घोंघावत होता.

४५

सन १९८० ते २००० या वीस वर्षांच्या सातत्यपूर्ण सेवाभावी कार्यानंतर अनाथांच्या संगोपन व पुनर्वसन कार्यातून मी ६ मे, २०००मध्ये स्वेच्छानिवृत्ती स्वीकारली. प्रारंभी मी महाराष्ट्र राज्य परिवीक्षा व अनुरक्षण संघटना, पुणेच्या अध्यक्षपदाच्या जबाबदारीतून स्वेच्छामुक्त झालो. नंतर बालकल्याण संकुलाच्या मानद कार्यवाहपदाचा मी स्वेच्छ राजीनामा दिला. माझ्या कार्य, कर्तृत्वानी धास्तावलेल्या माझ्या सहकाऱ्यांनी तो पराकोटीच्या तत्परतेने मंजूर केला. मी राजीनामा का दिला, अशी विचारणा अनेक जणांनी अनेक वेळा सार्वजनिक, खासगी, लेखी, तोंडी केली आहे. संस्थाहिताचा विचार करून ते उत्तर मी आजवर टाळलं. पण सामाजिक जीवनात संशयाचं मळभ अधिक काळ राहता नये. ते केव्हातरी दूर करणं अशासाठी आवश्यक असतं की समाजविघातक गोबेल्सचा, त्यांच्या तंत्राचा उलगडा होऊन त्यांचा खरा चेहरा एकदा स्पष्ट व्हायलाच हवा.

मी जपानहून परतलो नि महाराष्ट्र परिवीक्षा व अनुरक्षण संघटनेच्या लोकशाहीकरणाची प्रक्रिया पूर्ण करून संस्थेचा कारभार अन्य सहकाऱ्यांच्या हाती जावा म्हणून निवडणूक लावून जाणीवपूर्वक अनुपस्थित राहिलो. त्याच दिवशी मी

बालकल्याण संकुलाची पण सर्वसाधारण सभा योजून इथंही नवी रचना योजली. अनेक वर्षे कार्य करणाऱ्या ज्येष्ठ कार्यकर्त्यांसाठी घटना दुरुस्ती करून त्यांना सल्लागार बनवता येईल असे पाहिले. तिकडे कार्यकारी मंडळात अधिक व्यापक सामाजिक संस्था, व्यक्ती सहभागी होतील अशी रचना केली. ती करताना लक्षात आले की काही सहकारी पदांची आशा ठेवून कार्यरत होते. लोकतांत्रिक पद्धतीनं आपणाला पदं मिळत नाहीत पाहून मग काही अशांत, असंतुष्ट सहकाऱ्यांनी कांगावा, कुरबुरी सुरू केल्या. त्या तीन वर्षं चालत राहिल्या.

अनाथाश्रम, रिमांड होमसारख्या संस्था म्हणजे कामाची आगरं असतात, अशा संस्थांत वर्षानुवर्षे काम करण्याचा टेंभा मिरवणारी मंडळी साक्षात्कार झाल्यासारखी मला विचारू लागली की संस्थेत आमची नक्की भूमिका काय?आम्ही नक्की काम काय करायचं? मग मी संस्था विश्वस्त योजना आखली. दरम्यान संस्थेत अनेक प्रकल्प, शाखा सुरू झालेले. प्रत्येकाच्या कर्तृत्वास भरपूर वाव होता. संस्था वाटून देऊन सहा महिने उलटले तरी डॉ. विजय कारंडेसारखा सन्मान्य अपवाद वगळता कुणी कर्तव्यदक्ष भावनेनी आपली जबाबदारी पेलली असे आठवत नाही. जे सक्रीय झाले त्यांनी नवे प्रश्नच निर्माण केले. विश्वस्त अविनाश वाडीकर यांना अनिकेत निकेतन या अनाथ विद्यार्थी वसतिगृहाचा कारभार सोपवला. तो सोडून ते महिला आधारगृहातच अधिक रस घेऊ लागले. ते लक्षात आणून दिल्यावर त्याच्या नाकाला मिरच्या झोंबणे स्वाभाविकच होते. दुसरे एक विश्वस्त भीमराव भोसले संस्थेचे अंतर्गत हिशोब तपासत. ते कन्या बालगृहातच 'फिल्डिंग' लावून बसायचे. खिचडी, पोह्याचा बेत रोज रंगू लागला होता. ज्या स्त्री लिपिकाच्या कामाबद्दल तक्रारी असत, त्यासच निर्दोष नि उत्कृष्ट कामाची प्रमाणपत्रं अहवालात मिळू लागली. हे अयोग्य असल्याचे निदर्शनास आणून दिल्यावर वेळोवेळी दुखावलेल्या या सहकाऱ्यांनी नियमबाह्य नियुक्ती, पदोन्नती हवी असलेल्या कर्मचाऱ्यांना हाताशी धरलं. त्यांचे कर्मचारीप्रेम एकदम उफाळून आले. विश्वस्त स्वहस्तेच संस्थाविरोधी तक्रारी कर्मचाऱ्यांना लिहून देऊ लागले. मी यावर चिंता व्यक्त केल्यावर त्यात काय गैर आहे, असे उलट मलाच विचारले जाऊ लागले.

बालकल्याण संकुलात श्री. विष्णू शेटे म्हणून परिवीक्षा अधिकारी होते. ते संस्थेत शिकून माझ्यासारखे स्वकष्टाने मोठे झालेले. संस्थेचे प्रत्येक काम तन,मन, धन अर्पून करत. संस्थेत अनेक आश्रितांना आम्ही सेवेत सामावून घेतले होते. ती सारी मंडळी स्वत:च्या भोगलेल्या दु:खांची जाणीव ठेवून समर्पित भावनेनी कार्य करायची. व्यक्तिद्वेषानी पछाडलेले सर्वश्री अविनाश वाडीकर, भीमराव भोसले, बाबूराव चौगुले, सुरेश शिपुरकर, रा.कृ.करमळकर, शकुंतलाबाई पाटील, डॉ.सविता जोशींसारखे सहा-सातच सहकारी होते. मी गमतीने त्यांचा उल्लेख 'विश्वस्त

सप्तर्षी' म्हणून करायचो. आमच्या पस्तीस जणांच्या सल्लागार व कार्यकारी मंडळात ते सतत अल्पमतातच असायचे. मी मात्र त्यांच्या प्रत्येक मताचा आदर करून अंमल केलेला. काही केले तरी काही घडत नाही बघून त्यांनी काल्पनिक प्रकरणं, कुभांडं रचण्यास सुरुवात केली. श्री. शेटे त्याचे पहिले बळी ठरले. त्यांच्याविरुद्ध ज्या वाडीकर, शिपुरकर, शकुंतलाबाई पाटील, इ.नी तक्रारी केल्या, त्यांचीच मी चौकशी समिती नेमली. यापेक्षा लोकतांत्रिक न्यायव्यवस्थेत अधिक पारदर्शकता काय असू शकते? चौकशीचं पूर्ण स्वातंत्र्य देऊनही त्यांना आरोप सिद्ध करता आले नाही. 'नाचता येईना अंगण वाकडे' म्हणतात ना? त्यांनी अहवालात कर्मचारी कोणाच्या तरी दबावाखाली आहेत अशी सबब पुढे करुन पोलिसी चौकशीचा घाट घातला. ती- ही चौकशी झाली. शेटे निर्दोष असल्याचा निर्वाळा पोलिसांनी दिल्यावर तक्रारखोर विश्वस्त, मी पोलीस अधीक्षकांना फितूर केलं, असं आपल्या अपयशाचं खापर माझ्यावर फोडते झाले. पुढे शेंटेंवरील एक अशीच जुनी तक्रार त्यांनी उकरून काढली. न्यायप्रविष्ट प्रश्नी सहकारी विश्वस्तांनी अधिक नि अनधिकार सहभाग घ्यायला सुरुवात केली. त्यांचा एककलमी कार्यक्रम होता. मला नामोहरम करायचं. श्री. शेटे न्यायालयातही निर्दोष सुटल्यावर मानव हक्कांची अमर्याद पायमल्ली झाल्याचे जिल्हाधिकाऱ्यांच्या लक्षात आणून देऊन कामावर रुजू करून घेण्यास भाग पाडले तसे ते सप्तर्षी विश्वस्त अधिक हवालदिल नि आक्रमक होणे स्वाभाविक होते. मी वयाने लहान असलो तरी त्यांचं दु:ख, हताशा समजण्याइतका खचितच प्रौढ होतो.

मग या सप्तर्षी विश्वस्तांनी श्री. मोघे व श्री. देसाई नावाच्या संस्था-स्त्री कर्मचाऱ्यांच्या पतींना हाताशी धरून धर्मादाय आयुक्तांकडे केलेल्या तक्रारींना खतपाणी घालण्यास सुरुवात केली. त्याची रीतसर चौकशी झाली. मला केंद्र करून करण्यात आलेल्या तक्रारीत ही अगदी सकृतदर्शनीपण तथ्य नसल्याचा निर्वाळा धर्मादाय आयुक्तांनी दिला. सप्तर्षी विश्वस्तांच्या या प्रश्नीच्या कुलंगड्याही व्यर्थच गेल्या.

या सर्व तक्रारी, चौकशा, निनावी अर्ज, निवेदने यांचे तर त्याकाळात संस्थेत पेवच फुटल्याचे आठवते. रोज पोलीस चौकीत जाऊन द्यावे लागणारे जबाब पाहून पोलिसांनाच एक दिवस माझी दया आली. त्यांनाही खरं कळून चुकलं, तसे ते घरी, कार्यालयात येऊन जबाब घेऊ लागले. पोलीस यंत्रणेची ही वागणूक माझ्या दृष्टीने 'सत्यमेव जयते'ची प्रचीतीच होती. तिकडे मात्र भीमराव भोसलेंसारखे निनावी तक्रारखोर विश्वस्त रोज आपला जबाब देणे टाळत होते. शेवटी भ्रष्टाचार विरोधी शासन समितीच्या वतीने जिल्हाधिकाऱ्यांनी पोलीस व धर्मादाय आयुक्त यांच्याकडे पाठवलेल्या तक्रारीच्या अहवालाचा विचार करून पोलिस अधीक्षकांनी 'विश्वस्तच

खोट्या तक्रारी करत असल्याने कार्यकारी मंडळ बरखास्त करून प्रशासक नेमावा' अशी शिफारस केली. दरम्यान मी संकुलाच्या जबाबदारीतून स्वेच्छामुक्त झालेलो होतो. बरखास्ती व प्रशासक नियुक्तीचा हा अहवाल आजही गुलदस्त्यातच आहे. जिल्हाधिकाऱ्यांकडे या अहवालाची प्रत मागितल्यावर गोपनीयतेची सबब सांगून केलेली ती माहितीच्या अधिकारांची लेखी पायमल्लीही होती. हे आश्चर्य आपल्याच देशात घडू शकतं नि ते ही राष्ट्रीय मानवी अधिकार आयोगाचा 'जिल्हा प्रतिनिधी' म्हणून कार्य करणाऱ्या माझ्यासारख्यांच्या बाबतीत. तिथं मग सामान्याची काय स्थिती होत असेल याची कल्पनाच केलेली बरी!

याच काळात सन १९९९च्या मध्यास संस्थेचा सुवर्ण महोत्सव तोंडावर आलेला. त्याचं नियोजन आम्ही वर्षापूर्वीच सुरू केलेलं. संस्थेच्या स्थापनेच्या वेळी उपराष्ट्रपती डॉ. राधाकृष्णन आलेले. पुढे ते राष्ट्रपती झाल्यावरही पुन्हा एकदा आले होते. त्यांच्या नावे आम्ही प्रारंभीची संस्था समर्पित केली होती, म्हणून राष्ट्रपतींना बोलवायचा घाट घातलेला. संस्थेची रंग सफेदी, नवे उपक्रम, संस्था गजमुक्ती, कार्यकर्ता गौरव, इतिहास लेखन कितीतरी योजना आखल्या. सुवर्ण महोत्सव निधी उभारला. तो उभा करावा म्हणून हिरिरीने ठराव मांडणाऱ्या सप्तर्षी विश्वस्तांपैकी अनेकांनी तो दिला नाही, पण या निधीतून झालेल्या कामाच्या हिशोबाबत मात्र ही मंडळी मोठी जागृत होती. कोल्हापूरच्या आर्किटेक्टस्, बिल्डर्स व प्रमोटर्स असोसिएशनने संस्थेच्या रंगकाम, दुरुस्तीचं काम करून द्यायचे ठरलेले. त्यांच्या काही खांदेपालटामुळे त्यांना आपलं आश्वासन पाळता आले नाही. संस्थेने नेमलेल्या समितीने निधी उभारून हे काम पूर्ण करायचे मान्य केलेले. अशात या कामी सहाय्य करणाऱ्या श्री. चंद्रकांत वायचळांसारख्या सदस्यांनाच सप्तर्षी विश्वस्तांनी आरोपीच्या पिंजऱ्यात उभं करण्याचं धाडस केलं. असं अघोरी धाडस तेच करू जाणे.

या नि अशा प्रकारच्या अनेक तक्रारी, आरोप, कुभांडं रचण्यात गुंतलेल्या सहकाऱ्यांच्या विद्ध्वंसक उद्योगांना रोज तोंड देणं मला अशक्य झालं. एक दिवस तर मला ते 'निघून जावा' (गेट आऊट!) ही म्हणाले. संस्थेसाठी, निराधार मुलांसाठी मी सतत तीन वर्ष (१९९७-२०००) हे सारं सतत सहन करत राहिलो. या काळात मी अनेकदा राजिनामे देऊन माझी मनाची नाराजी सभ्य नि सनदशीर मार्गांनी व्यक्त करत राहिलो. एका बालदिनी तर मी संस्थेसमोर लाक्षणिक उपोषण करून आरोपांच्या चौकशीची जाहीर मागणी केली. त्यांना ती चौकशी निष्पक्ष करता यावी (पुन्हा संस्था माझ्या दबावाखाली असे अशी सबब नको!) म्हणून मी स्वेच्छानिवृत्ती स्वीकारली. राजिनामा दिला. पुढे त्यांनी या राजिनाम्याचा अनेकदा वापर करून माझं सभासदत्व पण रद्द करण्याचा निर्लज्जपणा करून पाहिला. नंतर

मनाची नसली तरी जनाची होती म्हणायची. कोलांट्या उड्या मारून दुरुस्ती केली. जनलाजेस्तव माझं सभासदत्व सुरक्षित ठेवलं. आज हे सप्तर्षी-त्यांची तोंडं अष्टदिशी परस्परांविरुद्‌ध उभी आहेत. प्रत्येक जण-कोण स्वत: तर कोण हस्ते-परहस्ते मला परत या नि संस्था सांभाळा, म्हणून निरोप पाठवतात. इतक्या मानहानीनंतर कोण पदरचं खाऊन लष्कराच्या भाकऱ्या थापणार! अनाथांनाही स्वाभिमान असतो. मी करत असलेले कार्य हे भोगाचे उदात्तीकरण होते. त्याला जर कोण माझा विक पॉइंट समजून नामोहरम करण्याचा प्रयत्न करत असेल तर अशांना या कामाचे कष्ट, जबाबदारी देऊनच समजावता येते हे लक्षात घेऊन मी जबाबदारीतून कायमपणे मुक्त झालो.

मी हे लिहायलाच हवं होतं. म्हातारी मेल्याचं दु:ख नाही. काळ सोकावेल. सामाजिक जीवनात नाकर्ती मंडळी कर्ते सुधारक म्हणून मिरवताना मी जेव्हा जेव्हा पाहिलं, तेव्हा अशांपासून दोन हात मी स्वत:ला सुरक्षितच ठेवलं. श्री. अनंत दीक्षित, कॉम्रेड गोविंदराव पानसरे यांच्यासारखी किती तरी मंडळी संस्था वाचावी, मी राहावं म्हणून प्रयत्न करत होती. हट्टाला पेटलेल्यांना अशा वेळी विद्‌ध्वंसच विकास वाटू लागतो. आग सरली की त्यांना स्वत:चे काजळलेले हात, तोंडं दिसू लागतात. पण एव्हाना उशीर झालेला असतो. 'जो बूँद से गई वह हौज से थोडे भर पायेगी?' सामाजिक जीवनात माणसानं कितीही मोठी किंमत द्यावी लागली तरी ती देऊन आपली माणुसकी, मूल्यं जपावी. ती जपण्या-जागवण्यासाठी मी बालकल्याण संकुलसारखं अपत्यवत जपलेलं कार्यही सोडणं पसंत केलं, माणूस मेला तरी मूल्यं जिवंत राहावीत म्हणून!

आज रोज वर्तमानपत्रात बालकल्याण संकुलाबद्दल काहीबाही छापून येतं, तेव्हा मात्र आपली वीस वर्षांची मेहनत आपले उत्तराधिकारी वीस महिनेही सांभाळू शकले नाही हे पाहून वाईट वाटतं. खरं वाईट वाटतं ते त्या अश्राप, अनाथ जीवांचं! ईर्षा, व्यक्तिद्वेषापोटी माणसं किती टोकाची निष्ठूर नि बेजबाबदार होतात याचं! त्यांनी अनाथांना निराधार करण्याचं शल्य अधिक अस्वस्थ करतं!!!

४६

माझ्यासारख्या ज्या माणसानं आपलं सारं बालपण, तारुण्य काहीही अपराध नसताना रिमांड होम, अनाथाश्रमात जेरबंद होऊन कंठावं ... त्यालाच आयुष्याच्या एका वळणावर राष्ट्रीय मानव अधिकार आयोगानं आपला जिल्हा प्रतिनिधी म्हणून निवडावं याला काव्यगत न्यायच म्हणावं लागेल ना?

३१ डिसेंबर, १९९७चा तो दिवस माझ्या चांगला लक्षात आहे. महाराष्ट्र सरकारच्या गृह मंत्रालयाने प्रकाशित केलेला तो महत्त्वपूर्ण अध्यादेश याच दिवशी माझ्या हाती पडला होता. या अध्यादेशाद्वारे मी राष्ट्रीय मानव अधिकार आयोग, नवी दिल्लीचा 'कोल्हापूर जिल्हा प्रतिनिधी' म्हणून नियुक्त झालो होतो ... सर्रकन माझ्या डोळ्यासमोरून गेल्या ४७ वर्षांचं माझं आयुष्य मागं सरकलं ... माझं जीवन मला करुणा नि क्रौर्याच्या ऊन-सावलीचा खेळ वाटत आला आहे ... जन्मदात्या कुमारीमातेनं समाज भयापोटी अनौरस अपत्य म्हणून मला अव्हेरलं तो क्षण माझ्या (नि कदाचित त्या भूमिगत झालेल्या मातेच्याही!) जीवनातील अक्षम्य असं चरम क्रौर्य होतं ... ज्या आश्रमात मला तिनं टाकलं; तेथीलच एका परित्यक्ता मातेनं पदरात पोलिओग्रस्त मतिमंद पोटचा गोळा असताना मानसपुत्र म्हणून मला कवटाळलं ... तो क्षण माझ्या (नि कदाचित त्या मानस मातेच्याही!) जीवनातील चरम करुण क्षण होता! बुद्धालाही हरवणारी ती करुणा होती!

पुढं मी रिमांड होममध्ये वाढलो. अपराधी बालकात वाढणारं माझं निरपराध बालपण माझ्या जीवनातील अविस्मरणीय असं 'क्रौर्यकांड' होतं. माझं कौमार्य, कैशौर्य नि तारुण्यही फुलत असतानाचा तो वसंत ... मजवत अनाथ असणाऱ्या त्या अनामिक प्रेयसीने आपल्या अबोधपणामुळे अकारण नाकारलं तो क्षणही असाच वेदनामय, करुण नि क्रौर्यानं भारावलेला होता.

जाणतेपणी मी रिमांडहोम, अनाथाश्रमासारख्या तुरुंगवत संस्थांचं कार्य करू लागलो ... त्यामागं टाकलेल्या २० वर्षांतील प्रत्येक दिवस, प्रत्येक प्रसंग मला कारुण्य नि क्रौर्याचं तांडव वाटत आलेला आहे.

अशा पार्श्वभूमीवर माझं सारं आयुष्य म्हणजे मानव अधिकारांचं अक्षम्य उल्लंघन म्हणून अनुभवत असताना माझं राष्ट्रीय मानव अधिकार आयोगाचा जिल्हा प्रतिनिधी होणं ... तो क्षण गतआयुष्याची भरपाई करणारा गौरव नि अधिकारांचाच एक अध्याय होता.

नियुक्तीनंतर मी कारागृहास भेट देण्यास प्रथम गेलो तो क्षण ... 'खंदे शस्त्र' म्हणून मानवंदना देऊन माझं स्वागत करण्यात आलं होतं ... आयुष्यभर रिमांड होम नामक बालतुरुंगाच्या विकट गेट (छोटा दरवाजा) मधून दररोज कलून आत-बाहेर करण्याच्या सवयीनं धनुष्य झालेली माझी कंबर ... आज कळंबा कारागृहाचं ते चक्क पन्नास फुटी उंच गेट ... तो 'बुलंद दरवाजा' उघडून आता माझं नित्य होणारं स्वागत मी कधीच विसरू शकणार नाही. मी रिमांड होममध्ये प्रवेश घेता झालो तेव्हा मला बालअपराधी समजून बालन्यायालयात शरमेनं उभं राहायला लागलेलं होतं ... आत्मा मेलेला, दफन झालेला तो क्षण ... आज जिल्हाधिकारी, जिल्हा न्यायाधीश, जिल्हा पोलीस अधिक्षक, जिल्हा शल्यचिकित्सक, पोलीस

महानिरीक्षक या सर्वांबरोबर माझं सन्मानानं बसणं ... मी राज्याच्या अनाथाश्रम, रिमांड होमचा अध्यक्ष झाल्याच्या काळात तर मंत्री, सचिव, संचालक, महानिरीक्षक किती अधिकाऱ्यांच्या गोतावळ्याचा मी केंद्र असायचो ...!

पण या सुखद, सन्मान क्षणांनी मी स्वत:ला कधी उतू-मातू दिलं नाही ... माझ्या जीवनातल्या प्रत्येक क्रौर्याचं करुणालय व्हावं म्हणून मी धडपडत राहिलो...!

कसा विलक्षण योग असतो पाहा ... आज हे लिहितोय तो दिवसही योगायोगानं ईदचाच आहे! चार-एक वर्षांपूर्वी अशा ईदच्याच दिवशी मला कळंबा कारागृहातील अधिकाऱ्यांचा-अधीक्षकांचा फोन आला होता, 'तुरुंगात बंदी असलेल्या टोळी युद्धातील बंदिजनात घमासांन सुरू झालंय ... बळाचा वापर करण्याशिवाय पर्याय नाही ... तुम्हाला माहिती असावी ...' तुरुंगापासून पाच मिनिटाच्याच अंतरावर माझं घर आहे. 'मी लगेच येतो.' म्हणून कारागृहात दाखल झालो ... बॅरककडे निघालो ... सारे अधिकारी, पोलीस 'जाऊ नका ... आमची जबाबदारी राहणार नाही, काही कमीजास्त झालं तर ...' वगैरे म्हणत रोखत होती तरीही मी हत्यारबंद अधिकारी व पोलिसांसह गेलो ... टोळीयुद्धातील एका टोळीत नेतृत्वावरून घमासान सुरू होतं. दोन्ही पक्ष अटीतटीला आलेले ... टोळीतील अधिकांश मुस्लीम होते हे त्यांच्या दाढी, टोपी, लुंगीनं एव्हाना माझ्या लक्षात आलेलं ... काही बंदी कैदी गणवेशातही ... तरी त्यांचं मुस्लीम असणं न लपलेलं ... प्रसंगावधान राखून मी नमस्कार करून साऱ्यांना 'ईद मुबारक' म्हणून शुभेच्छा देता झालो ... अन् चमत्कार घडला ... टोळीप्रमुखानं 'डिसिप्लीन' म्हणून आदेश दिला नि क्षणात तुरुंग शांत झाला. टोळीवाले, आतंकवादी, मटकेवाले साऱ्यांची स्वत:ची यंत्रणा, अनुशासन, नियम असतात, हे एव्हाना मी अभ्यासलं होतं. ... एकही लाठी न उगारता शांत झालेल्या तुरुंगातील त्या क्षणी हत्यारबंद अधिकारी व पोलिसांना शांती, सदिच्छा, सदाचार, अहिंसा ही देखील शस्त्रंच आहे हे पटलं! बळाचा वापर न करता तुरुंग शांत होण्याचा तो क्षण क्रौर्याचं करुणेत रूपांतर करण्याचा चमत्कार होता, तसा तो होता मानव अधिकारांचा विजयक्षणही!

याच काळात तेरा बालकांची अमानुष हत्या करणारं 'बाल हत्याकांड' महाराष्ट्रात घडलं होतं. अंजनाबाई गावित, रेणुका शिंदे, सीमा गावित, किरण शिंदे प्रभृती संशयित आरोपी गजाआड झाले होते. सर्व महाराष्ट्राला हादरवून सोडणाऱ्या या हत्याकांडातील तपास करणारे पोलीस अधिकारी मोठ्या दबावात तपासाचं काम करीत होते. मी राज्याच्या बालक संस्थांचा अध्यक्ष होतो. आम्ही राज्यातून हरवलेल्या मुलांचा शोध महाराष्ट्रभरच्या संस्थेतून घेत होतो. या काळात मी अनुभवलेली पोलीस, न्याय, तुरुंग यंत्रणा करुणेचा पाझर असलेली अनुभवली. अंजनाबाईच्या

अकाली मृत्यूने हादरलेली यंत्रणाही माझ्या चांगली लक्षात आहे. हेही मी विसरू शकणार नाही की आतंकवादी बंदिजन आपली केस लवकर चालावी म्हणून आमरण उपोषण करतात ... मग यंत्रणेलाच ... कधी कधी जिल्हाधिकाऱ्यांनाच न्यायालयास विनंतीपत्र लिहावं लागतं!

राष्ट्रीय मानव अधिकार आयोगाचा जिल्हा प्रतिनिधी म्हणून गेली अनेक वर्षे कार्य करताना मी स्वत:ला पूर्ण बदलून टाकलं. सन १९८०च्या कार्याच्या प्रारंभीच्या कालखंडात मी शासन यंत्रणेस नेहमी आरोपीच्या पिंजऱ्यात उभा करत असे. आज मात्र मी शासकीय यंत्रणेकडे निरक्षीर न्याय विवेकाने पाहतो. माझ्या लक्षात आलंय की, सरसकट यंत्रणेवर कोरडे ओढणं केवळ पक्षपातीपणाचं असतं. मी जगातील अनेक देशांतील तुरुंग, अनाथाश्रम पाहिले. त्या तुलनेनं इथं खूप करायचं आहे. पण माझ्यासमोर बिहारचे तुरुंगपण आहेत. त्या मानानं इथं, आपल्याकडे 'सुजलाम् सुफलाम्' असल्याचं मान्य करावं लागेल.

मानव अधिकार रक्षणाच्या कामात आपणास बरीच प्रगती करायची आहे. समाजातील, सामान्यत: मानव अधिकारविषयक जागृती वाढते त्या गतीने मानव अधिकार रक्षणाची यंत्रणा मात्र कार्यरत नाही. स्वयंसेवी संस्थांना भरपूर वाव असलेलं हे क्षेत्र अज्ञान, उपेक्षेनं दुर्लक्षित आहे. पुनर्शोधाच्या अलीकडे लागलेल्या नव्या वेडात हे कामाचं बेट मला सतत खुणावतं ... अस्वस्थ करतं ... तुरुंगात न्यायाच्या प्रतीक्षेत क्षणक्षण आयुष्य मोजणारे बंदिजन ... ती माणसं मला बेचैन करतात ... केवळ डायरी भरण्यासाठी ... क्राईम अँड डिटेक्शन रेशो (गुन्हा नि अन्वेषण प्रमाण) पाळण्यासाठी 'संशयित' म्हणून वारंवार पकडले जाणारे अगतिक तरुण सुधारणेस वाव असणाऱ्या यंत्रणेअभावी, व्यवस्थेअभावी अट्टल गुन्हेगार, नेमबाज (शूटर्स) बनतात हे जेव्हा पाहतो तेव्हा मला गलबलायला होतं ... रोज सुधारणारे कायदे ... सुधारणारी यंत्रणा ... चोरीचे तंत्र, मंत्रही सुधारताना मी अनुभवतो, तेव्हा लक्षात येतं-'समाजाचं मूळ आव्हान माणूस घडवण्याचं आहे.' यंत्रणा दुरुस्त करून चालत नाही. यंत्रं तंदुरुस्त असावी असा बुनियादी विचार आपल्या शिक्षण, घडणीत केंद्ररूप व्हावा हे मला मानव अधिकार रक्षणाच्या कार्यानं दिलेलं भान. या जाणिवेनं माझ्यातील भावनाशीलतेची जागा अलीकडे व्यवहारानं घेतली आहे. हा वयवाढीचा जसा परिणाम असावा तसा अनुभव समृद्धीचाही असावा असं वाटत राहतं!

४७

मी बालकल्याण संकुल सोडले, तसे लोक विचारत राहिले की आता काय करता? काय करणार? पंचावन्न वर्षांच्या मागे टाकलेल्या आयुष्यात काय करायचे, सारखा निष्क्रिय माणसांना पडणारा प्रश्न मला खरंच कधी पडला नाही. आयुष्याच्या प्रत्येक वळणावर मला नव्या कामाने खुणावले. खरं सांगायचं तर अनेक आयुष्यं पुरून उरतील इतकी कामं नेहमी माझ्या मनात पिंगा घालत असतात. १९८० ते २००० या दोन दशकांच्या कालखंडात मी प्रामुख्याने सामाजिक काम केले हे खरे आहे. पण माझ्यात एक लेखक, विचारक, वक्ता, वाचक सतत अस्वस्थ असतो. विशेषत: पीएच्.डी. झाल्यानंतर मी हिंदीमध्ये मूलभूत स्वरूपाचं संशोधनात्मक लेखन केलं. नाटककार शंकर शेष, विश्व हिंदी प्रचारक व पत्रकार अनंत गोपाळ शेवडे यांच्या जीवन व साहित्याचा आढावा घेणारं मौलिक संशोधनात्मक लेखन मी केलं, नि पुढे हिंदी साहित्य संशोधनाच्या क्षेत्रात त्यांच्यावर अनेक प्रबंध नि पुस्तके प्रकाशित झाली. खांडेकरांच्या अनेक साहित्यकृतींचे मी हिंदीत अनुवाद केले. हिंदीतील माझ्या अनुवाद व समीक्षा ग्रंथांना तर भारत सरकारने दोनदा राष्ट्रीय पुरस्कार देऊन गौरविले होते. भारतातील विविध भाषी अनुवादित साहित्याचे माझे वाचन बऱ्यापैकी आहे. एक काळ तर असा होता की कोणत्याही भारतीय भाषातील श्रेष्ठ साहित्यिकास ज्ञानपीठ, अकादमी पुरस्काराने गौरविले, एखाद्याचं दु:खद निधन झालं की 'सकाळ' च्या रविवार पुरवणीत माझा लेख ठरलेला. या लेखांचा एक संदर्भग्रंथ प्रकाशित करण्याचा मानस आहे.

मी शिक्षक म्हणून उपजीविका सुरू केली. पुढे प्राध्यापक झालो. सतत लेखन, वाचन, मनन मी करत राहिल्याने असेन-जेव्हा मी सामाजिक कामातून बऱ्यापैकी स्वेच्छामुक्त झालो, तसे मनात रुंजी घालत राहिलेले अनेक साहित्यविषयक संशोधन प्रकल्प मला खुणावू लागले. वि. स. खांडेकर, प्रेमचंद, यशपाल, जैनेंद्रकुमार, साने गुरुजी, खलील जिब्रान हे माझे प्रिय लेखक. खांडेकरांचे मला थोडे सान्निध्य लाभले होते. त्यांच्या अप्रकाशित, असंकलित साहित्याची श्री. जया दडकर यांनी प्रकाशित केलेली 'साहित्य सूची' खांडेकर जन्मशताब्दी वर्षातील धडपडीत माझ्या हाती आली. हे सर्व साहित्य ग्रंथ रूपानी प्रकाशित झालं तर काय मजा येईल, असं मनात चमकून गेलं होतं! बालकल्याण संकुल सोडले तसे त्या ठिणगीने वणव्याचे रूप धारण केले. मी महाराष्ट्रभरची सारी ग्रंथालये पालथी घातली. खांडेकर कुटुंबीय नि विशेषत: त्यांची कन्या मंदाकिनी खांडेकर यांनी मला मोठं सहाय्य व प्रोत्साहन दिलं. 'मेहता पब्लिशिंग हाऊस'चे अनिल व सुनील

मेहता यांनी प्रकाशनाचं आश्वासन दिलं. कुलगुरू प्रा. द. ना. धनागरे सरांनी अनेक विद्यापीठांची ग्रंथालये उपलब्ध करून दिली. तसं माझ्या उत्साहास उधाण आलं. मी कथा, कविता, लेख, भाषणे, प्रस्तावना, समीक्षा सारं लिहीत आलोय. खांडेकरांच्या उर्वरित साहित्य संपत्तीचा शोध घेताना वरील सर्व प्रकारची वैविध्यपूर्ण झाकली माणकं हाती आली नि माझ्या आनंदास पारावार उरला नाही.

गेल्या पाच वर्षांच्या शोधात मला खांडेकरांचं विपुल असं अप्रकाशित, असंकलित साहित्य हाती आलं. मंदाताईंच्याकडून महत्त्वाचे संदर्भ, काही संकलित फाईल्स, भाऊंची टिपणं, पत्रव्यवहार इ. सूत्रं हाती आली. त्यातून मी पंचवीस ग्रंथांचं नियोजन केलं. सन २००० साली सुरू झालेला हा शोध! वर्ष संपत येताना योगायोगानी 'वि. स. खांडेकर रजत स्मृती वर्ष' उजाडलं. त्याचं औचित्य साधून पंचवीस ग्रंथांची निश्चिती केली. मेहता पब्लिशिंग हाऊस, पुण्याचे श्री. अनिलभाई व सुनीलभाई मेहता यांनी प्रकाशनाची स्वीकारलेली जबाबदारी समर्थपणे पेलली. एव्हाना 'नवी स्त्री' (कादंबरी), 'भाऊबीज', 'स्वप्न आणि सत्य', 'विकसन', 'सरत्या सरी' (कहानी संग्रह), 'क्षितिज स्पर्श' (रूपक कथासंग्रह), 'रानफुले', 'अजून येतो वास फुलांना', 'मुखवटे', 'सांजसावल्या' (लघुनिबंध संग्रह), 'अज्ञाताच्या महाद्वारात', 'वन्हि तो चेतवावा', 'दुसरे प्रॉमिथिअस : महात्मा गांधी' (विचार संग्रह) अशी तेरा पुस्तकं वाचकांच्या हाती आली असून त्यांचं चांगलं स्वागत झालं आहे. या साऱ्या कष्टाचं चीज मला तेव्हा वाटलं, जेव्हा ही पुस्तकं वाचून प्रा. ग.प्र. प्रधानांचं पत्र हाती आलं. त्यात त्यांनी लिहिलं होतं, 'तुझी वि. स. खांडेकरांची संपादित पुस्तकं वाचत असताना माझं ८१ वय १८ कधी झालं कळलं सुद्धा नाही'.

उर्वरित पुस्तकांचं संपादन सुरू असताना मे २००३ साली मंदाताईंनी एकदा मला बोलावून घेतलं. त्यावेळी त्या आजारातून उठलेल्या. आपली प्रापंचिक आवराआवर त्यांनी सुरू केली होती. त्यांच्याकडे असलेली भाऊंची पारितोषिकं, मानपत्रं, स्मृतिचिन्हं काय करायची, त्याची निर्गत कशी करावी हा त्यांचा चिंता नि चिंतनाचा विषय होऊन बसलेला. आम्ही विचार करून ती शिवाजी विद्यापीठाकडे सुपूर्द करण्याचं ठरवलं. तसं पत्र मी लिहिलं नि मंदाताईंनी सही केली. रजत स्मृती वर्षानिमित्त शिवाजी विद्यापीठाने आपल्या भाषा भवनाचं नामकरण 'वि. स. खांडेकर भाषा भवन' असं केलं होतं. त्याचं अनौपचारिक उद्घाटन ३ सप्टेंबर, २००१ला तत्कालीन कुलगुरू मु.ग.ताकवले व माझ्या हस्ते नारळ वाढवून केलं. त्या दिवशी 'वि. स. खांडेकरांचं अप्रकाशित साहित्य' विषयावर 'खांडेकर स्मृती व्याख्यानमालेत' माझं सिनेट हॉलमध्ये जाहीर भाषणही झालं. हे भाषा भवन प्रा. द. ना. धनागरे कुलगुरू असताना उभारलेलं. तिथं वि. स. खांडेकरांची स्मृती जपणारा एखादा

उपक्रम सुरू करावा अशी कल्पना वि. स. खांडेकर जन्मशताब्दी वर्षातच करण्यात आली होती. पण ते स्वप्न होतं. मी त्याचा पाठपुरावा करत राहिलो. कुलगुरू डॉ. मु. ग. ताकवले यांना राष्ट्रसेवा दल व आंतरभारती संस्कारामुळे हे व्हावं असं वाटत राहायचं. तिकडे न्यायमूर्ती चंद्रशेखर धर्माधिकारी यांनी पण लकडा लावलेला होता. पुरातत्त्व विशेषज्ञ प.ना.पोतदार यांच्याकडून आम्ही 'वि. स. खांडेकर स्मृती संग्रहालय'चा आराखडा तयार करून घेतला. विद्यापीठाने यासाठी सर्व भाषाविभागप्रमुखांची एक अस्थायी समिती नेमली. सर्वांनी मला समन्वयक बनवलं. विद्यापीठ व्यवस्थापन समितीनं उदार अंत:करणानी सुमारे ७.५ लक्ष रुपयांचा निधी उपलब्ध करून दिला. हे सारं होत असताना अचानकपणे कुलगुरू मु.ग. ताकवले यांनी आपल्या पदाचा राजीनामा दिल्याचं कळलं नि मी पूर्ण हादरून गेलो. नवे कुलगुरू कोण, कसे असतील, प्रकल्प होईल की नाही, या भितीने ताकवले सरांना भेटावयास गेलो. त्यांनी पदभार सोडण्यापूर्वी विधिवत संग्रहालयाची कार्य समिती, सल्लागार समिती नेमली व मजकडे संचालकपदाची जबाबदारी सोपवली. त्यांच्या पदमुक्त होण्याच्या दिवशीच आम्ही 'साधन संग्रह शुभारंभ' केला व संग्रहालय सुरू झालं. नंतर डॉ. माणिकराव साळुंखे कुलगुरू झाले. त्यांना वि. स. खांडेकरांविषयी पूर्वसूरीच्या कुलगुरूंइतकीच आस्था व श्रद्धा होती. आज संग्रहालयाचं जे पूर्णत्वास आलेलं रूप आहे त्यामागे कुलगुरू डॉ. साळुंखे यांचा हार्दिक पाठपुरावा होता हे कोण नाकारेल?

वि. स. खांडेकर स्मृती-संग्रहालयाचं कार्य सुरू झालं नि त्याच्या प्रारंभाच्या निवेदनापासूनच खांडेकर कुटुंबीयांच्या कुरबुरी सुरू झाल्या. आम्ही निवेदनात जनतेस अर्थसहाय्याचं आवाहन केलेलं होतं. ते खांडेकरांच्या तत्त्वाविरुद्ध असल्याचं निदर्शनास आणल्यावर ते अर्थसहाय्याचं आवाहन आम्ही पुढे गाळलं. खांडेकर कुटुंबीय, खांडेकर प्रेमी, मराठी प्रेमी अशा जवळजवळ शंभर दीडशे लोकांना ती निवेदनं पाठवली होती. 'लोकसत्ता', 'महाराष्ट्र टाईम्स', 'सकाळ', 'लोकमत', 'पुढारी' आदी स्थानिक वृत्तपत्रे, वाहिन्या, दूरदर्शन, आकाशवाणी असं व्यापक प्रसिद्धी देऊनही विद्यापीठास आर्थिक मदत करणारे तीनच सुहृद भेटले. प्रा. ग.प्र. प्रधान (रु. १,०००/-), श्री.वि.वि.चिपळूणकर (रु.५००/), श्री.मुकुंदराव किर्लोस्कर (रु. ३,५००/-). मग प्रारंभी स्वेच्छासाधने देणाऱ्या खांडेकर कुटुंबीयांकडून संरक्षणाचा प्रश्न उपस्थित करण्यात आला. विमा, गजर, संरक्षक अशी सारी तयारी विद्यापीठाने दर्शविली तरी रोज नवे प्रश्न उपस्थित होऊ लागले. पत्रव्यवहारातून कटुता येऊ लागली. खांडेकर कुटुंबीयांच्या इच्छेनुसार मार्गदर्शक समिती नेमली. तरी त्यांचे समाधान झाले नाही. मग मात्र विद्यापीठाने ज्ञानपीठ, साहित्य अकादमी, फेलोशिप इ.च्या प्रतिकृती करण्याचं

धोरण अंगीकारलं. मूळ पुरस्कार मिळावेत म्हणून सतत पाठपुरावाही ठेवला अन् विद्यापीठाने आपल्या वकुबाप्रमाणे परंतु वि. स. खांडेकरांची प्रतिष्ठा यत्किंचितही कमी होणार नाही याची खबरदारी घेत जीवाचं रान केलं. या कामी आम्हांस भारतीय ज्ञानपीठ, साहित्य अकादमी, मुंबई विद्यापीठ, मुंबई, पुणे, कोल्हापूर येथील महानगरपालिका, कुसुमाग्रज प्रतिष्ठान, नाशिक यांचं मोलाचं सहाय्य लाभलं. खांडेकरांच्या जीवन व साहित्याचे अभ्यासक, संग्राहक जया दडकर यांनी 'वि. स. खांडेकर सचित्र चरित्रपट' ग्रंथातील सर्व छायाचित्रे वापरण्यास उदारपणे अनुमती दिली. सिनेसाहित्य संग्राहक शशिकांत किणीकर यांनी आपणाकडील सर्व पटकथा पुस्तिका, छायाचित्रे दिली. तिकीट संग्राहक दत्ता धर्माधिकारी यांनी खांडेकर जन्मशताब्दीच्या उद्घाटन प्रसंगीची पाहुण्यांची-स्वाक्षरित प्रथम आवरणे, तिकिटे दिली. या निमित्ताने वि. स. खांडेकरांना मानणारा मोठा वर्ग जगभर पसरल्याचं लक्षात आलं. त्या सर्वांनी निरपेक्ष व उत्स्फूर्त सहाय्य केलं. अनिलभाई मेहतांनी समग्र साहित्य संच दिला. पुढे खांडेकर कुटुंबीयांकडून काही कात्रणं व पाच-सहा पुस्तकं हाती आली. तत्पूर्वी मंदाताईंनी 'अश्रू'चं हस्तलिखित, पद्मभूषण प्रशस्तिपत्र मूळ रूपात देऊन उमेद वाढवली होती. या साऱ्या उतार चढावात विद्यापीठाचं सारं प्रशासन, कलाकार एकदिलाने पाठीशी राहिले. विशेषत: प.ना. पोतदार, विजय गजबर, मनोहर सुतार, बाळासाहेब निचिते, हरी गडकरी, संजीव संकपाळ यांचं सहाय्य शब्दातीत! संग्रहालय सफलतेचे खरे श्रेयदार तेच!!

या प्रवासात अनिवासी भारतीय असलेले खांडेकरप्रेमी डॉ. अनंत लाभसेटवार भेटले नि या प्रकल्पाला कलाटणीच मिळाली. असं लक्षात आलं की आपण चालवलेल्या वि. स. खांडेकरांच्या पुनर्शोधास आता वैश्विक पाठबळ नि मान्यता मिळू लागली आहे. डॉ. लाभसेटवार प्रतिष्ठान, अमेरिका व डॉ. लाभसेटवार प्रन्यास, नागपूर यांनी एक लक्ष रुपये देऊन शिवाजी विद्यापीठात 'वि. स. खांडेकर जयंती व्याख्यानमाला' सुरू झाली. नुकतेच त्यांनी आणखी एक लक्ष रुपये देऊन वि. स. खांडेकरांच्या स्वागत अभ्यासार्थ एक राष्ट्रीय चर्चासत्र घेण्यासाठी प्रोत्साहन दिलं. यातून प्रेरणा घेऊन शिवाजी विद्यापीठाने आता 'वि. स. खांडेकर आंतरभारती अध्ययन केंद्र' विकसित करायचं ठरवलं आहे. या सर्वांमागे कुलगुरू डॉ. माणिकराव साळुंखेंची दूरदृष्टी व डॉ. चंद्रशेखर जहागीरदार यांचं मार्गदर्शन लाभलं. खांडेकर कुटुंबीय, आंतरभारती शिक्षण संस्था, कोल्हापूर यांचं आणखी सहकार्य लाभतं तर हे कार्य अधिक वरच्या दर्जाचं होऊ शकलं असतं.

वि. स. खांडेकरांच्या पुनर्शोधात एक गोष्ट लक्षात आली की कोणत्याही प्रकल्प, संस्था उभारणीत झोकून दिल्याशिवाय तुम्हास काही निर्माण करता येत

नाही. आपण ज्या लोकांना गृहीत धरून झोकून देत असतो, तन, मन, धन खर्च करत असतो, त्याला काही रूप येऊ लागलं, माणसाचं नाव होऊ लागलं की लोक कुरापती काढत राहतात. निखळ सहाय्य नि सहकार्याची उदारता महाराष्ट्राच्या समाज जीवनात रुजण्याची गरज आहे. आपलं समाजमन सतत व्यक्ती (द्वेष) केंद्रित राहिल्यानं आपल्या विकासास मोठी खीळ बसत आली आहे. आपल्या मनातील मागं खेचणाऱ्या खेकड्याच्या नांग्या आपणच मोडून टाकायला हव्यात. छत्रीच्या दांड्याने (जुन्या!) पाय ओढायचे आपण सोडून द्यायला हवे.

दुसरे म्हणजे आपण आपल्या ऐतिहासिक ठेव्याकडे अक्षम्य दुर्लक्ष करतो आहोत. आपली ग्रंथालये अनास्थेमुळे वाळवी खावून संपवते आहे. ग्रंथालय संस्था, तेथील व्यवस्थापन मंडळ, कर्मचारी यांची अनुदारता, अनास्था, असहकार, नियमावर बोट ठेवून सेवा न देण्यातील धन्यता यांतून महाराष्ट्राने स्वत:ला सोडवून घेतले पाहिजे. संशोधक, अभ्यासकांना हॉटेलातील वेटरच्या तत्परतेने हे देऊ का ते देऊ, असा ध्यास ग्रंथालय व्यवस्थापन लावून घेईल तर या महाराष्ट्रात पुन्हा एकदा संशोधनाचं सुवर्णयुग अवतरेल.

आपल्या घराघरात जुन्या वस्तू, पत्रव्यवहार, पुस्तके, पोथ्या, फर्निचर, कागदपत्रे इ. रद्दीत व कबाड्यात टाकण्याची आपली बेफिकिरी यामुळे महाराष्ट्राने इतिहास, साहित्य, संगीत, संस्कृतीचा मोठा वारसा गमावला आहे. आपणाकडील अशी साधने उदारपणे संशोधक, अभ्यासक, सार्वजनिक संस्था, ग्रंथालये, संग्रहालये यांचकडे सोपवण्याची आधुनिकता आपण जोपासणे गरजेचे आहे. सांस्कृतिक संपत्ती ही व्यक्तिगत पैत्रुक संपत्ती न मानता तिची सार्वजनिक किंमत, तिचे कालातीत महत्त्व लक्षात घेऊन तिचं रक्षण व जोपासना करायला हवी. असं झालं तर उद्याचा महाराष्ट्र उरलेला वारसा जपूनही जगातला संस्कृतीसंपन्न प्रदेश ठरेल.

४८

खाली जमीन, वर आकाश घेऊन जन्मलेला मी. आज माझ्या वयास पंचावन्न वर्षे पूर्ण झालीत. इतक्या वर्षांच्या प्रवासानंतरही मी कोण, याचा शोध मला लागलेला नाही. या प्रश्नाचं नेमकं उत्तर हाती आलेलं नाही. नित्य नव्याच्या ध्यासात, शोधात मात्र मला रोज नवे कवडसे दिसतात नि हळू-हळू त्याचा सूर्य होत जातो. जीवनाचे हे सूर्य होणे आता माझा जीवनक्रमच होऊन गेलाय. हेच पाहा ना, इतक्या मुशाफिरीनंतर मी गप्प बसावं की नाही, पण नाही. 'नित्य चालतो मी नवीच वाट' प्रमाणे माझं गतीचा कायदा पाळणं सुरू आहे.

वि. स. खांडेकर स्मृती संग्रहालय हातावेगळं करेतोवर भारतरत्न धोंडो केशव कर्वे यांचं स्मृती संग्रहालय उभारायचं खूळ डोक्यात भरलंय. इकडे माझ्या महावीर कॉलेजमध्ये प्राचार्यपद खुणावू लागलंय! आजवर लिहिलेलं सारं लेखवजा साहित्य पुस्तकरूप करण्याचा ध्यास आहेच. उर्वरित खांडेकर साहित्य संपादनही सुरूच आहे. मोठा मुलगा निशांत विवाहित होऊन बाबा होणार असल्यानं मी आजोबा होण्याच्या मार्गावर आहे. त्यानं आपली मैत्रीण शीतलशी आंतरधर्मीय विवाह करून माझं घर साने गुरुजींचं 'आंतरभारती' घर केल्याचा आनंद काय वर्णावा? छोटा मुलगा अंकुर मरिन इंजिनिअर होऊन जग पालथं घालतो आहे. त्याची सोयरिकही निशांतप्रमाणे त्याची त्यानीच जमवली आहे. त्याचं पहिलं समुद्र पर्यटन पूर्ण व्हायचा अवकाश ... अक्षता रंगवून तयारच आहेत.

सुख-दु:खाच्या, ऊन-पावसाच्या खेळी चालू असतानाच्या या प्रवासात माझा सूर्य रोज नवी झळाळी घेऊन जन्मतो आहे. समाज, शासन सर्वांच्या भरभरून मिळणाऱ्या शाबासकीनं तर कधी-कधी मला अचंबित व्हायला होतं. नुकतंच महाराष्ट्र राज्य हिंदी साहित्य अकादमीनं एक्कावन्न हजार रुपये व प्रशस्तीपत्र देऊन मला मी केलेल्या हिंदी प्रचार, प्रसाराच्या जीवित कार्याबद्दल 'अनंत गोपाळ शेवडे हिंदी सेवा विशेष पुरस्कार' देऊन केलेला शासकीय गौरव, तो ही सह्याद्री अतिथिगृहात नि साक्षात मुख्यमंत्र्यांच्या हस्ते ... खरं नाही वाटत!

इकडे माझ्या कर्मभूमी करवीर नगरीत कोल्हापूर महानगरपालिकेनंही 'कोल्हापूर भूषण' पुरस्काराने मला सन्मानित केलं ... वेळोवेळी मला इतके पुरस्कार मिळालेत की त्यांची यादी मारुतीची शेपूट होईल. विविध क्षेत्रांतील कामांची यादीही तशीच होईल. कधी काळी 'नेम नॉट नोन' असलेला मी ... माझं असं 'वेल नोन' होणं यात माझ्या पुरुषार्थापेक्षा शासन व समाजाची उदारता मला मोठी वाटते. मी मागं टाकलेलं आयुष्य अविश्वसनीय वाटावं इतका सारा बदल एका जन्मात व्हावा, हे खरं वाटत नसलं तरी ते एक माझं जीवनवास्तव होऊन बसलं आहे. मागे वळून पाहताना माझ्या लक्षात येतं की कितीही आघात झाले तरी मी स्वत:ला उसवू दिलं नाही. आयुष्याची लक्तरं होणार नाहीत याची काळजी घेत मी सतत विधायक वृत्ती जोपासत आलो. ही बिनटाक्याची समाजक्रिया मला आजवरच्या टक्क्याटोणप्यांनी शिकवली. त्यामुळं माझं सारं आयुष्य असं सामाजिक कलाकुसरीचं झालं. मी रोज नवी वीण घालत, शिकत गेलो. त्यामुळे मला रोज नवे छोटे-छोटे ताजमहाल दिसतात ... खुणावतात ... नव्या रचनेसाठी! ... नवनिर्मितीसाठी!! म्हणून मला काय करायचं, असा प्रश्न पडत नाही. प्रश्नांपेक्षा माझ्यापुढे पर्यायांचा सडा असतो ... ते मला घ्या, मला घ्या, म्हणून आर्जवत उभे असतात ... मी कालसापेक्ष पर्याय निवडतो ... निवडीत विचार असतो ... दृष्टी असते ... ध्येयही असते! केवळ

संधीवर स्वार होण्याचा आततायीपणा मी कधी केला नाही ... उलट जे पटलं नाही ते निकरानं नाकारलं ... सोडलं! जे सोडलं त्याचा मला कधी पश्चात्ताप झाला नाही. मला समज येत होती तेव्हा प्रत्येक प्रश्न यक्षप्रश्न होता ... आता प्रश्न याचक बनून समोर येतात तेव्हा मी उतूनमातून त्यांच्याकडे न पाहता आर्जव, ऋजुता एकवटून त्यांचं सन्मानजनक स्वागत करतो. म्हणून माझ्याकडे आलेल्या प्रश्नांची प्राजक्त फुले झाली ... सडा असा पडलाय ना ... वेचताना दमछाक होते आहे!

तुम्हाला खरं सांगू का? माझं हे 'खाली जमीन वर आकाश' आत्मकथन नाही आहे, ते एक 'कन्फेशन' आहे ... ते तुमच्यापुढे असं व्यक्त करताना मला स्टिफन झ्वाइगचं 'कालचं जग' नावाचं आत्मकथन आठवतं. त्यांनी लिहिलं होतं, 'माझ्या कालच्या आणि आजच्या जगात मोठं अंतर आहे. अंतर, फरक पाहून विश्वासच वाटत नाही की हा गतकाल माझाच होता.' असं अचंबित करून टाकणारं जीवन सर्व वंचितांच्या वाट्याला यावं असं मनापासून वाटतं.

■